வ.அய். சுப்ரமணியம் கட்டுரைகள்
தொகுதி இரண்டு

வ.அய். சுப்ரமணியம் கட்டுரைகள்

தொகுதி இரண்டு

இலக்கணமும் ஆளுமைகளும்

தொகுப்பு

அருண் சுப்பிரமணியம்

அடையாளம்

முதல் பதிப்பு 2007
இரண்டாவது மீளச்சு 2017

© வ. அய். சுப்ரமணியம்

வெளியீடு: அடையாளம், 1205/1 கருப்பூர் சாலை, புத்தாநத்தம் 621310, திருச்சி மாவட்டம், இந்தியா, தொலைபேசி: (+91) 04332 273444

நூல்வடிவம்: த பாபிரஸ், அச்சாக்கம்: அடையாளம் பிரஸ், இந்தியா

ISBN: 978 81 7720 073 7

விலை: ₹ 190

Va. Ai. Subramaniam katturaikal: Ilakkanamum aalumaikalum is a collection of essays on grammar and personalities in Tamil by V.I. Subramaniam, Compiled by Arun Subramaniam, Published by Adaiyaalam, 1205/1 Karupur Road, Puthanatham 621310, Thiruchirappalli Dist., Tamilnadu, India, email: info@adaiyaalam.net

நன்றி

திருவனந்தபுரத்தில் இயங்கும் பன்னாட்டுத் திராவிட மொழியியல் நிறுவனத்திற்கு வருகைதந்த ஆய்வாளர்களிற் சிலர் நான் எழுதிய கட்டுரைகளின் நிழல் அச்சுப் படிகளைத் தொகுத்திருப்பதை அறிந்து அவற்றை வெளியிட வற்புறுத்தினர்.

திராவிட மொழி நிறுவனத்தின் பணிகளில் கவனம் செலுத்த வேண்டிய கடப்பாடு இருந்ததால் என் கட்டுரைகளை வெளியிடும் எண்ணம் பின்தள்ளப்பட்டது. தமிழ்நாட்டு அரசின் தமிழ்வளர்ச்சித் துறையின் இயக்குநர் முனைவர் ம. இராசேந்திரன் ஒருமுறை எங்கள் அழைப்பை ஏற்று திருவனந்தபுரம் வந்திருந்தார். கட்டுரைகள் இருக்கும் செய்தி அறிந்து அவற்றை அச்சிடுதற்குரிய ஏற்பாடுகளைச் செய்து உதவினார். அவருக்கு என் நன்றி.

பலகால வரம்பில், பல தலைப்புகளில் கட்டுரைகள் எழுதப்பட்டன. தஞ்சாவூர் தமிழ்ப் பல்கலைக்கழகத்தில் பணியாற்றிய போதும் பின்னரும் எழுதிய பல கட்டுரைகள் இடம்பெற்றுள்ளன. பதவிப் பொறுப்பால் கருத்தரங்குகள், மகாநாடுகள் முதலியவற்றில் துவக்க உரை ஆற்றும் கடப்பாடு இருந்தது. எனவே சிறு அளவில் அல்லது நீண்ட கட்டுரைகள் உருவாகும் தேவை எழுந்தது.

என்னைப் பயிற்றுவித்த ஆசிரிய அறிஞர்கள், பிற ஆதரவாளர்கள் முதலியவர்களைப் பற்றிய கட்டுரைகள் இந்நூலில் இடம்பெற்றுள்ளன. இன்று படிக்கும்போதுகூட பழைய நினைவுகள் அலைமோதுகின்றன. இன்னும் சில தமிழ்க் கட்டுரைகள் எஞ்சியுள்ளன. ஆங்கிலக் கட்டுரைகள் யாவும் அச்சாக உள்ளன.

இக்கட்டுரைகளைத் தொகுத்த ஜெயா அரிகரனுக்கும் சிறப்பாக அச்சிட்டு வெளிக்கொணர்ந்த 'அடையாளம்' பதிப்புக் குழுவினருக்கும் இந்நூலின் மெய்ப்பைப் படித்து முக்கிய ஆலோசனை வழங்கிய ராஜமார்த்தாண்டன், கோ. சுந்தர், ஆய்வு மாணவர் தி. இராசரெத்தினம் ஆகியோருக்கும் என் நன்றி.

வ.அய். சுப்ரமணியம்

பொருளடக்கம்

தொகுப்புரை 9

இலக்கணக் கூறுகள்
அல்லும் இல்லும் 13
செய்து என்னும் வினைமுற்று 18
வழக்கு வேறுபாட்டு இயல் – ஒரு முன்னுரை 24
உள்ளொற்றுமையும் ஊகங்களும் 31
திராவிட மொழிகளில் இலக்கணக் கொள்கை 35
தொல்காப்பியம் 42
இலக்கணத்தில் எது இடம்பெற வேண்டும்? 49
ஒற்றுமைப்படுதல் 57
மறை வினைகள் 62
மொழி அகழாய்வு ஒரு புது நோக்கு 73

நானறிந்த பெருமக்கள்
அமெரிக்க திராவிட மொழியியல் அறிஞர் 85
டி.கே. சிதம்பரநாத முதலியார் 89
செயலாளர் இராமசாமிக் கோனார் 93
தெ.பொ. மீனாட்சி சுந்தரனார் 102
மு.இராகவையங்கார் 119
கவிமணியின் கடைசிக் கால்மணி நேரம் 123
எஸ். வையாபுரிப்பிள்ளை நினைவுகள் 126
தனிநாயக அடிகள் 150

பிற கட்டுரைகள்

இடம்பெயர்ந்த குசராத்திகள் பற்றிய கருத்தரங்கு: முன்னுரை   175
கேரளப் பழங்குடி மக்கள்   179
இராச இராசன் வெற்றி பற்றிய கொள்கையாக்கம்   186
பேராசிரியர் தகமை   190
புது வழி வகுத்த பாரதி   193
கவிமணியின் கவிதை   198
தமிழ் இலக்கிய வரலாற்றில் நாளிகைக் கற்கள்   204
அறிவியல் பரவ   217
அறிமுகம்: 'நாட்டார் வழக்காற்றியல்'   222
பாரீஸ் மகாநாடு   226
மும்மொழிக் கொள்கை: மறு பரிசீலனை தேவை   234
பேராசிரியர் சுந்தரம் பிள்ளை   236
மணிக்கொடியின் ஐம்பதாவது ஆண்டு   246
தமிழ் வளர்த்த பாரதி   249
தந்தை பெரியார்   253

தொகுப்புரை

தஞ்சைத் தமிழ்ப் பல்கலைக்கழகத்தின் முதல் துணைவேந்தராகப் பதவி வகித்தவர்; ஆந்திராவில் திராவிடப் பல்கலைக்கழகம், திருவனந்த புரத்தில் திராவிட ஆய்வகம், புதுச்சேரியில் புதுவை மொழியியல் பண்பாட்டு ஆய்வு நிறுவனம் ஆகியவற்றைத் தோற்றுவித்தவர்; ஆய்வு நூல்கள் பல வெளியிட்டவர்; 2007ஆம் ஆண்டுக்கான 'சி.பா. ஆதித்தனார் மூத்த தமிழறிஞர்' விருது பெற்றவர் முனைவர் வ.அய்.சுப்ரமணியம். இந்நூல் அவருடைய கட்டுரைகளின் இரண்டாவது தொகுதி.

இதில் 'இலக்கணக் கூறுகள்', 'நானறிந்த பெருமக்கள்', 'பிற கட்டுரைகள்' என்னும் மூன்று பிரிவுகளில் 33 கட்டுரைகள் அடங்கி யுள்ளன. இவை மகாநாடுகள், கருத்தரங்குகளின் தொடக்கவுரை யாகவும், நூல்களின் முன்னுரைகளாகவும், ஆய்வுக் கட்டுரைகளாகவும் அமைந்தவை என்பதால் கட்டுரைகளின் அமைப்பு குறுகிய, நீண்ட அளவிலானதாக உள்ளது.

இத்தொகுதியிலுள்ள 'அமெரிக்க திராவிட மொழியியல் அறிஞர்' (தினமணி, 15.09.2005), 'வையாபுரி பிள்ளை நினைவுகள்' (கணையாழி, மார்ச் 2000), 'தந்தை பெரியார்' (கருத்தரங்க துவக்கவுரை, 09.03.2006), 'மொழி அகழாய்வு ஒரு புதுநோக்கு' (ஜர்னல் ஆஃப் தமிழ் ஸ்டடீஸ்) ஆகிய கட்டுரைகளைத் தவிர பெரும்பாலானவை 'ஆய்வுச் சில்லுகள்', 'ஏற்பதா மறுப்பதா?', 'சில கட்டுரைகள்', 'சிதறியச் செய்திகள்' ஆகிய தலைப்புகளில் தனித் தொகுப்புகளாக வெளிவந்தவை. பணிச்சுமை யினால் இக்கட்டுரைகள் எழுதிய, வாசித்த ஆண்டுகள் வ.அய். சுப்ரமணியம் அவர்களால் துல்லியமாகக் குறிப்பிட இயலவில்லை. ஆயினும் எல்லாக் கட்டுரைகளும் அவரால் சரிபார்க்கப்பட்டு ஒப்புதல் வழங்கப்பட்டிருக்கின்றன.

இந்தத் தொகுதியிலுள்ள எல்லாக் கட்டுரைகளுமே ஒவ்வொரு வகையில் சிறப்பு வாய்ந்தவை. எனினும், மாதிரிக்காக ஓரிரு கட்டுரை களின் போக்குகள் மட்டுமே சுட்டிக்காட்டப்படுகின்றன.

தொல்காப்பியம் கூறும் இலக்கண நெறிமுறைகள் குறித்த ஆய்வும், 'திராவிட மொழிகளில் இலக்கணக் கொள்கை', 'மொழி அகழாய்வு ஒரு புது நோக்கு' ஆகிய கட்டுரைகளும் தமிழ் இலக்கண-மொழியியல் ஆய்வாளர்களுக்குப் புதிய நோக்கினைக் காட்டுவனவாக அமைந் துள்ளன. திருக்குறள் பற்றிய ஆய்வுக் கட்டுரையும் இவ்வகையில் குறிப்பிட்டுச் சொல்லத் தகுந்தது. திருக்குறளின் அமைப்பில், கருத்தில்,

நோக்கில், போக்கில் புதுமை செறிந்திருப்பதாகவும், குறளில் விரிந்த தேசிய நோக்குடன், முதன்முறையாகக் கவிதைகளில் 'அகில தேசியம்' இடம்பெற்றிருப்பதாகவும் தனக்கேயுரித்தான ஆய்வு நோக்கில் எடுத்துரைக்கிறார் வ.அய். சுப்ரமணியம்.

தன்னைப் பயிற்றுவித்த ஆசிரிய அறிஞர்கள், பிற ஆதரவாளர்கள் பற்றிய கட்டுரைகளில், அப்பெருமக்களின் நற்குணங்களையும், அறிவுச் சிறப்பினையும், அவர்கள் தனக்களித்த ஆதரவினையும் பெருநோக்கில் விவரித்துக் கூறியிருப்பதும், அவர்களின் கருத்துகளுடன் முரண்பாடு கொள்ளுமிடங்களிலும் தனக்கு உடன்பாடில்லாத செயல்பாடுகள் சிலவற்றைக் குறிப்பிட வேண்டிய சந்தர்ப்பங்களில் தன்னடக்கத்துடன் அவற்றைச் சுட்டிக்காட்டியிருப்பதும் முனைவர் வ.அய்.சு.வின் பெருந் தன்மையினையும் ஓர் ஆய்வாளருக்கே உரித்தான நேர்மையையும் வெளிப்படுத்துகின்றன. எடுத்துக்காட்டாக, தெ.பொ. மீனாட்சி சுந்தரனார் பற்றிய கட்டுரையைக் குறிப்பிட்டுச் சொல்லலாம்.

பண்டைத் தமிழிலக்கியங்களின் கால வரையறை குறித்தான கணிப்பு களில் ஊகங்களுக்கு இடம் கொடுக்காமலும் அபிமானம் குறுக்கிடா மலும், தக்க அக-புறச் சான்றுகளின் அடிப்படையிலேயே முடிவுகளை நிறுவ முனைகிறார் வ.அய்.சு. கால வரையறை பற்றிய தனது முடிவு களும்கூட, புதிய தரவுகளின் மூலமான ஆய்வடிப்படையில் மாறக் கூடும் என்ற தனது நிலைப்பாட்டையும் உணர்த்திச் செல்கிறார்.

பேராசிரியர் சுந்தரம்பிள்ளையின் 'மனோன்மணியம்' நாடகம் குறித்தும், கவிமணியின் கவிதைகள் குறித்துமான மதிப்பீடுகள் பற்றி மாறுபட்ட கருத்துடையவர்களும்கூட, தகுந்த ஒப்பீடுகள் மூலமும் அகச் சான்றுகளின் மூலமும் தன் கருத்தை நிறுவ முனையும் வ.அய்.சு.வின் ஆய்வு நோக்கினை ஒருபோதும் ஒதுக்கிவிட இயலாது.

சுருங்கக்கூறின், ஆய்வுக் கட்டுரைகள் எவ்வகையில் தக்க சான்று களுடன், காய்தல் உவத்தலின்றி எழுதப்பட வேண்டும்; அரங்குகளில் நிகழ்த்தப்படும் உரைகள் எத்தன்மையனவாக இருத்தல் வேண்டும்; நூல்களுக்கான முன்னுரைகள் எவ்வாறு பொருத்தமானவையாக அமைதல் வேண்டும் என்பவற்றுக்கான வகைமாதிரி ஆவணங்களாக அமைந்துள்ளன அறிஞர் வ.அய்.சுப்ரமணியத்தின் கட்டுரைகள் என்று கூறுவது சற்றேனும் மிகைப்படுத்தப்பட்ட கூற்றாகாது.

தமிழ் இலக்கிய, இலக்கண, மொழியியல் ஆய்வாளர்களுக்குப் புது நோக்கினைக் காட்டுவதாக மட்டுமல்லால், தமிழிலக்கிய ஆர்வலர் களுக்கும் மிகவும் பயன்படும் வகையிலான கட்டுரைகள் அடங்கிய தொகுதி இது என்பதை உறுதியுடன் கூறலாம்.

அருண் சுப்பிரமணியம்

இலக்கணக் கூறுகள்

அல்லும் இல்லும்

'அல்', 'இல்' ஆகிய இரண்டையும் குறிப்பு வினையடியாக எண்ணுவது பழைய இலக்கண மரபு. 'இன்று', 'இல', 'அன்று', 'அல்ல' முதலிய வற்றைத் தொல்காப்பியர் குறிப்புச் சொற்களாகக் குறிக்கிறார் (சொல்:220).

தெளிவான தெரிநிலை வினையடியான 'நில்' என்பது எவ்வெவ் வுருவங்களை ஏற்கின்றது என்று முதலில் காண்பது மிகத் தேவை. அதைப்போலவே, தெளிவான 'உடை' என்னும் குறிப்பு வினையடியும் எவ்வெவ்வுருவங்களை ஏற்கின்றது என்று கண்டால் 'அல்', 'இல்' என்ற இரண்டின் நிலையைத் தெளிவது எளிது.

'நில்' என்னும் தெரிநிலை அடியினின்று 'நின்றான்', 'நில்லாதான்' என இரு முற்றுருவங்கள் தோன்றும். இவற்றுள் முன்னது உடன்பாட்டு உருவம். பின்னது மறை உருவம். 'உடை' என்னும் குறிப்படியிலிருந்து 'உடையன்' அல்லது 'உடையான்' எனும் உடன்பாட்டு முற்றுருவமே தோன்றும். 'நின்றான்', 'நின்றோன்', 'நில்லாதான்', 'நில்லாதோன்' எனும் வினையாலணையும் உருவங்கள் தெரிநிலையில் தோன்றும். ஆனால், 'உடையான்', 'உடையோன்' எனும் உடன்பாட்டுக் குறிப்பு வினையாலணையும் பெயருருவங்கள் மட்டுமே குறிப்பில் தோன்ற வல்லன. 'நின்ற', 'நில்லாத' ஆகிய இரண்டும் தெரிநிலைப் பெயரெச்ச உருவங்கள். 'உடைய' என்னும் உடன்பாட்டுப் பெயரெச்சம் ஒன்று மட்டுமே குறிப்பில் தோன்றும். 'நில்' எனும் வினைத்தொகை உருவம் தோன்றுவது போன்று 'உடை' என்னும் குறிப்பு வினைத்தொகை உருவமும் தோன்றும், 'நின்று', 'நில்லாது' முதலிய தெரிநிலை வினையெச்சவுருவங்களும், 'நிற்றல்', 'நிற்கை' முதலிய தொழிற் பெயருருவங்களும், 'நிற்க', 'நிலீயர்' முதலிய வியங்கோள் உருவங் களும், 'நில்' என்னும் ஏவல் உருவமும், பிறவினை உருவங்களும் குறிப்பிற்குக் கிடையா.

பின்வரும் பட்டிகையில் 'நில்'[1] என்னும் தெரிநிலையடியும் 'அல்', 'இல்' என்னும் அடிகளும் 'உடை' என்னும் குறிப்படியும் ஏற்கும் உருவங்கள் தொகுக்கப் பெற்றிருக்கின்றன.

மேற்காணும் பட்டிகையில் 'அல்', 'இல்' ஆகிய இரண்டு அடிகளுக்கும் சில வேறுபாடுகள் உண்டு. 'இலீயர்' என்னும் வியங்கோள் உருவம்

---

[1]. 'நில்' அடிக்கும் பிறவினை உருவம் 'நிறுத்தினான்' என்பர் சிலர்.

வினை வடிவங்கள்	நில்	அல்	இல்	உடை
வினைமுற்று	-	-	-	-
உடன்பாடு	நின்றான்	அல்லான்	இல்லான்	உடையான்
எதிர்மறை	நில்லான்	அல்லாதான்	இல்லாதான்	-
வினையாலணையும் பெயர்				
உடன்பாடு	நின்றோன்	அல்லான்	இல்லான்	உடையான்
எதிர்மறை	நில்லாதோன்	அல்லாதோன்	இல்லாதோன்	-
பெயரெச்சம்				
உடன்பாடு	நின்ற	அன்றிய	இன்றிய	உடைய
எதிர்மறை	நில்லாத	அல்லாத	இல்லாத	-
வினைத்தொகை				
உடன்பாடு	நில்	அல்	இல்	உடை
வினை எச்சம்				
உடன்பாடு	நின்று	அன்று	இன்று	-
எதிர்மறை	நில்லாது	அன்றி	இன்றி	-
வியங்கோள்		அல்லது	இல்லாது	-
உடன்பாடு	நிலீயர்	-	இலீயர்	-
உடன்பாடு	நிற்க	-	-	-
எதிர்மறை	நில்லற்க	-	-	-
தொழிற்பெயர்	நிற்றல்	-	-	-
ஏவல்	நில் [1]	-	-	-
பிறவினை				
உடன்பாடு	தாழ்த்தினான்	-	-	-
எதிர்மறை	தாழ்த்தான்	-	-	-

பதிற்றுப்பத்தில் (20,27) காணப்படுகிறது. ஆனால் 'அலீயர்' என்னும் உருவம் பழைய நூற்களில் காணப்படவில்லை. 'இல்லாது' என்னும் வினையெச்சம் 'இல்லாது போவான்', 'இல்லாது போகான்' எனும் உடன்பாடு, மறை ஆகிய இரண்டு வினைகளையும் கொண்டு முடிகின்றது. ஆனால் 'அல்லாது' என்ற வினையெச்ச உருவம் இல்லை. ஆனால் அல்லது என்னும் உருவம், மற்றோரிடத்தில் பயன் ஆகின்றது. 'அவன் அல்லது இவன் செல்லான்', 'கொடுத்தல் அல்லது வாங்குதல் இல்லை' எனும் இடங்களில், பெயர் மாற்றாக்வும் தொழில் மாற்றாகவும் பயன் படுகின்றது. இங்கு, இதனை வினையெச்சமாகக் கருதுவது பொருந்தாது. அல்லாது எனும் உருவத்தை, இங்கு நாம் பெய்து கூற முடியாது என்பதையும் நினைவிற்கொள்ள வேண்டும்.

இவ்வாறு சில வேறுபாடுகளிருப்பினும் பல ஒற்றுமைப்பாடுகள் 'அல்','இல்' எனும் இரு உருவங்களுக்கும் இருப்பதால் அவற்றை ஒன்றாகவே இங்குக் கணித்திருக்கிறேன். பட்டிகையில் காணும் 'அன்றிய', 'இன்றிய' (தொல்:எழுத்து-இளம்பூரணம்-கழகம் 1958) என்னும் பெயரெச்ச உருவங்களை இளம்பூரணர் தம் எழுத்ததிகார உரையில் பயன்படுத்தியுள்ளார். இவை மிக அருகியே காணப்படு கின்றன. இவ்விளக்கத்துடன் பட்டிகைச் செய்தியினை இனிமேல் காண்போம்.

நில் என்னும் அடியையும் 'அல்', 'இல்' என்னும் அடிகளையும் 'உடை' என்னும் குறிப்பு அடியுடன் ஒத்து நோக்கினால் மொத்தம் உள்ள பதினாறு உருவங்களில் நான்கை மட்டுமே, 'உடை' பெறுகின்றது. 'அல்'லும் 'இல்'லும் பத்தைப் பெறுகின்றன. 'உடை'யைப்போல் 'அல்', 'இல்' ஆகிய இரண்டும் 'நில்'லின் உருவங்களில் ஆறைப் பெறவில்லை என்பதையும் நாம் இங்கே மறந்துவிடலாகாது.

பிற மொழிகளிலுள்ள வினை வாய்பாடுகளைப் பார்க்கும்போது எல்லா வினையடிகளும் எல்லா வினையுருவங்களையும் பெற்றிருப்ப தாகத் தோன்றவில்லை. ஆங்கிலத்தில் 'Walk' - 'நட' என்னும் வினையடி, நிகழ்காலத்தில் 'Walks' என்றும், இறந்த காலத்தில் 'Walked' என்றும் உருவம் பெறுகின்றது. ஆனால் 'is'- உண்டு, என்னும் வினையடியோ 'am', 'are', 'be' என்னும் நிகழ்கால உருவங்களையும் 'was', 'were' முதலிய இறந்தகால உருவங்களையும் பெற்றிருக்கின்றது. இதனை ஒழுங் கற்ற வினையடி என்று கூறுவர். தெரிநிலை வினையின் உருவங்கள் மிகுதியாகப் பெற்றிருக்கும் 'அல்', 'இல்' எனும் இரு அடிகளையும் குறையுடைய தெரிநிலைகளாக ஏன் கருதக் கூடாது? ஆங்கிலத்தில் 'is' என்னும் வினையை ஒழுங்கற்ற வினையாகக் கருதுகின்ற ஒரே காரணத்தால், தமிழில் 'அல்', 'இல்' என்பவற்றைத் தெரிநிலையாகக்

கணக்கிடுவது தவறு. இது ஆங்கில இயல்பைத் தமிழ் மொழியிற் காணும் தவறான முயற்சியாகும். ஆனால் கீழ்வரும் காரணங்களை நாம் ஆராயக் கடமைப்பட்டிருக்கின்றோம்.

தெளிவான தெரிநிலை வினை உருவங்களில் மறை விகுதியிருந்தால் அதே இடத்தில் கால இடைநிலையை உடன்பாட்டு உருவத்தில் காண இயலும். 'நில்லாதான்' என்ற மறை உருவத்திற்கு 'நின்றான்' என்ற உடன்பாட்டு உருவம் இணையாகும். இதில் எதிர்மறை விகுதியாகிய 'ஆ' அல்லது 'ஆத்' நிற்கின்ற இடத்தில், உடன்பாட்டு உருவத்தில் றகரமாகிய இறந்தகால இடைநிலை வருகின்றது. எனவே, 'அல்லாதார்', 'இல்லாதார்' என்னும் உருவங்களில் மறை விகுதியாகிய 'ஆ' அல்லது 'ஆத்' இருப்பதை நாம் அறிவோம். தெரிநிலை வினைபோல மறை விகுதிகள் நிற்குமிடத்தில் கால இடைநிலை தோன்றும் என்று கொண்டால் 'அல்லாதார்', 'இல்லாதார்' என்னும் உருவங்களுக்குக் கால இடை நிலையோடு கூடிய உருவங்கள் இருந்திருக்கலாம் என ஊகிக்க இயலும். இவ்வாறு ஊகிப்பதற்குத் துணையாகத் திரு. ச.காமாட்சி உதவிய இன்ம் *(214,2)* என்னும் நற்றிணை உருவம் அமைகின்றது. இன்ம் எனும் உருவம் 'செய்யும்' என்னும் வாய்பாட்டு வினை உருவம் போன்றதாகும். தன்மைப் பன்மை வினைமுற்று அன்று. முன்னர் காட்டிய 'அன்றிய', 'இன்றிய' என்னும் பெயரெச்ச உருவங்களில் கால இடைநிலை இருப்பது தெளிவு. எனவே, பண்டு 'அல்', 'இல்' என்னும் அடிகள் ஏனைய தெரிநிலை வினைமுற்றுக்கள் போல, உடன்பாட்டுருவமும் பெற்றிருந்தன என உறுதியாகக் கூறலாம். ஆனால், இம்முடிவிற்கு ஒரு வகையில் மறுப்புக் கூற இயலும்.

'அலாதார்', 'இலாதார்' என்னும் உருவங்களில் 'ஆ' அல்லது 'ஆத்' என்பதை மறை விகுதியாகக் கொண்டால் இரு மறையுருவங்கள் இருப்பதை நாம் காண இயலும். இரு மறையுருவங்கள் ஓர் உடன் பாட்டைத் தோற்றுவிக்கும் என்று கூறி, இதனை மறுப்பர்; அதனால், 'அலாதார்', 'இலாதார்' என்ற உருவங்களை 'அலாது', 'இலாது' எனப் பிரித்துக்கொள்ள வேண்டும் என்பர். 'அல்', 'இல்' என்னும் உருவங்களும் அதே பொருளில் வருவதால் 'அலாது', 'இலாது' எனப் பகுத்துப் பகுதியாகக் கொள்வது இயலாது. தெரிநிலை வினைகளில் வரும் 'ஆ' அல்லது 'ஆத்' எனும் மறை விகுதி 'அல்' அல்லது 'இல்' என்னும் வினையடிகளை அடுத்து, அதே இடத்தில் இங்கும் வருவதால் அதனை ஒரே நிலை விகுதியாகக் கொள்வதே தக்கது. வாக்கிய நிலையில் இரு மறைகள் ஓர் உடன்பாட்டை எப்போதும் தோற்று விக்காது என்பதும் நாம் அறிந்ததே. கணிதத்தில் எல்லாத் துறை

---

2. அன் இன்ரொடக்சன் டு இண்டியன் ஃபிலோசோஃபி, எஸ். சாட்டர்ஜி, டி. தத்தா, பக். 240.

களிலும்கூட இப்போது அது மறுக்கப்படுகின்றது. தத்துவ தரிசனங் களில் சூனியத்தை அல்லது சூனியமாகிய மறையை உடன்பாடாகக் கொள்வது நாம் அறிந்ததே. வானத்தை நோக்கியவன் அங்குச் சூரியன் இல்லை என்றால் அதனை இன்மையாகிய உண்மை நிலையாகக் கருதுகிறான். இவ்வாறு வைசேசிக தரிசனம் கருதுகின்றது.[2]

பொருள் நிலையில் இதை உடன்பாடாகக் கருத முடியும் என்ற நிலை ஏற்படாமல் இருந்தால்கூட 'அல்', 'இல்' என்னும் அடிகள் பெறுகின்ற 'ஆ' அல்லது 'ஆத்' எனும் விகுதியை மறை விகுதியாகக் கொண்டால் இலக்கணம் ஒழுங்குபடுமாயின் அதனைக் கொள்வதே இலக்கண ஆசிரியர்க்கு உகந்தது. எனவே, தெரிநிலை வினை அடியினு டைய பெரும்பான்மை உருவங்களை 'அல்', 'இல்' என்னுமுருவங்கள் பெற்றிருப்பதாலும் குறிப்பு வினையிலிருந்து வேறான பல உருவங் களைக் கொண்டிருப்பதாலும் வினையெச்சம் முதலிய உருவங்களை ஏற்று 'அல்', 'இல்' முடிவதாலும் அவற்றைக் குறையுடைய தெரிநிலை வினை எனக் கருதுவதே இலக்கணத் தெளிவிற்கு உகந்ததாக இருக்கும்.

பிற திராவிட மொழிகளை ஆய்ந்தால் இதனை மேலும் வலியுறுத்த இயலும்.

செய்து என்னும் வினைமுற்று

மலையாள மொழி பேசுவோர், அவன் வந்தான் என்று தமிழர் கூறுவதை அவன் வந்நு என்று கூறுவர். அவன் வருவான் என்பதை அவன் வரும் என்பர். அதைப் போலவே அவன் வரும் என்று நாம் கூறுவதையும் அவன் வரும் என்றே சொல்லுவர். வந்தான், வருவான் ஆகிய இரு வினைச் சொற்களில் காணும் இடம் பால் எண் காட்டும் விகுதியான ஆன் முதலியவற்றை மலையாள மொழி பேசுவோர் பயன்படுத்துவதில்லை. அத்தகைய விகுதிகள் இல்லாமல் அவர்களுடைய வினைமுற்றுக்கள் முடிகின்றன. தமிழிலும் செய்யும் என்னும் வினைமுற்றில் இந்த இயல்பின் சாயலைக் காண்கின்றோம்.

செய்யும் என்னும் வினைமுற்றைப் பகுத்தால், அதில் வினையடி களாகிய பகுதியும் எதிர்கால இடைநிலையாகிய உம்மும் காணப் படுகின்றன. விகுதியெதுவும் இல்லை. மலையாள மொழியிலும் பெரும்பாலான எல்லா வினைமுற்றுக்களும் பகுதி, கால இடைநிலை ஆகிய இரண்டு உறுப்புக்களையே கொண்டிருக்கின்றன. பழைய மலையாளத்தில் இடம் பால் எண் காட்டும் விகுதிகள் அங்கேங்கே காணப்படுகின்றன. மலையாளக் கல்வெட்டுக்களிலும் இவ்விகுதிகள் அருகிக் காணப்படுகின்றன. ஆனால், தற்போதைய மலையாள மொழியில் இடம் பால் எண் காட்டும் விகுதிகள் வினைமுற்றுக்களில் வருவதில்லை. அவன் இருந்தான் என்பதை அவன் இருந்நு என்றும், அவன் இருக்கிறான் என்பதை அவன் இரிக்குந்நு என்றும் அவன் இருப்பான் என்பதை அவன் இரிக்கும் என்றும் மலையாளத்தில் வழங்குகின்றனர். ஆனால், தமிழில் பெரும்பாலான வினைமுற்றுக்கள் பகுதியும் கால இடைநிலையும் இடம் பால் எண் காட்டும் விகுதியும் பெற்றே வழங்கப்படுகின்றன.

மொழியில் உள்ளொற்றுமை (பாட்டேர்ன்) இருப்பதை நாம் அறிவோம். எதிர்காலத்தில் இடம் பால் எண் காட்டும் விகுதி ஏலாத நிலையொன்று இருக்குமாயின், இறந்த காலத்திற்கும் அத்தகைய நிலை இருக்க வேண்டும் அல்லவா? என்ற கேள்வி நம் மனத்தில் எழுவது இயல்பே. திராவிடக் குடும்ப மொழிகளுள் ஒன்றான மலையாளத்தில் இது காணப்படுவதால் அதே குடும்பத்தைச் சேர்ந்த மற்றொரு மொழியான தமிழிலும் இது இருக்க வேண்டும் என்று எதிர்பார்ப்பதும் இயல்பே. இக்கேள்விக்குப் புறநானூற்று வினை உருவங்களின் அடிப்படையில் விடை காண முயல்வோம்.

நற்றிணை, பரிபாடல், அகநானூறு ஆகிய மூன்று சங்க கால நூற்களைப் போலல்லாமல், புறநானூற்றில் இரு காலங்களை உணர்த்தும் இடைநிலைகளே காணக்கிடைக்கின்றன. நிகழ்கால இடைநிலையான கிறு அல்லது கின்று இந்நூலில் காணப்படவில்லை. நிகழ்காலத்தை, எதிர்கால இடைநிலைகளிற் சில உணர்த்துகின்றன. எனவே, இந்நூலிற் காணும் கால இடைநிலைகளை, இறந்தகால இடைநிலை, இறப்பல்லாக் காலநிலை (நான்-பாஸ்ட்) எனப் பகுத்துக்கொள்வோம்.

புறநானூற்றில் செய்யும் என்னும் வினைமுற்று முன்னிலையிலும் படர்க்கையிலும் வழக்காறு பெற்றிருக்கின்றது. எடுத்துக்காட்டுகள் பின்வருமாறு:

1. வென்றோன்--கூறும்   125   10
2. நீ---செய்ம்--   46   8

இதைப் போன்றே இசின் அல்லது சின் என்னும் இடைச்சொல், வினையடியும் இறந்தகால இடைநிலையும் கொண்டு முடிகின்றது. இது மூன்றிடத்திற்கும் ஐம்பாலுக்கும் பொதுவாக வருகின்றது. எடுத்துக்காட்டுகள் பின்வருமாறு:

1. தன்மை
   யான் கண்டிசின்   22   36
2. முன்னிலை
   நீ நடத்திசின்   255   6
3. படர்க்கை
   பாடினி-பெற்றிசின்   11   13

இசின் பெற்ற வினைமுற்றுக்களில் வினைப்பகுதியும் கால இடைநிலையும் மட்டும் காணப்படினும் மலையாள வினைமுற்றிலிருந்து ஒரு வழியில் இவை மாறுபட்டு நிற்கின்றன. இடைச்சொல் பெறாது இவை இயங்குவதில்லை.

மற்றோர் உருவத்தில், இத்தகைய இடைச்சொல் இல்லாமலே வினைப்பகுதியும் கால இடைநிலையும் முற்றுப்போன்று வழங்குகின்றன. இதைச் சற்று விரிவாகப் பார்த்தல் வேண்டும். வந்தென, இருந்தென போன்ற தொடர் உருவங்களை எனவென் எச்சமாகக் கூறுதல் தொல்காப்பிய மரபு. ஏனெனில் எனவென்னும் உருவம் வினையைக் கொண்டே முடிகிறது. வினை கொண்டு முடியும் எச்சங்களையும் வினையெச்சம் என நாம் கருதுவதால் இதனையும் வினையெச்சமென்றே வகை செய்கிறோம். வினை கொண்டு முடிவதனைத்தும் வினையெச்சமாகக் கருதி வினையேற்கும் வேற்றுமைகளையும் நாம் வினையெச்சம் என்றே கூற நேரிடும். எனவே, வினையெச்சமெனின்,

வினையேற்பது என்பது தொடர்நிலையிற் காணும் பல இயல்புகளில் ஒன்று. சொல் நிலையில் வினையெச்சத்திற்குத் தனி விகுதிகள் உண்டு. அவ்விகுதிகள் குறிப்பிட்ட இடங்களில்தான் வருகின்றன. எடுத்துக்காட்டாக, வந்து என்னும் வினையெச்சத்தில் வினையடி (வ), கால இடைநிலை (ந்த்) ஆகிய இரண்டையும் அடுத்து வினையெச்ச விகுதி (உ) இடம்பெறும். இதை வினையெச்ச விகுதி ஒன்று எனக் கொள்வோம். இரண்டாவது, ஒரு வகையான வினையெச்ச விகுதி காணப்படுகின்றது. இது வினையையடுத்து வருகின்றது. எடுத்துக் காட்டாக வர, போக முதலியவற்றைப் பார்க்க. இதில் வினையடி (வர்), வினையெச்ச விகுதி (அ) ஆகிய இரண்டும் காணப்படுகின்றன. இதனை எச்ச விகுதி இரண்டு எனக் கொள்வோம். இவ்வினையெச்ச விகுதிகள் ஒவ்வொன்றும் உறவு உருவங்களை உடையன. அவற்றை விரித்துரைக்க வேண்டிய தேவை இங்கில்லை. வினையெச்சத்திற்குத் தனித்தனி விகுதிகள் உண்டு என்பதும், அவற்றுள் வினையெச்ச விகுதி ஒன்று கால இடைநிலையும் வினையடியையும் பெற்றே வரும் என்பதும், வினையெச்ச விகுதி இரண்டு வினை அடியை அடுத்தே வரும் என்பதும் இங்கே நினைவிற்கொள்ள வேண்டும்.

எனவென் எச்சத்தில் என என்பதை உகரம் போன்றோ, அகரம் போன்றோ வினையெச்ச விகுதியாகக் கொண்டால் அதை ஏற்றுவரும் அடி பல வகையானதாகக் காணப்படுகிறது. எடுத்துக்காட்டாக, பெயரடியின் மேல் வந்துள்ள எனவென் எச்சம்;/இவ்வென. (72-2)/ வினைமுற்றின் மேல் வந்த எனவென் எச்சம்/முகக்குவமென. (372-13)/. நான்காம் வேற்றுமை உருபின் மேல் வந்த எனவென் எச்சம்/எமக்கென (378-10)/உரிச்சொல்லின்மேல் வந்த எனவென் எச்சம்/ஓய்யென. (150-11),/ வினையெச்சத்தின்மேல் வந்த எனவென் எச்சம்;/உண்டென (23-2). இவ்வாறு வினையடியல்லாத வேற்றடிகளைப் பெறுவது வினையெச்சத்தின் இயல்பன்று. ஆனால், என என்னும் உருவத்தின் அடியாகப் பிறக்கும் உருவங்களைக் கவனிக்க. என்றான், என்பான், என்கிறான், என்று முதலிய இணையுருவங்களைத் தொகுத்துப் பார்த்தால், எனவென் எச்சத்தில் காணும் 'என்' வினையடி என்பதும், அகரம் வினையெச்ச விகுதி என்பதும் விளங்கும். என என்பதற்கும் வர, போக, உண்ண என்பதற்கும் வேறுபாடில்லை என்பதும் தெளிவாகும். ஆனால், என என்னும் எச்சம் மற்றவை போலல்லாமல் தொடர் நிலையிலும் தனி வகையிலும் இயங்குகின்றது. முற்றுப்பெற்ற வாக்கியங்களை அது எச்சமாக்கி மற்றொரு வினையுடன் ஒட்டுகின்றது; எடுத்துக்காட்டாக, மீனாட்சிசுந்தரனார் நல்ல ஆசிரியர், மாணவர்கள் கூறுவர் என்னும் இரு வாக்கியங்களையும், எனவெனும் வினை யெச்சத்தால் ஒட்டி ஒரு வாக்கியமாக்கிட இயலும்: மீனாட்சி சுந்தரனார்

நல்ல ஆசிரியர் என மாணவர் கூறுவர். முற்றிய வாக்கியங்களை ஒட்டுவதற்குத் தொடர்நிலையில் எனவென் எச்சம் பயன்படும் என்பது இதனால் தெளிவாகிறது.

தமிழ் வாக்கியங்கள் பெரும்பாலும் ஈற்றில் பயனிலை கொண்டு முடியும். சில, வேற்றுமை ஏற்ற பெயர்களை வாக்கிய இறுதியில் பயனிலையாகக் கொண்டிருக்கும்; எடுத்துக்காட்டு, கண்டான் அவனை. எனவென் எச்சம் ஒரு வாக்கியத்தின் முடிவில் பெரும்பாலும் வருவதால் அவ்வாக்கியத்தின் ஈற்றில் வரும் பயனிலையையோ அல்லது அதைக் கொண்டு முடியும் வேற்றுமை ஏற்ற பெயர்களையோ அல்லது வினை யெச்சங்களையோ, அல்லது இடைச்சொற்களையோ ஒட்டித்தான் காணப்படுகின்றது.

ஆனால், 'உண்டென' (23.2) 'மாய்ந்தென' (206.8) முதலிய உதாரணங் களுக்குப் பொருளுரைக்கும்போது புறநானூற்றின் பழைய உரையாசிரியர் அவற்றிற்கு இடம் பால் எண் காட்டும் விகுதி சேர்த்தே கூறுகின்றார். 'உண்டாவதாக', 'இறந்தாராக' என்று அவர் கூறியிருப்பதைக் கவனிக்க. இவ்வாறு கூறியிருப்பதால் இருவகையாக இவற்றிற்கு இலக்கணம் கூற இயலும். ஒன்று, மலையாள மொழியில் காண்பது போன்று உண்டு, மாய்ந்து என்னும் உருவங்களையெல்லாம் இடம் பால் எண்களுக்கும் பொதுவான வினைமுற்றாகக் கருதுவது; மற்றொன்று, இடம் பால் எண் காட்டும் விகுதிகளுக்குப் பூஜ்ய உருவை நிறுவி உரைப்பது. பின்வகையில் இலக்கணம் உரைக்கின், தன்மை ஒருமைப் பன்மைக்கும், முன்னிலை ஒருமைப் பன்மைக்கும், படர்க்கை ஒருவன், ஒருத்தி, பலர், ஒன்று, பல ஆகிய ஐந்திற்கும் பூஜ்யத்தை நிறுவ வேண்டும். அது இலக்கணத்தில் மயக்கத்தைத் தோற்றுவிக்கும். எண்ண வரம்பு இல்லாமல் பூஜ்யத்தைப் பயன்படுத்தும் குற்றத்துக்கும் ஆளாக நேரிடும். அத்துடன் எல்லா இடம் பால் எண்களுக்கும் பொதுவாக வரும் வியங்கோள் வினைமுற்றில் இடம் பால் எண்களைக் காட்ட பூஜ்யத்தை நிறுவுவது இல்லை. இங்கேயும் நிறுவ வேண்டும் என்ற நியதியும் இல்லை. எனவே, உரையாசிரியர் கொண்டது போன்று, உண்டு, மாய்ந்து முதலிய உருவங்களை மலையாள மொழியிற் போல வினைமுற்று உருவங்களாகக் கொள்வதே இலக்கண விளக்கத்திற்கு ஏற்றதாகும்; எளிமையும் ஆகும்.

வினையெச்சம் மற்றொரு வினையெச்சத்தை ஏற்று முடிவது இயல்பு. ஆகையினால், உண்டு என்னும் வினையெச்சம் எனவென்னும் வினை யெச்சத்தைக் கொண்டு இங்கு முடிந்திருக்கின்றது என்று கூறுபவரும் உண்டு. பெரும்பான்மையாக எனவென் எச்சம் பயனிலையை அடுத்து வருவதைக் கண்டோம். அதையொட்டி உரையாசிரியர் கூறிய

உரையையும் பார்த்தோம். உகர ஈற்று வினையெச்சம் வினைமுதல் ஏற்கும். எனவென்னும் அகர ஈறு வினைமுதல் அல்லா வினையை ஏற்கும். என என்ற அகர ஈற்று வினையெச்சத்தில் முடியின் உகர ஈற்று வினையெச்சம் பொருட் பொருத்தமின்றி முடிகின்ற இடர்ப்பாடும் தோன்றும். அதனை நீக்கும் பொறுப்பும் நமக்குண்டு. எனவே, உண்டு, மாய்ந்து முதலியவற்றை முற்றாகக் கொள்வதே சிறந்ததென ஆய்வாளர் கருதுவது நன்று.

மேற்கூறிய கருத்தை ஒத்துக்கொண்டால், அன்ன என்னும் இடைச் சொல் அடியாகப் பிறந்த பெயரெச்சத்தை ஏற்கும் அடியின் நிலையும், ஆங்கு என்னும் ஒப்புமை இடைச்சொல்லை ஏற்கும் அடியின் நிலையும் எளிதில் விளங்கும்.

அன்ன என்னும் பெயரெச்சத்தைப் பெயரடியும் மேற்குறிப்பிட்ட வினையெச்ச அடியும் ஏற்று முடிகின்றன. எருமை யன்ன என்பதை எருமையை யன்ன என்று பொருள் கூற இயலும். பூத்தன்ன என்பதை பூத்தால் அன்ன அல்லது பூத்ததை யன்ன என்று பொருள் உரைக்க இயலும். புறநானூற்றின் பழைய உரையாசிரியர் பெரும்பாலான இடங்களில் பூத்தால் அன்ன என்றே பொருள் கூறியிருக்கிறார். அதைப்போலவே ஆங்கு என்பதும் பொருளுரைக்கப்பட்டிருக்கிறது. எல்லா இடங்களிலும் ஆல் சேர்த்து உரைப்பது பொருந்துவதாக இல்லை. எடுத்துக்காட்டாக, மிளிர்ந்திசினாங்கு *(139:13)* என்பதற்கு மிளிர்ந்தது போல என்றே பழைய உரையாசிரியர் பொருளுரைக்கிறார். அதாவது, மிளிர்ந்து, பூத்து முதலியவற்றை வினையாலணையும் பெயராகவும் உரையாசிரியர் சில இடங்களில் பொருள்கொள்கிறார். அத்துடன், ஆல் விகுதியை அவர் பெய்து உரைக்கும் எல்லா இடங் களையும் அவ்வாறு வினையாலணையும் பெயராக எளிதில் மாற்ற இயலும். ஆல் என்ற வினையெச்ச விகுதி ஏனைய இடங்களில் உணர்த்தும் காரணப் பொருளைப் பயவாது சாரியை போன்று இங்கு செயல்படுகிறது. எனவே, அன்ன, ஆங்கு ஆகிய இரண்டும் ஏற்று நிற்கும் வினையெச்ச உருவங்களை, வினையாலணையும் பெயராக மாற்றுவது தொடர்நிலை விளக்கத்திற்கு எளிமை தருவதாக அமை கின்றது. ஆனால், ஒன்றை இங்கே கவனிக்க வேண்டும்: செய்யும் என்னும் வினைமுற்று வினையாலணையும் பெயராகும்போது இடம் பால் எண் காட்டும் விகுதியை ஏற்றே நிற்கிறது. எடுத்துக்காட்டு, வந்திசின் என்பது வினையாலணையும் பெயராகும்போது வந்திசினோர் என்றே ஆகின்றது. வினையடி, கால இடைநிலை ஆகிய இரண்டுடன் வேற்றுமை விகுதி சேர்வதற்கு எடுத்துக்காட்டு தமிழில் இல்லை. நான் உசாவிய மலையாள நண்பர்களாலும் கூற இயலவில்லை. ஆனால்,

ஆங்கு, அன்ன ஆகிய இரண்டும் உவம உருபுகளை ஏற்று நிற்கும் அடிகளால் ஊகிக்க இயலும். எடுத்துக்காட்டு அன்னன் அன்ன. இவ்வாறு அவ் அடிகளை வினையாலணையும் பெயராகக் கொள்வதின் மூலம் தொடர்நிலை இலக்கணம் தெளிவும் எளிமையும் பெறுகின்றது. வரலாற்று மொழியியலால் இந்நிலை தெளிவாவது வரை இத்தகைய வினையாலணையும் பெயரை உடுக்குறியிட்டுக் கூறுவது நன்று.

ஆண்டாளுடைய திருப்பாவையில் மேலே குறிப்பிட்ட வினை யெச்சங்கள் வினைமுற்றாகப் பயன்பட்டிருப்பதும் இங்கே தெரிந்திடுதல் நன்று. மூன்றாம் பாசுரத்தில் நிறைந்து என்பதையும் இருபத்தைந்தாம் பாசுரத்தில் மகிழ்ந்து என்பதையும் இருபத்தேழாம் பாசுரத்தில் குளிர்ந்து என்பதையும் நோக்குக.

இவ்வுருவங்கள் அனைத்தையும் ஒன்றுசேர்த்து நோக்கினால், சங்க காலத்தின் முற்காலத்தில் தொன்மை நிலையில் வினைமுற்றுக்கள் இடம் பால் எண் விகுதி பெறாது இருந்தன என்பதும், சங்க காலத்தில் இவை மறைவாக இயங்கின என்பதும், பக்திக் காலத்தில் மீண்டும் வழக்காறு பெற்றன என்பதும், மலையாள மொழியில் இவை பெரு வழக்குப் பெற்றுள்ளன என்பதும் ஊகிக்க இயலும்.

வழக்கு வேறுபாட்டு இயல்: ஒரு முன்னுரை

வழக்கு வேறுபாட்டு இயல்* என்னும் இந்த நூலில் பி.சோமசேகரன் நாயர் கவர்ச்சியான நடையில் மாவட்ட வழக்கு வேறுபாட்டைப் பற்றி விவரிக்கிறார். நூலாசிரியரின் விளக்கு முறை தெளிவாகவும் சக்தி வாய்ந்ததாகவும் அமைந்துள்ளது. இந்நூல் அளவில் சிறியதாயினும் மலையாளத்தில் இதுவரை வெளியிடப்பட்டுள்ள மொழியியல் தொடர்பான நூல்கள் அனைத்தையும்விட எளிதாக அமைந்துள்ளது. கேரளப் பல்கலைக்கழகம் துவங்கியுள்ள வழக்கு அளவீட்டுத் திட்டத்தில், துவக்க கால முதல் சோமசேகரன் நாயருக்கு நெருங்கிய தொடர்புண்டு. பட்டமேற்படிப்பு மாணவர்களை நாலு ஆண்டு களுக்கு மேல் அந்த இயலைப் பற்றிப் பாடம் கற்பித்துள்ளார். அந்த அனுபவங்களே அவருடைய நுணுகிய பாண்டித்தியத்திற்கும் தெளிந்த விளக்கத்திற்கும் அடிப்படையாக அமைந்துள்ளன. இந்திய மொழி களில் வெளியான வழக்கியல் பற்றிய நூல்களில் பெரும்பாலானவை மேல்நாட்டு நூல்களின் தழுவலாக அல்லது சுருக்கங்களாக அமைந் துள்ளன. அவ்வாறு தழுவியோ சுருக்கியோ நூல் செய்யும்பொழுது மூலநூலின் பெயரையோ, அதன் ஆசிரியரின் பெயரையோ குறிப்பது குறைவு. ஏனையவை பெரும்பாலும் இலக்கண விளக்கங்களை அடுக்கும் சிட்டையும் இல்லாமல் தொகுத்த கதம்பங்களாகும். ஆனால் இந்த நூலில், கொள்கையாக்கத்தில் புதுமையும் அதைப் பயன்படுத்துவதில் உறுதியும் தெளிவாகின்றன. அதற்கு மூலநூலில் சிறந்த பரிச்சயமும், பரந்த சிந்தனா சக்தியும் கள ஆய்வு அனுபவமும் வேண்டும். கேரளப் பல்கலைக்கழகத்தின் மொழியியல் துறையில் இப்போது நடந்து வரும் வழக்கு இயல் அளவீட்டை அடிப்படை யாகக் கொண்டு இந்த நூல் எழுதப்பட்டுள்ளது. அந்த அளவீட்டைப் பற்றி அறிய விரும்புபவர்களுக்கு போதிய செய்திகள் இந்த நூலில் கிடைக்கும்.

உயிரியலின் (பயோலாஜிகல் சயின்ஸ்) வரலாற்றைப் படிக்கும்போது சில செய்திகள் தெளிவாகும். அந்த அறிவியல் துறை, முதல் கட்டமாக ஒவ்வொரு உயிரின் வாழ்வு முறையை விளக்குவதிலும், அதன் இனமுறை யையும், பிறப்பு முறையையும் (ஜெனடிக் ரிலேசன்சிப்) வரையறை

★ பி. சோமசேகரன் நாயர் பாஷா பேத விஞ்ஞானம் என்னும் மலையாள நூலுக்கு (என்பிஎஸ் வெளியீடு, 1973) எழுதிய முன்னுரை.

செய்வதிலும் தனது கவனத்தைச் செலுத்தியது. அடுத்ததாக ஒவ்வொரு உயிரினத்தின் ஒழுக்க முறையை (பிஹேவியர்) விளக்க முனைந்தது. அதன் விளைவாக பிறப்பு முறை மேலும் தெளிவாகியது. அந்தக் கால கட்டத்தில் மென்டல் முதலியவர்கள் பிறப்பு விதிகளை உருவாக்கினர். அதனைத் தொடர்ந்து அந்த விதிகளைச் சோதித்தலும், ஏற்றலும், ஏற்றலை நிராகரித்தலும் நிகழ்ந்தன. மொழியியல் அறிஞர்களுக்கு மிகவும் பரிச்சயமான 'தேனீக்களின் மொழி விவரணம்' என்ற துறையைப் பற்றி நெடுங்காலம் ஆய்வு செய்த வான் பிரிஷ் இந்தக் கூட்டத்தைச் சேர்ந்தவர். இப்பொழுது ஒவ்வொரு உயிரின் விளக்கமும் செயல்பாட்டு முறையும் சோதனைத் தெளிவுகளும் அதனுடைய இனமுறையை வரையறை செய்தற்கும் பிறப்பியல் உறவு முறையை அறிதற்கும் மிகவும் உதவுகின்றன. உயிரியல் துறையில் இருந்து பல கொள்கையாக்கங்களை மொழியியல் கடன் பெற்றுள்ளது. பல கலைச் சொற்களையும் அந்தத் துறையிலிருந்து மொழியியல் பெற்றுள்ளது. மொழியியலும் உயிரியல் துறையைப் போன்று மொழிகளை முதலில் விளக்க - விவரணம் செய்ய முற்பட்டது. அதன் பின்னர், அவற்றின் இனத்தொடர்பை விளக்க முயன்றது. அதனைத் தொடர்ந்து மொழியின் செயல்பாட்டு உருவமான வழக்கியலையும் (டயலெக்ட்ஸ்), வழக்குக் கலப்பைப் பற்றியும் மொழியியல் ஆய்வு செய்வதற்கு முற்பட்டது. அவற்றுடன் சோதனையும் கொள்கைகளின் ஏற்பும் நிராகரிப்பும் சில சில கட்டங்களில் நடந்தேறியுள்ளன. இரண்டாவது மூன்றாவது கட்டங்களில் உயிரினத் துறையை ஒப்புநோக்க மொழியியல் ஆய்வு நுணுக்கம் பெறவில்லை என்றே கூற வேண்டும். இப்பொழுதுதான் மொழியியலாளர் அந்தத் துறையில் கூடுதல் கவனம் செலுத்தி வருகின்றனர். மொழியின் குடும்ப வரையறைக்குத் துணை செய்யும் பிறப்பு உறவு நிர்ணயத்திற்கும் இந்த இரண்டு கட்டங்களில் நடந்தேறும் ஆய்வுத் தெளிவு மிகவும் உதவி செய்யும்.

வட்டார வழக்கு ஆய்வு என்று கூறினால் ஒரு மொழியின் செயல் பாட்டைப் பற்றிய ஆய்வாகும். இலக்கிய மொழி அலங்கார மொழி யாகும். அது மக்களிடமிருந்து அகன்று நிற்கும். எல்லா வழக்குகளின் பிரதிநிதியாக இலக்கிய மொழியைக் கருதுவது இயலாது. ஆங்கில இலக்கிய மொழி இலண்டன் நகர வழக்கின் தூய்மைப்படுத்திய உருவமாகும். ஆங்கில மொழியிற் காணும் எல்லா வழக்குகளையும் அது பிரதிநிதீகரிக்கவில்லை. அதே நிலை தான் மலையாள இலக்கிய மொழிக்கும் உள்ளது. ஏற நாட்டு முஸ்லிம்களுடைய வழக்கோ, கேரளத்தில் வாழும் அரிஜனங்களுடைய வழக்கோ, மலையாள இலக்கிய மொழியில் பிரதிபலிக்கவில்லை. அவற்றில் காணும் வேறுபாடுகள் கணிசமானவை. மக்கள் பொதுவாக இலக்கிய வழக்கை ஒரு மொழியின்

பிரதிநிதியாகக் கணக்கிடுவது வழக்கம். வட்டார வழக்குகளை இழிந்த மொழியாகவும் அவர்கள் கருதுகின்றனர். எல்லா வட்டார வழக்குகளும் ஒரு மொழியின் வரலாற்று வளர்ச்சியைப் படிக்க உதவுமென்றும் அவை ஒவ்வொன்றும் சமமான முக்கியத்துவம் உடையவை என்றும் இப்போது தெளிவாகிவிட்டது. 1923இல் புளும்பீல்டு, ஸ்வாம்பிக் கிரி என்ற வழக்கின் முக்கியத்துவத்தைப் பற்றி அழுத்தமாகக் கூறியது நமக்கு நினைவிருக்கலாம். எல்லாக் குடிமக்களும் சரிநிகர் சமானமாகும். அவர்களைப் போன்றே எல்லா வழக்குகளும் சரிசமமானவையாகும். அவற்றை 'இழிந்தன' என்று பெயர் சூட்டிப் புறந்தள்ளுவது ஆய்வு நெறிக்குத் தக்கதன்று.

திராவிடக் குடும்ப மொழிகளுள் அடங்கியது மலையாளம். முதல் இருபத்து நான்கு மொழிகள், வட்டார வழக்கு ஆய்வின் வழி, தாழ்த்தப் பட்ட மக்களுடைய வழக்கில் வடமொழிக் கலப்புக் குறைந்தும் பழைய திராவிடப் பதங்கள் கூடியும் காணப்படுகின்றன என்று இப்போது தெளிவிக்கப்பட்டுள்ளது. அதனால் மொழிக் குடும்பத்தை மீட்டுரு அளிக்க முயல்கின்றவர்கள் வழக்குச் சொற்களுக்குத்தாம் குறிப்பாக, தாழ்த்தப்பட்டவர்கள் வழக்கிற்குத்தாம் இப்போது முக்கியத்துவம் கொடுக்கின்றனர்.

சில மலையாள மொழி இலக்கியங்களின் மொழி செயற்கையானது என்று கூறும் வாதத்தை நாம் கேட்டுள்ளோம். *இராம சரிதம், பாஷா கௌடிலீயம், இராமகதாப் பாட்டு* ஆகியவை அதற்கு உதாரணங்களாகும். இலக்கிய மொழியில், இயற்கையான நல்ல சொற்கள் எவை, செயற்கைச் சொற்கள் எவை என்ற ஐயம் தோன்றுவது போன்று, வழக்கில் அவை தோன்றுவதற்கு வாய்ப்பில்லை. அதனால் வழக்கியல் பற்றிய ஆய்வால் தெளிவான மலையாளப் பதங்கள் கிடைக்க வழி பிறக்கும். வட்டார வழக்குகள் மக்கள் சமுதாயத்தின் நாவின் நுனியிலிருந்து பிறக்கின்றன. இலக்கிய மொழி புத்திஜீவிகளால் உருவாக்கப்படுகின்றது. சமுதாயம் அதனை ஏற்றுக்கொள்ளலாம்; அல்லது நிராகரிக்கலாம். சமுதாயத்தின் ஒப்புதல் பெறாமல் பல புதிய வழக்குகளைப் பயன்படுத்துவது இயலாது. அதனால் வழக்குகள் சமுதாயத்தின் பிறவிகள். வழக்குகள்தாம் ஒரு மொழியின் பிரதிநிதியாக அமைகின்றன. மக்களிடையே ஒப்புதலும் பெறுகின்றன.

மலையாள இலக்கணத்தில் எழும் சிக்கல்களை வழக்கியல் வழி எவ்வாறு தீர்க்கமுடியும் என்பதை சோமசேகரன் நாயர் அழுத்தமாகக் கூறியுள்ளார் (பக்கம் 68-76). அதனை நான் மீண்டும் இங்கே சீர்தூக்க விரும்பவில்லை. வட்டார வழக்கு ஆய்வு, மொழி வரலாறு, இலக்கண ஆய்வு, சமுதாய வரலாறு, அரசியல் சரித்திரம் முதலியவற்றிற்கு

எவ்வாறு உதவுகின்றது என்பதை எல்லோரும் அறிவர். அவற்றை நான் மீண்டும் விளக்குவது தேவையற்றதாகும்.

நிலப்பரப்பின் கிடப்பு வேறுபாடு, ஜாதி, மதம், ஆண், பெண் என்ற இனவேறுபாடு, வயது வித்தியாசம், உச்சாரண உறுப்புகளில் காணும் குறை முதலியவை வழக்கியல் வேறுபாட்டிற்குக் காரணமாகக் கூறப்படுகின்றன. 'ழ'கரம் 'ய'கரமாக கேரளத்திலுள்ள அரிசனங்களும், வடக்கில் வாழ்கின்ற தீயரும் உச்சரிப்பதை நாம் கேட்டுள்ளோம். அதற்கு வேண்டிய எடுத்துக்காட்டுகள் பெருமளவில் தரப்பட்டுள்ளன. அவற்றை நுணுகி ஆராய்வது தேவையாகும். உச்சரிப்பு, இலக்கணம், சொல், பொருள் ஆகியவற்றில் காணப்படும் வேறுபாட்டு நிலைகள் வட்டார வழக்குகளை வேறுபடுத்தி அறிய உதவுகின்றன.

இரண்டு வட்டார வழக்குகளோ அல்லது இரண்டு மொழிகளோ கலக்கும்போது சொற்களிலும், உச்சாரணத்திலும், இலக்கணத்திலும் மாற்றங்கள் ஏற்படுகின்றன. கேரளத்தின் வடக்குப் பகுதியில் காணப்படும் துளு – மலையாளக் கலப்பும், பாலக்காடு, தேவிகுளம், திருவனந்தபுரம் ஆகிய மாவட்டங்களில் காணப்படும் தமிழ்-மலையாள மொழிக் கலப்பும் அதற்கு எடுத்துக்காட்டுகளாக அமையும். மைய திருவிதாங்கூரில் அங்கிங்காக வாழ்கின்ற பிற மொழி பேசும் குடும்பங்கள், தங்கள் தாய்மொழியைக் காத்து, மலையாள மொழியைச் சில மாற்றங்களுடன் பேசி வருவதை இங்கே நினைவுகூர்வது நன்று. அந்தக் குடும்பங்களின் எண்ணிக்கை (மக்கள்தொகை), செல்வ வளம், சமுதாயத் தொடர்பு முதலானவை அவர்களுடைய தாய்மொழி நிலைப்பதற்குக் காரணமாக அமைகின்றன. ஒரு வட்டார வழக்கோ மொழியோ மறைந்திடாமல் காத்துப் போற்றுவதற்கு முன்கூறிய காரணங்கள் அதாவது, நிலப்பரப்பின் கிடப்பு, ஜாதி, மதம் முதலியவை வட்டார வழக்கு வேறுபாடுகளின் காரணங்கள் அல்ல. அவற்றை வேறு திரித்து அறிவதற்குப் பயன்படும் கலைச்சொற்கள் மட்டும்தாம் அவை. வேறுபாட்டிற்கு அடிப்படைக் காரணம், மக்கள்தொகை, செல்வ வளம், சமுதாயத் தொடர்பு முதலியவைகள்தாம். முன்கூறிய மூன்றில், மக்கள்தொகை கூடுதலாக உள்ள சமுதாயமாயினும் பிற மொழி களோடு தொடர்பு நெருக்கமாக இருக்குமாயின் அவர்கள் பேசும் மொழி, கலப்புப் பெறாது நிற்க இயலாது. செல்வச் செழிப்புள்ள சமுதாயமாயின் அதன் மக்கள் தம்மிடையே தொடர்பு நெருக்கமாக அமையின் வட்டார வழக்கு உருவாகி நிலைத்து நிற்கும். முன்குறித்த மூன்று காரணங்களுள்ளே ஒரு சமுதாயத்தில் அடங்கி நிற்கும் மக்களிடையே காணப்படும் தொடர்பு மட்டும் முக்கியமான காரண மாகும். அது கூடுதலானால் வழக்கு வேறுபாடு குறையும். குறைவாயின்

வேறுபாடு மிகும். நிலக்கிடப்பின் வேறுபாடு ஒரு சமுதாய மக்களிடையே தொடர்புகொள்ளும் வாய்ப்பு நிலையைக் குறைக்கும். மதம், ஜாதி முதலியவையும் அவ்வாறுதாம். ஆண், பெண் என்ற பால் வித்தியாசமும் வயது வேறுபாடும் சமுதாயத் தொடர்பு பெருகவும், குறையவும் காரணமாகும்.

வட்டார வழக்கு மாறுபாட்டிற்கு மற்றொரு முக்கியக் காரணம் செய்தித் தொடர்பு ஆகும். அதில் மூன்று உட்பிரிவுகள் உண்டு. 1. மொழியின் உச்சாரண கதி 2. கேட்பவர்களின் கேட்கும் சக்தி 3. செய்தி பரவுவதற்குரிய தொடர்புக் கருவி (மீடியம்) என்ற மூன்றில், இறுதியில் கூறிய செய்தி பரவும் கருவிக்கு மட்டும் நாம் முக்கியத்துவம் இங்கே கொடுத்துள்ளோம். செய்தி பரிமாற்றக் கருவிகளான ரேடியோ, சினிமா, தொலைக்காட்சி முதலியவை உச்சாரணம், இலக்கணம் முதலிய வற்றை ஒருநிலைப்படுத்த உதவுகின்றன. கல்வி, சொற்பொழிவு, மகாநாடுகள், சந்திகளில் நாலு பேர் கூடிப்பேசுதல், திருவிழாக்கள் முதலியவை செய்தி பரவும் வாய்ப்பை மிகுதியாக்குகின்றன. செய்தித் தொடர்பு நெருக்கமுள்ள ஒரு சமுதாயத்தில் செய்தி பரவும் கருவி வலுவிழந்து காணப்பட்டாலும், வழக்கு வேறுபாடு காணப்படாது. செய்தித் தொடர்பு குறைந்த ஒரு சமுதாயத்தில் அடங்கிநிற்கும் மக்கள் கூட்டத்தில் வழக்கு வேறுபாடு மிகுதியாகத் தோன்றும். மற்றுள்ள சமுதாயங்களுடன் தொடர்பில்லாமல் அகன்று நிற்குமாயின் அதில் வழக்கு வேறுபாடுகள் வட்டார மாற்றங்களாக உருப்பெறும். எனவே செய்தித் தொடர்புக்குச் சமுதாயத்தின் உறுப்பினர்களின் நெருங்கிய தொடர்பு நிலை முக்கியமான காரணமாக அமையும்.

மற்றொரு காரணம் தனிமனிதத் தன்மையாகும். சில மனிதர்கள் மரபைக் காத்துப் போற்றுபவர்கள், மற்றும் சிலர் மாற்றங்களை விரும்பு பவர்கள். முன்கூறிய குழுவினர் மொழியிற் காணும் மரபுகளைக் காத்து வருபவர்கள். இரண்டாவது கட்டத்தினர் புதிய சொற்கள், சொல்லமைப்புக்கள் முதலியவற்றை விரைவில் ஏற்றுப் பயன்படுத்தும் மனநிலையினர். பெண்கள் பெரும்பாலும் மரபைக் காப்பவர்களாக இருப்பர். மற்றுள்ள சமுதாயத்திலிருந்து அகன்று நிற்பதால் ஒரு சமுதாயத்தில் பாரம்பரியக் காப்பு வளர்வதற்குக் காரணமாக அமைகின்றது. அகன்று நிற்கும் அந்த நிலைக்கு மலை, கடல், கடக்க இயலாத பாலைவனம், ஆறு, காயல் முதலிய நிலக்கிடப்புத் தடைகள் காரணமாகும். அவ்வாறு அகன்று நிற்கும் சமுதாயம் வரலாற்றுக் காரணங்களால் பிற சமுதாயங்களுடன் தொடர்பு கொள்ளும்போது பிறமொழிச் சொற்களைப் பயன்படுத்தத் தயங்காது. அதன் விளைவாக மொழிக் கலப்பும் விரைவில் ஏற்பட்டுவிடும்.

சமுதாயங்களின் தனித்த நிலை, வட்டார வழக்குகளைத் தொடர்ந்து காப்பதற்கு வழிவகுக்கும். ஒரே இடத்தில் வாழும் இரு சமுதாயத்தினர் தமக்குள் ஏற்பட்ட பகை மூலம், தொடர்பின்றி அகன்று நிற்பதையும் நாம் காண முடியும். நியூயார்க் நகரத்தில் வாழும் வெள்ளையரும் கருப்பர்களும் பகைமையுடையவர்களாகையால் இருவேறு வழக்கு களைப் பேசுவதை நாம் காண்கிறோம். அங்கே மரபைக் காக்கும் மனநிலை பகைமையால் ஏற்படுகின்றது. நாட்டுக்கிடப்பு நிலை சமுதாயத் தொடர்பிற்கு ஒரு தடையாக அமைவது போன்று, பகை நிலையும் மற்றொரு தடையாக அமைகின்றது. அதனால் வழக்கு வேறுபாடு தொடர்வதற்கு ஒரு காரணமாக அமைகின்றது. எங்கெல்லாம் தொடர்பு குறைகின்றதோ அங்கெல்லாம் வழக்கு வேறுபாடுகளைக் காத்துப் போற்றும் சூழ்நிலை அமையும். ஒவ்வொரு சமுதாயத்திலும் தொடர்பு வாய்ப்பு, செய்திப் பரிமாற்றக் கருவிகளின் வலிமை, மரபு காத்தல் என்ற மூன்றையும் காரணங்களாகக் கூற இயலும்.

```
. . . . . . . . . . . . . . தொடர்பு
சமுதாயம் . . . . . . . . . . . . . செய்திப் பரிமாற்றம்
. . . . . . . . . . . . . மரபுக் காப்பு
```

என்று வரைபடம் வழி விளக்க இயலும்.

ஒரு சமுதாயம் எவ்வளவு தூரம் இடம்பெயர்கின்றதோ அவ்வளவு தூரம் பிற சமுதாயங்களுடன் தொடர்புகொள்ள அதனால் இயலும். மேல் நாட்டில் சஞ்சரிக்கும் ஜிப்சிகளுடைய மொழி இதற்கு ஒரு தக்க எடுத்துக்காட்டு. பணி வாய்ப்பு, பொருளீட்டல், பிறநாடு பிடித்தடக்கல், சுற்றிச் சஞ்சரிக்கும் மனநிலை முதலியவை இடப்பெயர்ச்சிக்குக் காரணமாக அமையும். ஆனால் பிற சமுதாயங்களுடன் கொள்ளும் எல்லாத் தொடர்புகளும், மொழி மாற்றத்திற்குக் காரணமல்ல. சில சிறுபான்மையினர் தமது மொழியை இன்றும் காத்து வருவதை நோக்கினால் அது தெளிவாகும். வழக்கு வேறுபாடுகளைக் காப்பதற்கு வலிமையான சமுதாய மக்களின் தொடர்பும், மரபு காக்கும் மன நிலையும் அடிப்படையாக அமைகின்றன. தென்னிந்தியாவில் வாழும் கன்னடியர்களும், மலையாளிகளும், தெலுங்கர்களும் ஆரிய மொழி களோடு அன்னியோன்ய செய்தித் தொடர்பு கொண்டிருந்தனர். மரபைக் காத்துப் போற்றுபவர்கள் அல்லர். அதன் விளைவாகப் பிறமொழிச் சொற்கள் கணிசமான அளவில் அவர்கள் வழக்குகளில் இடம்பிடித் துள்ளன. தமிழர்களுக்கு மரபைக் காக்கும் பண்பு கூடுதலாகக் காணப் படுகிறது. அதன் விளைவாகத் தமிழ் வழக்கில் பிறமொழிச் சொற்கள் குறைவாகவே ஒப்புதலும் ஆட்சியும் பெறுகின்றன. அதனைப் பட்டிய லிட்டுக் கீழே தந்துள்ளேன்:

தொடர்பு	செய்திப் பரிமாற்றக் கருவி	மரபுக்காப்பு	வழக்குச் சொல் மாற்றம்
1. கூடுதல்	கூடுதல்	குறைவு	மாற்றமுண்டு
2. கூடுதல்	குறைவு	குறைவு	குறைவு
3. குறைவு	குறைவு	கூடுதல்	மிகக் குறைவு

தொடர்புதான் வழக்கு மாற்றத்திற்கு முக்கியக் காரணம். செய்திப் பரிமாற்றமும் மரபுக் கலப்பும் வழக்கு மாற்றத்திற்குத் துணை நிற்கின்றன. நிலக்கிடப்பு, ஜாதி, மதம், ஆண், பெண் என்ற பால் வேறுபாடு முதலியவை செய்தித் தொடர்பிற்கும், பாரம்பரியக் காப்பிற்கும் ஆதாரமாகும். மொழி மாற்றத்தைப் பற்றி நுணுக்கமாக ஆய்வதற்கு உளநூல் வல்லுநர், சமுதாய இயல் அறிஞர்கள் முதலியவர்களின் உதவி மிகவும் தேவை.

மாறிய சொற்களை வகை செய்ய மொழியியலாளர்கள் சில ஊகங்களின் அடிப்படையில் ஒலி மாற்றத்தினைப் பல்லினம், இதழினம், மூக்கினம் எனப் பெயரிட்டுள்ளனர். அந்தக் கலைச் சொற்களைச் சொல் மாற்றத்தின் காரணங்களாகக் கருதுவது நன்றன்று. ஒலி மாற்றங்களின் காரணங்களைக் கண்டுபிடிக்க அவை ஒருவேளை உதவலாம். இதுவரை அவற்றிற்குரிய காரணங்களை எவரும் கண்டுபிடித்திடவில்லை. எனினும் கண்டுபிடித்திட முடியும் என்ற நம்பிக்கை அனைவருக்கும் உண்டு. சோமசேகரன் நாயர் இனிமேல் வெளியிட இருக்கும் அடிப்படை நூலில் (பக்கம் 9) மேற்குறித்தவற்றைப் பற்றியும் ஒலிக்கண விவரண அளவீடு, சொற்கண அளவீடு, சமூக மொழியியல் அளவீடு முதலியவற்றைப் பற்றியும் நுணுக்க விளக்கங்கள் தர வேண்டும் என்று கேட்டுக்கொள்கிறேன். இந்த முன்னுரையை மேலும் நீட்டுவது உகந்தது அன்று. சோமசேகரன் நாயர்க்கு எனது வாழ்த்துக்கள்.

உள்ளொற்றுமையும் ஊகங்களும்

மொழியியல் இன்றைய உருவத்தில் 19ஆம் நூற்றாண்டில் ஆரம்பமானது என்பதே வரலாற்றாசிரியர்கள் கூறும் செய்தி. ஆனால் இலக்கண உருவில் - பழைய மொழியியல் முறையில் - அரிஸ்டாட்டில் கி.மு. 800, பாணினி கி.மு.600, தொல்காப்பியம் கி.மு. 200, அதன் பின் தோன்றிய இலக்கண ஆசிரியர்கள் வழியாகவும், பூர்வ உத்தர மீமாம்சைகள், புத்த சமண தர்க்க இலக்கியங்கள் மூலமாகவும் சொல்லடிப்படையில் உருவான தத்துவ சித்தாந்தங்கள் வழியாகவும் உருப்பெற்ற உயிருடன் இயங்கி வருகிறது.

16ஆம் நூற்றாண்டில் வெள்ளையர்கள் நாடு பிடித்தடக்கத் தொடங்கிய சமயம் பல மொழிகள் உலகின் பல பகுதிகளில் பேசப்படுவதைக் கண்டனர். எனவே இரஷ்ய நாட்டுப் பேரரசி காதரின் என்பவர் ஏறத்தாழ எண்பது மொழிகளிற் காணும் சொற்களை அகராதியாகத் தொகுக்க முயற்சி செய்தார். ஒன்றோடொன்று பொருந்தாத பல சொற்களைக் கண்டதும் ஏன் இவை வேறுபடுகின்றன? ஏன் சில ஒன்றுபட்டு நிற்கின்றன? என்ற கேள்விகளுக்கு விடை தேடும் முதல் முயற்சி அது.

இராஸ்மஸ் ராஸ்க் என்ற டேனிஷ்காரர் தன்னைச் சுற்றியுள்ள மொழிகளையும் இரஷ்யா, இந்தியா முதலிய நாடுகளில் பேசப்படும் மொழிகளையும் நேரிற் கண்டறிந்தவர். இவற்றில் ஒரே குடும்பத்தில் பட்ட மொழிகளின் உள்ளொற்றுமையை மேலோட்டமாக அவர் குறித்து வைத்திருந்தார். அவரை ஒட்டி கிரிம் என்ற அறிஞர் 1818இல் ஜெர்மானியக் குடும்பத்தில் காணும் மொழிகளின் உள்ளொற்றுமையை விதி ஒன்றை வகுத்து விளக்கினார். அன்று அறிஞர்களிடையே - இன்று அணுகுண்டு எவ்வளவு பரபரப்பைத் தோற்றுவித்துள்ளதோ அதைப் போல் - ஒரு வியப்புணர்ச்சியைத் தோற்றுவித்தது. இவ்விதி வெகு விரைவில் மறுக்கப்பட்டது. ஆனால் மொழியின் வரலாற்று வளர்ச்சியும் விதிக்குட்பட்டது என்ற கொள்கை நோக்கம் வேரூன்றியது. இந்தச் சமயத்தில் சமஸ்கிருதப் படிப்பு மேனாட்டில் பிரபலமானது. பாப்பு என்ற அறிஞர் சமஸ்கிருதத்திற்கும் ஐரோப்பிய மொழிகளுக்கும் உள்ள பொருத்தங்களையும், அவர் பின் வந்தவர்கள் பழைய இரானிய மொழிக்கும் ஐரோப்பிய மொழிக்கும் உள்ள பொருத்தங்களையும் குறித்தனர். இவர்களுடைய ஆய்வுகளால், தொண்டுகளால் மொழிகள் இன்று வேறுபாட்டுடன் காணப்பட்டாலும் அவை ஒரே குடும்பத்தில் பட்டவையாயின் உள்ளொற்றுமை உடையனவாக இருக்கும் என்று

கண்டார்கள். மொழி வேறுபாட்டை உள்ளொற்றுமையின் வரலாற்றுப் பரிணாமமாகச் சுட்டிக்காட்டினர். இதன் விளைவாக மொழித் தேசியம் (*லிங்குஸ்டிக் நேசனலிசம்*) மொழிக் குடும்பத் தேசியமாக, ஆரியக் குடும்ப உணர்வாகப் பரிணமித்தது. மிகப் பரந்த நிலப்பரப்பை-பல கண்டங்கள் உள்ளடக்கிய நிலப்பரப்பை பாம்பே, மாஸ்கோ, லண்டன், நியூயார்க், அர்ஜெண்டினா வரை - ஆரிய மொழி பேசும் நிலமாகக் கணித்தனர். பத்தொன்பதாம் நூற்றாண்டில் மொழியியலால் வரலாற்று மொழி யியலும் குடும்ப மொழித் தேசியமும் வலுவுற்றன என்று கூற இயலும்.

1917இல் ஸ்விட்சர்லாந்தைச் சேர்ந்த மொழி விற்பன்னர், டி.சசூர் மொழிகளிற் காணும் மற்றொரு உள்ளொற்றுமையைச் சுட்டிக் காட்டினார். ஒவ்வொரு மொழி பேசும்போது மாறுபாடு காணப்படு கிறது. தனிமனிதனோ, குழுக்களோ பேசும்போதும், இம்மாற்றத்தைக் காண முடியும். இத்தகைய வேறுபாட்டை டி சசூர் மொழிக்கூறு (*த லாங்கூ*), பேச்சுக்கூறு (*த பரோல்*) என்று இரண்டாக்கிப் பேச்சுக்கூற்றில் காணும் எல்லா மாற்றங்களும் மொழிக்கூற்றில் பிரதிபலிக்க மாட்டா; அவை இரண்டும் வேறுவேறான பரிணாமங்கள்; மொழியாய்வாளன் மொழிக் கூற்றை அடிப்படையாகக் காணவேண்டுமே ஒழிய, பேச்சுக் கூற்றை நோக்க வேண்டியதில்லை என்று வற்புறுத்தினார். அவர் தன் வகுப்பில் ஆற்றிய விரிவுரைகளை அவருடைய மாணவர்கள் தொகுத்து, பின்னர் நூல் வடிவில் '*த கோர்ஸ் இன் லிங்குவிஸ்டிக்ஸ்*' என்ற பெயருடன் வெளியிட்டனர். முதன் முதலில், மொழியில் உட்பிணைப்பு (*பாட்டேர்ன்*) உண்டு; அவை ஒன்றை யொன்று தழுவி நிற்பன என்றும், பல எடுத்துக்காட்டுகளுடன் நிரூபித்தவர் அவர்தான். எடுத்துக்காட்டாக எடுத்தான்-எடுப்பான், வந்தான்-வருவான், என்ற இருவகையான வினைச் சொற்களை ஆராய்ந்தால் எங்கெல்லாம் 'த்த', 'ப்ப' என்ற இடைநிலைகள் இறந்த, எதிர்காலங்களைக் குறிக்கின்றனவோ அங்கெல்லாம் க்க், ப்ப், 'எடுக்கை, எடுப்பு' முதலிய தொழிற்பெயர் விகுதிகளையும் பெறும். டி சசூர் கூறிய உள்ளொற்றுமையை இது உறுதிப்படுத்தும். எனவே டி சசூர், தான் வகுத்த மொழி வேறுபாட்டால் பேச்சில் காணும் வேறுபாட்டைக் குறைத்தார். அவர் காலத்தின் முன்னர் வரலாற்று முறையில் வேறுபாட்டைக் குறைத்தனர். இப்போது விவரண மூலம் குறைத்துக் காட்டினார். முன்னதை *டயகுரோனிக் ரிடக்சன்* என்றால் பின்னதை *சின்குரோனிக் ரிடக்சன்* என்று கூற இயலும்.

இவ்வாறு மொழி வேறுபாட்டைப் பெருமளவில் நீக்குவதற்கு முயன்று வென்ற முதல் மேதை புளூம்பீல்டு ஆவார். 1953இல் வெளி யிட்ட 'மொழி' (*லாங்குவேஜ்*) சுமார் இருபத்து ஐந்து ஆண்டுக்காலம்

வேத நூலாகப் பயன்பட்டது. ஒலிக் கூறுகளை (ஃபோனிடிக்) ஒலிக்கணக் கூறுகளாக (ஃபோனிமிக்) எவ்வாறு சுருக்குவது, விகுதி வேறுபாடுகளை (அல்லோமோர்ப்ஸ்) எவ்வாறு சொற்கணங்களாக (மோர்ஃபீம்ஸ்) ஆக்குவது, அவற்றைப் போன்று வாக்கிய அமைப்பில் முக்கியக் கூறுகள் எவை என்பன போன்றவற்றிற்கு நடைமுறைக்கு ஏற்ற வழிமுறைகளை வகுத்துக் காட்டியவரும் அவர்தான். அதன்மூலம் எந்த மொழிக்கும் இலக்கணம் செய்ய இயலும் என்ற மன உறுதி மாணாக்கர்களுக்கு ஏற்பட்டது. மொழியியல் படிப்பு, உலகப் போருக்கு முக்கியக் கருவியாக -வேவு பார்ப்பது, பிரசாரம் செய்வது, சமிக்ஞைகளை உடைப்பது முதலியவற்றிற்குப் பயன்படுத்தப்பட்டது. ஒரு தொழில்முறையாக அது பயன்படுத்தப்பட்டது. புளூம்பீல்டு விளக்கிய முறை, பல துறைகளில் வலுப்பெற்றாலும் சில துறைகளில் வலுவில்லாமல் இருந்தது. குறிப்பாக 'வாக்கிய இயல்', 'பொருட்பாகுபாட்டு இயல்' முதலியவற்றில் சில குறைபாடு உடையதாகக் காணப்பட்டது. அவர் காலத்தில் வாழ்ந்தவரான சப்பீர், மொழியின் உட்பிணைப்பையும் மொழிக்கும் கலைக்குமுள்ள பொருத்தத்தையும் விரிவாக விளக்கினார். அவற்றைப் பற்றி புளூம்பீல்டு எதுவும் சொல்லவில்லை.

புளூம்பீல்டுக்குப் பின்னர் கணித அறிவை மிகவும் பயன்படுத்தி மொழியை ஆய்ந்தவர் ஹாரீஸ். எங்கெங்கே புளூம்பீல்டின் கருத்து தெளிவில்லாமல் இருந்ததோ அங்கெல்லாம் தெளிவு தோன்ற ஹாரீஸ் வழி வகுத்தார். வாக்கிய அமைப்பை விரிவாக ஆராய்ந்த அவர் புளூம்பீல்டு கையாண்ட பகைப்பு (கோன்ட்ராஸ்ட்), இணைப்பு முறை (கோம்பிளிமென்டேசன்) ஆகியவற்றை ஓரளவு மேற்கொண்டார். 1953இல் அவருடன் தர்க்க சாஸ்திரமும் கணிதமும் நன்கு பயின்ற மாணவர் ஒருவர் ஆங்கில வாக்கிய இலக்கணத்தை ஆராய முற்பட்டார். நோவம் சம்ஸ்கி என்ற இளைஞர் பழைய முறையைக் கைவிட்டுத் தர்க்க முறையைச் சில மாற்றங்களுடன் கையாண்டால் வாக்கிய இலக்கணம் சீர்படும்; எளிமையாகும் என்று நிரூபித்தார். எல்லா வாக்கியங்களையும் சில விதிகளால் தோற்றுவிக்க இயலும் என்றும் வாதித்தார். அவர் கையாண்ட முறையில் முக்கியமான ஒரு அம்சம், சில அடிப்படை வாக்கியங்களிலிருந்து விதிகள் மூலம் எல்லா இலக்கண வாக்கியங் களையும் தோற்றுவிக்க இயலும் என்பதாகும். 1957இல் *சின்தடிக் ஸ்ட்ரக்சர்ஸ்* என்ற ஒரு சிறிய நூலை வெளியிட்டார். பலர் இதனை வெறுத்து ஒதுக்கினார்கள். சிலர் – புளூம்பீல்டு முறையால் அலுப்பு அனுபவப்பட்ட சிலர் – இதில் புத்தொளி வீசுவதைக் கண்டனர். குறிப்பாக இளைஞர்கள் இதில் ஈடுபட்டு உழைத்தனர். கடந்த 25 ஆண்டுகளாக இந்தக் கொள்கையிலும் பல மாற்றங்கள் நிகழ்ந்துள்ளன. சம்ஸ்கியின் மாணவர்களே தமது ஆசிரியரை மறுத்துக் கொள்கைத்

தெளிவை ஏற்படுத்தியுள்ளனர். அவர்களிடையே கடும் வாக்குவாதம் ஏற்பட்டது. அகராதிவாதிகள் (*லெக்சிகாலிஸ்ட்ஸ்*), அகராதி அல்லாத வாதிகள் என்ற இரு பிரிவினராக அவர்கள் சில காலம் பிரிந்து நின்றனர். புளூம்பீல்டோ, ஹாரீஸ்ஸோ, சம்ஸ்கியோ விளக்காத பொருள் கூற்றையும் (*சிமான்டிக்ஸ்*) மெக்காலி போன்ற இளைஞர்கள் விளக்க முற்பட்டனர். இதனால் அடிப்படை வாக்கியங்களிலிருந்து அடிப் படைப் பொருள் அமைப்பிற்கு (*சிமான்டிக்ஸ் ஸ்ட்ரக்சர்*) முக்கியத்துவம் ஏற்பட்டது. எடுத்துக்காட்டாக To die, to kill என்ற இரண்டிலும் அடிப்படை To die and to cause to die என்ற ஒரே பொருள்தான்; எனவே die என்பதற்கும் பொருளில் உள்ளொற்றுமை இருப்பதை அவர்கள் காட்டினர்.

இதையொட்டி மற்றொரு துறை வளர்ச்சியடைந்துள்ளதை நான் குறிப்பிட வேண்டும். கணிதத்தில் இரு வகையான வருகைமுறை (*பிரடிக்சன்*) உண்டு. ஒன்று விதிமுக வருவதுரைத்தல்: எடுத்துக்காட்டாக வட்டத்தின் அளவைக் கணிப்பவர்கள் பைஆர்ஸ்குயர்டு என்ற வாய் பாட்டைக் கூறுவர். வாய்பாடு அடிப்படையில் எல்லா வட்டத்தின் பரப்பளவை நம்மால் அறுதியிட்டுக் கூற முடியும். மற்றொன்று புள்ளி விவர வருவதுரைத்தல் (*ஸ்டாடிஸ்டிகல் பிரடிக்சன்*). இது சந்திரனுக்கு விண்கலம் அனுப்பியபோது மிகவும் பயன்பட்டது. பின்னுள்ளதைப் பயன்படுத்தி, வழக்கு மொழியிற் காணும் வேறுபாடுகளைச் சமுதாய வேறுபாடுகளுடன் விவரிக்கின்றனர். நீக்ரோக்கள் பேசும் மொழியில் நா மடக்கிய 'ர'கரம் (*ரெட்ரோ ஃபிளக்ஸ்ட்*) உண்டு என்று கண்டனர். எந்த எந்தப் பகுதிகளில், எந்த எந்தச் சமுதாயத்தில் அது காணப் படுகிறது என்று புள்ளிவிவரக் கணக்கெடுத்தனர். அதனைச் சமூகவியல் மொழியியலாய்வு (*சோசியோ-லிங்குஸ்டிக்ஸ்*) என்று கூறுவர். அது வழக்கு மொழியின் ஆய்வின் ஒரு கிளை; எனினும் அதன் நோக்கும் போக்கும் வெவ்வேறானவை. அதுவும் வேறுபாட்டு நிலைக்கு விளக்கம் கற்பிக்கும் ஒரு முயற்சியாகும். இங்கே நாம் கவனிக்க வேண்டியது புள்ளிவிவர ஊகத்தை வெற்றிகரமாகக் கையாண்டுள்ள முறைதான். எனவே இருவகை ஊகங்களால் மொழியியல் முன்னேறுகிறது. இலக்கியத் துறையில் அந்த ஊகநிலைகளின் தாக்கம் இல்லாமல் இல்லை. அதனை இங்கே விவரிப்பது பொருத்தமுடையதன்று.

●

திராவிட மொழிகளில் இலக்கணக் கொள்கை

மாண்புமிகு டாக்டர் இரா. நெடுஞ்செழியன் துவக்கி வைத்திடும் இந்தக் கருத்தரங்கில், கருத்து விளக்கவுரையாற்ற வேண்டும் என்று கேட்டுக் கொண்ட கருத்தரங்கப் பொறுப்பாளர்கள் தவறு செய்துவிட்டார்களே என்று பச்சாதாபப்படுகின்றேன். அலுவல் நிமித்தம் ஆய்வு நேரம் குறைந்த நிலையில் செய்திகளனைத்தும் திரட்டும் நிலையில் இன்று நானில்லை. எனவே என் வரைவில் பல இடங்களில் தொய்வு இருக்கு மாயின் அதற்குக் காரணம் என்னை அழைத்த பொறுப்பாளர்கள்தாம் என்று நினைவூட்ட விரும்புகிறேன்.

ஏறத்தாழ பதின்மூன்று ஆண்டுகளுக்கு முன்னர், திட்டமாகச் சொன்னால் 1972ஆம் ஆண்டு அக்டோபர் மாதம் இருபத்து எட்டாம் நாள் திருவேங்கடவன் பல்கலைக்கழகத்தில் கருத்து ஆழமிக்க கருத்தரங்கு ஒன்று நடைபெற்றது. திராவிட இலக்கணங்களில் காணும் அடிப்படைக் கொள்கைகளின் ஒப்புமை பற்றிய அந்தக் கருத்தரங்கில் இன்று துணைவேந்தராக இருக்கும் ஜி.என். ரெட்டி அன்று அதில் பங்குபெற்று, ஒரு அமர்வின் தலைவராக இருந்தார். டாக்டர் சவுரி ராஜன் ஓர் அமர்வில் தொடர்பாளராகப் பணியாற்றினார். ‘இலக்கணக் கொள்கை பற்றிய வாதப் பிரதிவாதம்’ என்ற தலைப்பில் வெளியான அந்தக் கருத்தரங்க அறிக்கை 1973இல் வெளியாயினும், இன்றும் கருத்துப் பொதிந்ததாகப் படிப்பவர்கள் பாராட்டும்வண்ணம் அமைந் துள்ளது. திராவிட மொழியியற் கழகம் வெளியிட்ட அந்த நூலில் அறிவால் முதுமை பெற்ற ஆய்வாளர்களின் கேள்விகளும், எதிர்க் கேள்விகளும் சுருக்கமாக வெளியிடப்பட்டுள்ளன. அந்தக் கருத் தரங்கத்தில் பரிந்துரை செய்த பன்னிரண்டு பரிந்துரைகளும் திராவிட மொழியியற் படிப்பின் வளர்ச்சிக்கு வகுத்தளித்த திட்டமொன்றும் அதன் இணைப்பாக வெளியாகியுள்ளன. அதில் காணும் பரிந்துரை களிற் சில முழுமையாகச் செயற்படுத்தப்பட்டுள்ளன. சில தொடப் படாமல் விடப்பட்டுள்ளன. எனினும் பதின்மூன்று ஆண்டுகளுக்கு அப்புறம் அவற்றை மீண்டும் நினைவுபடுத்தி எவை வெற்றி பெற்றன? எவை தோல்வியடைந்துள்ளன? என்று சீர்தூக்குவது மனதிற்கு எழுச்சி தருகின்றது. மீண்டும் புதிய தெளிவுகள் இப்போது கிடைத்துள்ள சில துறைகளைப் பற்றியும், புதிய பார்வையுடன் நோக்கும் வாய்ப்பு கிடைத்துள்ள துறைகள் சிலவற்றைப் பற்றியும் இன்று நான் கருத்து கூறுவது, என் உள்ளத்தில் உணர்ச்சிப் பெருக்கை ஏற்படுத்தியுள்ளது.

திராவிட மொழிகளுக்குத் தொல்காப்பியம்தான் மிகப் பழமையான இலக்கணம். மலையாள இலக்கணமான லீலா திலகத்திலும் பழைய கன்னட இலக்கணமான நிருபதுங்கன், கேசி இராசா முதலியவர்கள் செய்த இலக்கணங்களிலும் அதன் தாக்கம் காணப்படுவதைப் பலரும் ஒப்புக் கொண்டுள்ளனர்.

தொல்காப்பியம், பாணினீய முறைக்குப் புறம்பான ஐந்திர முறையைப் பின்பற்றியது என்பதில் யாருக்கும் ஐயப்பாடில்லை. பனம்பாரனார் செய்த பாயிரத்தாலும், ஏ.சி. பர்னல் வெளியிட்டுள்ள ஐந்திர முறையிலமைந்த இலக்கணம், கலாபம் அல்லது காதந்திரம் இலக்கணம் பற்றிய விளக்கமும் அவற்றின் பழைய ஏடுகள் திபெத்தில் கிடைக்கின்றன என்று ஜெ.எம். ஸ்டால் கூறுவதும் நாம் நினைவு கூர்வது நன்று.

பாணினீய இலக்கணம் சமஸ்கிருதத்தில் எழுந்த அறிவுப் பெரும் சின்னமாயினும் பழைய இந்தியா முழுவதும் பாராட்டப்படவில்லை. அதைப் போன்றே பத்தொன்பதாம் நூற்றாண்டில் வாழ்ந்த மேனாட்டு இந்திய இயல் ஆய்வாளர்கள் அனைவரும் அதனை ஒருமுகமாகப் போற்றிடவில்லை. சமஸ்கிருதத்தில் நவீன இலக்கணம் செய்த டுவைட் விட்னி, பாணினீயத்தை 'வரலாற்றுக்கு எதிரானது; படிக்கும் மாணவர்களுக்குத் துன்பந்தருவது' என்ற கருத்து தெரிவித்துள்ளார். விரிவான விளக்க முறையைப் பின்பற்றும் ஐந்திர முறையால் சில நன்மைகள் உண்டு என்றும் தெளிவாகி வருகிறது. பதினெட்டாம், பத்தொன்பதாம் நூற்றாண்டுகளில் பாணினீ அல்லாத இலக்கணங்கள் கற்பிக்கப்பட்டன என்ற செய்தி 'பத்தொன்பதாம் நூற்றாண்டில் இந்திய நாட்டுக் கல்விநிலை அளவீடு' என்ற நூலில் காணப்படுகிறது.

'சென்னை பிரசிடென்சியில் 1094 பள்ளிகள் செயல்பட்டன. அவற்றுள் 5431 மாணவர்கள் பயின்றனர். அவற்றுடன் பல இடங்களில், தனியார் வீடுகளில் உயர்கல்வி பயிற்றுவிக்கப்பட்டதாக கலெக்டர்கள் அறிவித்துள்ளனர். மலபார் கலெக்டரின் அறிக்கையில் 1594 மாணவர்கள் தனியார் வீடுகளில் படித்து வருவதாகவும், கள்ளிக்கோட்டை சாமுத்திரி நடத்தும் கல்லூரிகளில் 75 மாணவர்கள் மட்டும் படிப்பதாகவும் தெரிவித்துள்ளார்.'

பம்பாய் பிரசிடென்சி அறிக்கை முழுமை பெறாதது எனினும் முன் கூறியது போன்று கல்வி மையங்கள் அங்கும் காணப்படுவது உறுதியாகின்றது. சூரத்தில் 18 கல்வி நிலையங்களும் கண்டேஷில் 75ஆம் பூனா நகரத்தில் 90ஆம் இருப்பதாகத் தெரிவிக்கப்பட்டுள்ளன. பூனா மாவட்டத்தில் நகரம் நீங்கலாக 47 மையங்கள் இருந்தனவாம்.

வங்காளத்தில் ஒவ்வொரு மாவட்டத்திலும் 100 கல்வி மையங்கள் இருந்தனவென்றால் மொத்தம் 1800 மையங்கள் அந்தப் பிரசிடென்சி முழுவதும் செயல்பட்டிருக்கும். திரு. வார்டு என்பார் 1818இல் கல்கத்தாவில் இந்துக்கள் படிக்கும் கல்லூரிகள் 28 இருந்தன என்றும் அவற்றில் 179 மாணவர்கள் கல்வியறிவு பெற்றனர் என்றும் தெரிவித்துள்ளார். வங்காளம் முழுவதும் ஏறத்தாழ 10,800 பேர் இந்த மையங்களில் கல்வியறிவு பெற்றதாகத் தெரிய வருகிறது.

இலக்கணப் படிப்பு இந்த மையங்களில் பெரும் வரவேற்பைப் பெற்றிருந்தது. அங்குக் கற்பிக்கப்பட்ட மாவட்டங்களும் அந்த மையங்களில் பயின்ற மாணாக்கர்களின் எண்ணிக்கையும் கீழே தரப்பட்டுள்ளன. இந்தப் புள்ளிவிவரம் வங்காளம், பீகார் ஆகிய இரு மாநிலங்களுக்கு மட்டும் பொருந்துவதாக அமைந்துள்ளது.

வங்காளம், பீகார் ஆகிய இரு மாநிலங்களில் உள்ள ஐந்து மாவட்டங்களில் 353 மையங்கள் இயங்கின என்றும் அவற்றில் 2524 மாணவர்கள் பயின்றனர் என்றும் தெரிய வருகிறது.

இலக்கணம் 1424, தர்க்கம் 378, சட்டம் 332, இலக்கியம் 120, புராணம் 82, சோதிடம் 78, நிகண்டு 48, மதத் தத்துவம் 19, மருத்துவம் 18, வேதம் 13, தந்திரம் 5, மீமாம்சை 2, காவியம் 1 என்ற கணக்கில் காணப்படுகிறது.

பஞ்சாபிலும் இதே நிலைதான்; ஆனால் வேதப் படிப்பிற்கு அங்கே மிகக் குறைவாகவே மாணவர்கள் முன்வந்தனர். எனினும் இலக்கணம், தர்க்கம், சட்டம் ஆகியவை கூடுதலளவில் மாணவர்களை ஈர்த்தன.

தென்னகத்தில் மலபார் மாவட்டத்தில் 1594 மாணவர்கள் தனியார் வீடுகளில் பயின்றனர். அவர்களில் 808 பேர் வானவியலும், 474 பேர் சட்டமும், மத விளக்கமும், 194 பேர் மருத்துவமும், 65 பேர் தத்துவமும், 53 மாணவர்கள் தர்மசாத்திரமும் பயின்றனர்.

இராஜமுந்திரி, நெல்லூர், ஆர்க்காடு, கோயம்புத்தூர் ஆகிய மாவட்டங்களில் பயின்ற மாணவர்களைப் பற்றிய அளவீடும் அவர்கள் படித்த பாடங்களைப் பற்றிய விவரமும் கிடைத்துள்ளன. வேதங்கள் 418, சட்டம் 198, வானவியல், கணிதம் 34, தெலுங்குக் காவியம் 8 மாணவர்கள் படித்தனர்.

அடிப்படைக் கல்வி தாய்மொழியிலும் உயர் கல்வி இந்துக்களுக்குச் சமஸ்கிருதத்திலும், முஸ்லிம்களுக்கு பெர்சியன் அல்லது அரபிக் மொழியிலும் கற்பிக்கப்பட்டன. அடிப்படைக் கல்வி வகுப்பில் பிராமண வகுப்பினரின் எண்ணிக்கை குறைவு. ஆனால் உயர் கல்வியில் பிராமண வகுப்பினரின் எண்ணிக்கை மிகக் கூடுதல். எனினும் பிற வகுப்பினர் ஒதுக்கப்படவில்லை.

எல்லா மக்களும் சமஸ்கிருதம் படிக்க வாய்ப்பு இருந்தது. கீழ் மட்ட மக்கள் இலக்கணமும், நிகண்டும், காவியமும், நாடகமும், செய்யுளியலும் சோதிடமும் மருத்துவமும் பயில இயலும். ஆனால் சட்டமும், ஆறு தரிசனங்களும், புண்ணிய காவியங்களும் வேதங்களும் பிராமணர் மட்டுமே பயில முடியும் என்று அந்த அளவீட்டை இயற்றிய ஆடம்ஸ் என்பார் குறித்துள்ளார்.

இராஜமுந்திரியில் உயர் படிப்பு மையத்தில் பெரும் திறமை பெற்றவர்களில் ஐவர் சூத்திரர்கள்; மருத்துவம் அறுவைச்சிகிச்சை ஆகிய முறையைப் பயின்றவர்கள் பல சாதியைச் சேர்ந்தவர்கள். அவர்களில் நாவிதர்கள் அறுவைச் சிகிச்சையில் கைதேர்ந்தவர்களாக இருந்தனர் என்று ஆங்கிலேய வைத்திய நிபுணர்கள் தொகுத்த சென்னை பிரசிடென்சி அறிக்கையால் தெரிய வருகிறது.

இந்துச் சட்டம் என்ற சஞ்சிகையில் எஸ்.டபிள்யூ. எல்லிஸ் என்பார் கீழ்வருமாறு எழுதியுள்ளார்: மதத்துறையிலும் சட்டத்திலும் சூத்திரர் களில் மேல் மட்டத்தில் உள்ளவர்கள் பிராமணர்களைப் போன்று அவ்விரு துறைப் படிப்பிலும் சென்னை பிரசிடென்சியில் முன்னேறி இருந்தனர். வட இந்தியாவில் பிராமணர்கள் ஆதிக்கத்திலிருந்த வேதங்கள் பலவும் தமிழில் மொழிபெயர்க்கப்பட்டு விரிவுரை இயற்றப்பட்டு அவற்றின் கருத்துக்கள் மறுக்கப்பட்டன. சன்னியாசி களான பல சூத்திரர்களும் பண்டாரங்களும் பிராமணர்களைவிடத் திறமையாக சமஸ்கிருதம் அறிந்திருந்தனர். அவர்களுடைய தாய் மொழியான தமிழையும் கூடுதலாகத் தெரிந்திருந்தனர். தமிழில் மிகக் குறைவாகவே பிராமணர்கள் பாண்டித்யம் பெற்றிருந்தனர்.

அன்று இருந்த நுட்டேயாப் பல்கலைக்கழகப் படிப்பு முறையைப் பற்றி சர். வில்லியம் ஜோன்ஸ் 1791இல் கீழ் வருமாறு குறித்துள்ளார்: பாட வல்லுநர்களில் இருவர் உரையாடலும் மறுப்பும் தமது பயிற்று முறையாகக் கொள்வர். அவற்றின் வழித் தாம் கற்பிக்க விரும்பும் பாடத்தின் பல நுணுக்கங்களை விளக்குவர். தானறியாத நுண் கருத்துக் களை ஒரு மாணவன் விளக்குமாறு கேட்கின் அல்லது வல்லுநர்கள் கூறும் விவாதம் புரியாவிடின் அந்த மாணவன் விவாதிப்பவர்களிடம் கேள்வி கேட்டு அறியும் வாய்ப்பைப் பெறுவான். இளைய மாணவர்கள் கேள்வி கேட்டுத் தம் அறிவைப் பெருக்குவதற்கு எல்லா வாய்ப்பையும் ஆசிரியர்கள் ஏற்படுத்துவர்; ஊக்கமூட்டுவர். ஆசிரியர்கள் பொறுமை யாகவும் அன்பாகவும் நடந்துகொள்வர். ஆசிரியர்களில் எவரேனும் மாணவர் கேட்கும் கேள்வியால் பொறுமை இழந்தால் அல்லது கோபப் பட்டால் அவர்கள் பரிகாசத்திற்குள்ளாகித் தமது மதிப்பை இழப்பர். அதனைத் தமது இலட்சியமாக நுட்டேயாப் பல்கலைக்கழகம்

கொண்டிருந்தது. மாணவர்கள் எவ்வளவு மடையனாக இருந்தாலும் அல்லது நினைவாற்றல் இல்லாமலிருந்தாலும் ஆசிரியர் ஒருவர் மாணவர்மீது சினம் கொள்வது அங்கு விலக்கப்பட்டது.

வங்காள மாவட்டத்தில் இலக்கண வகுப்புகளில் பயன்படுத்திய நூற்களின் பெயர்கள் கிடைத்துள்ளன. அங்கே இலக்கணப் படிப்பு பிரபலமாக இருந்தது. பதின்மூன்று மையங்கள் இலக்கணம் கற்பித்தன. அதில் ஆறு மையங்கள் பாணினீயத்தையும் இரண்டு கலாபத்தையும், மூன்று முக்த போதத்தையும், இரண்டு இரத்ன மாலாவையும் கற்பித்தன. புருஷோத்தம தேவரின் விருத்தியுடன் பாணினீயம் கற்பிக்கப்பட்டது. காசிகத்தின் விளக்கவுரை பயிற்றுவிக்கப்பட்டது. ஆனால் காசிக விருத்தியின் மூலம் போதிக்கப்படவில்லை.

துர்கசின்ஹா எழுதிய துர்காசின்ஹி என்ற உரையுடன் கலாப இலக்கணம் கற்பிக்கப்பட்டது. அதனைத் தொடர்ந்து காதந்தர பரிசிஷ்டா போதிக்கப்பட்டது. அதற்கு துர்கசின்ஹா எழுதிய விளக்க உரைக்கு மேல்விளக்கம் கூறும் திருலோசன தாசரின் விருத்தியுரை கற்பிக்கப்பட்டது. பாணினீயச் சூத்திரங்களும் காதந்தர பரிசிஷ்டாவின் சூத்திரங்களும் தெய்வ சக்தியுடையவை என்று நம்பப்பட்டன. வேறுள்ள நூல்களுக்கு அந்த இயல்பு இல்லை என்று கருதினர். பாணினீயம், கலாபம் ஆகியவற்றின் சூத்திரங்களைக் கலந்து புருஷோத்தமர், இரத்தின மாலா என்ற நூலைத் தொகுத்தார். அதற்கு ஒரு விருத்தியுரையும் உண்டு.

இலக்கணத்தைக் கற்பிக்க அடிப்படையாகப் பயன்படுத்தப்பட்ட நூற்களை ஆடம்ஸ் குறித்துள்ளார்; அவை வருமாறு:

1. முக்த போதம் (இராம தர்க்க வசிசி உரையும் துர்கதசி உரையும்)
2. கலாபம் (திரிலோசன தாசர் உரை)
3. பாணினீ (கௌமுதி உரையும், மகாபாஷ்யமும்)
4. சங்ஷிப்த சாரா (கோபிச் சந்திரா உரை)
5. ஹரிராமாமிர்தா (மூலஜீவாகோஸ்வாமி)
6. சப்தாக கௌஸ்துபா (பட்டோஜி தீக்சிதர் செய்தது)
7. சித்தாந்த கௌமுதி (பட்டோஜி தீக்சிதர் செய்தது)
8. மனோரமா (பட்டோஜி தீக்சிதர் செய்தது)
9. சப்தேந்து சேகரம் (நாகோஜி பட்டர்)
10. வையாகரண பூஷணா (கொண்ட பட்டர்)
11. சர்தா இரத்னா (ஹர்தீக்சிதர்)
12. பரிபாஷார்த்த சங்கிரஹ
13. சந்திரிகா (சுவாமி பிரஹானாந்தா)
14. பரிபாஷேந்து சேகரா (நாகோஜி பட்டர்)

15. சித்தாந்த மஞ்சுஷா

16. சரஸ்வதி பிரக்ரிய (அனுபூதி ஸ்வரூபாச்சார்யா)

17. இலகு கௌமுதி

18. வியாகர்ண சித்தாந்த மஞ்சுஷா (நாகோஜி பட்டர்) ஆகியவை ஆகும்.

மேலே குறித்துள்ள செய்திகளால் இலக்கணப் படிப்பு மிகவும் கவர்ச்சியாக இந்தியாவில் தொடர்ந்தது என்று தெளிவாகும். பாணினீயப் படிப்பைப் போன்று ஏனைய இலக்கணங்களும் படிக்கப் பட்டன. வங்காளத்திலும், பீகாரிலும், கலாபமும் காதந்திரமும் (பாணினீயம் அல்லாத இலக்கண முறைகள்) 19ஆம் நூற்றாண்டில் கற்பிக்கப்பட்டன என்று இன்று கிடைத்த அளவீட்டுச் செய்திகளால் உறுதியாகின்றன.

ஐந்திரப் பிரிவைச் சேர்ந்தது தொல்காப்பியம். ஐந்திரம் என்ற பெயருக்குக் 'கிழக்கு' என்ற பொருளும் உண்டு. பிராகிருத இலக்கணங் களுக்குக் 'கிழக்குப் பாரம்பரீயம்' 'மேற்குப் பாரம்பரீயம்' என இரண்டு உண்டு. புத்தமதம், ஜைனமதம் ஆகியவற்றின் இருக்கையான பீகாரிலும் வங்காளத்திலும் கிழக்குப் பாரம்பரீயம் நிலவியிருந்தது. தென்னகத்திலும் கிறித்து பிறப்பதற்கு முன்னிருந்து அவ்விரு மதங் களும் செல்வாக்குப் பெற்றிருந்ததால் அங்குக் கிழக்குப் பாரம்பரீயம் பின்பற்றப்பட்டிருக்கலாம். பின்னர் அவ்விரு மதங்களும் தென்னகத்தில் ஒடுக்கப்பட்டதால் பிராகிருதம், தமிழ் ஆகிய மொழிப் படிப்பும் செல்வாக்கு இழந்திருக்கலாம். அந்த இரு மொழிகளும் தமிழ்நாடு, ஆந்திரம், கர்நாடகம், கேரளம் ஆகிய தென்னக மாநிலங்கள் முழுவதும் செல்வாக்குப் பெற்றிருந்த செய்தி சாதவாகன நாணயங்களில் காணப்படும் எழுத்துருக்களால் தெளிவாகின்றது. அதன் ஒரு பக்கம் பிராகிருதத்திலும் மற்றொரு பக்கம் தமிழிலும் எழுதிய எழுத்துரு காணப்படுகின்றது. தொல்காப்பியத்தின் மொழிபெயர்ப்பு சமஸ் கிருதத்திலோ பிராகிருதத்திலோ உருவாகவில்லை. அண்மையில்தான் ஆங்கிலத்தில் உருவாக்கப்பட்டது. அதன் பின்னரே, ஒப்புநோக்கு முயற்சி மேற்கொள்ளப்பட்டது. கேசிராஜன் செய்த *சப்தமணி தர்ப்பணம்* என்ற கன்னட இலக்கணத்தின் முன்னுரையில் ஏ.சி. பர்ணல் தொல் காப்பியத்தின் சிறப்பைக் குறைத்துக் கூறினும், அவர் பிறர் கூறும் மொழிபெயர்ப்பின் அடிப்படையில் தமது கருத்தை உருவாக்கினார் என்று தெரியவருகின்றது. தொல்காப்பியத்தைத் தமிழ்வழி அவர் படித்ததாகத் தெரியவில்லை. வட இந்தியாவில் இருவகை இலக்கணக் கொள்கைகள் நிலவியிருந்தன. ஒன்று பாணினீயம், இரண்டு ஐந்திரம். அதனைப் பாணினீயம் அல்லாத முறை எனலாம். அது தென்னகத்தில்

செல்வாக்குப் பெற்றிருந்தது. தென்னிந்திய இலக்கண மரபை எழுத விரும்புபவர்கள் தொல்காப்பியத்தைப் படிக்காமல் வடிவமைக்க இயலாது. அதில் காணும் விதிகள் தமிழுக்கும் பழைய மலையாளம், கன்னடம், தெலுங்கு ஆகிய மொழிகளுக்கும் பொருந்துவன. பல திராவிட மலையின மொழிகளுக்கும் அதன் விதிகள் பொருந்தும். பாணினீ முதலான சமஸ்கிருத, பிராகிருத இலக்கணங்கள், இந்தோ ஆரிய மொழிகளுக்கு எவ்வளவு பொருந்துமோ அவ்வளவு, தென்னிந்திய மொழிகளுக்குத் தொல்காப்பியம் பொருந்தும்.

குறிப்பு

18, 19ஆவது நூற்றாண்டு சமஸ்கிருத இலக்கணச் செய்திகள் இந்திய கல்விநிலை 18, 19ஆவது நூற்றாண்டில் ஓர் அளவீடு பகுதி 1. பக்கம் 20-47, பகுதி 2 பக்கம் 40-63, பிபிஎஸ்டி புல்லட்டின் தொகுதி 4 நம்பர் 1 சீறியல் 7 ஜூன் 1984, சென்னை என்ற சஞ்சிகையிலிருந்து திரட்டப்பட்டன. அந்தச் சஞ்சிகைக்கு என் நன்றி.

●

தொல்காப்பியம்

தொல்காப்பியத்தின் பெருமையை நாமனைவரும் அறிவோம். தொல் காப்பியத்தில் காணும் அதிகாரப் பிரிவைப் பற்றியோ, உரையாசிரியர் களைப் பற்றியோ நான் உங்களுக்குக் கூற வேண்டிய தேவையில்லை. அவை நீங்கள் அறிந்த செய்திகள்தாம்.

எந்த ஊரில் தொல்காப்பியர் வாழ்ந்திருப்பார், எந்தக் காலத்தில் தொல்காப்பியம் தோன்றியிருக்கும் எனும் இரு கேள்விகளுக்கும் நாம் விடைகூறக் கடமைப்பட்டிருக்கிறோம். தொல்காப்பியப் பாயிரத்தில் அதங்கோட்டைப் பற்றிய குறிப்பிருக்கிறது. இது தென் திருவிதாங்கூரில் உள்ள திருவிதாங்கோடாகத்தான் இருக்க வேண்டுமென்று ஊகிக் கின்றனர். இரு சூத்திரங்களில் தொல்காப்பியர் பனியத்து, வெயிலத்து என்னும் வழக்குகளைக் குறித்திருக்கிறார்.[1] இவை சேரநாட்டு வழக்கு களாகையால் தொல்காப்பியர் சேரநாட்டினர் என்று உறுதிப்படுத்துவர்.

தொல்காப்பியச் சூத்திரங்களில் பலவும் பழங்கன்னடத்திற்கு மிகவும் பொருந்துவன என்று காலஞ்சென்ற வேங்கடராஜுலு ரெட்டியார் சொல்லுவார். ஆனால் தொல்காப்பியர் கன்னட நாட்டினர் என்று அவர் கூறவில்லை. அதைப் போல் சேரநாட்டினர் என்று நாமும் கூறக் கூடாதல்லவா எனக் கேட்கலாம். சேரநாட்டினர் என்று ஊகிப்பதற்கு வேறு ஒரு சான்றும் உண்டு. தொல்காப்பிய நெறிக்குச் சேரநாட்டில் பெரும் செல்வாக்கிருந்ததை இங்கு நான் குறிப்பிட வேண்டும்.

பழைய மலையாள இலக்கணம் லீலாதிலகமாகும். இது சமஸ் கிருதத்தில் எழுதப்பட்டிருக்கிறது. சமஸ்கிருதத்தில் எழுந்த பாணினீயம் சந்தியைப் பற்றியும், சொல்லின் பகுதிகளையும், தொகைகளையும் பற்றியும் கூறுகின்றதே ஒழிய செய்யுளிலக்கணம், உவமை, ரஸம் அல்லது மெய்ப்பாடு முதலியவற்றைக் கூறவில்லை. ஆனால் தொல் காப்பியர் கூறுகிறார். லீலாதிலகத்திலும் செய்யுளியல்பைப் பற்றிய

விளக்கம் இருக்கிறது. எட்டு சில்பமாக நடக்கும் அந்நூலில் அலங்காரங்களைப் பற்றிச் சில்பங்கள் ஆறும், ஏழும் பேசுகின்றன. ரஸங்களைப் பற்றி இறுதியிலுள்ள எட்டாவது சில்பம் பேசுகிறது. மணிப்பிரவாள நூற்களின் குணத்தையும், குற்றத்தையும் பற்றி நான்கு, ஐந்து ஆகிய இரு சில்பங்களும் பேசுகின்றன. முதல் சில்பத்தில் மணிப்பிரவாளம் என்றால் என்ன என்றும், இரண்டாவதில் சொல்லியல் செய்திகளும், மூன்றாவதில் சந்தி விதிகளும் காணப்படுகின்றன. வடமொழி நெறியும், தமிழ் நெறியும் லீலாதிலக ஆசிரியருக்கு நன்கு தெரியும். பாணினீய முறையல்லாத தொல்காப்பிய முறைக்குப் பொருந்தும் ஒரு நெறியை லீலாதிலகம் பின்பற்றுவதால் தொல்காப்பியருக்குச் சேர நாட்டில் செல்வாக்கிருந்தது என்று ஊகிக்கலாம். கன்னட நாட்டிலும், ஆந்திரத்திலும் இந்நெறி வழக்கில் இல்லை என்று கூற முடியாது.

காப்பியம் செய்தவருள்ளே இளங்கோ அடிகள் தொல்காப்பியச் சொற்களையே காதைத் தலைப்புக்களாகக் கொண்டிருக்கும் செய்தியை வ.சுப. மாணிக்கம் கூறுவார்.

வெட்சித் திணையின் துறைகளாக, 'காட்சி, கால்கோள், நீர்ப்படை, நடுகல், சீர்த்தகு சிறப்பிற் பெரும்படை, வாழ்த்தல்' ஆகிய துறைகளையும் வஞ்சிக் காண்டத் தலைப்பாக இளங்கோ அடிகள் கொள்வதும், தொல்காப்பியத்திற்குச் சேர நாட்டில் இருந்த செல்வாக்கை விளக்கும். எனவே தொல்காப்பியர் தென் திருவிதாங்கூரினர் என்று கூறும் வாதத்தை இவ்வூகங்கள் ஓரளவு வலியுறுத்தும்.

எந்த நூற்றாண்டைச் சார்ந்தது தொல்காப்பியம் என்னும் கேள்விக்கு மிகவும் மாறுபட்ட கருத்துக்கள் நிலவுகின்றன. கிறிஸ்து பிறப்பதன் முன் ஏழாயிரம் ஆண்டுகளுக்கு முன்னர் என்பாரும், கிறிஸ்து பிறந்து ஐந்நூறு ஆண்டுகள் கழித்து என்று கூறுவாரும் உண்டு. பின் கால வரம்பைக் கூறுபவர் வையாபுரிப் பிள்ளையாவார். கி.பி. நான்காம் நூற்றாண்டைச் சார்ந்த பரத சாஸ்திரம், வாத்ஸாயனரின் காம சூத்திரம் முதலியவற்றிற் காணும் சூத்திரங்களுக்கும், பொருளதிகாரச் சூத்திரம் பலவற்றிற்கும் நெருங்கிய தொடர்பிருப்பதால் தொல்காப்பியம் ஐந்தாம் நூற்றாண்டு என்று அவர் கூறுகிறார்.

இரு சாரார் கருத்திலும் உண்மை இருப்பதாக நாம் கொள்ளலாம். (அவ்வாறு கொண்டோமானால் தொல்காப்பியம் இன்றுள்ள உருவில் ஒருவர் செய்தபின் பல காலமாக இடைச் செருகல் பெற்ற ஒரு நூல் அல்லது பலர் செய்த ஒரு தொகை நூல் என்று நாம் கூற வேண்டும்.)

கிடைக்கும் சான்றுகளை ஓரளவு ஆராய வேண்டுவது நம் கடமையாகும். தொல்காப்பியர் சுமார் எழுபது இடங்களில் பிற ஆசிரியர்கள்

கருத்தை மேற்கொண்டு சூத்திரமமைத்திருக்கிறார். அச்சூத்திரங்களில், ‘என்ப’, ‘என்பர்’ ‘என்மனார்’ போன்ற சொற்களால் குறித்திருக்கின்றார்.

பழைய இலக்கண ஆசிரியர்களைத் தழுவிப் பிற்காலத்தில் இலக்கணம் செய்யும் முறை தமிழகத்திற்குப் புதிதன்று. நன்னூலில் தொல்காப்பியச் சூத்திரங்கள் பல காணப்படுகின்றன. வைத்தியநாத தேசிகரும், அவர் மக்களும் செய்த குட்டித் தொல்காப்பியம் எனும் இலக்கண விளக்கத்தில் ஏறத்தாழ இருநூற்றைம்பது நன்னூற் சூத்திரங்களைக் கையாண்டிருக்கின்றனர். பல தொல்காப்பியச் சூத்திரங்களும் காணப்படுகின்றன. இந்நூலிற் காணும் மொத்த சூத்திரங்களின் எண்ணிக்கை **941** ஆகும். பிற நூற் சூத்திரங்களுக்கும், இந்நூற் சூத்திரத்திற்கும் நடை வேறுபாடில்லை என்பதையும் நான் இங்குக் குறிப்பிட வேண்டும்.

உரையாசிரியர்களுள் தெய்வச்சிலையார் எச்ச இயலில் காணப்படும் வினைமுற்றுப் பற்றிய சூத்திரங்களை வினைஇயலில் சேர்த்துக் கீழ் வருமாறு கூறுகிறார்: ‘வினையியலிற் கூறாது எச்ச இயலிற் கூறியதன் காரணம் எமக்குப் புலனாயிற்றன்று’ என்று.

இளம்பூரணர் அகத்திணையியல் சூத்திரம் நாற்பத்தைந்தின் கீழ் தலைமகள் கூற்று உணர்த்திய சூத்திரம் காலப் பழமையால் பெயர்த்து எழுதுவோர் வீழ எழுதினார் போலும்[2] என்று குறிப்பிடுகின்றார்.

யாப்பருங்கல விருத்தியிலும், தேசிகரது ‘குட்டித் தொல்காப்பியத்திலும்’ தொல்காப்பியச் சூத்திரமாக, ‘முடி பொருள் அல்லாது அடியளபிலவே’ எனும் அடி காட்டப்பட்டிருக்கிறது.[3] இன்றுள்ள தொல்காப்பியப் பதிப்புக்களில் இச்சூத்திரம் காணப்படவில்லை. காலப் போக்கில் தொல்காப்பியம் கூடியும், குறைந்தும் வந்திருக்கிறது என்பதற்கு இவை சில சான்றுகள்.

பிற்காலத்தில் எழுந்த இறையனார் களவியலுரையில் பஞ்சம் காரணமாகப் பாண்டிய நாடு விட்டுச் சென்ற புலவர்களில், பொருளதிகாரம் அறிந்தோன் திரும்பவில்லையென்றும், அதன் காரணமாக இறையருளால் களவியல் நூல் கிடைத்தது என்றும் ஒரு குறிப்புக் காணப்படுகின்றது. பண்டு வாய்மொழியாகத் தொல்காப்பியம் வழங்கியது என்பதற்கு இது சான்றாகும். இதனால் தொல்காப்பியம், உருவில் வளர்வதற்குரிய வாய்ப்புகள் பல என்பதும் உறுதியாகின்றது.

மரபியலில் அந்தணர், அரசர், வணிகர், வேளாளர் எனும் நால்வகை வருணத்தினர் குறிக்கப்படுகின்றனர். சங்க இலக்கியங்களில் நால்வகை வருணப்பிரிவு உறுதிப்பட்டுவிட்டதாகக் காணப்படவில்லை. அங்குத் தெளிவும் இல்லை. பாணன், பறையன், கடம்பன், துடியன் முதலிய குடிகளே இருந்தனர். இவர்களை வேளாளர் என்ற வருணத்தில்தாம்

அடக்க வேண்டும். இதற்கு இலக்கியமும், இலக்கணமும் இடந்தரா. எனவே இச்சூத்திரங்கள் பிற்காலத்தில் சேர்க்கப்பட்டன என்பர்.

தொல்காப்பியம் ஏனைய இலக்கணங்களைப் போலச் சொற் சுருக்க முடையதன்று. பல சூத்திரங்கள் பத்து வரியுடையன. இருபது வரிக்கு மேல் செல்லும் சூத்திரங்களும் உண்டு. ஒரே பொருளைப் பல இடங்களில் கூறுவதும் உண்டு. முரண்பாடான இடங்களில் உரையாசிரியர்கள் வலிந்து விளக்கம் சொல்வதும் நாம் அறிந்ததே. ஒரே தரமான மொழி அமைப்பைத் தொல்காப்பியம் உடையது என்றும் கூற முடியாது. சில இடங்களில் 'ஒடு' உருபையும், சில இடங்களில் 'ஓடு' உருபையும் அது கையாள்வது இதற்கு ஓர் எடுத்துக்காட்டு. பழம் சூத்திரங்களும், பின் எழுந்த சூத்திரங்களும் கலந்துள்ள ஒரு வளர் நூலாகத் தொல்காப்பியம் உருவாகி இருக்கிறது என்பதை மேற்குறிப்பிட்ட சான்றுகள் விளக்கும். வடமொழி வியாசர் பாரதமும், வான்மீகி இராமாயணமும் இத்தகைய வளர்நூற்கள்தாம். இதனாலேயே அவற்றின் காலத்தை, கிறிஸ்து பிறப்பதற்கு நானூறு ஆண்டுகளுக்கு முன்னர் முதல் கிறிஸ்து பிறந்த பின் நானூறு ஆண்டுகள் வரை என்றும் கூறுவர். தொல்காப்பியத்தின் முன் வரம்பாக சங்க காலத்திற்கு முன் என்றும், பின் வரம்பாக கி.பி. ஐந்தாம் நூற்றாண்டு என்றும் நாம் கூற முடியும். இக்கருத்தை மேலும் பல எடுத்துக்காட்டுகளால் நான் வலியுறுத்தினாலன்றி முற்ற முடிந்த ஒன்றாகக் கருத இயலாது.

தொல்காப்பியம் இலக்கியம் எவ்வாறு அமைய வேண்டும் என்ற பொருளை முக்கியமாகக் கணக்கில் எடுத்து இலக்கணம் செய்துள்ளது என்று கூற இயலும்.

தொல்காப்பியத்தில் மிகக் கூடுதல் எண்ணிக்கையில் சூத்திரம் காணப்படுவது பொருளதிகாரத்தில்தான். தொல்காப்பிய அதிகாரங் களுள்ளே பொருளதிகாரம் முக்கியமானது என்று இறையனார் களவியலால் தெரிகின்றோம். எழுத்தும், சொல்லும் பொருளதிகாரத் திற்குத் துணையாக அமைவது என்பது அவ்வுரையின் கருத்தாகும். பொருளதிகாரத்தில் பொருளை அகம், புறம் என இரு பிரிவாக்கி அகப்பொருளை விரிவாகவும் நுணுக்கமாகவும் தொல்காப்பியர் கூறுகிறார். களவியல், கற்பியல், பொருளியல் ஆகியவற்றிலும் அகப்பொருளே பேசப்படுகிறது. உவமையியல், மெய்ப்பாட்டியல், செய்யுள் மரபு ஆகிய இயல்களிலும் அகத்திணைக்குரிய கூற்று முறை களைப் பற்றிய செய்திகள் காணப்படுகின்றன. புறத்திணையியல் அகத்தின் பிரதிபலிப்பாகத் தொல்காப்பியர் கருதுகிறார். பொருளதிகாரம் அகப்பொருளுக்கும் முக்கியத்துவம் கொடுக்கிறது என்று கூறலாம். தமிழ் என்றாலே அக ஒழுக்கம் எனும் கருத்தில் பரிபாடலும், திருக்

கோவையாரும், களவியலுரையும் பயன்படுத்தியிருப்பது அறிஞர்கள் அறிவர். குறிஞ்சிப்பாட்டின் அடிக்குறிப்பிலும் இத்தகைய பொருளே தமிழுக்குக் காணப்படுகின்றது.

இவ்வாறு விரிவாகக் கூறப்படும் அகவொழுக்கம் நடைமுறையிற் காணப்படுவதா? அல்லது நடைமுறைக்குத்தான் ஒவ்வுவதா? என்று கேட்கலாம். இக்கேள்விகளுக்கு விடை கூறுவது எளிதன்று. இலக்கியப் பொருள் அனைத்தும் நடைமுறையில் காணப்படும் ஒன்றாக இருக்க வேண்டும் என்ற வாதத்தை ஒப்புக்கொண்டால் இதற்கு நாம் விடைகூற இயலும்.

இலக்கியப் பொருள் நடைமுறைக்கு ஒத்ததாகத்தான் இருக்க வேண்டும் என்பதில்லை. நடைமுறைக்கொவ்வாப் பொருளும் இடம் பெறலாம். எப்பொருள் இலக்கிய இன்பத்தை மிகுவிக்கின்றதோ அது இலக்கியப் பொருளாகும். நடைமுறையிற் காணும் வழக்கங்களையே தொல்காப்பியர் கூறியிருக்கிறார் என்று பாராட்டி அவருக்குச் சிறப்புக் கூறுவது இலக்கிய அடிப்படையில் பார்க்கும் முறையன்று. நடை முறைப் பொருளைக் கூறுவது இலக்கியமாயின் நாட்குறிப்பையும் சமுதாய இயலையும் இலக்கியமாகக் கருத வேண்டுமே? கற்பனை கலந்தது இலக்கியம். அதில் நடைமுறைக்கு ஒவ்வும் கருத்துக்களும் உண்டு; ஒவ்வாக் கருத்துக்களும் உண்டு. இதனால் பண்டைத் தமிழர் களின் பண்பாட்டை அறிய தொல்காப்பியம் பயன்படாது என்ற கருத்து எனக்கில்லை. இலக்கியக் கருத்துக்களோடு இன்று நடைமுறையிற் காணும் பழக்கங்களையும் ஒப்பிட்டுத்தான் முடிவிற்கு வர வேண்டும். பண்பாட்டின் எல்லாக் கூறுகளையும் இலக்கியத்தில் காண முடியாது. அங்கெல்லாம் நடைமுறைக் கூறுகளால் நிரப்ப வேண்டும். இத்தகைய முயற்சியை முதலில் மேற்கொண்டவர் மு. இராகவையங்கார் ஆவார்.

இலக்கிய இன்பத்தை மிகுவிப்பதற்கு வேண்டி நுணுக்கமாகவும் பலபடியாகவும் இரு திணைகளைப் பற்றித் தொல்காப்பியம் கூறு கின்றது. காதலும் வீரமும் ஒன்றை ஒன்று தழுவுவன. அரசனுக்கும், பொதுமகனுக்கும் காதல் உண்டு; வீரமும் உண்டு. இது பல்வேறு உருவில் கூடியும், குறைந்தும் பரிணமிக்கும். உலக இலக்கியங்களில் இவை இரண்டும் இல்லாதவை இல்லை என்பர். ஆனால் தொல் காப்பியம் இவற்றிற்கு விரிவாகத் துறை வகுத்து, முதல் கரு உரிப் பொருள் அமைத்து, கூற்று நிகழும் இடம், கூற்றிற்கு உரிமையுடையார் என்றெல்லாம் விரிவாகக் கூறுகிறது. இந்த இலக்கணத்தால் புலவர் களின் சுதந்திரம் கட்டுப்படுத்தப்பட்டு அகப்பாடல்களும், புறப்பாடல் களும் ஒரே தரமாக உருப்பெற வழி செய்கின்றது என்று கூறுவாரும் உண்டு. எல்லோருக்கும் காதலும், வீரமும் உண்டு. ஒவ்வொருவரும்

தத்தம் அனுபவத்திற்கு ஏற்பப் பாக்களுக்குப் பொருள் கொள்ளின் முரண்பட்ட பொருள் பிறக்கும். மரபு வழியில் பொருள் கொள்ளின் அப்பொருள் சிறக்கும். இதற்காகவே தொல்காப்பியர் நுணுக்கமாகத் திணை துறைகளைப் பற்றிக் கூறியிருக்கலாம் என்று ஊகிக்கலாம்.

அகவொழுக்கக் கருத்துக்களைச் சான்றோர் கேட்டு மகிழுமாறும் கூறலாம். அவர்கள் அருவருப்படையுமாறும் கூறலாம். காமம் நுண்ணிது. மறைத்துத் திரையிட்டுக் கூறினால் இன்சுவை பயந்து நாகரிகமாக அமையும். இதற்கு வரம்பும் மரபும் வேண்டும். கருப்பொருள்களின் தேவையும், முதற் பொருளாகிய நிலம், பொழுது ஆகியவற்றின் தேவையும் இதனால் விளங்கும்.

சமிக்ஞைகளாகக் கருப்பொருள்கள் பயனாகின்றன. இலக்கிய இன்பம் அழியாமல் காமக் கருத்துக்களை வெளியிடுவதற்கு இவை துணை செய்கின்றன.

பொருளதிகாரத்திலிருந்து என்ன இலக்கியக் கொள்கையைத் தொல்காப்பியர் கொண்டிருந்தார் என்று இவ்வாறு நாம் ஊகிக்க இயலும்.

இலக்கியம் அகம், புறம் எனும் பொருள் ஒன்றில் உருவாவது. ஒவ்வொரு திணையிலும் அவற்றின் துறைப்பொருள் கலவாமல் இருக்க வேண்டும் என்று அவர் கருதியிருப்பார் என ஊகிக்கலாம். இத்திணைப் பொருளுக்குத் துணையான முதல் கரு உரிப் பொருள் களையும் அவற்றின் மரபுகளையும் குறிக்கிறார்.

இலக்கியத்தில் உவமை இடம்பெற வேண்டும் என்று தொல்காப்பியர் கருதினார் எனலாம். அக இலக்கியத்திற்கு உவமை சிறப்புடையது என்ற கருத்தும் தொல்காப்பியருக்குண்டு என்று ஊகிக்கலாம்.

அகத்திணைப் பாத்திரங்களுக்கு ஏற்படும் மெய்ப்பாடுகளைத் தொல் காப்பியர் கூறுவதால் ரஸாபாவங்களை ஓர் இலக்கிய இயல்பாகக் கருதினார் எனலாம்.

இருதிணைப் பொருளில் உவமையும், மெய்ப்பாடு தழுவி வரும் செய்யுள்கள் ஆசிரியமாக அல்லது வெண்பா, கலிப்பா, வஞ்சிப்பாவாக இருக்க வேண்டும் என்றும் தொல்காப்பியர் கருதினார் என்று ஊகிக்கலாம்.

எழுத்ததிகாரமும் சொல்லதிகாரமும் பொருளைச் சிறப்புச் செய்வன. பாவில் ஓசை வனப்பும், பொருள் வனப்பும் இருக்க வேண்டும் என்று தொல்காப்பியம் வற்புறுத்துகின்றது. எழுத்ததிகாரம், சொல்லதிகாரம், செய்யுளியல் ஆகியவற்றால் ஓசையின்பத்தைத் தொல்காப்பியர் தெளிவாக்குகிறார்.

அகம், புறம், களவு, கற்பு, பொருள், மரபு, உவமை, மெய்ப்பாடு ஆகிய இயல்களின் வழிச் செய்யுளுக்குரிய பொருள் வனப்பைக் கூறுகிறார் எனலாம்.

இலக்கியத் திறனாய்வாளர்களும் தொல்காப்பியர் கூறும் இதே இயல்புகளைக் கூறுவர். ஆனால் அவை மட்டும்தான் இலக்கியத்தின் இயல்பு என்று கூறினால் அவர்கள் அதற்கு உடன்படமாட்டார்கள்.

தொல்காப்பியருக்கு அவைதாம் இலக்கியத் திறனாய்வுக் கொள்கை யாக அமைந்தன எனில் எல்லோருக்கும் உடன்பாடாகும்.

குறிப்புகள்

1. எழுத்து 243 மற்றும் 43
2. இலக்கண வரலாறு
3. எ.சி. செட்டியார் அட்வான்ஸ்டு ஸ்டடீஸ், பக். 33.

இலக்கணத்தில் எது இடம்பெற வேண்டும்?

கருத்தரங்கத் தலைப்பு, கேள்வி உருவத்தில் இருப்பினும் பலவகை யான விளக்கங்களுக்கு இடம் தருவதாக அமைந்துள்ளது. கருத்தரங்கப் பொருள் அத்தகையதாக இருக்கலாம்; அல்லது கேள்வி அமைப்பு அத்தகைய பல பொருள் விளக்கத்திற்கு இடம் தந்திருக்கலாம்.

ஒரு மொழியின் சொல்லுருவங்களின் அடிப்படையில் இலக்கணம் ஒன்று உருவாகும்போது அதில் விதிகளும், விதிவிலக்குகளும் இடம் பெறும். இலக்கணத்தை வரையறை செய்கின்றவர்கள் அவ்வாறுதான் கோடிட்டுக் காட்டுவர். இத்தகைய இலக்கணத்தில் இரு முகங்களுண்டு: 1. மொழிச் சொல்லுருவம் ஆகிய அதன் உள்ளீடு 2. பொதுமையான விதிகளும் சிறப்பு விதிகளும் அடங்கிய இலக்கண அமைப்புமுறை என்பன அதன் இரு முகங்கள். மற்றொரு வழியில் சொன்னால் விதிகளும் சொற்பட்டியல்களும் அடங்கியவை இலக்கணம் என்று கூற இயலும். முதல் முகத்தை உள்ளீடு என்றும் இரண்டாவது முகத்தை அமைப்பு நிலை என்றும் நாம் பெயரிட்டுக்கொள்ளலாம்.

'எது' என்ற கேள்விக் குறியீடு, உள்ளீட்டைக் குறிக்கலாம்; அல்லது, அமைப்பு நிலையைக் குறிக்கலாம். ஒரு மொழியின் சொல்லுருவம் அளவற்றுப் பரந்து கிடப்பது; பலதரப்பட்டது. அவற்றுள் எவை எவை உள்ளீடாக அமைய வேண்டும் என்று பொருள் செய்துகொண்டால் சொல்லுருவம் மட்டும் பற்றிய கேள்வியாக அது மாறும். அதனைச் சற்று விளக்க வேண்டும்.

ஓர் இலக்கணம் எல்லா மொழி உருவங்களையும் உள்ளடக்கி உருவாவது; அல்லது போதுமான சொல்லுருவங்களை உள்ளடக்குவது; அல்லது சில சொல்லுருவங்களை மட்டும் உள்ளடக்குவது என்று மூன்றாக வேறுபடுத்திட முடியும். ஒரு மொழியின் எல்லாச் சொல் உருவங்களையும் முன்னர் எழுந்த, இப்போது எழுகின்ற, வருங்காலத்தில் எழும் உருவங்களையும் உள்ளடக்குவது இயலாத அமைப்பாகும். ஏனெனில் அந்தச் சொல்லுருவங்கள் பலதரப்பட்டவையாக இருக்கும். அந்த இலக்கணத்தின் உள்ளீடாக வழக்குகளையும் இருமொழி பேசு வோரின் பேச்சையும் உட்கொண்டால் விதிகள் பொதுவாக அமையாது. தனிச் சொற்களைக் குறிப்பதாகப் பெரும்பாலும் அமையும். மலையாள இலக்கண ஆசிரியர் ஏ.ஆர். இராஜ இராஜ வர்மா தனது கேரள பாணினீயத்தில் சமஸ்கிருத உருவங்களுக்கும் இலக்கண விதி அமைக்க முற்பட்டதால் பொது விதிகளனைத்தும் சிறப்பு விதிகளாக, சொற்

பட்டியல்களாக மாறின. எனவே ஒரு மொழியின் எல்லாச் சொல்லுருவங் களையும் உள்ளீடாகக் கொண்டால் இலக்கணம் சொற்பட்டிகையாக மாறும்; பொது விதிகளை வகுக்க இயலாது.

அதற்கு மாறாகப் போதிய சொல்லுருவங்களை மட்டும் ஓர் இலக்கணம் அடிப்படையாகக் கொண்டால், அமைப்பு முறையைச் செம்மையாக அமைத்திட முடியும். அது அடிப்படையாகக் கொள்ளும் சொல்லீடுகள் தேர்ந்தெடுக்கப்பட்டவையாக இருக்கும். அல்லது இலக்கண ஆசிரியரால் சீர் செய்யப்பட்டவையாக இருக்கும். இந்த முறையைப் பின்பற்றினால் மற்றொரு சிக்கல் எழும். இலக்கணத்தில் உள்ளீடாக அமைந்த சொல்லுருவம் போதுமானதா என்று முடிவு செய்வது எவ்வாறு? என்பதே அந்தச் சிக்கல். ஏறத்தாழ மூவாயிரம் வாக்கியங்களைக் கொண்ட உள்ளீட்டை அடிப்படையாகக் கொண்டு வகுக்கப்பட்ட விதிகள், அம்மொழி உருவங்கள் அனைத்தையும் விளக்குகின்றனவா என்று சோதிக்கலாம். ஒரு மொழியின் உள்ளீடு போதுமானதா என்று அறிவதற்கு, ஒரு குறிப்பிட்ட அளவிலான வாக்கியங்களைத்தாம் அடிப்படையாகக் கொண்டுள்ளோம். அந்த வாக்கியங்களின் தொகுப்பு வரையறையற்றதன்று. திட்டமானது. இரண்டாயிரம் அல்லது மூவாயிரம் என்ற எண்ணிக்கை அளவு பெற்றது.

ஆயிரத்துத் தொள்ளாயிரத்து ஐம்பதில் வாழ்ந்த மொழியிய லாளருக்குத் திட்டமான சொல்லுருவங்கள், தப்பிப் பிழைக்கும் ஒருவழி நிலையாக இருந்தது. யாரேனும், ஒரு விதிக்கு மாறுபட்ட சொல்லுருவங்கள் காணப்படுகின்றன என்று குரலெழுப்பினால், 'எனது உள்ளீட்டு வாக்கியங்களில் அந்தச் சொல்லுருவங்கள் காணப்பட வில்லை' என்று சமாதானம் கூறி நழுவினர். வழக்கியல் ஆய்வாளர்கள் அத்தகையக் கேள்விகளை அடிக்கடி நேரிட நேரும். அப்போதெல்லாம் தப்பிப் பிழைக்கும் அந்த வழியை மேற்கொள்வர். 'அந்த உருவம் எனது வாக்கிய உள்ளீட்டில் இல்லை' அல்லது 'எனது களஆய்வுக் குறிப்பில் அந்தச் சொல்லுருவமில்லை' என்று கூறித் தப்பினர். இலக்கண விதிகளுக்கு எதிர் உருவங்கள் இருப்பதை அமைப்பியலாளர்கள் (*ஸ்ட்ரக்சுரலிஸ்ட்ஸ்*) சுட்டிக்காட்டினர். எனவே இலக்கணத்தின் இயல்பை வரையறை செய்வது வரை, எத்தகைய சொல்லுருவங்கள் இலக்கணத்தில் இடம்பெற வேண்டும் என்று திட்டமாகக் கூறாமல் இருந்தது பெரும் குறையாக மொழியியலாளர்கள் கருதவில்லை.

இந்திய இலக்கண ஆசிரியர்களனைவரும் உள்ளீட்டுச் சொல்லுருவங் களின் குறைகளை உணர்ந்திருந்தனர். அதனால்தான் தமது இலக்கண விதிகளின் இறுதியில் 'அறிஞர்களின் பயன்பாட்டை நோக்கித் தெரிந்திடுக' அல்லது 'அறிஞர்களிடம் கேட்டுத் தெரிந்துகொள்க' என்ற

சூத்திரமும் அமைத்திருக்கின்றனர். 'சேஷம் பிரயோகாத்ஞேயம்' (இங்குக் கூறாதனவற்றைப் பயன்பாட்டால் தெரிந்துகொள்க); 'வல்லார் வாய்க் கேட்டுணர்க' (இங்குக் கூறாதவற்றை அறிஞர்கள் பால் கேட்டுணர்க) போன்ற சூத்திரங்கள் அல்லது விளக்கங்கள் மலையாளத்திலும் தமிழிலும் மரபுவழிப்பட்ட இலக்கணங்களில் காணப்படுகின்றன.

மூன்றாவது கூறிய குறைந்த அளவிலான உள்ளீடு, ஒரு குறிப்பிட்ட இலக்கணப் பகுப்பிற்குப் பயன்படுத்தும்போது, போதியதாக அமையினும் மொத்த இலக்கணத்திற்கு அது அளவிற் குறைந்ததாகவே தென்படும். பிறவினை உருவங்களனைத்தையும் உள்ளீடாக அமையும் இலக்கணத்திற்கு வாக்கிய உருவங்கள் அனைத்தையும் அது அடிப்படையாகக் கொண்டாலும் மொத்த இலக்கணத்திற்கு அந்த வாக்கிய உள்ளீடுகள் போதுமானவையாக அமையா. பாடஞ்சொல்லும் வகுப்புகளில் பயன்படும் எடுத்துக்காட்டு உருவங்களை மட்டும் கொண்ட இலக்கணம் முதிராத குழந்தை நிலையிலுள்ள இலக்கணமாக அமையும். யாரும் அதனைத் தக்க இலக்கணமாகக் கருத மாட்டார்கள். எனவே மூன்றாவது விளக்கத்தை நாம் நிராகரித்துவிடலாம்.

இரண்டாவது பிரிவிற் கூறிய இலக்கணத்தின் அமைப்புப் பற்றி இதுவரை நான் எதுவும் கூறவில்லை. எல்லா இலக்கணங்களிலும் பொது விதிகளும் சிறப்பு விதிகளும் காணப்படும். மற்றொரு வழியில் சொன்னால் ஒவ்வொரு இலக்கணத்திலும் விதிகளும் சொற்களின் பட்டியலும் காணப்படும். உள்ளீட்டுச் சொற்கள் பெருகப் பெருக பொது விதிகள் குறைந்து சிறப்பு விதிகள் பெருகும். சிறப்பு விதிகள் அல்லது சொற்பட்டியலைக் குறைக்க, உள்ளீட்டுச் சொற்களை அறிஞர்கள் குறைக்க முயல்வர். 'அவை தரங் குறைந்தவை' அல்லது 'சீரிய அறிஞர்களுடைய பேச்சோ அல்லது கேள்வியோ அல்ல' என்று அவற்றை நிராகரித்துவிடுவது ஒரு வழி. பிரமாண இலக்கணமாக (ரெஃபரென்ஸ் கிராமர்) இரண்டு அண்மையில் வெளிவந்துள்ளன. அதில் ஒன்று, சாமுவல் மார்ட்டின் 'சப்பான் மொழியின் பிரமாண இலக்கணம்' (ரெஃபரென்ஸ் கிராமர் ஆஃப் ஜாபனீஸ்) என்ற நூலில், பொது விதிகளும் சொற்பட்டியலும் தந்திருக்கின்றார். விதிக்கு எதிரான சொற்களை வருகை முறைக்கு ஏற்பக் கொடுத்திருக்கின்றார். ஆட்டோ யெஸ்ப்பர்சன் எழுதிய 'ஆங்கில இலக்கணத்தின் முக்கிய அம்சம்' (எசன்சியல்ஸ் ஆஃப் இங்கிலீஸ் கிராமர்) என்ற நூல் இரண்டாவது நூலாகும். அந்த நூலிலும் பொது விதிகளும் அவற்றிற்கு எதிரான எடுத்துக்காட்டுகளும் தரப்பட்டுள்ளன. எனவே பெருகிய உள்ளீட்டால் பொது விதிகளும் எதிரான சொற்பட்டியலும்தாம் கொடுத்திட முடியும்

என்பது தெளிவாகின்றன. புறநிலையில் (*சர்ஃபேஸ் லெவல்*) அவ்வாறு தான் செய்ய இயலும். எல்லாச் சொற்களையும் விதி மூலம் தோற்று வித்திட முடியாது என்பது உறுதியாகிறது. அகநிலை அமைப்பை (*டீப்லெவல்*) கணக்கிலெடுத்து விதியமைத்தால், கூடுதலளவில் மொழி உருவங்களுக்கு விதி அமைத்திட இயலும் என்று இப்போது தெளிவாகி வருகிறது. அவ்வாறு செய்யினும் விதிக்கு எதிரான சொற்களைத் திருப்தியாக விளக்க முடியுமா என்று அம்முறையிலும் தெளிவாக வில்லை. விதி பிழைத்த சொற்கள் பலவானால் பொது விதி மாற்றப் படும். அல்லது சிறப்பு விதிகளின் எண்ணும் மிகுதியாக இருக்கும். விதிக்கு எதிரான சொல்லுருவங்கள் சிலவாகையால் அவை புறக் கணிக்கப்படும்; இலக்கணத்திற்கு அவை ஒரு பொருட்டல்ல என்று ஒதுக்கப்படும்.

ஒரு மொழியின் எல்லா உருவங்களையும் - வாக்கியங்கள், சொற்கள், ஒலிக்கணங்கள் அனைத்தையும் ஒரு இலக்கணம் விவரித்து உறுதிப் படுத்த இயலுமா? அவ்வாறு செய்யும் இலக்கணம் என்ன வகையான இலக்கணம் என்று கூற முடியுமா? விதிகளடங்கிய இலக்கணம் என்றா? அல்லது சொற்பட்டியல் இலக்கணம் என்றா? அத்தகைய சொற்பட்டியல் களைக் கணிப்பொறி தொகுத்துத் தருவதாகக் கொண்டாலும், அந்தச் சொற்பட்டியல்களனைத்தும் ஒரு இலக்கணத்தில் இடம்பெறுமாறு செய்ய இயலுமா? என்பன போன்ற கேள்விகள் எழுவது இயல்பு.

இலக்கண அமைப்பு இயல்புகள் பற்றிய விவாதமும் விளக்கமும் இன்னும் முற்றுப்பெறாததால் முடிந்த முடிவாக எவ்வித விளக்கமும் அந்தக் கேள்விகளுக்கு இப்போது அளிக்க இயலாது. எனினும் ஒன்றை மட்டும் உறுதியாகக் கூற இயலும்; பலதரப்பட்ட சொல்லுருவங்களை உள்ளீடாக இட்டால் இலக்கணத்தில் பொது விதிகள் குறைவாகவும் சொற்பட்டியல் அல்லது சிறப்பு விதிகள் கூடுதலாகவும் காணப்படும் என்பது மட்டும் திட்டமாகக் கூற இயலும். மற்றொரு வகையில் கூறினால் இலக்கணத்திற்கும் அகராதிக்குமுள்ள வேறுபாடு மிகக் குறைவாகவே இருக்கும்.

மரபுவழி இலக்கண ஆசிரியர்கள், பொது விதிகளின் செயற்பாட்டு வல்லமையைப் பெருக்க, உத்தி ஒன்றைக் கையாண்டு விதிகளை விளக்குகின்றனர். அதன் மூலம், பெருமளவில் சொல்லுருவங்களை விதியால் விளக்க முயன்று வெற்றி காண்கின்றனர். சமஸ்கிருதத்தில் அதனை 'யுக்தி' என்றழைப்பர். தொல்காப்பியர் அதன் பிரிவுகளைத் தொகுத்துக் கூறியுள்ளார். அவர் பின் வந்த யாப்பருங்கால விருத்தியின் ஆசிரியர் சிறிய மாறுபாடுகளுடன் அவற்றைத் தொகுத்துள்ளார். நன்னூலாரும் அவற்றை வரிசைப்படுத்தியுள்ளார். அத்தகைய உத்தி

களைக் கௌடிலீயரின் அர்த்த சாத்திரமும், ஆயுர்வேத நூல்களும் தொகுத்துள்ளன. சட்ட நிபுணர்கள் சட்டத்தை விளக்கும்போது ஒரு விளக்க முறையைப் பின்பற்றுவதையும் நாம் இங்கே நினைவுகூர்வது நன்று. அரசாங்க அமைப்பு முறை பல ஆகையால், அர்த்த சாத்திரமும் அந்த உத்திகளைப் பின்பற்றுகின்றது. நோய்களும், நோய் நீக்கும் மருந்தும் பலதரப்பட்டவை ஆகையால் ஆயுர்வேதமும் அவற்றைப் பின்பற்றுகின்றது. சட்ட விதிகளை உள்ளடக்கும் வழக்குகள் கணக் கற்றவை. ஆகையால் வழக்கு மன்றத்தில் நீதிபதிகளும் வழக்கறிஞர் களும் ஒருவகையான உத்திமுறையைக் கையாண்டு சட்டவிதிகளை விளக்கி விரிவாக்குகின்றனர். அவற்றைப் போன்றே உள்ளீட்டுச் சொற்கள் கணக்கற்றவையாக இருப்பதால் விதிகளை உத்தி மூலம் விரிவாக்கி இலக்கணத்தில் செயல்படுத்துகின்றனர்.

தொல்காப்பியம் முதலிய இலக்கணங்கள் கூறும் உத்திகளைப் பின் இணைப்பில் அவற்றின் பொருளுடன் வரிசைப்படுத்தியுள்ளேன். உத்திகளைக் கையாண்டு விளக்கம் கூறும் வழிகள் இருவகைப்படும். 1. இலக்கணம் கூறும் விதிகளில் உள்ள குறைபாடுகளை நீக்கப் பயன் படுத்தல் 2. புதிய சொல்லுருவங்கள் அவ்வப்போது தோன்றும்போது அவற்றையும் விதிக்குள் அடக்கல் ஆகிய இரு முனைகளில் உத்திகளைப் பயன்படுத்துகின்றனர். இலக்கண விதிகள் அந்த உத்திகளால் நிரந்தர நிலையைப் பெறுகின்றன. அதன் மூலம் ஒவ்வொரு இலக்கணமும் காலத்தால் மங்காத நிலையைப் பெறுகிறது. ஆனால் அந்த உத்திகளைப் பயன்படுத்தி விதிகளை விரிவாக்குவது அல்லது சுருக்குவது போன்ற முயற்சிகளை உரையாசிரியர்கள்தாம் செய்திட வேண்டும். எனவே அந்த விளக்கத்தை உரையாசிரியர்கள் சில முறைகளைப் பின்பற்றிச் செய்கின்றனர். சிந்தனை வளமுடைய உரையாசிரியர்களால் ஓர் இலக்கணம், அதன் மூலம், நிரந்தரம் பெறுகின்றது. விரிந்த செயற் பாட்டுத் திறமையையும் பெறுகின்றது.

கருத்தரங்கத் துவக்கவுரையை ஆற்றுபவர்கள் தமது உரைச் சுருக்கத்தால் பிறர் பாராட்டைப் பெறும் உத்தியைத் தெரிந்துகொள்வது நல்லது. பல அமர்வுகளில் இலக்கண அம்சங்களை விரிவாக ஆராய இருக்கும் உங்களிடம் உத்திகளைப் பற்றிய விளக்கத்தையும், இலக்கணத்தில் அவை பெறும் இடத்தையும் விரிவாகக் கூறுவது உங்கள் நேரத்தை வீணாக்கும் என்று அஞ்சுகிறேன். யாரேனும் உத்தி களைப் பற்றி இங்கே கேள்வியெழுப்பினால் பின்னர், நான் விளக்க முயல்கிறேன். மரபு இலக்கணங்கள் அனைத்தும், விதிகளை எக்காலத் திற்கும் ஏற்றவையாகப் போற்றவே விரும்புகின்றன. விடுபட்ட சொல்லுருவங்களை விதிக்குள் அடக்குவதற்கும் வருங்காலத்தில்

பழக்கத்தில் வரும் சொல்லுருவங்களைத் தாம் கூறிய விதியால் விளக்கவும் முயல்கின்றன. அதனால் உரைகாரர்களும் தமது அறிவுத் திறமையாலும் விளக்க ஆற்றலாலும் முக்கிய இடமும் மதிப்பும் பெறுகின்றனர். ஆனால் அவர்கள் பெறும் பாராட்டு, சூத்திரகாரரை அடுத்துத்தான். எனவே மரபு இலக்கணங்களுக்கு இரு தளங்கள் உண்டு. 1. சூத்திரகாரரின் இலக்கணம் 2. விருத்தியுரைகாரரின் இலக்கணம் என்பவையே அத்தளங்கள்.

மேலே கூறிய விளக்கங்களால் எல்லா மரபு இலக்கணங்களையும் காலங்கடந்தவை என்று கூறிவிட முடியாது. ஆனால் திறமையான விருத்தியுரைகாரரையுடைய இலக்கணம் காலங்கடந்து நிற்கும்; நிரந்தரமாக மாறும் தன்மை உடையது எனக் கூற முடியும்.

பிற்சேர்க்கை

1. நுதலியது அறிதல்: 'சூத்திரத்திற்கேற்பக் கருதி உணரப்படும் பொருள் இன்னதென்று கொள்ள வைத்தல்.'

2. அதிகார முறைமை: 'முன் சூத்திரப் பொருள் பின் சூத்திரங்கள் பெரும்பாலானவற்றிற்கும் பெற வைத்தல்.'

3. தொகுத்துக் கூறல்: 'தொகுத்து யாத்த நூலிலும் தெளிவிற்காகத் தொகுத்துக் கூறல்.'

4. வகுத்து மெய் நிறுத்தல்: 'தொகுத்தவற்றை வகை செய்து கூறல்; எடுத்துக்காட்டு, இனம் அவை, வல்லினம், மெல்லினம், இடையினம்' என்றல்.

5. அவ்வயின் மொழியாததனை மொழிந்த பொருளோடு ஒன்ற முட்டின்றி முடித்தல்: 'எடுத்தோதிய பொருண்மைக்கு ஏற்ப அப்பொருளில் சொல்லாத ஒன்றையும் கொள்ள வைத்தல்.'

6. வாராததனை வந்தது முடித்தல்: 'இலக்கணம் வராத சூத்திரத்தான் அங்ஙனம் வந்த பொருண்மைக்கு வேண்டும் முடிவு கொள்ளச் செய்தல்.'

7. வந்தது கொண்டு வாராததுணர்த்தல்: 'பின்னொரு வழி வந்தது கொண்டு முன் வாராததோர் பொருளறிய வைத்தல்.'

8. முந்து மொழிந்ததன் தலைதடுமாற்றம்: 'முன் கூறிய முறையல்லாமல் பின்னொரு கால் தலை தடுமாற்றமாகக் கூறுதல்.'

9. ஒப்புக் கூறல்: 'ஒன்று கூறும்போது இருபொருள் குறித்ததென்று இரட்டுறச் செய்தல்.'

10. ஒருதலை மொழிதல்: 'ஒரு அதிகாரத்தில் சொல்ல வேண்டுவதனை வேறு அதிகாரத்தில் காணப்படும் இலக்கணம் பொருந்தும் என்று

அங்கே கொள்ள வைத்தல்.'

11. தன் கோட் கூறல்: 'சொல்லாதன பலவாயினும் அந்நூலுக்கு வேண்டுவனவற்றை மட்டும் கூறுதல்.'

12. முறை பிறழாமை: 'சில பொருளைக் காரணமின்றி வரிசைப்படுத்திய பின்னர் அவ்வரிசையினையே பின்பற்றி இலக்கணம் கூறல்.'

13. பிறன் உடம்பட்டது தானுடம்படுதல்: 'வழக்கில் எவ்வாறு அமைக்கப்பட்டுள்ளதோ அதைப் போன்று தானும் அமைத்தல்.'

14. சிறந்தது காத்தல்: 'முன் கூறிய சூத்திரப் பொருளைப் பின்னொரு சூத்திரத்தால் விளக்குதல்.'

15. எதிரது போற்றல்: 'வருகின்ற சூத்திரத்தின் பொருளுக்கேற்ப வேறொரு பொருளை முன்னே கூறுதல்.'

16. மொழிவாமென்றல்: 'ஒரு பயன் கருதி முன்னே கூறுவோம் என்று சொல்லல்.'

17. கூறிற்றென்றல்: 'முன்கூறிய இலக்கணத்தை மற்றொரு பொருளுக்குக் கூறும்போது மீண்டும் அந்த சூத்திரத்தைக் கூறாது முன்கூறிய சூத்திரத் தான் கொள்ளுதல்.'

18. தன் குறியிடுதல்: 'உலகக் குறியின்றித் தன்னூலுள் வேறு குறியிட்டு ஆளல்.'

19. ஒருதலையின்மை: 'எல்லா இடத்தும் ஒருப்போல வாராது, வரும் பொழுது அங்கே வருவது' என்றல்.

20. முடிந்தது காட்டல்: 'எல்லாம் விளக்கமாகக் கூறாது, தொல்லாசிரியர் கூறினாரென்று' சொல்லுதல்.

21. ஆணை கூறல்: 'இவ்வாசிரியரின் கருத்து இதுதான் என்று உறுதி யாகக் கொள்ள வைத்தல்.'

22. பல்பொருட் கேட்பின் நல்லது கோடல்: 'பல பொருளில் நல்லதைக் கொள்ளல்.'

23. தொகுத்த மொழியான் வகுத்தனர் கோடல்: 'ஒரு வாய்பாடு எடுத்து ஓதப் பல வாய்பாடு அதற்கு வந்து பூணும் என்று வகுத்துக்கொள்ள வைத்தல்.'

24. மறுதலை சிதைத்துத் தன் துணிவு உரைத்தல்: 'ஒருவன் ஒரு பொருளை வேறுபடக் கூறின் அவ்வேறுபாட்டினை மாற்றித் தான் துணிந்தவாறு அவனுக்குக் கூறல்.'

25. பிறன்கோள் கூறல்: 'தன்னூல் அடிப்படையில் பிற நூலுக்கு இலக்கணம் கொள்ளுமாறு கூறல்.'

26. அறியாது உடம்படல்: 'தான் கூறிய இலக்கணத்திற்கு வேறுபட வருவன தான் அறியவில்லை என்று கூறி அதனைப் புறநடையாக் கூறல்.'

27. பொருளிடை இடுதல்: 'சொல்லுகின்ற பொருளின் இடையே வேறொரு பொருளைச் சொல்லுதலும் சொல்லுகின்ற பொருளுக்கு ஏற்ற பொருளை ஆண்டுச் சொல்லாது பிறிதொரு வழிச் சொல்லுதலும்.'

28. எதிர்பொருளுணர்த்தல்: முன்னூற்களால் இலக்கணத்திற்கு திரிபு படும் என்று உணர்ந்து எதிர்காலத்திற்கேற்றதோர் இலக்கணம் செய்தல்.'

29. சொல்லின் எச்சம் சொல்லியாங்கு உணர்த்தல்: 'சொல்லின் ஆற்றலால் பெறப்படும் பொருளையும் எடுத்து ஓதிய முறையில் கொள்ள வைத்தல்.'

30. தந்து புணர்ந்துரைத்தல்: 'உள்பொருளல்லாததனை உள போலத் தந்துகூட உணர்த்தல்.'

31. ஞாபகங் கூறல்: 'சுருக்கமாகச் சொல்லாது அரிதும் பெரிதுமாக நலிந்து செய்து மற்றதனானே வேறுபல பொருள் உணர்த்தல்.'

32. உய்த்துக் கொண்டுணர்த்தல்: 'ஒரு பொருளைச் சொல்லும்போது அதன் கண்ணே மற்றொரு பொருளைக் கொணர்ந்து கொண்டறியு மென்று தோன்றச் செய்தல்.'

உத்திகள் முப்பத்திரண்டுக்கும் மேற்பட்டவை என்று நச்சினார்க் கினியர் உணர்ந்துள்ளதையும் இங்கே குறிப்பிட வேண்டும்.

யாப்பருங்கால விருத்தியில் கூறப்பட்டுள்ள முப்பத்திரண்டு உத்தி களும் பாடலனார் கூறியவை என்று குறிக்கப்பட்டுள்ளது என்றும், அவரைப் பின்பற்றி நவநீதப் பாட்டியல் உரையிலும் சிங்கார வடிவேலு முதலியார் செய்த அபிதான சிந்தாமணியிலும் கூறப்பட்டுள்ளன என்றும் கேரளப் பல்கலைக்கழகத் தமிழ்த் துறை ஆய்வு மாணவர் திரு. சண்முகம் கூறினார். பாடலனார் என்ற பெயர் பாடலியார் என்றிருந்ததால், அர்த்த சாத்திரம் செய்த கௌடிலீயர் பாடலிபுத்திரனார் ஆகையால் அவரைக் குறிக்கலாம் என்று தோன்றுகிறது. அர்த்த சாத்திர உத்திகளுடன் மேலே குறிப்பிட்டவற்றை இனிமேல்தான் ஒப்புநோக்க வேண்டும்.

•

ஒற்றுமைப்படுதல்

வினையியலில் குறிப்புவினையை விளக்கும்போது தெய்வச்சிலையார் மிக அரிய இலக்கணக் கொள்கையொன்றைக் குறிப்பிட்டிருக்கிறார். மேனாட்டில் குறிப்பாக, ஐக்கிய அமெரிக்காவில் இப்போது இந்தக் கொள்கை தொடர்நிலை (சின்டாக்ஸ்) ஆராய்ச்சியாளர்களிடையே செல்வாக்குப் பெற்று வருகிறது.

குறிப்புவினையென்பது காலத்தையும் பொருளையும் குறிப்பாகக் காட்டுவது என்று கூறி அதனை விளக்கச் சாத்தன் குழையை உடையன் என்ற வாக்கியத்தை முதலில் குறித்து, குழையாகிய பொருளும், உருபும் உடைமை என்னும் சொல்லும் ஒற்றுமைப்பட்டு, சாத்தன் குழையன் என ஒரு சொல்லாகி நிற்கிறது என்கிறார். *(பக்கம் 131, ஆர்.வேங்கடாசலம் பிள்ளை பதிப்பு).*

கணக்கு வகுப்பில் சிறுவன் ஒவ்வொரு வழியையும் தெளிவாக எழுதி விடை காணுவதுபோல் தெய்வச்சிலையார் குறிப்பிட்டுள்ள ஒன்றிப்பு முறையைத் தனித்தனி விதியாக மாற்றி எழுதினால் அது இவ்வாறு நிற்கும்.

1. உருபு கெடுதல்.
2. குறிப்பு வினையடியாகிய உடைமை கெடுதல்.

மேற்குறித்த இரு விதிகளும் செயற்படும்போது இவ்வாறு நிற்கும்:

சாத்தன் குழையை உடையன் (வாக்கியம்)

சாத்தன் குழை உடையன் (1)

சாத்தன் குழையன் (2) (சந்தியால்) உடம்படுமெய் பெற்றது.

தெய்வச்சிலையார் கூறிய ஒன்றிப்பு முறையால் தொடர்நிலையில் தோன்றும் வேறுபாடுகளைச் சில அடிப்படையான வாக்கியங்களி லிருந்து தோற்றுவிக்கலாம் என்பதும், அவ்வாறு செய்யும்போது மாற்றங்கள் ஒவ்வொன்றையும் வேறு பிரித்து விதிகளாகக் கொள்ள முடியும் என்பதும் ஊகிக்க இயலும்.

மேனாட்டு அறிஞர்கள் தொடர்நிலையாராய்ச்சியில் இதையொத்த முறையைப் பின்பற்றி வருகிறார்கள். அவர்களை இடமாற்று இலக்கண ஆசிரியர்கள் (டிரான்ஸ்ஃபர்மல் அனாலிஸ்ட்ஸ்) என்று அழைப்பர்.

அவர்களுக்குள்ளே ஆரிஸ் என்பாரையும் அவருடைய மாணாக்கர் நோவம் சம்ஸ்கி என்பாரையும் சிறப்பாகக் குறிப்பிட வேண்டும். இவ்விருவருள் பின்னவரே இந்தப் புது வழியைப் பின்பற்றி இலக்கண அமைப்புமுறையொன்றை வகுத்தளித்திருக்கிறார். (*சின்தடிக் ஸ்ட்ரக்சர்ஸ், 1957*).

சமஸ்கியினுடைய இலக்கணம் இரண்டு அடிப்படையில் இயங்கு கிறது. முதலில், சிக்கலான வாக்கியங்கள் அனைத்தும் அடிப்படை யான எளிய வாக்கியங்களில் (கெர்னல் செண்டன்சஸ்) இருந்து பிறக்கும். இரண்டாவது, அடிப்படை வாக்கியத்திலிருந்து சிக்கலான வாக்கியம் தோன்றும்போது பல தோற்ற விதிகளைக் கொண்டு பிறக்கும். இந்த தோற்ற விதிகளில் ஒவ்வொன்றும் ஒவ்வொரு மாற்றத்தை மட்டும் குறித்து நிற்க வேண்டும். எடுத்துக்காட்டாக 'ஐ' உருபு கெடுதலையும் 'உடை' கெடுதலையும் ஒரே விதியிற் கூறாமல் ஒவ்வொன்றும் கெடும் போது தனித்தனி விதிகளால் கூறுவதையே அவர் குறிக்கிறார். இதனால் விதிகள் மிக எளியனவாக அமையும். விதிகளை அடுக்கி ஒழுங்கு படுத்தும்போது ஒரு குறிப்பிட்ட முறையைப் பின்பற்ற வேண்டும் என்றும் அவர் கூறுகிறார். மேற்குறித்த 'ஐ' உருபு கெடும் விதியை இரண்டாவதாகக் கொண்டு 'உடை' கெடுதலை முதலாவதாக மாற்றினால் சில இடையூறுகள் ஏற்படும். ஏனெனில் இம்மாற்றத்தால் 'உடை' கெட்ட பின்னர்தான் 'ஐ' கெட முடியும். ஆனால் பல இடங்களில் உடை கெடாமலே 'ஐ' கெடுவது உண்டு. எனவே, விதிகளை அடுக்கும்போது பல்வேறிடங்களுக்கும் பயன்படுமாறு அமைக்க வேண்டுவது அவர் கருத்து.

தெய்வச்சிலையார் குறிப்பிட்ட சாத்தன் குழையை உடையன் என்பது அடிப்படை வாக்கியமாகும். அவர் அடுத்துக் குறிப்பிட்ட உருபு, உடைமை முதலியவை மறைதல் தோற்று விதிகளாகும்.

தோற்று விதிகளுக்குள்ளே உருபுகள் அல்லது இடைச் சொற்கள் சேர்வது அல்லது மறைவது ஆகியவையும் தொடர்மொழியில் ஏற்படும் சொற்களின் இடமாற்று விதிகளுள் அடக்குவர். இடமாற்று விதி யென்பது ஒரு தொடர்மொழியில் இரு சொற்கள் இருக்கின்றன என்று கொள்வோம். அவற்றுள் முதற்சொல் இரண்டாவது நின்ற நிலையை யும், இரண்டாவது, முதற்சொல் நின்ற நிலையையும் பெறுவதாகும். மற்றொரு வகையில் கூறினால் 1, 2 என நிற்பது 2, 1 என மாறுவதாகும். இதனையும் தெய்வச்சிலையார் குறிப்பு வினைமுற்றிற்கும் வேற்றுமை உருபும் பொருளும் தொக்க தொகைக்கும் வேறுபாடு கூறும்போது மனத்திற் கொண்டிருந்தார் என்று ஊகிக்க இடம் உண்டு. சாத்தன் குழையன் என்றால் குறிப்பு வினைமுற்று என்றும், குழைச் சாத்தன்

என்றால் வேற்றுமை உருபும் பொருளும் தொக்க தொகை என்றும் அவர் கூறியுள்ளார். இதை முன் கூறியவாறு அடிப்படை வாக்கியத்தாலும் தோற்று விதியாலும் கூறும்போது இவ்வாறு ஆகும்:

1. ஐ கெடல்
2. உடை கெடல்
3. அன் கெடல்
4. 1+2, 2+1 ஆதல்

இவை செயற்படும்போது,

சாத்தன் குழையை உடையன் (வாக்கியம்)
சாத்தன் குழை உடையன்   1
சாத்தன் குழை அன்   2
சாத்தன் குழை   3
குழைச் சாத்தன்   4

(சந்தியால் சகரம், இரட்டித்தது)

மேற்கூறிய தோற்று முறைகளில் குறிப்புவினைக்கும், வேற்றுமைத் தொகைக்கும் வேற்றுமை உருபும் பொருளும் தொக்க தொகைக்கும் பொதுவான விதிகள் இருப்பதையும், ஓர் இடத்திற்கென அமைத்த விதி பல இடங்களுக்குப் பயனாவதும் இங்கு நினைவிற்கொள்ள வேண்டும். இந்த முறையால் தொடர்நிலை இலக்கணம் எளிதாக அமைவதற்கு வாய்ப்புண்டு என்பதும் புலனாகும்.

தமிழில் தொடர்நிலை இலக்கணம் மிகவும் சிக்கலானது. பின்னிப் பிணைந்து வாக்கியமுறை அமைந்திருப்பினும் ஒவ்வொரு விரிவும் எளிய வாக்கியங்களில் இருந்து தோன்றியிருக்கின்றது என்ற உண்மையைத் தெய்வச்சிலையார் காட்டிய ஒன்றிப்பு முறையால் விளக்க இயலும். இதை எடுத்துக்காட்டுகளால் விளக்குவோம்.

வினைமுற்று எழுவாய் முதலியவற்றை ஏற்பது போன்று வினை யெச்சமும் எழுவாய் முதலியவற்றை ஏற்கும். பெயரெச்சமும் வினைத் தொகையடியும் அத்தகையன. அவன் வீட்டில் உண்டான் என்பதில் எழுவாய், ஏழாம் வேற்றுமை, பயனிலை ஆகியவை உள்ளன. இவன் வர அவன் உண்டான் என்பதில் எழுவாய், வினையெச்சம், எழுவாய், பயனிலை ஆகியவை இருக்கின்றன. இவன் வந்த இடத்தில் அவன் உண்டான் என்பதில் எழுவாய், பெயரெச்சம், ஏழாம் வேற்றுமை, எழுவாய், பயனிலை ஆகியவை உள்ளன. இவன் தருபொருளை அவன் உண்டான் என்பதில் எழுவாய் வினைத்தொகையடி, இரண்டாம் வேற்றுமை, எழுவாய், பயனிலை ஆகியவை இருக்கின்றன. இவற்றால் வினையெச்சம், பெயரெச்சம், வினைத்தொகையடி முதலியவை, வினைமுற்றாகிய பயனிலை ஏற்பது தெளிவாகும். தெய்வச்சிலையார்

சுட்டிய முறையில் மேற்குறித்த மூன்றையும் வினைமுற்றிலிருந்து தோற்றுவிக்கலாம். முதலில் வினையெச்சத்தை எடுத்துக்கொள்வோம்.

1. இடம் பால் எண் காட்டும் விகுதி கெடல்
2. கால இடைநிலை கெடல்.
3. வினையெச்ச விகுதியாகிய அகரம் சேரல்.

இவ்விதிகள் செயற்படும்போது,
    இவன் வந்தான் (வாக்கியம்)
    இவன் வந்த்   1
    இவன் வ   2

இவன் வ+அ→ வர (?) (சொன்னிலையில் அகரத்தின் முன் வ→ வர் எனத் திரியும்) பெயரெச்சத்திற்கு,

1. இடம் பால் எண் காட்டும் விகுதி கெடல்
2. பெயரெச்ச விகுதி சேரல்

இவ்விதிகள் செயற்படும்போது,
    இவன் வந்தான் (வாக்கியம்)
    இவன் வந்த்   1
    இவன் வந்த   2

வினைத்தொகையடிக்கு,

1. இடம் பால் எண் விகுதி கெடல்
2. கால இடைநிலை கெடல்.

இவை செயற்படும்போது,
    இவன் தந்தான் (வாக்கியம்)
    இவன் தந்த்   1
    இவன் த-தரு   2 (சொன்னிலையில் பகுதி த-தரு எனத் திரியும்)

இவற்றால் வினையெச்சம், பெயரெச்சம், வினைத்தொகையடி முதலியவை வினைமுற்றிலிருந்து பிறந்தவையென்றாகும். இவ்வாறாயின் வாக்கிய நிலையில் வினைமுற்று ஆகியவற்றை இவை ஏற்று நிற்பது இயல்பே. இம்முறையால் தொடர்நிலை இலக்கண அமைப்பு எளிதாகின்றது.

இந்த முறையைப் பின்பற்றும்போது ஓர் ஐயப்பாடு தோன்றுவது இயற்கையே. விதிகள் செயற்படும் சமயம் பல உருவங்கள் இடையில் தோன்றுகின்றன. எடுத்துக்காட்டாக வந்த், தந்த் முதலியவை. இவை மொழி வரலாற்றில் என்றேனும் வழக்கிலிருந்தனவா என்று வினவலாம்.

கணித ஆசிரியர்கள் ஒரு கணக்கிற்கு விடைகாணும்போது பல ஊகங்களை வாய்பாடுகளாகக் கொண்டு விடைகாண முயல்வது நாம் அறிந்ததே. அந்த ஊகங்களில் எவையேனும் விடைகாண்பதற்கு உதவு

மாயின் அவற்றை வாய்பாடாக அவர்கள் கொள்வது வழக்கம். அவை உண்மையா அல்லவா என்று அவர்கள் வினவுவதில்லை. எளிதில் விடை காணுவதற்குரிய உத்தியாகவே அவற்றைக் கொள்வர். அதைப் போன்றே இடையில் வரும் இந்தச் சொல்லுருவங்களையும் கொள்ள வேண்டும். தெய்வச்சிலையார் முறையை இடமாற்று இலக்கண ஆசிரியர்களும் அவ்வாறே கொள்கின்றனர்.

இக்காலத்தில் நமக்குக் கிடைத்த புதுப் பயிற்சியும் இலக்கண ஞானமும் பண்டைத் தமிழ் இலக்கணக் கருவூலத்தின் பெருமையை அறிவதற்குப் பெருந்துணை புரிகின்றன.

மறை வினைகள்

0. தமிழ் வினைகள் இரு வகைப்படும். உடன்பாடு, மறை அல்லது எதிர்மறை, மறைப்பொருள், வினா மூலமாகவும், விகுதி மூலமாகவும் உணர்த்தப்படுகிறது. வினா மூலமாக உணர்த்தப்படும் மறைப் பொருள், பெரும்பாலும் கேட்பார் உளநிலையைப் பொறுத்தும், சூழ்நிலையைப் பொறுத்தும் தோன்றுகிறது. எனவே, அது இலக்கண வரம்பிற்குள் அடங்காது. அதனால், விகுதி மூலம் உணர்த்தப்படும் மறைப்பொருளை மட்டும் விரிவாக இங்கு ஆராய்வோம்.

0-1. மறை விகுதிகளைப் பற்றி, நமது நவீன இலக்கண ஆசிரியர்கள், திராவிட மொழி ஒப்பிலக்கண ஆசிரியர்கள் ஆகியவர்களிடையே மாறுபாடு தென்படுகிறது; இம்மாறுபாட்டை இரு வகையாகப் பகுக்கலாம்: ஒன்று மறை விகுதிகளின் உருவம், எண்ணிக்கை ஆகிய இரண்டும் பற்றிய மாறுபாடு; இரண்டு அவற்றின் தோற்றம். இவ்விரு பிரிவுகளில் மட்டுந்தான் நாம் இங்கு ஆராயப் போகிறோம். பின்னதைப் பற்றி இப்போது ஒன்றும் கூறப்போவதில்லை.

1. பதச் சேதம் செய்யும்போது, நாம் சில விதிகளைப் பின்பற்று கிறோம். அவற்றுள், முக்கியமான மூன்றை மட்டும் இங்குக் கூறுவோம். முதலில் ஒரு வார்த்தையைப் பிரித்து அதன் பிரிவுகளுக்கு இலக்கண விளக்கம் கூறும்போது, எந்தப் பிரிவையும் விளக்கம் கூறாது விடுவ தில்லை. இதை ஓர் எடுத்துக்காட்டுடன் விளக்குவோம். உண்ணாதே என்ற பதத்தைப் பிரிக்கும்போது, உண்(ண்) பகுதி, -ஆ மறை விகுதி, -ஏ முன்னிலை ஒருமை ஏவல் என்று கூறுவது வழக்கம். இந்த விளக்கத்தில் தகர ஒற்று விடப்பட்டுள்ளது. இதற்கு என்ன இலக்கணப் பொருள் என்று கூற வேண்டும். இல்லையெனில் இந்தப் பதச் சேதம் குறைபாடு உடையதாகும். இவ்விதியை 'முற்ற உரைத்தல்'[1] என்றழைப்போம். இரண்டாவது, பதச் சேதம் செய்யும்போது ஓரிடத்தில் ஒரு வகை யாகவும், இன்னோரிடத்தில் இன்னொரு வகையாகவும் பகுத்துக் குழப்புவது கூடாது. வேறு வகையாகப் பிரிக்க வேண்டிய கட்டாயம் ஏற்பட்டால், அதற்குரிய காரணத்தை, அந்த இடத்திலேயே விளக்கி யாக வேண்டும். முன் தந்த எடுத்துக்காட்டைச் சில காரணங்களுக்காக உண் (ண்) + ஆத் + ஏ எனப் பிரித்தால், அந்தப் பதம் வரும் இடங் களிலெல்லாம் இந்தப் பிரிவையே கையாள வேண்டும். இடத்திற் கேற்பக் காரணமின்றி வெவ்வேறு வகையில் பிரித்தல் கூடாது. இவ்விதியை 'முரணாது உரைத்தல்' என்று அழைப்போம். மூன்றாவது, மொழியொருமைப்பாடுடைய ஓர் உத்தி என்ற நினைவுடன் பதச் சேதம்

செய்ய வேண்டும். மொழியின் இலக்கணம் பல உறுப்புகளைக் கொண்டது. அந்த உறுப்புக்கள் அனைத்தும் தம்முள் இயைந்து உள்ளொற்றுமையுடன் இயங்குகின்றன. எனவே, அந்த உறுப்புக்களில் ஒன்றை இலக்கண இயைபினின்றும் நீக்கிப் பதச் சேதம் செய்து காட்டுவது கூடாது. ஒரு பதத்தைப் பிரித்து விளக்கம் கூறும்போது, அதைப் போன்ற மற்றுள்ள பதங்களுக்கும், இலக்கணத்தின் மற்றுள்ள பாகங்களுக்கும் அந்த விளக்கம் பொருந்துமா? என்றும் கூர்ந்து நோக்க வேண்டும். இல்லையெனில், நமது விதிகள் பல முரண்பாடுடையன வாக மாறிவிடும். இந்த மூன்றாவது விதியை 'ஒருமைப்பாடு நோக்கல்' என்றழைப்போம்.

1.1. கால்டுவெல், ஷுல் பிளாக் முதலிய ஒப்பிலக்கண ஆசிரியர்கள் மறை வினைகளைப் பற்றி ஆராய்ந்திருக்கின்றனர். அவர்களுடைய கருத்தில் சில முரண்பாடும், மயக்கமும் காணப்படுகின்றன. இதற்கு முக்கியக் காரணம், முன் சொன்ன மூன்று விதிகளில் ஒன்றையோ அல்லது மற்றொன்றையோ புறக்கணித்ததால், என்று கூறலாம்.

2. முன் குறிப்பிட்ட விதிகளின் அடிப்படையில் பழைய தமிழ் மொழியின் பிரதிநிதியாகப் புறநானூற்று உருவங்களையும்[2] தற்காலத் தமிழின் பிரதிநிதியாகப் பேச்சுவழக்கொன்றின் உருவங்களையும்[3] பதச் சேதம் செய்து அவற்றிற் காணும் மறை விகுதிகளின் எண்ணிக்கையை அறுதியிட்டு, முன் குறிப்பிட்ட பெரியார்களின் கருத்தோடு ஒப்பிட்டுப் பார்ப்பதே நம் நோக்கம்.

2.1. புறநானூற்றில் முற்று வினை, பெயரெச்சம், வினையெச்சம், வினையாலணையும் பெயர், தொழிற் பெயர் ஆகிய வினைப் பகுப்பு களில் மறைப்பொருள் காணப்படுகிறது.

2.2. முற்று வினைகளில் காணும் மறை உருவங்களை, உடன்பாட்டு உருவங்களுடன் கீழே தருகிறோம். அறிந்தேன் - அறியேன் *(86-3)*, வருவேம் - வாரேம் *(145.4)*, ஒல்லை - ஒல்லாய் *(31.6)*, திரிந்தீர் - திரியீர் *(58-21)*, உண்டனன் - உண்ணான் *(184-11)*, அணிந்தனள் - அணியாள் *(242-3)*, உதவும் - உதவாது *(18-26)*, ஒல்லுவர் - ஒல்லார் *(153-12)*, உடுப்ப-உடா *(141-10)*. இவ்வெடுத்துக்காட்டுகளிலிருந்து, உடன்பாடும் மறையும் இருவழிகளில் மாறுபட்டிருக்கின்றன என்று அறியலாம்: ஒன்று, காலங்காட்டும் விகுதிகள், மறை உருவங்களில்லை. இரண்டு இடம், பால், எண் காட்டும் விகுதிகள் மறை உருவத்தில், குறிப்பாகப் படர்க்கையிடத்தில் நீண்டிருக்கின்றன. படர்க்கை இடத்தில் இடம், பால், எண் காட்டும் விகுதிகள் புறநானூற்றில் சில இடங்களில் நீண்டு வந்திருப்பதும் இங்கே அறியத்தக்கது. ஆனால் உடன்பாட்டில் இவ்வுயிர்கள் எப்போதும் கால இடைநிலைகளுக்கு அப்புறமே

வருகின்றன. மறை வினைகளில் இவ்வுயிர்கள், வினையடிக்கு அப்புறமே வந்திருக்கின்றன. எனவே, உடன்பாட்டில் இடம், பால், எண் உணர்த்திவரும் நெட்டுயிர் வேறு; மறை வினையில் வரும் நெட்டுயிர் வேறு. மறைப்பொருளைக் காட்டுவதால், பின்னதிலுள்ள நெட்டுயிரில் மறை விகுதி சேர்ந்திருப்பதாகக் கொள்ளலாம். எனவே, படர்க்கையிட உருபான ஆகாரத்தின் முதற் கூறான குறுகிய அகரம், மறை விகுதியாகும். தன்மையில், ஏகாரத்தின் முதற் கூறான குறுகிய அகரமும் மறையை உணர்த்தும் முன்னிலை ஒருமையில் ஆகாரத்தின் முதற் கூறான குறுகிய அகரமும் மறையை உணர்த்தும் முன்னிலைப் பன்மை யில் ஈகாரத்தின் முதற் கூறான குறுகிய இகரமும் மறைப்பொருள் உணர்த்தும். சுருங்கச் சொன்னால், அகரத்தின் முன் அகரமும், எகரத்தின் முன் எகரமும், இகரத்தின் முன் இகரமும் மறைப் பொருளையுணர்த்தும். இவை மூன்றும். ஒன்றின் மாற்றுருவங்களே. பின்வரும் உயிரெழுத் திற்கு ஏற்ப இந்த மூலவிகுதியின் உருவமும் மாறுபடுகின்றது.

2.3. வினையெச்சப் பகுப்பில் -ஆத் என்பது மறைப்பொருளை உணர்த்துகின்றது. அறிந்து - அறியாது *(70-8)*. இந்த மறை விகுதி -ஆத்-, வினையெச்ச விகுதியான உகரத்தின் முன் வருகிறது.

2.4. பெயரெச்சத்தில் முன் குறிப்பிட்ட –அ–கரமே மறைப்பொருளை உணர்த்துகிறது. ஓடிய-ஓடா *(126-4)*. இங்கே மறை விகுதி -அ-கரம், பெயரெச்ச விகுதியான - அ-கரத்தின் முன்னே வருகிறது. ஓடாத என்ற பெயரெச்ச வழக்கு புறநானூற்றில் காணப்படவில்லை.

2.5. வினையாலணையும் பெயரிலும் -ஆத்- உருவமே காணப் படுகிறது. அடங்கியோர்-அடங்காதோர் *(35-34)*. இதில், படர்க்கை இடத்தைக் குறிக்கும் -ஓ- காரத்தின் முன்-ஆத்-வருகிறது.

2.6. நமது இலக்கண ஆசிரியர்களுக்குள்ளே வீரசோழிய ஆசிரியர் -ஆது என்பதை மறை விகுதியாகக் கொள்கிறார். *(சொல் 2-சூத்- 11)*. ஆனால் -ஆது-விகுதி வருமிடமாக அவர் கருதுவது வேறாகும். பெயரெச்சத்திலும் வினையெச்சத்திலும் வரும் -ஆத் என்பதை, த, து என முறையே பிரித்து, இறந்த கால எச்சங்களாக்கிக் கூறுவதுமுண்டு. முன்னர் பார்த்த இடங்களிலெல்லாம், மறை விகுதி -அ-கரம், காலங்காட்டும் இடைநிலை நின்ற இடத்தில் வருகின்றதே ஒழிய, அதற்கு முன்னோ பின்னோ வரவில்லை. மேற்குறித்த பதச் சேதத்தை ஏற்றுக்கொண்டால், கால இடைநிலை எதிர்மறை விகுதிக்கு அப்புறம் வரும் எனக் கூற நேரிடும். இவ்வாறு கூறுவது வினையமைப்பில் காணும் விகுதி ஒழுங்கைக் குலைத்துக் கூறுவதாகும். அல்லாமலு'ம், தகரம் இறந்தகாலம் ஆயின், அதைப்போல் நிகழ்காலத்திற்கும் அது பொருந்தி வர வேண்டும் என்று எதிர்பார்ப்பது இயற்கையே. ஆனால்

உண்ணுகிற என்ற உருவம் எங்கும் காணப்படவில்லை. யாரேனும் அதை உச்சரித்தால், உடனே அது தமிழ் அன்று என்றும் சொல்லத் தோன்றுகிறது. எனவே, மேற்குறிப்பிட்ட தகரம் இறந்தகால இடை நிலை யன்று. சிலர் இதனை எழுத்துப் பேறு என்பர்; அதாவது, ஆகார மாகிய எதிர்மறையோடு ஒட்டிவரும் அவசியமற்ற வழக்கெழுத்து என்பர். இந்த முடிவிற்கும், நம் கருத்திற்கும் நெடுந்தொலைவில்லை. நாம் இந்தத் தகர ஒற்றினை மறை விகுதியின் உறுப்பாக்கிக் கூறு கிறோம். அவ்வளவுதான் வேறுபாடு.

2.7 தொழிற் பெயரில் வரும் மறை விகுதியும் அகரமே. இது தொழிற் பெயர் விகுதியான அமையின் முன்பு வருகிறது. போற்றியமை - போற்றாமை *(28-17)*.

2.8. புறநானூற்றில் சில வழக்கு அருகிய வினையெச்சங்கள் காணப் படுகின்றன. வெருவா *(238-2)*, படாஅ *(103-9)* முதலியவை அவற்றுள் சில. இவை வெருவாது, படாது எனும் பொருளில் இங்கு வந்திருக் கின்றன. இவற்றில் வரும் ஆகாரத்தை மறை விகுதியாக நாம் கொள் கிறோம். இது, வினையெச்ச விகுதியான உகரம் இருந்துகெட்ட நிலைக்கு முன்னே வருகிறது. இந்த ஆகார இடைநிலை, வினையடிக்கு அப்புறம், படர்க்கை இடத்தில், எந்த விகுதியும் ஏற்காமலும் வந்திருக் கின்றது. கொள்ளா *(92-1)*.

2.9. அல், இல் என்னும் மறை விகுதிகளும் புறநானூற்றில் காணப் படுகின்றன. அல், இல்-லைவிடவும் கூடுதல் வழக்காறு பெற்றிருக் கின்றது. அல்-லும், அகரமும் இடவிகுதிகளுக்கு முன்னர் ஒன்றோ டொன்று மயங்கி வருகின்றன. கேளலம் - கேளேம் *(76-3)*. உள்ளலெம் -உள்ளேம் *(150-3)*, கூறலன் - கூறான் *(239-7)*, தேறலை - தேறாய் *(10-2)*, கொள்ளலர் - கொள்ளார் *(182-6)*.

2.10. ஆனால் முன்னிலைப் பன்மை விகுதியான மின், மார் ஈறு ஆகிய இரண்டின் முன், அல் மட்டுமே வரும். கொள்ளன்மின் *(216-5)*, கேளன்மார் *(389-17)*. அல் விகுதி, தடைப்பொருள் உணர்த்தி வேறொரு விகுதி ஏற்காமலும் தன்மை முன்னிலைகளில் வருகின்றது. பெயரல் - *(3-14)*.

2.11. ஆல் விகுதி உறு என்னும் வினையடியின் பின்னும் வியங்கோள் விகுதியான க-வின் முன்னும் வருகின்றது. உறாற்க. *(171-13)*.

2.12. இல்-லும் அல்-லும் மயங்கியும் வருகின்றன. உன்னலன், உன்னிலன் *(310-6)*.

2.13. இல் மட்டும் ஓரிடத்தில் கால இடைநிலையை அடுத்து வருகிறது. இவ்வுருவம் பிற்கால இலக்கியத்தில், மிகுதியாகக் காணப் படுகிறது. போர்ப்பித்திலது *(286-5)*.

2.14. அல், இல் அடியாகப் பிறந்த பதங்களின் சேர்க்கையால், மறைப்பொருள் உணர்த்துவதும் புறநானூற்றில் காணப்படுகின்றது. விகுதிகளான அல், இல் இரண்டிற்கும், அடிச் சொற்களான அல், இல் ஆகிய இரண்டிற்கும் எவ்விதப் பொருள் வேறுபாடு இல்லை யெனினும், ஒன்று விகுதியாக மட்டும் வழங்குவதாலும், மற்றொன்று அடிச்சொல்லாக மட்டும் வழங்குவதாலும் இரண்டையும் வெவ்வேறு வகுப்புக்களில் அடக்கி வகைப்படுத்தியிருக்கிறோம். இல்லாத்திணை *(27-3)* என்ற பெயரெச்சத் தொடரில், அகர எதிர்மறை விகுதி மீண்டும் வருவதால் இல்லும் அகரமும் எதிர்மறையை, இருமுறை உணர்த்துவ தாகக் கொள்ள வேண்டும். இல்லையெனில், ஆகாரத்தைப் பெயரெச்ச விகுதியாகக் கொண்டு துன்புற நேரிடும்.

2.15. இதுவரை பார்த்த மட்டில், புறநானூற்றில் மறை விகுதியாக அகரம் ஒன்றே உண்டென்றும், அதன் வேற்றிட உருவங்களாக எகரம், இகரம், அகரம், ஆத், ஆ, அல், ஆல், இல் ஆகிய எட்டும் உண்டென்றும், அவற்றுள், இல் மட்டும் கால இடைநிலைகளை அடுத்துவரும் இயல் புடையது என்றும், ஏனைய ஏழும் வினையடியையடுத்துக் கால இடை நிலை நின்ற இடத்தில் வருவன எனவும் கண்டோம். தெளிவான வினை உருவங்கள் புறநானூற்றில் இந்த அமைப்பையே கொண்டிருக்கின்றன.

3. வழக்கு வீழ்ந்த சில வினைமுற்றுக்கள் புறநானூற்றில் காணப் படுகின்றன. உண்கும் *(125-4)* = நாம் உண்போம், கேட்டீ *(289-8)* = நீ கேட்பாய் முதலியவை அவற்றுள் இரண்டு. பிற சங்க இலக்கியங்களில் உண்கு = நாம் உண்போம், சென்றி - நீ செல்வாய், காண்டி = நீ காண்பாய், சேர்தி = நீ செல்வாய் முதலிய உருவங்கள் தன்மை முன்னிலை இடங் களில் காணப்படுகின்றன. தொல்காப்பியர் வினையியலில் கும், டும், தும், றும், கு, டு, து, று ஆகிய எட்டும் முறையே பன்மைக்கும் ஒருமைக்கும் உரிய தன்மை விகுதிகளாகக் கொள்கின்றனர்.[4] ஆனால் டி, றி, தி, ஆகியவற்றை முன்னிலை ஒருமை விகுதியாகக் கொள்ளாது இகரத்தையே கொள்கிறார்.[5] முன்னிலையில் இந்த இகரத்தின் முன் வரும் ஒற்றெழுத்துக்களின் நிலையைப் பற்றித் தொல்காப்பியரின் கருத்து எதுவோ என்று அறிதற்குச் சூத்திரச் சான்றில்லை. உரையாசிரியர் கருத்துக்கள்தாம் கிடைக்கின்றன. ஆனால் இவற்றைப் பதச் சேதம் செய்வதற்கு மறை விகுதிகள் வழிகாட்டுகின்றன. உண்டி என்பதன் மறை உருவம் உண்ணாது என்பதாகும். கேட்டீ-கேளாதி, சென்றீ-செல்லாதி. எனவே உடன்பாட்டிலுள்ள த், ட், ற், க் ஆகிய நான்கு ஒற்றுக்களும் கால இடை நிலைகள் என்பது மறை விகுதியால் விளங்கு கிறது. ஏனெனில், மறை விகுதிகளில் இல் ஒழிந்த ஏனையவை, கால இடைநிலைகள் நின்ற இடத்தில்தான் வரும். அவ்வாறாயின், க், த், ட்,

ற் ஆகியவை நான்கும் எதிர்கால இடைநிலைகள் என்று கருத **வேண்டிய** நிலை ஏற்படுகிறது. நன்னூலார், 145ஆம் சூத்திரத்தில்[6] **று, து, றும், தும்** ஆகிய நான்கும் இறந்த காலத்திற்கும் எதிர்காலத்திற்கும் வரும் **என்பது** இங்கே நினைவுகூரத் தக்கது.

3.1. மின், மார், வியங்கோள் விகுதியான க முதலியவற்றையும், ம்+இன், ம்+ஆர், க்+அ என்று பிரித்து மகரமும் ககரமும் எதிர்காலங் காட்டும் என்று கூறுவது தவறு என்பதை, மறை விகுதிகளின் இட வரவால் அறியலாம். கேளன்மார் (389-17), கொல்லன்மின் (216-5), உண்ணற்க ஆகிய எடுத்துக்காட்டுகளில் மகரமும் ககரமும் மறை விகுதியை அடுத்து வருவதால் அவற்றைக் காலங்காட்டும் இடைநிலை களாகக் கொள்ளக் கூடாது.

3.2. இதனால் தமிழ் வினையமைப்பில் மறை விகுதிகள் எவ்வளவு முக்கிய இடத்தை வகிக்கின்றன என்பதும் தெரிய வரும்.

4. பேச்சுத் தமிழில் பதச்சேர்ப்பால் மறைப் பொருளுணர்த்தும் பழக்கம் கூடுதலாகக் காணப்படுகிறது. இல்லை, மாட்-, கூட்-, வேண்ட்- முதலிய பகுதிகள் இதற்குப் பயன்படுகின்றன. இறந்த காலத்திலும், நிகழ்காலத்திலும் மறைப்பொருளை உணர்த்த இல்லைச் சொல் உபயோகப்படுத்தப்படுகிறது. சாப்பிட்டேன் - சாப்பிடவில்லை. சாப்பிடு கிறான் - சாப்பிடவில்லை. வருங்கால மறையை உணர்த்த மாட்- பயன்படுகிறது. வருவான்-வரமாட்டான். ஆனால் இந்த வினையடி உயர்திணையில் மட்டுமே வருகின்றது. அஃறிணைக்கு மறை விகுதிகள் பயன்படுத்தப்படுகின்றன. வரும்-வராது. மாட்டான் என்ற சொல்லில் மறைப்பொருளை உணர்த்துவது படர்க்கை விகுதியான அகரத்தின் முன்னுள்ள அகரமே. மாட்டேன் என்பதில் தன்மை இடவிகுதியான எகரத்தின் முன்னுள்ள எகரமே. மாட்டோம் என்பதில் தன்மை இடவிகுதி யான ஒகரத்தின் முன்னுள்ள ஒகரமே. மாட்டீர் என்பதில் முன்னிலை இடவிகுதியான இகரத்தின் முன்னுள்ள இகரமே. மற்றொரு மறை விகுதியான -ஆத்- ஏவல் ஒருமை விகுதியான ஏகாரத்தின் முன்னும் பெயரெச்ச விகுதியான அகரத்தின் முன்னும், வினையெச்ச உகரத்தின் முன்னும் தோன்றுகிறது. கூட்- என்னும் வினையடி, ஆது என்னும் மறை விகுதியை ஏற்கிறது. வேண்ட்- என்ற வினையடி ஆம் என்ற மறை விகுதியை ஏற்கிறது.

4.1. சுருங்கச் சொன்னால் பேச்சுத் தமிழிலும் மறை விகுதி அகரமே என்றும், அதன் வேற்றிட உருவங்களாக எ, ஒ, இ, அ, ஆத், ஆது, ஆம் ஆகிய ஏழும் வருகின்றன என்றும் கண்டோம்.

5. தமிழ்மொழியின் பண்டைய நிலையையும், தற்கால நிலை யையும் அறிந்த நாம், ஒப்பிலக்கண நூலாசிரியர்களான கால்டுவெல்,

ஷூல் பிளாக், சுப்பிரமணிய சாஸ்திரி ஆகிய மூவர் கருத்தையும், சமீபத்தில் மறை விகுதிகளைப் பற்றி நன்கு ஆராய்ந்து எழுதிய ஆல்பிரட் மாஸ்டர் என்பாரின் கட்டுரைப் பொருளையும் அறிவது எளிதாகும்.

5.1. கால்டுவெல்[7] மறை விகுதிகளைப் பற்றிய கருத்துக்களை 471ஆவது பக்கத்தில் ஓரளவு தெளிவாகக் கூறுகிறார். 'திராவிட மொழிகள் எதிர்மறைப் பொருளைத் தோற்றுவிக்கும்போது, அகர விகுதியை நிலையாகப் பயன்படுத்துகின்றன. தமிழிலும் கன்னடத் திலும் புணர்ச்சிகாரணமாக அது மறைந்துவிட்டது. அகர எதிர்மறை யோடு இடம் பால் எண் காட்டும் விகுதியின் முதல் உயிர் சேர்வதால், அவ்விரண்டும் நாளா வட்டத்தில் கலந்துவிட்டன. இவ்விகுதியின் குறுகிய உயிரோசைகள் நீண்டு ஒலிப்பதே அதற்குச் சான்று' என்கிறார். தாம் உரைத்ததும் அவர் கூறுவதும் உள்ளடக்கத்தில் ஒன்றுதான். நாம் வேறுவிதமாக அதனைக் கூறியிருக்கிறோம்.

5.2. கால்டுவெல் இந்தப் பகுதியில் கூறியிருக்கும் வேறு சில கருத்துக்கள் மறுத்துரைக்கத்தக்கன. 1. பக்கம் 469இல் தமிழ் தெலுங்கு கன்னட மறை வினைகள் எவ்விதக் காலமும் காட்டுவதில்லை என்கிறார். இது முற்றிலும் உண்மையன்று. அவரே பக்கம் 475இல் உண்டிலன் என்ற பதத்தைக் காட்டியிருக்கிறார். அதில் டகரம் இறந்த கால இடைநிலையாகும். வாழ்ந்திலன், வாழ்கின்றிலன், வாழ்கிலன் ஆகியவை முறையே இறப்பு, நிகழ்வு, எதிர்காலங்களைக் காட்டு கின்றன. 2. பக்கம் 471இல் மை விகுதியை வினையெச்ச விகுதியாகக் கருதுகிறார். ஆனால் மை விகுதி வேற்றுமை விகுதிகளை ஏற்கும் தகுதியுடையது. எனவே அதனைப் பெயர் விகுதியாகக் கொண்டு, குறிப்பிட்ட இடங்களில் வினையெச்சப் பொருள் பயந்து நிற்பதாகக் கூறுவது நன்று. 3. பக்கம் 472இல் செய்யாத என்ற பெயரெச்ச உருவத்தைச் செய்யாது என்ற வினையெச்ச உருவத்தோடு பெயரெச்ச விகுதியான அகரத்தைச் சேர்த்ததால் பிறந்ததென்றும், செய்யாது என்பதிலுள்ள துகரம் பண்பு குறித்த அஃறிணை ஒருமை விகுதி என்றும் குறிக்கிறார். இது உண்மையாயின், அஃறிணை ஒருமைப் பெயர்கள் வினையெச்சங்களைப் பயந்தன என்றும், வினையெச்சங்கள் பெயரெச்சங்களைப் பயந்தன என்றும் ஆகும். இவ்வாறு அவர் கருதுவதற்குக் காரணம் தவறாக மறை உருவங்களைப் பதச் சேதம் செய்தமையே. பெயரெச்ச உருவமான உண்ணாக் குதிரையும், உண்ணாத குதிரையும் ஒரே பொருளைத் தருவதால் ஆவும் ஆத்தும் ஒன்றே என்பது விளங்கும். இந்த விகுதியான ஆத், எச்ச உருவங்களில் மட்டுமன்றி, வினையாலணையும் பெயர்களிலும் வருகின்றது. கால்டுவெல் நினைப்பதுபோல் உண்ணாதோன் என்ற பதத்தைப்

பிரித்தால் உண் (ண்) - பகுதி, -ஆ-மறை விகுதி,-த்- அஃறிணை ஒருமை விகுதி, -ஓ-படர்க்கை விகுதி,-ன்-ஆண்பால் ஒருமை விகுதி என்றாகும். இம்முறை இதுவரை கண்ட வினை, வினையாலணையும் பெயர்கள் ஆகியவற்றின் உருபு அமைப்பு முறையை முற்றிலும் மாற்றுகிறது. பால் எண் காட்டும் விகுதி, இடம் காட்டும் விகுதிக்கு முன்னும் பின்னும் வருவதை இங்கு நோக்குக. அஃறிணை ஒருமை விகுதிக்கு அப்புறம் ஆண்பால் ஒருமை எண் வரும் விந்தையையும் நோக்குக. இதனால்தான், ஆத் என்பதை மறை விகுதியாக நாம் ஏற்றுள்ளோம். பதச் சேதத்தில் நேர்ந்த இதே தவறுதான், திராவிட ஏவல் வினைகள் அனைத்தும் அழுத்தமாக உச்சரிக்கப்பட்ட தொழில் பெயர்களென்று கூறுமாறு, பேராசிரியர் கால்டுவெல்லைத் தூண்டியதுபோல் தோன்று கிறது (பக்கம் 473). இதற்கு அவர் செய்யாதே என்ற உருவத்தை உதாரணமாகக் காட்டுவதும் இங்கு நோக்கத்தக்கது. கால்டுவெல் கண்ட ஓர் அரிய புதுமையைக்கூட இந்தத் தவறான பதச் சேதம் மறைத்துவிட்டது. பக்கம் 475இல் செய்கலாதார் என்ற பதத்தைச் செய்க்+அல்+ஆதார் எனப் பிரித்து அல்-லை மறை விகுதியென்றும், ஆதார்- என்பதை எண் பால் இடங்காட்டும் விகுதியென்றும் கூறு கிறார். உண்மையில் அல் இங்குத் தொழில் பெயர் விகுதியாகும். அது வினையடியுடன் சேர்ந்து மறை விகுதியான ஆத்-ஐ ஏற்றிருக் கிறது. இதனால் வினையடிகளேயன்றித் தொழிற்பெயர்களும் கால இடைநிலை அல்லது எதிர்மறை உருபை ஏற்குமென்பது புலனாகிறது. முரணாது உரைத்திருப்பாராயின் இந்தப் புதுமையைக் கால்டுவெல் விளக்கியிருப்பார்.

6. ஷூல் பிளாக்[8], மறை விகுதிகள் குறித்து மிகச் சுருக்கமாகவே கூறுகிறார். 66ஆம் பக்கத்தில் 'திராவிட மொழிகள் தனி விகுதிகள் மூலம் மறைப்பொருளை உணர்த்துகின்றன: அடிச் சொல்லுக்கும் இடங்காட்டும் விகுதிக்குமிடையே கலக்கும் உயிர் மூலமாக இது காட்டப்படுகிறது: அனேகமாக இந்த உயிர், அகரமாகவிருக்கும் (சில இடங்களில் இது இருந்து கெட்ட சூன்யமாக இருக்கும்); இடம் பால் காட்டும் வினைமுற்றுக்களில் இது கெட்டுவிட்டது. இதனால் காலங் காட்டும் இடைநிலைகள் இல்லாமையாகிய ஒரே ஒரு இயல்பால் மறை உருவங்கள் விளங்கும்படியாக நேர்ந்துவிட்டது என்கிறார். இதற்குக் கண்டேன் -காணேன் என்ற சொற்களை உதாரணமாகக் காட்டு கிறார். ஆனால் இட விகுதிகள் மறையிலும் உடன்பாட்டிலும் ஒரே சூழ்நிலையில் வராததை அவர் மனத்தில் கொள்ளவில்லை. இருந்து கெட்ட சூன்ய நிலையையும் கணக்கிலெடுத்துக்கொள்ள வேண்டும் என்று பிளாக் சொல்வதை ஒப்புக்கொண்டால், தன்மை, முன்னிலை, படர்க்கை ஆகிய இம்மூன்று இடங்களின் முன்பும் சூன்ய நிலையே

இருப்பதாகக் கூற வேண்டும். நடைமுறையில், சூன்ய நிலையின் எண்ணிக்கை கூடி, எதன் சூன்யமோ எண்ணிக்கை மிகக் குறைந்து விடும். இது மொழியியல் போக்கிற்கு முரணானது.

6.1. தமிழிலும் கன்னடத்திலும், உடன்பாட்டிற்கும் எதிர்மறைக்கும் எவ்வித மாறுதலும் இல்லையென்று பிளாக் குறிப்பிட்டுக் கண்ணேம் – என்ற உதாரணத்தைக் காட்டியிருக்கிறார். இந்த உதாரணம் பிழையானது. அடிச்சொல் இவ்விரண்டிற்கும் வேறானது. ஒன்றில் கண்(ண்): பின்னொன்றில் காண் ஆகும்.

7. முன் குறிப்பிட்ட ஆசிரியர் நால்வருள்ளே சுப்பிரமணிய சாஸ்திரியாருக்குத் தமிழில் கூடுதல் புலமையுண்டு.[9] அவர் மறைப் பொருளுணர்த்தும் நிலையை அறுவகையாக்கி எடுத்துக்காட்டுகளுடன் 192ஆம் பக்கம் முதல் விளக்குகிறார்.

1. அடிச்சொற்கும் இடவிகுதிக்கும் இடையே அல் சேர்ப்பது. இதை நாம் முன்பே காட்டினேம்.

2. கால இடைநிலைகளுக்கும், இட விகுதிகளுக்கும் இடையே அல் அல்லது இல்-லைச் சேர்ப்பது. இதற்குக் கண்டிலம் (புறம் 202-2) என்ற பதத்தை உதாரணம் காட்டியிருக்கிறார். இவ்வுதாரணம் புறநானூற்றில்[10] மூன்றாம் பதிப்பு முதல் இல்லை. இந்த உருவம் ஏனைய சங்க இலக்கியங்களிலும், பிற்கால இலக்கியங்களிலும் காணப்படினும் புறநானூற்றில் 'போர்ப்பித்திலது' என்ற பதத்தில் தவிர, வேறெங்கும் வரவில்லை. மற்றொரு உதாரணமான சிறந்தன்று (புறம் 75-5) என்பதை உடன்பாடாகத்தான் பொருள் கொள்ள வேண்டும். ஏனெனில், அல்லின்முன் கால இடைநிலைகள் வந்த உருவங்களை இதுவரை இலக்கியங்களில் நாம் காணவில்லை. ஈந்தன்று, வந்தன்று என வரும் புறநானூற்றுப் பகுதிகளிலெல்லாம் அல்(ன்)-ஐ சாரியையாகக் கருதி உடன்பாட்டில்தான் உரையாசிரியர்கள் பொருள் உரைத்திருக்கின்றனர். இங்கும் பழைய உரையாசிரியர் இதற்குப் 'பரிக்கவொண்ணாதாம்படி கனத்தது' என்று உடன்பாட்டில் பொருள் சொல்வதையும் நோக்குக[11].

3. அல், இல் அடியாகப் பிறந்த பதங்களைச் சேர்த்தல் மூலம் மறைப்பொருளை உணர்த்துவது.

4. இறந்தகால இடைநிலையான துகரத்தின் முன்னர் மறை விகுதியான ஆகாரத்தைப் பெய்து உரைத்தல். இதற்கு எடுத்துக்காட்டு ஆகாது (தொல். எழுத்து 71), முதலாது (தொல். எழுத்து 65). இவை இரண்டும், அஃறிணை ஒருமை எழுவாய் ஏற்பதைச் சாஸ்திரிகளே குறிக்கிறார்கள். எனவே நமக்கு ஆக்- வினையடி, அ- மறை விகுதி, அ-படர்க்கை விகுதி, து-அஃறிணை ஒருமை விகுதியாகும்.

5. இடங்காட்டும் விகுதிகளை அடிச்சொல்லுடன் சேர்த்தல் - இதில் மறைப்பொருள் உருபு இருந்து கெட்டதா என்பதைச் சாஸ்திரிகள் குறிக்க வில்லை. எதுவாயினும் இதிலுள்ள குறைபாட்டை முன்பே விளக்கினோம்.

6. அடிச்சொல் அகரத்தை நீட்டுவதால் மறைப்பொருள் பிறத்தல், இதற்கு வர்- வார்- ஆவதை உதாரணமாகக் காட்டியிருக்கிறார். உடன் பாட்டிலும் வர்-வார் என நீள்வது மிகச் சாதாரணம். வாரீர்-நீர் வாரீர். இதனால் அடியகரம் நீளுதலை மறைப்பொருள் உணர்த்ததற்கு என்று கூறுதல் பொருந்தாது.

7. சமீபத்தில் மறை வினைகளின் அமைப்பை ஆராய்ந்த ஆல்பிரட் மாஸ்டர்[12] அவற்றை நான்கு வகையாக முறைப்படுத்திக் கூறுகிறார்.

அ. அடிச்சொல்லாகிய அல் இல் ஆகியவற்றைச் சேர்ப்பது.

ஆ. அ இடைநிலை, அ விகுதி இவை சேர்ப்பதால் தோன்றும் மறைப்பொருள். வினாவால் தோன்றும் மறையைப் பற்றியும் அவர் இங்குக் கூறுகிறார். இது இலக்கண வரம்பிற்குட்படாது என்று முன்பே ஒதுக்கியது நினைவிருக்கலாம். வேண்டாம் என்ற உருவத்தில், நடுவி லுள்ள ஆகாரம் மறை விகுதி என்று அவர் கருதுகிறார். அவ்வாறாயின் இறுதியிலுள்ள மகரவொற்றின் நிலை யாது? என்பதை அவர் விளக்க வில்லை. வருங்காலம் காட்டும் மகர இடைநிலையோ? அல்லது பன்மையுணர்த்தும் விகுதியோ? அல்லது முன்னுள்ள உயிருடன் சேர்ந்த மறை விகுதியோ? என்று தெளிதற்கு அவர் கட்டுரையில் சான்றுகளில்லை. நாம் மறை விகுதியின் பகுதியாகக் கொண்டிருப்பது இங்கு நினைவுகூரத்தக்கது.

இ. இருந்து கெட்ட சூன்ய நிலையால் மறை உணர்த்துதல், இதனால் ஏற்படும் குறைபாட்டை முன்னரே நாம் கூறியுள்ளோம். இந்தப் பகுதியில், வாய்பாடு ஒன்றின் மூலம் மறை ஏற்ற வினைகளனைத்தும் நீண்ட இடவுருபு ஏற்று வருவதை இந்த ஆசிரியர் திறம்படக் காட்டி யிருப்பது, நம் கருத்தை வலிவுறுத்தும். உடன்பாட்டிற்கும் மறைக்கும் மாறுபாடில்லை என்று கூறி அவர் விடாய், பூணேன் என்ற இரு உதாரணங்களைக் காட்டுகிறார். விடாய் என்பது, உடன்பாட்டில் விடுவாய் என்பதனோடு மயங்கிவரும் உருவமாகும். அவ்வாறாயின் இதில் எதிர்கால இடைநிலையான வகரம் இருந்து கெட்டிருக்கிறது. எனவே அதன் உண்மை உருவம் விட்+வ் (இருந்து கெட்டது) + ஆய். ஆனால் மறை உருவமான விடாய் என்பதில் விட் + அ (மறை விகுதி) + அய் என்பதே உருவம். எனவே இவ்விரண்டிற்குமுள்ள உருவ வேறுபாடு தெளியலாம். பூணேம் என்பது பூணமாட்டேம் என்று பொருள்பட்டால் அதன் அடிச்சொல் வினையடிச் சொல்லாகும். ஏனெனில் அது எப்போதும் கால இடைநிலைகளையே ஏற்கும். உதாரணமாகப் பூண்டேம். ஆனால்

பூணேம் என்பது பூணை உடையேம் எனப் பொருள்படின் அது பெயரடிச் சொல்லாகும். ஏனெனில் அது வேற்றுமையை ஏற்கும். எடுத்துக்காட்டு, பூணை, பூணால். எனவே. உருவ ஒற்றுமை உடையவை ஆயினும் இவை இரண்டும், இரண்டு சொற்பிரிவுகளைச் சேர்ந்தவை. உடன் பாட்டிற்கும் மறைக்கும் இதனால் வேறுபாடிருப்பதைத் தெரியலாம்.

ஈ. குருஹ், கோண்டி, பிராஹிவி முதலிய மொழிகள் கையாளு கின்ற மறை தோற்றுவிக்கும் முறை. இது திராவிட மொழி வழக்கு அன்மையால் இதை ஆசிரியர் புறக்கணிக்கிறார்.

8. இதுகாறும் பார்த்தவற்றால் மறை விகுதிகள் எல்லா வினைச் சொற்களிலும் இருக்கின்றன என்றும், அவை இடத்திற்கேற்ப மாறு பட்டுள்ளன என்றும் கண்டோம்.

குறிப்புகள்

1. தெளிவின் நிமித்தம் மொழி இயல் வழக்குகளைக் கையாண்டிருக்கிறேன். மேலும் விளக்கம் வேண்டுவோர் *கலைக்கதிர்* 1958 ஏப்ரல் மாதம் பக்கம் 19 முதல் காணும் 'அமெரிக்க நாட்டு மொழியியல் படிப்பு' என்ற கட்டுரையைப் பார்க்க.

2. புறநானூறு, உ.வே.சா. மூன்றாம் பதிப்பு. முதலில் குறிப்பது பாட்டெண், இரண்டாவது குறிப்பது வரியெண். இங்கு எடுத்தாளும் உருவங்களனைத்தும் கேரளப் பல்கலைக் கழகத்து ஆராய்ச்சித் துறையில் உருவாகிவரும் 'சங்க இலக்கியங்களின் விவரண இலக்கணத்தில்' இருந்து எடுக்கப்பட்டவை.

3. கன்னியாகுமரி மாவட்டத்தில், நாஞ்சில் நாட்டு வேளாளரிடையே காணும் தமிழ் வழக்கே இங்கு ஆராயப்பட்டிருக்கிறது. இங்குக்காட்டிய உருவங்களனைத்தும் இந்தியானாப் பல்கலைக்கழகத் திற்குச் சமர்ப்பிக்கப்பட்ட என் டாக்டர் பட்ட ஆராய்ச்சி நூலில் இருந்து எடுக்கப்பட்டவை.

4. தொல்-சொல் 204/205 நச்சினார்க்கினியர் உரை, பவானந்தர் பதிப்பு, 1941.

5. தொல்-சொல் 225 நச்சினார்க்கினியர் உரை, முன் சொன்ன பதிப்பு.

6. நன்னூல்- உ.வே.சா. நான்காம் பதிப்பு, 1953.

7. கால்டுவெல், *கம்பரேட்டிவ் கிராமர் ஆஃப் த திராவிடியன் லாங்குவேஜஸ்*, மூன்றாவது பதிப்பு, மறுபதிப்பு, சென்னைப் பல்கலைக்கழகம், 1956.

8. ஜூல்ஸ் பிளாக், *கம்பரேட்டிவ் கிராமர் ஆஃப் த திராவிடியன் லாங்குவேஜஸ்*, மொ.பெ.: ஆர்.ஜி. ஹார்ஷே, டெக்கான் கல்லூரி ஹேன்புக் சீரீஸ் 3, 1954, பூனா.

9. பி.எஸ். சுப்ரமணிய சாஸ்திரி, *கம்பரேட்டிவ் கிராமர் ஆஃப் த தமிழ் லாங்குவேஜ்*, 1947, திருவாடி.

10. திரு. பி.எஸ். சுப்பிரமணிய சாஸ்திரிகள் சமீபத்தில் எனக்கெழுதிய கடிதத்தில் புறநானூற்றின் இரண்டாம் பதிப்பைத் தாம் உபயோகித்ததாகக் கூறியிருக்கிறார்கள். இது எனக்குக் கிடைக்க வில்லை.

11. சாஸ்திரிகள் இதனை ஒரு விதிவிலக்காகக் கருதுமாறு மேற்குறிப்பிட்ட கடிதத்தில் குறித்திருக்கின்றார்கள். இதற்கு அவசியம் இல்லை என்று எனக்குத் தோன்றுகிறது.

12. ஆல்ஃபிரெட் மாஸ்டர், *த ஜீரோ நெகடிவ் இன் திராவிடியன்*, டிரான்ஸாக்சன்ஸ் ஆஃப் த ஃபோனோலோஜிகல் சொசைடி, 1946, பக். 137-55.

மொழி அகழாய்வு - ஒரு புது நோக்கு

வரலாற்று முற்காலம்

வரலாற்று ஆசிரியர்கள் சமகால நிகழ்ச்சிகளையும் அவற்றின் தோற்றத்தையும் ஆராய்ந்து கூறுவர். தோற்ற வரலாற்றைப் பிரிஹிஸ்டரி அல்லது முன்னிலை வரலாறு என்பர்.

வரலாற்று நிகழ்ச்சிகளை அவ்வாறே விவரித்துக் கூறும் ஆய்வாளர்களும் உண்டு. அவர்களைத் தனிநிலைவாதிகள் (அடோனோமஸ்) என்பர். முன்னிலை விளக்கம் இல்லாமல் நிகழ்ச்சிகளின் விளக்கம் முற்றுப் பெறாது என்று வாதிப்பவர்களும் உண்டு. அவர்களைச் சார்பு நிலை வாதிகள் (டிபெண்டன்ட்) என்பர். இவ்விரு வாதங்களில் எது ஒப்புக் கொள்ளத் தக்கது, எது ஒதுக்கத்தக்கது என்று ஆராயாமல் முன்னிலை ஆய்வு எந்த அடிப்படையில் அமைந்துள்ளது என்று காண்போம்.

முன்னிலை ஆய்வு முறை உயிரியல் துறையிலிருந்து எடுக்கப்பட்ட ஒன்று. உயிரியல் துறை உறுப்புகளின் பொருத்தம் (ஹோமோலோஜி) அவற்றின் பயன்பாடு, பிறப்பு முறை (ஜெனடிக்ஸ்), உதிர நிலை (ப்ளட் காம்போசிஸன்-வொய்ட் ஆர் ரெட் கார்பஸ்சல்ஸ்), முதலியவற்றின் அடிப்படையில் உயிர் இனங்களைப் பகுத்து அவற்றின் முன்னுருவங்களை நிறுவுகின்றது. சார்லஸ் டார்வின் தமது மனிதனின் பரிணாமம் என்ற நூலில் இம்முறைகளை ஏகதேசமாகக் கையாண்டார்.

பின்னர் அகழாய்வுத் துறையும் பண்பாட்டுத் துறையும் மொழியியலும் அம்முறைகளைச் சில மாற்றங்களுடன் கையாண்டன.

மாட்டு வியாபாரிகள் சந்தைக்குச் சென்றால் மாடு வாங்குவதற்கு முன்னர் அதன் கடைவாய்ப் பல்லின் எண்ணிக்கையைப் பார்ப்பர். கடைவாய்ப் பல் எதுவும் விழாது அவ்வாறே காணப்படின் பசு அல்லது காளை இளமையானது என்று புரிந்துகொண்டு அதன் விலையைப் பேசுவர்.

கேரள விவசாயிகள் தென்னைமரத்தின் வயதைக் கணக்கிட அதன் மடல் விழுந்த சுவட்டை எண்ணுவர். குறைந்த எண்ணிக்கை தென்னையின் இளமையைக் காட்டும்.

மண் ஆய்வாளர்களும் மண்ணின் நிறம் அல்லது அதன் உள்ளமைப்பை அடிப்படையாகக் கொண்டு மண்ணின் பழமை நிலையைக் கணக்கிடுவர்.

பண்பாட்டு ஆய்வாளர்கள் ஒரு கலை அம்சம் (கல்சுரல் காம்ப்ளக்ஸ்) எவ்வளவு முந்தியது அல்லது பிந்தியது என்று கண்டறிய சில ஆய்வு

அடிப்படைகளைக் கையாள்கின்றனர். முதலில் குறிப்பிட்ட ஒரு கலை அம்சம் எங்கெல்லாம் பரவியிருக்கிறது என்று காண்பர். எடுத்துக் காட்டாக, குதிரைகளைப் பயன்படுத்தும் அம்சத்தை (ஹார்ஸ் காம்ப்ளக்ஸ்) எடுத்துக்கொள்வோம். தென் அமெரிக்காவில் பல நாடுகளில் அது பயன்படுத்தப்படுகிறது. குதிரையைச் சவாரிக்குப் பயன்படுத்துவர் சிலர். உழவுக்குப் பயன்படுத்துவர் மற்றும் சிலர். போருக்குப் பயன் படுத்துபவர்கள் சில நாட்டினர். மதச் சடங்குகளுக்குப் பயன்படுத்துவர் சில தேசத்தார்கள். எனவே குதிரை அம்சத்தை, சவாரி, உழவு, போர், மதச்சார்பான பயன்பாடு என்று நான்கு பயன்பாடுகளாகப் பகுத்து, அவற்றில் எந்த நாட்டினர் சவாரிக்கு மட்டும் பயன்படுத்துகின்றனரோ அந்த நாடே குதிரை அம்சத்தின் பிறப்பிடம் என்று சுட்டுவர். அந்தப் பயன்பாடே காலத்தால் முந்தியது என்றும் கூறுவர். பத்தொன்பதாம் நூற்றாண்டில் வாழ்ந்த பண்பாட்டு வரலாற்றாசிரியர்கள் இத்தகைய முறையை நுணுக்கமாகப் பயன்படுத்திப் பல ஆய்வுகளை வெளி யிட்டுள்ளனர். அவற்றின் அடிப்படைக் கருத்துக்களை மறுப்பவர்களும் இல்லாமல் இல்லை. அகழ் ஆய்வாளர்களும் கால வரையறையை மேற்கொண்டுள்ளனர். பானை வனையும் முறை அடிப்படையிலும் அவற்றின் நிறம், வேலைப்பாடுள்ள விளிம்புகள் முதலியவற்றின் அடிப்படையிலும் காலவரையறை செய்வர். அமைப்புகளில் எது எளிதாக இருக்கின்றதோ அதனைக் காலத்தால் முந்தியது என்பர். சிக்கலான அமைப்புடையதைக் காலத்தால் பிந்தியது என்பர். அகழாய்வு செய்பவர்கள் பழங்குடி மக்கள் வாழ்ந்த இடங்களில் காணப்படும் பானை ஓட்டுத் தெளிவின் அடிப்படையில் அந்தக் காலவரிசையை உறுதி செய்வர்.

மேற்கூறிய முறைகள் அனைத்தும் சமகாலத் தெளிவுகளில் இருந்து முற்கால நிலையை ஊகிக்கும் முறைதாம். இதை நாம் நினைவிற் கொள்வது மிகவும் தேவை. மொழியியலும் முற்கால ஆய்விற்குச் சமகாலத் தெளிவையே பயன்படுத்துகிறது.

திராவிட மொழிக் குடும்பத்திலிருந்து ஓர் எடுத்துக்காட்டால் அதனை விளக்குவோம். தலை என்ற சொல்லுக்குச் 'சிரசு' என்ற பொருள் உண்டு. இந்தச் சொல் தமிழில் உள்ளது போன்று மலையாளத்தில் தல என்றும் கன்னடத்தில் *தலெ* என்றும் தெலுங்கில் *தல* என்றும் காணப் படுகிறது. மேற்குறித்த நான்கு மொழிகளிலும் த்+அ+ல் என்று மூன்று ஒலிகளும் (அவற்றை ஒலிக்கணம்-ஃபோனீம் என்பர்) ஒத்திருக்கின்றன. இறுதியிலுள்ள ஐ, எ, அ என்ற உயிர் ஒலிகள் மட்டும் மாறி வருகின்றன. ஐயிலிருந்து எயும் அவும் தோன்றிட முடியும். எனவே தலை என்ற சொல்லே முன் சொல்லாக மீட்டுரு அளிக்கின்றனர்.

சிலர் ஐயிலிருந்து எயும் அவும் தோன்றுவதற்குப் பதிலாக அவிலிருந்து ஐயும் எயிலிருந்து ஐயும் தோன்றியிருக்கக் கூடாதா? என்று வாதிப்பர். ஐ என்ற ஒலிக்கணம் அ+இ சேர்ந்த சந்தியக்கிரம். ஆனால் அ, இ ஆகிய இரண்டும் ஏக ஒலிக்கணம். சிக்கலான ஐயிலிருந்து எளிமையான அ, இகரங்களைத் தோற்றுவிப்பது எளிது. அதற்கு மாறான முயற்சி, விதியில் சிக்கலைப் பெருக்கும். அது மட்டுமல்ல; பல எடுத்துக்காட்டுகளில் ஐ > அ வாக மலையாளத்திலும் தெலுங்கிலும் மாற்றம் பெற்றுள்ளன. அதுவே எ யாக மாறிக் கன்னடத்தில் காணப்படுகிறது. எனவே பல சொல்லுருவங்களுக்கு ஐ > அ அல்லது எ என்ற விதி பயனாகிறது. மற்றொரு தெளிவும் நாம் இங்குக் கருத வேண்டும். பழைய இலக்கியங்களில் (மலையாளம், தெலுங்கு, கன்னடம் ஆகிய) ஐ யுருவம் காணப்படுவதையும் கவனிக்க வேண்டும். எனவே, பழைய எழுத்துச் சான்றுகளும் உறுதிப்படுத்தக் கையாளப் படுகின்றன.

இருவகையான மீட்டுரு அளித்தல் ஓர் உருவத்திற்கு இயலுமாயின் எந்த உருவம் பெரும்பாலான மொழிகளில் காணப்படுகின்றதோ அதனை மொழியியலாளர்களும் ஏற்றுக்கொள்வர். எனவே மொழி யியலாளர் 1. விளக்க எளிமை 2. எழுத்துச் சான்று 3. பெரும் பரவல் ஆகியவற்றை அடிப்படையாகக் கொள்கின்றனர்.

திராவிட மொழிகளிற் காணும் எல்லாச் சொற்களையும் இவ்வாறு மீட்டுருவாக்கலுக்குப் பயன்படுத்த இயலாது. ஒலி உருவத்திலும் பொருள் வெளிப்பாட்டிலும் ஒருமைப்பாட்டுடன் அல்லது ஏகதேச ஒற்றுமையுடைய சொற்களைத்தாம் பயன்படுத்துகின்றனர். அத்தகைய சொற்களுள் மனித உறுப்பு, இன்றியமையாத செயற்பாடுகள், உறவு முறை, சுட்டுச் சொல் போன்ற எளிதில் மாறாத பொருள் வட்டத்திற்குள் அடங்கி நிற்கும் சொற்களைத்தான் மீட்டுருவாக்கலுக்கு அடிப்படை யாகக் கொள்கின்றனர். அத்தகைய சொற்களை உறவுச் சொல் அல்லது cognate என்பர்.

மாறாத பொருள் வட்டம் என்று நாம் குறிக்கும் சில துறைகளில்கூட, கடன் சொற்கள் புகுந்துவிடும். எடுத்துக்காட்டாக 'சூரியன்' என்ற சொல் பெரும்பாலான திராவிட மொழிகளில் காணப்படுகிறது. கடன் சொற்களை இயற்சொல்லிலிருந்து பிரித்தறியச் சில நெறிமுறைகளை வகுத்துள்ளனர். ஒரு சொல் கடன் சொல்லாயின், அதன் பிறப்புமுறை திராவிடத்தில் தெளிவற்றதாக இருக்கும். சூரியனின் பிறப்புமுறை திராவிட மொழிகளின் உதவியுடன் நாம் அறிந்திட முடியாது. சூரியனின் மற்றொரு தமிழ்ப் பெயர் பகலவன். இந்தச் சொல்லின் பிறப்புமுறை பகலைத் தோற்றுவிப்பதால் பகலவன் என்று கூறப்படுகிறான் எனத்

தெளிவாகத் தெரிகிறது. ஆனால் சூரியனின் பிறப்புமுறை தெளிவாகத் திராவிட மொழிகளில், தெரிய முடிவதில்லை. அயல்மொழிக் குடும்ப மான இந்தோ ஆரிய மொழிக் குடும்பத்தில் 'சூரியனின்' பிறப்புமுறை தெளிவாகத் தெரியவருகிறது. அது மட்டுமன்று; பழைய திராவிட இலக்கியங்களில் 'சூரியன்' என்ற சொல் வந்துள்ளதா என்று பார்த்தால் 'இல்லை' அல்லது 'அருகியே வந்துள்ளது' என்றே கூற இயலும். பிற்கால எழுத்துச் சான்றில்தான் சூரியன் என்ற சொல் பெருவழக்காகக் காணப்படுகிறது. இந்தோ ஆரியக் குடும்ப இலக்கியங்களில் பண்டைக் கால முதல் சூரியன் என்ற சொல் காணப்படுவதும் உறுதி செய்யும் மற்றொரு ஆதாரம். கடன் சொற்கள் இலக்கண விதிகளைப் பெறும் போது இயற்சொல் போல எல்லா அம்சங்களையும் பெற்று இயங்காது. எடுத்துக்காட்டாக இறந்த காலத்தை ஏற்கும் வினைச் சொற்களைப் பார்ப்போம். 'வந்தான்', 'இருந்தான்' என்ற வினைச்சொற்கள் ந்த் என்ற கால இடைநிலை ஏற்கின்றன. ஆடினான், ஓடினான் என்ற சொற்கள் இன் கால இடைநிலையை ஏற்கின்றன. 'உழுதான்', 'தொழுதான்' முதலியவை இடைநிலையை ஏற்கின்றன. ஆனால் பிரகாசம் என்ற கடன் சொல் பிரகாஸித்தான் என்று இ+த்த் என்ற இடைநிலைகளை ஏற்கின்றது. பிரகாஸ்+இ பயன் மாற்று இடைநிலை (டெரிவேட்டிவ்ஸ் சஃபிக்ஸ்) ஏற்று த்த என்ற இறந்த கால இடைநிலையையும் பெறுகிறது. எனவே கடன் சொற்கள் குறிப்பிட்ட இலக்கண வட்டத்திற்குள்தான் இயங்கும் இயல்புடையன. இதுவும் கடன் சொற்களைப் பிரித்தறியும் ஒரு தெளிவாகும். எனவே எது இயற்சொல்? எது கடன் சொல்? என்றறிந் திடுவது கடினமானதன்று.

மேற்கூறிய மீட்டுருவாக்கு முறையால் ஒரு மொழிக் குடும்பத்தின் முன்னிலையை நிறுவ முடிவதைக் கண்டோம். அந்தச் சொற்களின் பொருளையும் வரையறை செய்திட முடியும். இதனை ஒப்புநோக்கு மீட்டுருவாக்கம் என்பர். ஒரு இலக்கியத்தின் பல ஓலைச் சுவடிகளை ஒத்துநோக்கி அவற்றில் காணும் வேறுபாடு களை ஆராய்ந்து மூல பாடத்தை இதே முறையில்தான் நிர்ணயம் செய்வர். அதனை உர் டெக்ஸ்ட் அல்லது மூலபாட நிறுவல் என்பர்.

மொழியியல் மீட்டுருவாக்கத்தில் சொல்லும் பொருளும் நிறுவப் பட்டு எது முன்னிலை எது பின்னிலை என்று அறுதியிடுகின்றனர். எனவே முன்னுருவ நிலையில் எந்த எந்தப் பொருள்களை அக்கால மனிதர் பெற்றிருந்தனர் என்று ஊகித்துக் கூறிட முடியும். எடுத்துக் காட்டாக இரும்பு, செம்பு என்ற உலோகங்களில் எதைத் திராவிடர்கள் பயன்படுத்தினர்? எதை ஆரியர்கள் பயன்படுத்தினர்? என்று ஊகித்து அறிந்திட இயலும்.

ஆரியர்கள் முன்காலத்தில் செம்பைப் பயன்படுத்தினர். திராவிடர் பழங்காலத்தில் இரும்பைப் பயன்படுத்தினர். அதன் பின்னரே செம்பைப் பயன்படுத்தினர் என்ற வாதத்தை உறுதிசெய்ய முற்கூறிய பொருட்களையும் பயன்படுத்தி மொகஞ்சதாரோ ஹராப்பா நாகரிகம் எந்த மொழியினத்தைச் சேர்ந்தது என்றும் ஊகித்தறிந்திட முடியும். இதையும் நான் இங்குக் கூற வேண்டும்.

பதினெட்டாம் நூற்றாண்டில் சொல்லடிப்படையில் பண்பாட்டு உறவை ஜெர்மன் சொல்லாய்வாளர்கள் நிறுவ முயன்றனர். அதனை அவர்கள் சொல்லும் பொருளும் (வோர்ட் உண்ட் சின்) என்று அழைத்தனர். ஆனால் அவர்கள் கையாண்ட முறை, திட்பம் இல்லாதிருந்ததால் பலர் குறை கூறினர். பிரபல நாடக ஆசிரியர் பெர்னாட்ஷா தமக்கே உரிய நகைச்சுவையுடன் இந்த முறையை, 'இந்தோ ஐரோப்பியர்களுக்குப் பால் கட்டிக்குச் சொல் ஏதும் இல்லாமல் சுண்ணாம்புக் கட்டிக்குச் சொல் இருக்குமேயாயின் இந்தோ ஐரோப்பியர்கள் சுண்ணாம்புக் கட்டியைத் தின்றனர் என்று சொல்ல நேரிடும்' என்றார். ஆனால் இப்போது மீட்டுரு ஆக்கல் முறை திருத்தம் பெற்றுள்ளது. அது மட்டு மன்றி, பிற சான்றுகளையும் பயன்படுத்தி ஊகிக்க முயல்கிறது.

இரும்பு, செம்பு என்ற இரு உலோகங்களைப் பற்றிய செய்திகளை நாம் விரிவாக ஆராய வேண்டும். இரும்பைக் குறிக்கும் இந்தோ ஆரியச் சொற்கள் எவை எனின் அயஸ், ஆயஸ், ஸாஸ்தரக், தீக்ஷண, பிண்டா, கத்யாஸ், கால் என்பவையாகும். இவற்றைச் சமஸ்கிருதம் பயன்படுத்து கிறது. செம்பைக் குறிக்க தாம்ர என்ற சொல்லைச் சமஸ்கிருதம் கையாள்கிறது.

ஆர்.எல். டர்னர் தொகுத்த இந்தோ ஆரியச் சொற்பிறப்பு அகராதி அயஸ்- 'இரும்பு' என்ற சொல்லை மட்டும் குறிக்கிறது. முதல் முதலில் ரிக்வேத சம்ஹிதையிலும், பிராகிருதத்திலும் காணப்படுவதாக அந்நூல் குறித்துள்ளது. வேறெந்த ஆசிய மொழியிலும் அந்தச் சொல் வந்ததாக அந்நூல் குறிக்கவில்லை. லோஹா என்ற பொதுச் சொல், எல்லா உலோகங்களுக்கும் பொதுச் சொல்லாகும். சமஸ்கிருத மகாபாரதத் திலும் பிராகிருதத்திலும் சிந்தியிலும் ஏனைய உலோகங்களுடன் இரும்பையும் குறிப்பதாகக் காணப்படுகிறது. எனவே இரும்பைக் குறிக்கும் அயஸ் அல்லது லோஹ் என்ற சொற்கள் சமஸ்கிருதம், பிராகிருதம் மற்றும் ஒன்றிரண்டு இந்தோ ஆரிய மொழிகளில் மட்டும் காணப்படுகின்றன.

தாம்ர என்ற சொல் சமஸ்கிருதத்திலும் இந்தியிலும் மட்டும் காணப் படுகின்றது. ஆனால் இரும்பின் நிறமான கறுப்பும், செம்பின் நிறமான சிவப்பும், பரியாயச் சொற்களாகப் பலவிடங்களில் இரும்பையும்

செம்பையும் குறிக்கப் பயன்படுத்துகின்றனர். பிற இந்தோ ஆரிய மொழிகளிலும் இந்தப் பரியாயச் சொற்கள் காணப்படுகின்றன.

திராவிட மொழிகளில் இரும்பு என்ற சொல் அதே பொருளுடன் எந்தெந்த மொழிகளிற் காணப்படுகின்றது என்பதையும் இரும்பாலான கருவிகள் எந்தெந்த மொழிகளிற் காணப்படுகின்றன என்றும் ற்றி. பரோ, எம்.பி. எமனோ தொகுத்த சொற்பிறப்பு அகராதி அடிப்படையில் பார்ப்போம்.

இரம்பம் *4236:* *(அகராதியில் காணும் எண்)* 'அறுக்கும் கருவி' - தமிழ், தெலுங்கு, துளு.

கோடாலி *1702:* 'மரம் வெட்டும் கருவி' - தமிழ், கன்னடம், துளு, கோலாமி, நாய்கி, மலையாளம்.

சட்டுகம் *1905:* 'அகப்பை' - தமிழ், மலையாளம், கன்னடம் கோதம், நாய்கி, குடகு, தெலுங்கு.

தோட்டி *2925:* 'யானைப் பாகனின் கருவி' - தமிழ், மலையாளம், கன்னடம், துளு, பர்ஜி.

தகடு *2425:* 'உலோகத் தகடு' - தமிழ், மலையாளம், கன்னடம், தெலுங்கு.

பிச்சாக்கத்தி 3451: 'சிறு கத்தி' - தமிழ், மலையாளம், குடகு, துளு.

வேல் : 'எறியும் வேல்' - தமிழ், மலையாளம், கன்னடம், தோட, கோலாமி, குடகு, துளு, தெலுங்கு.

மேற்சுட்டிய சொற்களால் இரும்பு என்ற உலோகமும் அதனாற் செய்த கருவிகளும் இலக்கிய வளமுடைய திராவிட மொழிகளிலும் மலையின மக்கள் பேசும் திராவிடக் குடும்ப மொழிகளிலும் காணப்படுகின்றன. இரும்பு என்ற உலோகம், திருந்திய திராவிட மொழி பேசும் எல்லா இடங்களிலும் மலைவாழ் மக்கள் இடையேயும் பரவியுள்ளது.

செம்பு (2283) 'உலோகச் செம்பு, பொன்னாலான பாத்திரங்கள், ஆபரணங்கள்' என்ற பொருள்களில் தமிழ், மலையாளம், கன்னடம், தோடா, கோலாமி, குடகு, துளு, தெலுங்கு ஆகிய மொழிகளில் காணப்படுகின்றது.

திராவிடச் சொற்பிறப்பு அகராதியின் ஆசிரியர்கள் இந்தச் சொல் தாம்ரோ என்ற பிராகிருதச் சொல்லின் தாக்கமுளதாகக் கருதுகின்றனர். இந்தச் செய்தியைப் பின்குறிப்பாகக் கூறியுள்ளனர். எனவே, செம்பும் செம்பாலான கருவிகளும், நகைகளும், குறைவாகவே திராவிட மொழிகளில் குறிக்கப்பட்டுள்ளன என்பது தெளிவு. அது பொதுப் பெயராகவும் பயன்படுத்தப்பட்டுள்ளது.

இலக்கியச் சான்று

மற்றொரு சான்றையும் நாம் கணக்கில் எடுக்க வேண்டும். தமிழ்ச் சங்க இலக்கியங்களில் இரும்பும் இரும்புக் கருவிகளும் அவற்றின் அடிப் படையில் எழுந்த உவமைகளையும் பல இடங்களில் காணலாம். உவமைப் பொருள்கள் அறிந்த பொருளாகத்தான் இருக்க வேண்டும் என்பது இலக்கணம் கூறும் வரையறை. இரும்பு சங்ககாலத்தில் அறிந்த பொருளாகவே தமிழரிடையே இருந்தது என்று உவமைகளால் ஊகித்திட முடியும். சங்க இலக்கியங்கள் இன்றுள்ள தமிழகத் தமிழர்களால் மட்டும் பாடப்பட்டன அல்ல. கேரள மக்களும், தென் கன்னட மாவட்டத்தைச் சார்ந்த புலவர்களும், நெல்லூர் வரை நீண்டு கிடந்த தெலுங்குத் தமிழர்களும், சங்கப் பாக்கள் செய்துள்ள செய்தி இப்போது தெளிவாகத் தெரியவருகிறது. சங்க இலக்கியங்களைத் திராவிடரின் இலக்கியமாகக் கருதினால் அது மிகையாகாது. சங்கச் சான்றுகள் கீழ்வருவன:

இரும்புடைப் பழைய வாள்	*(புறம் 316)*
தூண்டில் இரும்பாற் செய்தது	*(பெரும் 222)*
இரும்பாற் செய்த விளக்கு	*(நெடு 41)*
யானையின் மருப்பில் இட இரும்பாற் செய்த கிம்புரி	*(அகம் 291)*
தூண்டில் இரும்பாலானது	*(அகம் 36)*
இரும்பு உலையில் ஊதும் துருத்தி	*(அகம் 81)*
இரும்பாலான அயருடைய மனிதன்	*(அகம் 187)*
இரும்புச் சுவை கொண்ட விழுப்புண்	*(புறம் 180)*
இரும்பு வாய் மடிந்து சிதையும்படி படை வெல்லல்	*(புறம் 303)*
கரிய இரும்பினால் மான் தோலிற் செய்த வண்ணங்கள்	*(பதிற்று 74)*
உலக்கையின் இரும்பு முகம்	*(சிறு 193)*
இரும்பு பொருந்திய கோலால் எயின் மகள் பூமியைக் குத்திப் புல்லரி எடுப்பது	*(பெரும் 90)*
விசைத்தறி கொல்லன் கூடத்து ஒலி	*(பெரும் 436)*
பருத்த இரும்பு சேர்ந்த அரண்மனைக் கதவு	*(நெடு 80)*
வரகின் கதிர்களை இரும்பு கொண்டரிதல்	*(மலை 192)*
கோசர் இரும்பாற் செய்த படைக்கலம் நிறைந்தவர்கள்	*(அகம் 90)*
கொடுவில் ஆடவர் இருப்பாற் செய்யும் போர்	*(அகம் 179)*
தினைக் கதிரை இரும்பால் அரிந்தனர்	*(நற் 194)*
இரும்பாற் பிளந்த மாவடு	*(கலி 64, பரி 7)*

உவமையாக

இரும்பு உண்ட நீரினும் கானப்பேரெயில் மீட்டற்கு அரிது (புறம் 27)

கொல்லன் விசைத்தறிக் கூடத்தில் உள்ள உலையிடத்து அடைகல் போலும் வலிய ஆண்மையுடையவன் (புறம் 370)

இரும்பு போலும் வாயுடைய சுருங்கை (புறம் 345)

இரும்பைத் தகடாக்கினாற்போன்று கருங்கைக் கொல்லனின் மக்கள் (பெரும் 222)

இரும்பினை முறுக்கிவிட்டாற்போன்று கரிய கொம்புகளுடைய இரலை (அகம் 4)

எருமையின் கரிய கொம்பு இரும்பிற் செய்தது போன்றது (அகம் 56)

கரடி புற்றில் கிண்டுவது, சுடர் தெறிக்க இரும்பினை யடிக்கும் கொல்லனைப் போன்றது (அகம் 72)

வலிய கை இரும்பினை வார்த்து இயற்றியது போன்றது (அகம் 72)

வெம்மை மிக்க கொல்லன் உலையில் தெளித்த நீர்போல நெஞ்சிற்கு ஏமமாயிற்று (நற் 133)

புன்னையின் கரிய கிளை, இரும்பாற் செய்தது போன்றது (நற் 28)

சங்க இலக்கியத் தொகை நூற்கள் ஒன்பதிலும் இரும்பு குறிக்கப் படுகிறது. பல இடங்களில் அது உவமையாகவும் கையாளப்படுகிறது.

எந்த உலோகத்தையும் அதனைத் தோண்டி எடுத்தல், காய்ச்சல், வீட்டுக் கருவிகள் உருவாக்குதல், வேட்டைக் கருவிகள் தோற்று வித்தல், விவசாயக் கருவிகள் உருவாக்குதல், படைக்கலம் தயாரித்தல், மதச் சார்பான சடங்குகளில் பயன்படுத்துதல் என்று அதன் வளர்ச்சி முறையை வரிசைப்படுத்தலாம். அவற்றை முன் பின் என்று கால நிர்ணயம் செய்யவும் இயலும். எல்லா நிலையிலும் இரும்பு பயன் படுத்தப்பட்டுள்ளதைச் சங்க இலக்கியத்தில் காண இயலும்.

செம்பு, சங்க இலக்கியங்களில் அவ்வளவு விரிவாகக் கூறப்பட வில்லை என்பதையும் நாம் தெரிந்திட வேண்டும்.

உலகச் செய்திகளைத் தொகுத்துத் தரும் *என்சைக்ளோப்பீடிய பிரிட்டானிக்கா* என்ற களஞ்சியம் கீழ்வரும் செய்தியைக் குறிக்கிறது.

'இரும்புக் காலம் கிறித்து பிறப்பதற்கு முன் 1200 ஆண்டுகள் என்று கருதலாம். ஆதாம் என்ற முதல் மனிதனின் எட்டாவது தலைமுறை யைச் சேர்ந்த தூபல் கெயின் என்பவர் உருக்கு வேலைக்காரர். காஸா பிரமிட்களில் இரண்டு இரும்புக் கருவிகள் கிடைத்துள்ளன. ஹிட்டைட் என்ற இந்தோ ஐரோப்பிய மொழியினர் இரும்புக் கருவிகளைச்

செய்திருந்தனர் (1900 முதல் 1200 கி.மு.). காஸா (இஸ்ரேல்) கரை தீரத்தில் இரும்பு உலைகள் கண்டெடுக்கப்பட்டன.

பிளினி இரண்டாமவர் தமது, 'இயற்கையின் வரலாறு' என்ற நூலில் இரு காண்டங்களில் இரும்பைப் பற்றிக் கூறியுள்ளார்.

ஆந்திராவிலிருந்து இரும்பு பஞ்சாப் சென்று அங்கிருந்து பர்சிய நாட்டிற்கு எடுத்துச் சென்று எஃகு செய்வதற்காக ரோம கிரேக்க நாடுகளுக்கு அனுப்பப்பட்டது.

தமிழ்ப் பல்கலைக்கழகம் வெளியிட்ட *அறிவியற் களஞ்சியம்* நான்காம் தொகுதி, இந்திய நாட்டில் எங்கெல்லாம் இரும்புக் கனிகள் இருக்கின்றன என்று வரைபடம் ஒன்றை வெளியிட்டுள்ளது. இதில் காணும் 35 இடங்களில் இருபத்தோர் இடங்கள் விந்திய மலைக்குத் தெற்கே காணப்படுகின்றன. (ஆந்திரம் 9, கர்நாடகம் 5, தமிழ்நாடு 5, கேரளம் 2 ஆக மொத்தம் 21). பெரும்பாலான இரும்புக் கனிகள் தென்னாட்டில்தான் காணப்படுகின்றன.

அகழாய்வுச் சான்று

இரும்புக்கால வாழ்விடங்கள், இரும்புக்காலப் புதையல்கள் என இரண்டாகப் பிரித்துத் *திராவிடக் கலைக்களஞ்சியம்* எங்கெல்லாம் அவை இரண்டும் காணப்படுகின்றன என்று தனது முதல் தொகுதியில் சுட்டுகின்றது. பிரம்ம ஹிரி, மாஸ்கி, பிக்ளிகல், சிங்கக்கல்லூர், ஹலங்கி, ஹல்லூர், ற்றி நரசப்பூர் (இவை அனைத்தும் கர்நாடகத்தில் உள்ளன), நாகார்ஜுன கொண்டா, கேஸரப்பள்ளி, யெல்லேஸ்வரம் (இவை ஆந்திரப் பிரதேசத்தைச் சார்ந்தவையாகும்), புயம்பள்ளி, குன்னத்தூர், திருக்காம்புலியூர், உறையூர், கொடுமணல் (இவை தமிழ்நாட்டைச் சேர்ந்தவை), பொறக்களம், கொல்லம் (கேரளத்தைச் சேர்ந்தவை) என்று குறிக்கின்றது.

இரும்பாற் செய்த அம்புத்தலை, ஆணி, கத்தி, வாள், தகழி முதலியவை புதையல் குழியில் காணப்படுகின்றன. அகழாய்வுச் சான்றுகளும் சொல் மீட்டுரு அளித்த முயற்சியின் முடிவிற்குத் துணை நிற்கின்றன.

இந்தோ ஐரோப்பியத் தொகுப்பு

இந்தோ ஐரோப்பிய மொழிகளில் முக்கியமானவற்றின் பரியாயச் சொற்களைத் தொகுதியாக வெளியிட்ட கார்ல் டார்லிங் பக் என்பார் கீழ்வருமாறு கூறுகிறார்:

இரும்பின் பயன்பாடு, இந்தோ ஐரோப்பியர்கள் இணைந்த நிலையில்

உள்ள காலத்தைவிடப் பிற்பட்டது. அவற்றைக் குறிக்கும் சொற்களில் பல தெளிவற்ற சொற்பிறப்புடையவை. செல்டிக்கும் ஜெர்மானிய மொழிக் குடும்பத்தைச் சேர்ந்தவர்கள் அதனை வரலாற்றுக் காலத்திற்கு முன்னரே பெற்றிருந்தனர்.

செம்பு, இந்தோ-ஐரோப்பியர் பெற்ற பிதிராஜ்ஜியம். பின்னர் அது வார்ப்பிற்கும் அதன் பின்னர் இரும்புக்கும் பெயராகப் பயன்படுத்தப்பட்டது.

தங்கம், வெள்ளி, செம்பு ஆகிய உலோகங்களை இந்தோ-ஐரோப்பியர் தமது காலத்தில் அறிந்திருந்தனர்.

கார்ல் டார்லிங் பக்கின் கருத்துக்கள் முடிவை உறுதிப்படுத்துகின்றன. திராவிட மொழிகளின் மீட்டுரு ஆக்கும் வழியாகவும் இலக்கியம், அகழ் ஆய்வுச் சான்றுகள் மூலமாகவும் திராவிடர் இரும்பின் பயன்பாட்டைப் பெற்றிருந்தனர் என்பது உறுதியாகிறது.

உதவிய நூல்கள்

கார்ல் டார்லிங் பக், தேர்ந்தெடுத்த பரியாயச் சொற்கள் இந்தோ- ஐரோப்பிய முக்கிய மொழிகளின் அகராதி, **சிக்காகோ பல்கலைக் கழகம், 1940.**

இரா. சாரங்கபாணி, சங்க இலக்கியப் பொருட் களஞ்சியம் **தொகுதி 1, தமிழ்ப் பல்கலைக்கழகம், தஞ்சாவூர்.**

வ.அய். சுப்ரமணியம், திராவிடக் கலைக்களஞ்சியம் முதல் **தொகுதி, 1990.**

ஆர்.எல். டர்னர், இந்தோ ஆரிய மொழிகளின் ஒப்புநோக்கு அகராதி, **ஆக்ஸ்ஃபோர்டு பல்கலைக்கழகம், 1973.**

டி. பர்ரோ, எம்.பி. எமனோ, திராவிட சொற்பிறப்பு அகராதி, **ஆக்ஸ்ஃபோர்டு பல்கலைக்கழகம், 1961.**

அறிவியல் களஞ்சியம், **நான்காம் தொகுதி, தமிழ்ப் பல்கலைக் கழகம், தஞ்சாவூர்.**

●

நானறிந்த பெருமக்கள்

அமெரிக்கத் திராவிட மொழியியல் அறிஞர்

முர்ரே எமனோ, அமெரிக்க நாட்டின் கலைமொழி விற்பன்னர்; இங்கிலாந்து நாட்டு வடமொழி அறிஞர் டி-பர்ரோவுடன் சேர்ந்து திராவிடச் சொற்பிறப்பு அகராதியை உருவாக்கியவர்.

ஆகஸ்டு மாதம் 31ஆம் நாள் பன்னாட்டுத் திராவிட மொழியியல் நிறுவனத்தில், மதியம் 12 மணியளவில் கேரளப் பல்கலைக்கழகத் தமிழ்த்துறைத் தலைவர் கி. நாச்சிமுத்து கூறிய தொலைபேசிச் செய்தி, என் மேசை மீது இருந்தது. முர்ரே எமனோ தமது 102ஆவது வயதில் ஆகஸ்டு முப்பதாம் தேதி, காலை நான்கு மணிக்கு, காலமான செய்தியை, அமெரிக்க வாழ் இந்திய நண்பர் அவருக்கு மின்னஞ்சல் வழி தெரிவித்திருந்தார்.

டி-பர்ரோவுடன் சேர்ந்து முர்ரே எமனோ உருவாக்கிய *திராவிடச் சொற்பிறப்பு அகராதி* பாராட்டத்தக்க ஒரு முயற்சி. அந்த நூல் உருவாவதற்கு டி-பர்ரோவின் பங்களிப்பு கணிசமானது. ஆனால் எமனோ போன்று பிறருடன் பழகும் ஆற்றல் டி-பர்ரோவுக்கு இல்லை. எமனோவின் மாணாக்கர்கள் பலர் இந்தியாவில் வாழ்பவர்கள். டி-பர்ரோவின் மாணவர்கள் இலங்கையில் வாழ்பவர்கள். எமனோ இந்தியாவில், குறிப்பாகத் தென்னிந்தியாவில் வெகுவாக மதிக்சப் படுவதற்கு மேற் குறிப்பிட்டது ஒரு காரணம்.

மேலே குறிப்பிட்ட எமனோவின் தொண்டு, சொற்பிறப்பு அகராதி மட்டுமன்று. இந்தியா ஒரு மொழியியல் உறவு வட்டம் (இன்டியா அஸ் எ லிங்குஸ்டிக் ஏரியா) என்ற கட்டுரை மூலம் மொழியியல் உறவு வட்டம் என்ற கருத்து முறையைப் பரவச் செய்ததில் எமனோவுக்குப் பெரும் பங்குண்டு. மற்றொன்று, திராவிட மொழிகளிலிருந்து சமஸ்கிருதம் கடன் பெற்ற சொற்கள் என்ற தலைப்பில் தமது ஆய்வு முடிவை வெளியிட்டதாகும். டி-பர்ரோவும் அதனை ஒட்டி சில கட்டுரைகள் வெளியிட்டிருந்தார். சமஸ்கிருத முதல் வேதமான ரிக் வேதத்தில், இருபது சொற்களுக்கு மேல் திராவிடத்திலிருந்து கடன் பெற்றிருப்பதை இருவரும் சுட்டிக் காட்டினர்.

மலையின மக்கள் பேசும் திராவிட மொழியாகிய தொதுவம், குடகம், கோத்தம், கோண்டி முதலிய மொழிகளின் விவரண இலக்கணங் களை எமனோ உருவாக்கினர். அவரைப் போன்றே டி-பர்ரோவும் சுதிபூஷன் பட்டாச்சார்யா என்ற வங்காள மானிடவியல் விற்பன்னருடன்

இணைந்து வடநாட்டில் பேசப்படும் திராவிடப் பழங்குடி மக்கள் மொழி ஒன்றை விவரித்தார். எனவே எமனோவும், பர்ரோவும் முதலில் சமஸ்கிருதம் பயின்று அதன்பின் திராவிட மொழியில் ஈடுபாடு கொண்டவர்கள். அதற்குக் காரணம் பல வடசொற்களுக்குப் பிறப்பு உருவம் காணும்போது அவை திராவிட மூலத்தை உடையனவாக இருந்தன. அதுமட்டுமன்று, திராவிட மலையின மக்கள்தாம் இந்தியாவில் கூடுதலாக வாழ்கின்றனர். ஆரியக் குடும்பத்தில் அடங்கும் மலையின மொழிகள் இந்தியாவில் மிகக் குறைவு.

திபெத்தோ-பர்ம மலையின மக்கள் மொழிகள் இமயமலைச் சாரலில் பேசப்படுகின்றன. மலையின மக்களின் வாழ்வு மேம்பட அவர்களுடைய மொழியை விவரணம் செய்து பிறர் படித்தறிவதற்கு உரிய ஏற்பாடுகளைச் செய்ய அரசுகளும் ஆய்வு நிறுவனமும் ஏற்பாடு செய்தன. எனவே திராவிட இனமொழியைப் படிக்கும் சூழ்நிலை ஏற்பட்டது. எமனோ தென்னகத் திராவிட மொழிகளை ஆராய்வதற்கு மேலும் ஒன்றிரண்டு காரணம் உண்டு.

எமனோவின் ஆசிரியர் எட்கர் சஃபீர் பல மொழிகளின் பொது இயல்புகளை அறிய முயன்றார். அவருடைய ஆய்வு முயற்சி மொழியியல், கலை, தத்துவம் முதலியவற்றைத் தழுவியது. அவர் தொதுவர் மொழியை ஆய்வதற்கு எமனோவை கி.பி.1922ஆம் ஆண்டு அனுப்பினார்; நல்கையும் பெற்றுக் கொடுத்தார். ஒன்றிரண்டு ஆண்டு கழித்து ஊர் திரும்பி ஆசிரியர் பணியில் சேருவதற்கு எமனோ முயன்றார். ஆனால் காலியிடங்கள் இல்லாததால், இந்தியாவில் தங்கி ஆய்வைத் தொடர அவருடைய ஆசிரியர் சஃபீர் கூறினார். எனவே கோத்தம், குடகு, கோலாமி முதலிய மொழிகளை ஆராய்வதற்கு நல்கை பெற்று சஃபீர் அனுப்பினார் என்றும் எமனோ கூறியது நினைவிருக்கிறது. மற்றொரு நிகழ்ச்சி 1935ஆம் ஆண்டுவாக்கில் திருவனந்தபுரத்தில் சர்.சி.பி.இராமசாமி ஐயர் திருவிதாங்கூர் திவானாக இருந்த சமயம், கீழ்த்திசை இந்திய மகாநாடு நடந்தது. அதற்கு எமனோ வந்திருந்தார். ஆனால் கட்டுரை எதுவும் படித்ததாகத் தெரியவில்லை.

அதன்பின்னர் அமெரிக்காவில் யேல் பல்கலைக்கழகத்தில் சில மாதங்களும் அதன்பின் கலிபோர்னியா பல்கலைக்கழகத்தின் பெர்க்லி மையத்திலும் மொழியியல் துறையில் சேர்ந்து பணியாற்றினார். பின்னர் அதே பல்கலைக்கழகத்தில் பேராசிரியரானார். ஓய்வுபெற்ற படையாளிகளுக்கு வியட்நாம் மொழியைக் கற்பிக்கும் திட்டத்தையும் நிறைவேற்றினார். தொடர்ந்து மொழியியல் துறையில் பணி செய்து, பல அரிய வெளியீடுகளை வெளியிட்டார். எனவே அறிவுலகம் அவரைச் சிறப்பித்தது. அமெரிக்க மொழியியல் கழகத்தின் தலைமை,

அந்நாட்டுத் தத்துவக் கழகத்தின் தலைமை முதலியவற்றை அளித்து அவரைப் பெருமைப்படுத்தியது.

1955ஆம் ஆண்டுவாக்கில் ராக்பெல்லர் தர்ம நிறுவனம் எனக்கு, ஈராண்டு தகமை ஒன்றை வழங்கியது. அதனுதவியால் நான் பெர்க்ளியில் எமனோவைச் சந்தித்தேன். மதிய உணவிற்கு என்னை அழைத்து நெடுநேரம் பேசிக்கொண்டிருந்தார். தமிழ்மொழி உலக நாட்டாரால் மதிக்கப்பட வேண்டும். அதற்குரிய வழிவகைகளைக் கூறுமாறு நான் சந்திக்கும் ஆய்வாளர்களிடம் கேட்பது வழக்கம். எமனோ அதற்குக் கீழ்வருமாறு பதில் சொன்னார்.

அமெரிக்க நாட்டில் பேசப்படும் அமெரிக்க இந்திய மொழிகளை அளவீடு செய்து ஆராய்வதற்கு, போதிய இளைஞர்கள் அமெரிக்காவில் இல்லையென்றும் வேலைவாய்ப்புகளைப் பொறுத்துத்தான் இளைஞர்கள் படிக்க வருகிறார்கள் என்றும் கூறினார். தமிழையும் ஏனையத் திராவிட மொழிகளையும், இந்திய நாட்டு இளைஞர்கள்தாம் நுணுக்கமாக ஆராயவேண்டுமென்று கூறினார். பி.எஸ்.சுப்ரமணிய சாஸ்திரியார் ஆங்கிலத்தில் உருவாக்கிய திருக்குறள் மொழிபெயர்ப்பு, தமிழ் கற்கும் பாடநிரல் முதலியவற்றை அவர் போற்றினார்.

இரண்டாவது நான் எமனோவைச் சந்தித்தது 1966ஆம் ஆண்டு கோலாலம்பூரில் தனிநாயக அடிகள் கூட்டிய முதல் தமிழ் மகாநாட்டில். அந்த மகாநாட்டில் அவர் ஆய்வுக் கட்டுரை சமர்ப்பித்ததாக நினைவில்லை. பெரும்பாலும் ஒதுங்கியே இருந்தார்.

தில்லியில் அகில உலக கீழ்த்திசை மகாநாடு நடந்தபோது பர்ரோவும் எஃப்.பி.ஜே. கைப்பரும் வந்திருந்தனர். அதன் முன்னர் நான் ஆக்ஸ்ஃபோர்ட் பல்கலைக்கழகத்தில், பர்ரோவைச் சந்தித்தது நினைவிருக்கிறது. அடக்கமும், சில சொற்களே பேசும் பண்பும் உடைய பர்ரோ, ஆழமாகச் சொற்பிறப்புத் துறையில் ஈடுபட்டிருந்தார்.

பர்ரோ சமஸ்கிருத விற்பன்னராகையினாலே. சொற்பிறப்பிற்காக வேண்டி திராவிட மொழிகளை ஆய்ந்தார். அவரைப் போன்றே எமனோவும். ஆனால் கைப்பர், 'பாஷா இந்தோனேஷியா' என்ற இந்தோனேசிய நாட்டில் பேசும் மொழியை நன்கு அறிந்திருந்தமையால், அதில் காணும் சொற்களில் திராவிடக் கலப்பு காணப்பட்டதால், திராவிட மொழிகளை ஆராய்ந்தார். ஆரிய மொழிகளில், குறிப்பாக சமஸ்கிருதத்தில் காணப்படும் திராவிடச் சொற்களை மூவரும் இனங்கண்டனர். அவர்களுக்கு முன்னர், ரஷியாவில் அகராதி செய்த அறிஞர் ஒருவர் சமஸ்கிருதத்தில் காணும் திராவிடச் சொற்களை அங்கங்காகக் குறிப்பிட்டிருந்தார். அந்த அகராதி, ரஷிய மொழியில் இருந்ததால், இந்தியர்கள் அறிந்திடவில்லை. எனவே சமஸ்கிருதத்தில்

காணப்படும் திராவிடச் சொற்கள், குறிப்பிட்ட சிலரால் முன்னர் ஆராயப்பட்டு, பின்னர் பர்ரோ, எமனோவால் நுணுக்கமாக விளக்கப் பட்டன.

'சமஸ்கிருதத்தில் திராவிடச் சொற்கள்' என்ற தலைப்பில் எமனோவும் பர்ரோவும் தமது கருத்தை வெளியிட்டபோது ஜெர்மன் நாட்டு சமஸ்கிருத விற்பன்னர் பால் தீமே, அவ்விருவரின் சொல் உற்பத்தியை நையாண்டி செய்திருந்தார். தீமேயின் போக்கை வன்மையாக நானும் எதிர்த்து பன்னாட்டுத் திராவிட மொழியியல் சஞ்சிகையில் (ஐஜேடிஎல்) எழுதியது நினைவிருக்கிறது. என் கட்டுரையின் படி ஒன்றை எமனோ வுக்கு அனுப்பியபோது 'அந்த ஜெர்மன் அறிஞர் காழ்ப்புடையவர், அவர் தம் கருத்தை மாற்றமாட்டார். எனவே விவாதத்தைக் கைவிடுக' என்று அவர் எழுதியிருந்தார்.

எமனோ எழுதிய ஆய்வுக் கட்டுரைகளை அண்ணாமலைப் பல்கலைக் கழகத்தில் தெ.பொ.மீனாட்சி சுந்தரனார் பொறுப்பு வகித்தபோது, மறுபதிப்பு செய்தார். அண்மையில் பன்னாட்டுத் திராவிட மொழியியல் நிறுவனம், திருவனந்தபுரத்தில் அவருடைய உருவப்படத்தை, வரலாற்று மொழியியலில் புலமை உடைய பி.எஸ். சுப்பிரமணியத்தைக் கொண்டு திறந்து வைத்தது. எமனோவின் மாணாக்கராகிய பி.எச். கிருட்டிண மூர்த்தி முன்கையெடுத்து அறுபதாவது ஆண்டு விழா மலரை, 1968இல் வெளியிட்டார். அதற்கு எஸ்.எம். கத்ரேயும், தெ.பொ.மீனாட்சி சுந்தரமும், தங்களுடைய நிறுவனத்திலிருந்து நிதி உதவி வழங்கினர். அண்மையில் இராமகிருஷ்ண ரெட்டியின் முயற்சியால் பல அறிஞர்கள் தொகுத்த 'எமனோவின் பாராட்டு அறிக்கை'யைப் பன்னாட்டுத் திராவிட மொழியியல் சஞ்சிகை வெளியிட்டுள்ளது. அவற்றை நூல் வடிவில் எமனோ பெறுவதற்கு முன்னர் இறந்துவிட்டார்.

எனவே தென்னக அறிஞர்கள், எமனோ வாழும்போதே அவருக்குப் பல சிறப்புகள் செய்துள்ளனர்.

●

டி.கே. சிதம்பரநாத முதலியார்

டி.கே.சி. காலமான செய்தி தமிழகத்தின் இலக்கிய ரசிகர்களிடையே மிகுந்த வருத்தத்தை விளைவித்திருக்கும். அவருடன் நெருங்கிப் பழகும் வாய்ப்புக் கிடைத்தவர்களுக்கு இந்தப் பேரிழப்பு மாறாத, ஆறாத துயரமாக இருக்கும். உளம் கலந்து நட்புறவாட அவரையொத்த பெரியார்களைக் காண்பது அரிது.

அருவியால் மட்டும் குற்றாலம் பெயருடையதன்று. டி.கே.சி. அங்கு வாழ்ந்ததாலும் அது புகழ்பெற்றது. அருவியில் நீராடவும், டி.கே.சி. யுடன் உரையாடவும் தினம் தினம் ஒரு கூட்டம் அங்குச் சென்று திரும்பியதுண்டு. காலை ஏழு மணி முதல் டி.கே.சி.யைச் சுற்றி நாலைந்து பேராவது கூடியிருப்பர். கம்பனின் செய்யுளொன்றோ, முத்தொள்ளாயிரப் பாவொன்றோ விளக்கப் பெறும். கூடியிருப்பவர் களை அங்கே உண்ண உபசரிப்பதும், அவர்கள் உண்டபின் தனது விளக்கத்தைத் தொடருவதும் அவர் இல்லத்தில் நாளும் நடைபெறும் நிகழ்ச்சிகளாகும். பருவகாலத்தில் இருபது அல்லது இருபத்தைந்து பேராக இந்தக் கூட்டம் பெருகியிருக்கும். இதில் உயர்தர உத்தியோகஸ்தர் களும் சாதாரண மக்களும் இருப்பார்கள். முதியவர்களும் இளையவர் களும் இருப்பார்கள். பணக்காரர்களும் ஏழைகளும் இருப்பார்கள். பாகுபாடின்றி எல்லோரையும் இன்முகத்துடன் டி.கே.சி. உபசரித்து வந்தார். ஏற்றத்தாழ்வின்றி எல்லோரையும் மகிழ்வித்து வந்தார். இத்தகைய அகத்தூய்மை எங்கும் காண்பதொன்றன்று. இலட்சத்தில் ஒருவரிடம் காணும் பண்பாடு.

தமிழ் இலக்கியத்தில் டி.கே.சி. இன்பங் கண்டார். பிறருக்கு அந்த இன்பத்தைப் பகர்வதில் பேரின்பங் கொண்டார். அவருடைய உடல் நிலை கவலைக்கிடமாக இருந்த நாட்களிலும் இந்தப் பணியைத் தொடர்ந்து நடத்தினார்.

நல்ல செய்யுளைத் தெரிந்தெடுக்க டி.கே.சி. சில எளிய முறைகளைக் கையாண்டார். முதலில் எளிமை இருக்கின்றதா? இனிமையும் உவமை யும் நயமும் இருக்கின்றனவா? இந்த இயல்புகளையே பாக்களைத் தெரிந்தெடுக்க அவர் அடிப்படையாகக் கொண்டார். இவ்வாறு தேர்ந் தெடுத்த பாடலை உலகியலுக்கும் மனிதனின் உள நிலைக்கும் ஏற்ப, அனுபவ உணர்வுடன் அமைந்த முன்னுரை ஒன்றைக் கூறி விளக்குவது

அவர் முறை. தனக்கே உரிய இராகத்துடன் அவர் பாடுங்கால் எதிரில் அமர்ந்து கேட்கும் நண்பர்களுக்கு அப்பாக்கள் புத்துயிருடன் இன்பம் அளித்தன. சாதாரணப் பாக்கள்கூட அவர் கையில் துலக்கம் பெற்றன. முதலிரு அடிகளைக் கூறி, உலக அனுபவம் பலவற்றைக் கூறி, பின் எதிர்பாராத வேளையில் திடீரென அந்தப் பாவின் ஏனைய அடிகளுக்குத் திரும்புவது அவ்ருடைய பழக்கம். பழம் பாடல்களும் தற்காலத் தமிழ்க் கவிதைகளும் அவரால் மணம் பெற்றன. கவிமணியின் புலமைத் திறத்தைக் கண்டுபிடித்து அவர் பாக்களைப் பிரபலப்படுத்திய பெருமை யில் பெரும் பங்கு டி.கே.சி.யையே சாரும். இது நாடறிந்த செய்தி.

பாடல்களைப் பிரபலப்படுத்தும் பணி திண்ணைப் பேச்சில் மட்டு மன்றி இலக்கிய மேடைகளிலும் நண்பர்களுக்கு எழுதும் கடிதங் களிலும் தொடர்ந்து நடைபெற்றது.

ஆங்கிலப் படிப்பும் அரசாங்கச் சேவையும் குறிக்கோளாகத் தமிழகத்தில் நிலவிய சமயம் டி.கே.சி. பிறந்தார். கல்லூரியில் பயின்றார். மிக இள வயதிலேயே நாடோடிப் பாடல்களில் நயம் கண்டார். கல்லூரியில் படிக்கும்போது ஆங்கில இலக்கியத்தையும் தமிழ் இலக்கியத்தையும் ஒத்துநோக்கிப் பயின்றார். இந்தக் காலத்தில் உருவான ஒரு முடிவை, தனது வாழ்வின் இறுதிவரை கொண்டிருந்தார். தன் முடிவையொத்த ஒன்றை ஆங்கிலேயர் வின்ஸ்லோ தான் செய்த ஆங்கிலத் தமிழ் அகராதியின் முன்னுரையில் கூறியிருப்பதையும் சுட்டிக் காட்டினார். தமிழ் இலக்கியச் செல்வம் மிக உயரியது; இலக்கியத் துறையில் ஆங்கிலத்தையும் தமிழையும் ஒப்பிடுவது இயலாது; ஆங்கில இலக்கியம் தமிழை நோக்க இரண்டாந்தரமானது. இதுவே வின்ஸ்லோவின் கருத்து. டி.கே.சி.யும் இதையே தமது வாழ் நாள் முழுவதும் கூறி வற்புறுத்தினார். இதன் உண்மை யாதாயினும், ஆங்கிலமறிந்த நண்பர்களிடையே இது ஒருவகை மனமாற்றத்திற்கு வழி செய்தது. எல்லாம் ஆங்கிலத்தில்தான் இருக்கின்றன என்ற நிலை மாறி, தமிழை மதிப்பதற்கும் படிப்பதற்கும் வழி செய்தது. டி.கே.சி. செய்த பெரும் பணிகளுள்ளே இது முக்கியமானதாகும்.

சாதாரணத் தமிழ்ப் படிப்புள்ளவர்களுக்குத் தமிழ்ப் பாக்களைப் பொருள் தெரிந்து அனுபவிப்பது எளிதன்று. இதற்குப் பேரிடை யூறாக இருப்பது வார்த்தைகளைச் சங்கிலி போல் சந்தியிட்டு மயக்கி, பாக்களைப் பதிப்பித்ததாகும். செய்யுளைப் பிரித்துப் பதிப்பித்தால் பா எளிதாகி, பொருள் இலகுவில் விளங்கும். இதையுணர்ந்த டி.கே.சி. சந்தி பிரித்தே பாக்களைப் பதிப்பித்தார். பொருளற்ற இடங்களில் சந்தி பிரிப்பதைப் பண்டிதர்கள் ஒத்துக்கொண்டாலும் பொருளுள்ள சந்தி களைப் பிரிப்பதைக் கண்டித்தார்கள். டி.கே.சி. இதனால் மனந்தளர

வில்லை. இந்தப் பழக்கத்தால் நேர்ந்த குறைகளைவிட நன்மைகள் பல என்பது இப்போது பண்டிதர்களுக்கும் நன்கு விளங்கிவிட்டது.

நல்ல செய்யுளை எவ்வளவு எளிதாக டி.கே.சி. போற்றினாரோ அதைப் போலவே செயற்கையான கடினப் பாடல்களை வன்மை யாகக் கண்டித்தார். ஒரு மொழியின் சாவுக்கு இந்தப் பாடல்கள் தவிர வேறொன்றும் தேவையில்லை என்பது அவர் கருத்து.

டி.கே.சி.யின் உரைநடை தனித்துவம் உடையது. அதில் எளிமை யும், கோர்வையும் இருக்கும். பேச்சுத் தமிழோடு இணைந்து நடக்கும். ஆனால் கொச்சைச் சொற்களைக் காண்பது இயலாது. நீண்ட வார்த்தை களால் எண்ணத் தெளிவைத் திரையிட்டு மயக்கிவந்த பண்டித நடை யால் சற்றுத் திணறிய தமிழகம் இவர் நடையால் ஆசுவாசம் பெற்றது. தற்காலத் தமிழ் உரைநடை ஆசிரியர்களில் தலைசிறந்த சிலருள் டி.கே.சி. ஒருவர் எனின், எல்லோருக்கும் இது உடன்பாடாக இருக்கும்.

நடப்பில் இருக்கும் கல்விமுறையை டி.கே.சி. வன்மையாகக் கண்டித்தார். தாய்மொழி மீது பற்றுக் குறைவதற்கும் இதுவே காரணம் என்பது அவர் கருத்து. பல நூறு பக்கங்களைக் கொண்ட பாடப்புத்தகங் களும் பாராமல் படிக்கும் பழக்கமும் இளைஞர்களின் கற்பனை யுணர்வைக் கெடுத்துவிட்டதாக அவர் கருதினார். பல்கலைக்கழகங்கள் நடத்தும் தேர்வுகளையும் அவர் ஏளனம் செய்தார். ஆசிரியரின் சொற்பொழிவுக் குறிப்புகளைத் தூரே எறிந்துவிட்டுத் தேர்விற்குப் போக இயலாது என்று கூறிவிடுமாறு உபதேசம் செய்த பேராசிரியர் ஒயிட்ஹெட்டை டி.கே.சி. பல வழிகளில் நினைவூட்டினார். இத்தகைய கல்விமுறை மாறுவதுவரை மாணாக்கர்களைப் பள்ளிக்கு அனுப்புவது மனித முயற்சியை விரயஞ் செய்வதாக டி.கே.சி. கருதினார். தமது பெயரர்கள் மூவரையும் கல்லூரிக்கு அனுப்ப மறுத்தும்விட்டார். தமது வீட்டில் தமது மேற்பார்வையில் கல்வி கற்பித்தார்.

டி.கே.சி.யுடன் மாறுபாடு உடையவர்களும் அவருடன் பேசி மகிழ வருவதுண்டு. ஆனால் அவருடைய பேரெதிரிகூட அவர் கூற்றில் காணும் உண்மையுணர்வைச் சந்தேகித்தல் இயலாது. டி.கே.சி.யின் இன்முகமும், உயர்ந்த பண்பாடும் இலக்கிய அனுபவ உணர்ச்சியும் நண்பர் கூட்டத்தை நாளும் பெருக்கின. ராஜாஜி, சண்முகஞ்செட்டியார் போன்ற அரசியல் அறிஞர்கள், கல்கி போன்ற பத்திரிகாசிரியர்கள், பாலசரஸ்வதி போன்ற நடனக் கலைஞர்கள், எம்.எஸ். சுப்புலக்ஷ்மி போன்ற இசைவாணிகள் முதலியவர்கள் டி.கே.சி.யின் ஆராய்ச்சியில் இன்பங்கண்டனர்.

நல்ல பாக்களைப் பிரபலப்படுத்துவதற்கு டி.கே.சி. உரைநடையைப் பயன்படுத்தினார். ‘இதய ஒலி’யில் தான் கண்ட நல்ல செய்யுட்களை

திறம்பட விளக்கியிருக்கிறார். அடுத்து அவர் தொகுத்த பாலகாண்டம் தோன்றியது. ஒவ்வொரு பாடலிலும் தாம் காணும் கம்பனின் காவிய உணர்ச்சியை, எளிய முகவுரை ஒன்றால் இதில் காட்டுகிறார். ஆனால் கம்ப ராமாயணத்தில் உள்ள 60 சதமானம் பாடல்கள் இதில் விடுபட்டுள்ளன. அவற்றை இடைச்செருகல்களாக டி.கே.சி. மதித்தார். இவ்வாறு டி.கே.சி. கருதுவதை இலக்கிய விற்பன்னர்கள் வன்மையாகக் கண்டித்தனர். மூன்றாவது முத்தொள்ளாயிரம் வெளியா யிற்று. இதனால் டி.கே.சி. பெற்ற மதிப்பு மிகப் பெரிது. இறுதியில் கம்பர் தரும் இராமாயணம் வெளியானது. இதில் பால அயோத்தியா காண்டங்களில் டி.கே.சி. தெரிந்தெடுத்த பாடல்களை விளக்கி யிருக்கிறார். இதை டி.கே.சி. காலமாவதற்கு சற்று முன்னர் ராஜாஜி குற்றாலத்தில் அறிமுகஞ்செய்து வைத்தார். அன்று ராஜாஜி கூறியது இன்றும் நமது நினைவிலிருக்கிறது: 'எனது ஆத்ம நண்பர் டி.கே.சி. யிடம் செய்யுளை விளக்கி இன்பமூட்டும் அரிய தெய்வ சக்தி ஒன்று இருக்கிறது. வந்தவர்கள் அனைவரையும் தமது கவலைகளை மறக்கச் செய்து தமது பேச்சில் வயப்படுத்தும் வல்லமையுள்ளவர்' என்று முடித்தார்.

அந்தத் தெய்வப்பிறவி 16-2-1954 அன்று நாம் வருந்த இவ்வுலகை விட்டு நீங்கியது.

செயலாளர் இராமசாமிக் கோனார்

1948ஆம் ஆண்டு எப்படியாவது வேலை தேடிக்கொள்வது என்ற உறுதியுடன் பல இடங்களுக்கு விண்ணப்பம் இட்டிருந்தேன். சென்னையில் பப்ளிக் சர்வீஸ் கமிஷன், இன்னும் ஒன்றிரண்டு கல்லூரிகள், திருச்சியில் டியூட்டோரியல் கல்லூரி, மதுரையில் ஒரு கல்லூரி, திருநெல்வேலியில் ம.தி.தா. இந்துக் கல்லூரி ஆகிய இடங்களுக்கு, விளம்பரத்தைப் படித்து உரிய நேரத்தில் விண்ணப்பம் அனுப்பியிருந்தேன். இவற்றில் பப்ளிக் சர்வீஸ் கமிஷன் மட்டும் 'நேர்முகத் தேர்வுக்கு வருக' என்றெழுதித் திருந்தது. ஏனைய இடங்களிலிருந்து எந்தத் தகவலும் இல்லை. சென்னைக்குச் செல்லும்போது வேறுள்ள இடங்களில் என்ன நிலையென்று தெரிவதற்காக முதலில் இந்துக் கல்லூரி முதல்வரை அவரது இல்லத்தில் கண்டேன். சற்று நேரம் அவர் பேசியிருந்துவிட்டு, கொக்கிர குளத்தில் 'இந்துக் கல்லூரியின் செயலாளர் திரு. இராமசாமிக் கோனாரை நீங்கள் காண்பது நல்லது' என்று, செல்லும் வழி கூறி அனுப்பினார்.

அன்று பிற்பகல் நான்கு மணிக்குத் திரு. கோனார் அவர்களுடைய வீட்டில் நுழைந்தேன். பலர் அவர்களுடைய அறையில் கூடியிருந் தார்கள். அலங்கார ஆடை ஆடம்பரம் எதுவுமின்றி எளிமையுடன் கூட்டத்தின் நடுவே, திரு. கோனார் அவர்கள் பேசிக்கொண்டிருந் தார்கள். என்னை உள்ளே அழைக்கவே நான் வந்த செய்தியைக் கூறினேன். தலையசைத்துப் பொறுமையுடன் கேட்டுக்கொண்டிருந்த திரு.கோனார் அவர்கள், 'இரண்டு நல்ல விண்ணப்பங்கள் வந்திருக் கின்றன: அவற்றில் ஒன்று உங்களுடையது. மற்றொருவர் பி.ஓ.எல். ஆனர்சு பட்டம் பெற்றிருக்கிறார். அந்தத் தேர்வுக்குப் பி.ஏ. ஆனர்சை விட சில பாடங்கள் கூடுதல்; அதனால் அவரை நியமிக்கலாம் என்று முடிவு செய்திருக்கிறோம்' என்றார். அப்போது பச்சையப்பன் கல்லூரி யில் பி.ஓ.எல். ஆனர்சு வகுப்பு நடந்து வந்தது. அதற்கும் பி.ஏ. ஆனர்சுக்கும் உள்ள பாட வேறுபாட்டைப் பற்றி எனக்கொன்றும் தெரியாது. ஆகையால், அவர்களிடம் அதைப் பற்றி ஒன்றும் நான் கேட்டுத் தெரிந்துகொள்ளவில்லை. ஓராண்டு சட்டக் கல்லூரியில் பயின்றதைப் பற்றிப் பேச்சுத் திரும்பியது. வந்த காரியம் வெற்றியாக முடியாவிட்டாலும் அன்புடன் திரு. கோனார் அவர்கள் பேசியிருந்ததால் சட்டத் தேர்வில் வெற்றிபெற்று அவராதரவுடன் திருநெல்வேலியில்

வக்கீல் தொழில் நடத்த இயலும்போல் எனக்குத் தோன்றியது. ஆனால் அன்று இதைப்பற்றி நான் கருத்து ஒன்றும் வெளியிடவில்லை. சிறிது நேரத்திற்குள் நான் விடைபெற்றுத் திரும்பினேன். பிரியும்போது, 'முன்னவர் வரவில்லையென்றால் உங்களை நியமிக்கிறோம்' என்று ஆதரவாகக் கூறித் திரு. கோனார் அவர்கள் வழியனுப்பினார்கள். இரயிலடிக்குத் திரும்பிச் செல்லும்போது திரு. கோனார் அவர்களின் அகன்ற நெற்றியும் எடுப்பான மூக்கும் வெண்ணிறத் தலையும் முகத்தில் தவழ்ந்த தலைமைக் களையும் என் மனதில் பதிந்திருந்தன. எங்காவது வேலை கிடைக்கும் என்ற உறுதி மிக இருந்ததால் திருநெல்வேலியை விட்டு அன்று சென்னைக்குப் புறப்பட்டேன்.

சென்னையில் வேலை கிடைக்கவில்லை. திருச்சிராப்பள்ளியிற் சென்று நிலைமையை அறிய விரும்பவில்லை. மதுரைக்குச் சென்றதும் வேலை கிடைத்தது. அதே நேரத்தில் இந்துக் கல்லூரி வேலையும் கிடைத்தது. இதை நான் எதிர்பார்க்கவில்லை. இந்த வேலை பற்றிய தகவல் என் கையிற் கிடைப்பதற்குச் சில நாள் ஆகிவிட்டது. வேலையில் சேருமுன் திரு. கோனார் அவர்களைச் சந்தித்தேன். என் முன் வேலையில் இருந்தவர் போய்விட்டதால் என்னை நியமித்திருப்பதாகச் சொல்லி, அவர் மருகர் திரு. சொக்கலிங்கத்தையும் உடன் அனுப்பி வேலையிற் சேர வழி செய்தார். 'சொன்ன சொல்லைக் காப்பாற்றுகிறவர்களும் இருக்கிறார்களே' என்று நினைத்து என்னுள்ளம் அன்று சற்றுப் பூரிப்படைந்தது. கல்லூரியில் சேர்ந்தேன்.

திரு. கோனார் அவர்கள் செயலாளராகையால் அடிக்கடி நான் காண்பது முறைகேடானது என்று எனக்குத் தோன்றியது. இதனால் அவர்கள் தங்கியிருக்கும் கொக்கிரகுளத்திற்குச் செல்வது குறைவு. ஆனால் தமிழ்க் கூட்டங்களில் அவர்களைச் சந்தித்தால் எப்போதும் என்னிடம் ஆதரவாகச் சில சொற்களைக் கூறுவது அவர்களுடைய வழக்கம்.

என்னுடன் ஆசிரியராகப் பணியாற்றிய திரு. மோகனரங்கம், கோனார் அவர்களின் அன்புக்குப் பாத்திரமானவர். கல்லூரி நிர்வாகத்தைப் பற்றிய நுணுக்க விவரங்கள் அவருக்கு நன்கு தெரியும். திரு. மோகனரங்கத்துடன் நெருங்கிப் பழகும் வாய்ப்பு முதலாண்டிலேயே எனக்குக் கிடைத்ததால் அவர் மூலம் கல்லூரி நிர்வாகத்தைப் பற்றிய செய்திகள் பல தெரிய வந்தன. முன்னருள்ள நிர்வாகத்தில் தமிழாசிரியர் களுக்குக் குறைந்த சம்பளம் இருந்ததாம். எல்லா ஆசிரியர்களையும் போலத் தமிழாசிரியர்களுக்கு ஒத்த சம்பளமும் மதிப்பும் திரு. கோனார் அவர்கள் செயலாளரான பின் ஏற்பட்டது என்று தெரிந்தவுடன் என் மகிழ்ச்சிக்கு அளவில்லை. செயலாளரிடம் கொண்டிருந்த மதிப்பு மேலும் பெருகியது.

இந்துக் கல்லூரியில் வேலை பார்த்தால் மாதாமாதம் ஊதியம் பெறுவது அன்று இயலாது என்பதே எங்களூர்ப் பேச்சாக இருந்தது. ஆனால் சேர்ந்த முதல் மாதத்திலேயே எனக்கு ஊதியம் கிடைத்ததும் சற்று வியப்பு தோன்றியது. இதைப்பற்றிக் கூறியபோது அதற்குச் செயலாளர் எடுத்துக்கொண்ட முயற்சிகளை உடன் பணியாற்றும் ஆசிரியர்கள் கூறினார்கள். பொதுப் பணத்தைச் செயலாளர் தமது சொந்தப் பணத்தை விடவும் செட்டாகச் செலவு செய்யும் பண்பும், இந்துக் கல்லூரியைச் சீர்படுத்துவதற்குப் பூண்டிருக்கும் உறுதியும் தெரியவந்தன.

ஒரு நாள், நண்பர் மோகனரங்கத்துடன் திரு. கோனார் அவர்களைக் காணச் சென்றேன். பேச்சினிடையே என் வேலையில் உள்ள நல்ல அம்சங்களை அளவாகப் பாராட்டி, 'இளைஞர்கள் நன்குழைத்து முன்னுக்கு வரவேண்டும்' என்று ஊக்கினார்கள். இந்த நற்சொல்லை நான் அன்றும், என்றும், அவர்களிடமிருந்து எதிர்பார்க்கவில்லை. நல்லதைப் பாராட்டி இல்லாததைப் பெறுமாறு தூண்டும் அவர் மனநிலை என்னைக் கவர்ந்தது. என்னைப் பற்றி நான் அறிவதற்கு இது வாய்ப்பளித்தது. ஒரு பெரு நிலையத்தில் பணிபுரிபவர்களை எவ்வாறு அணைத்து ஆதரவளித்து செயலாளர் ஊக்குவிக்கிறார் என்பதும் அன்று தெளிவாயிற்று.

அந்த ஆண்டு இறுதியில் நான் கொக்கிரகுளத்தில் வீடொன்றை அமர்த்திக்கொண்டு, அங்குக் குடிபுகுந்தேன். என் வீடு சிவன் கோயில் தெருவில் இருந்தது. திரு. கோனார் அவர்கள் வீடு நீதிமன்றத்தைத் தொட்டிருந்தது. வேனல் விடுமுறையில் ஊர் சென்றால் படிக்க இயலாது என்ற எண்ணத்தில் கொக்கிரகுளத்தில் தங்கியிருந்து படித்து வந்தேன். மாலையில் வயல்வெளியில் நான் சில வேளைகளில் உலவப் போவ துண்டு. அங்கு திரு. கோனார் அவர்களும் உலவப்போவது வழக்கம். இருவரும் சந்தித்தால் தமிழ் இலக்கியத்தைப் பற்றிய பேச்சு நடக்கும். என் படிப்பு அப்போது சுருங்கிய அளவில் இருந்தது. அதனுடன் ஆங்கில இலக்கியச் சிறப்பத்தனையும் தமிழிற் காணும் முயற்சியில் முனைந்து நின்றேன். இதனால் இலக்கியத்தைப் பற்றிய பேச்சு ஓரளவுத் தட்டுத் தடுமாறிச் சென்றது என்று ஞாபகம். திரு. கோனார் அவர் களுக்குக் கம்ப இராமாயணத்திலும் திருப்பாவை, திருவெம்பாவை யிலும் நல்ல பரிச்சயமுண்டு. விரிந்த மனப்பான்மையும் நடுநிலை தவறாமல் எதையும் ஆராயவேண்டும் என்ற அடிப்படைக் கருத்தும் அவர்களுக்கு இருந்தன. அவர்களிடம் எதையும் கூறி மழுப்பிவிட முடியாது. 'அதைப் பற்றி நான் சிந்திக்கவில்லை' என்று சொல்லித் தப்புவது எளிது. மனிதர்களை அளவிடும் போது ஒழுக்கத்தையும் உண்மை உணர்வையும் கோனார் அவர்கள் அடிப்படையாகக் கொண்டு

அளவிடுவார்கள். ஆனால் ஒருவரைப் பற்றிக் குறைந்த எண்ணம் தமக்கு இருப்பினும் அவர்கள் தமது வாயாற் கூறுவதை நான் இதுவரைக் கேட்டதில்லை. பல துறைகளில் பணியாற்றும் ஆசிரியர்கள் இதனால் அவர்களுடன் நெருங்கி உரையாடி மகிழ்ந்தனர். பல துறைகளிலும் கோனார் அவர்களுக்கு ஈடுபாடிருந்தது.

கல்லூரி மாணவர்கள் தெய்வ வணக்கத்துடன் காலையில் பாடத்தைத் துவங்கினால் நன்றாக இருக்கும் என்று திரு. கோனார் அவர்கள் விரும்பினார்கள். இதற்காக திரு. அவினாசிலிங்கம் செட்டியார் தமது நிலையங்களில் கடவுள் வணக்கம் பாடுவதற்கெனத் தொகுத்த நூலொன்றைத் தருவித்து, அதைப்போல் நல்ல பக்திப் பாடல்கள் அடங்கிய நூலொன்றைத் திரட்டுமாறு என்னைக் கேட்டுக்கொண்டார்கள். அடுத்த ஆண்டு முதல் ஒவ்வொரு வகுப்பிலும் கடவுள் வணக்கத்திற்குப் பின்னரே வகுப்பு ஆரம்பமாக வேண்டும் என்ற விதியையும் செயற்குழு விதித்தது. அச்சேற்றிய அந்த நூலின் ஒரு பகுதியை மாணவன் ஒருவன் இசையுடன் படித்த பின்னர் மௌனமாக நின்று வணங்கிய பிறகு வகுப்புகள் நடந்து வந்தன. கண்மூடிச் சிந்திக்கும்போது கடவுள் நினைவு அதிகமாகத் தோன்றாது போயினும், என் போன்ற ஆசிரியர்களுக்குப் பாடத்தின் நினைவுகளை ஒருமுகப்படுத்துவதற்கு இந்த தியானம் துணை செய்தது.

அந்த ஆண்டு வேனல் விடுமுறையில் எனக்கு வயிற்று நோய் தோன்றியது. சிறிதாக இருந்தபோதே மருத்துவம் செய்திருந்தால் அது மறைந்திருக்கும். 'சிறு கோளாறுதானே; சூட்டால் இருக்கும்; எண்ணெய் தேய்த்துக் குளியுங்கள்' என்று நண்பர் ஒருவர் சொன்னார். உடல் நிலை பற்றிக் கவலைப்படாத இளமைப் பருவமாகையால் அவர் சொற்படி நடந்தேன். நோய் முற்றியது. திருவனந்தைக்குச் சென்று வைத்தியம் செய்யலானேன். அப்போது கோடை விடுமுறை கழிந்து கல்லூரி திறக்கும் நாள் வந்துவிட்டது. என் நோய் தணிந்தபாடில்லை. சேர்ந்து ஓராண்டாகவில்லை. அதற்குள், எப்படி விடுமுறை கேட்பது? மற்றொரு சங்கடமும் என் மனதில் தோன்றியது. புதிய ஆசிரியர் ஒவ்வொருவரையும் ஓராண்டுக் காலம் வரை வேலைத் திறமையைப் பார்த்து அதன்பின் அவர்களை நிரந்தரம் செய்யும் வழக்கம் இந்துக் கல்லூரியில் இருந்தது. விடுமுறைக்கு விண்ணப்பம் இட்டேன். உடல் நிலை சற்று சீரடைந்தது. மாணவர் காட்டிய அன்பும் வேலையிலுள்ள நாட்டமும் நன்றாகக் குணமாவதற்கு முன்னரே என்னைத் திருநெல்வேலிக்குச் செல்ல உந்தின. மருத்துவரின் ஆலோசனையைப் பொருட்படுத்தாது திருநெல்வேலி திரும்பினேன். அங்குச் சென்ற அன்றே சற்று மறைந்திருந்த காய்ச்சல் மீண்டும் துன்புறுத்தியது. மேலும் விடுமுறை வேண்டும். விடுமுறை கழிந்து கல்லூரி திறந்த அன்று

ஒவ்வொரு ஆசிரியரும் கையெழுத்து இடவில்லையாயின் கோடைக் காலச் சம்பளத்தைப் பெற இயலாது என்ற விதியும் ஒன்றிருந்தது. மற்றொரு துயரமும் இப்போது தோன்றியது. என் தம்பி அ. இராகவன் என்னுடன் தங்கி உயர்நிலைப் பள்ளியில் படித்துக்கொண்டிருந்தான். நான் நோய் குணப்படுத்துவதற்காக என் சொந்த ஊர், நாகர்கோவிலுக்கு வரவேண்டுமாயின் அவனைக் கண்காணிப்புள்ள இடத்தில் சேர்க்க வேண்டும். எனவே செய்வதறியாது திகைத்தேன்.

திருநெல்வேலி சென்ற ஒன்றிரண்டு நாளைக்குள் வேனல் விடுமுறைச் சம்பளமும், கல்லூரி திறந்த நாளில் கையெழுத்திடாததை மன்னித்துக் கடிதமொன்றும் எனக்கு கிடைத்தன. மேலும் மூன்று மாதங்களுக்கு எனக்கு விடுமுறை தேவையாக இருந்தது.

ஒரு நாள் அந்தி வேளையில் திரு. கோனார் அவர்கள் என்னைப் பார்க்க வந்தார்கள். நோய்வாய்ப்பட்டிருக்கும்போது தனிமை உணர்வும் பிறர் ஆதரவுக்காக ஏங்கும் ஏக்கமும் மிகக் கூடுதலாக இருக்கும். அவர்களைக் கண்டதும் என்னிடம் ஓர் எழுச்சி ஏற்பட்டது. அவர்கள் வகித்த அதிகார நிலையில் என்னைக் கண்டு நற்சொல் கூறும் தேவையில்லை. செல்வத்திலும் வயதிலும் அவர்களுக்கும் எனக்கும் நெடுந்தொலைவு. ஆனால் மனிதனை மனிதனாகப் பாவித்து தமது நிலையத்தில் உழைக்கும் ஒருவன் துயருறுகின்றான், அவனைத் தேற்ற வேண்டும் என்ற எண்ணத்தில் என்னைக் காணவந்த செயலாளரை மிகவும் உணர்ச்சியுடன் வணங்கி அமருமாறு கேட்டுக்கொண்டேன். நோய் பற்றி விசாரித்துக் கொண்டு, 'நன்றாக ஓய்வெடுத்துக் கொள்ளுங்கள்' என்று கூறிச் சென்றார். என் உள்ளத்தில் உலவும் கவலை எதைப் பற்றியும் நான் அவர்களிடம் கூறவில்லை.

அடுத்த நாள் செயலாளரின் எழுத்தராக அப்போது பணியாற்றிய திரு. மந்திரம் என் வீட்டிற்கு வந்து, 'என் தம்பி திரு. கோனார் அவர்களின் வீட்டில் தங்கலாம்' என்று அவர்கள் சொன்னதைத் தெரிவித்தார். அது எனக்குச் செய்த பெரிய உபகாரமாகும். வயதில் இளையவனான அவனுக்குப் பாதுகாப்புள்ள ஓர் இடம் கிடைத்துவிட்டது. அதற்கு என் நன்றியைத் தெரிவித்த பின்னர், 'விடுமுறை கிடைத்துவிடுமா?' என்று விசாரித்தேன். அப்போது அவர் கல்லூரி முதல்வர் திரு. அலெக்சாண்டர் ஞானமுத்துவிடம் என் வேலை 'திருப்திகரமானதுதானா' என்று செயலாளர் கேட்ட செய்தியும் அதற்கு அவர் 'ஆம்' என்று பதிலளித்த மையும் கூறினார். அப்போது கல்லூரி முதல்வராக இருந்தவர் திரு. ஞானமுத்து. மிகக் கண்டிப்புடையவர். ஆனால் தம் கீழ் வேலை பார்ப்போரிடம் அன்புடையவர். திரு. கோனார் அவர்கள் ஒவ்வொரு வருடைய வேலையைப் பற்றியும் அதிலும் குறிப்பாக என்னுடைய

வேலையைப் பற்றியும் தெரிந்திருந்தாலும் முறைப்படிதான் எதையும் செய்வார்கள். இவ்வாறு ஒழுங்குமுறை தவறாது கல்லூரி நிர்வாகம் நடந்து வந்ததால் கல்லூரி நடவடிக்கைகள் ஒருமைப்பாட்டுடன் நடந்தேறின. அன்றாடக் கல்லூரி அலுவல்களை முதல்வர் கவனித்து வந்தார். பணப்பொறுப்பு, நியமனம் போன்ற பிற அலுவல்களைச் செயலாளரும் செயற்குழுவினரும் பொறுப்பேற்று நடத்தி வந்தனர். இவ்வாறு இருதிறத்தாரும் பிறர் துறைகளில் தலையிடாது நிருவாகம் நடத்திவந்ததால் கல்லூரியில் வேலை பார்க்கும் ஆசிரியர்களுக்கு, ஒழுங்கு முறைப்படிதான் எல்லாம் நடக்கும் என்ற உணர்வு ஏற்பட்டி ருந்தது. எனக்குச் சம்பளம் இல்லாமல் விடுமுறை கிடைத்தது. ஆசிரியர் ஒருவருக்கு முன்னர் இவ்வாறு சலுகை நல்கியதை அடிப்படையாகக் கொண்டு எனக்கு நல்கினார்கள் என்று தெரிய வந்தது. அத்துடன் என் வேலை நிரந்தரமாகிவிட்ட எழுத்தும் கிடைத்தது. நன்றாக உடம்பைத் தேற்றிக்கொண்டு மூன்று மாதம் கழித்து நான் திருநெல்வேலிக்குத் திரும்பினேன்.

அந்த ஆண்டில் புதிய செயற்குழு ஒன்றுக்கான தேர்வு நடந்தது. திரு. கோனார் அவர்கள் மீண்டும் செயலாளராகவும் சிந்துபூந்துறை திரு. சண்முகம் பிள்ளை அவர்கள் தலைவராகவும் அமைந்த செயற்குழு ஒன்று பொறுப்பேற்றது. இந்தத் தேர்வைப் பற்றி ஒன்றிரண்டு முதிய ஆசிரிய நண்பர்களுக்கு மட்டும் தெரியுமே ஒழிய எங்களைப் போன்றோர்க்குத் தெரியாது. இந்தச் சூழ்நிலை ஆசிரியர்களிடம் நிலவியது, ஒரு நல்ல அறிகுறியாகும்.

இந்துக் கல்லூரியிற் செயலாளராகத் திரு. கோனார் இருந்தது போல், பல பொது நிலையங்களிலும் அவர்களுக்குப் பொறுப்பு இருந்தது. எல்லா இடங்களுக்கும் ஒழுங்காகச் சென்று கண்காணிப்பது அவர் களுடைய பழக்கம். ‘இந்த நேரத்தில் அங்கே காணலாம்’ என்று உறுதியாகச் சொல்லுமளவு அவர்களுடைய கண்காணிப்பு முறை இருந்தது. தமது சொந்த வேலையைப் பார்ப்பதற்குத் திரு. கோனாருக்கு நேரமிருக்குமா? என்று நான் பலமுறை ஐயுற்றதுண்டு.

அடுத்த ஆண்டு எனது நண்பர் திரு. மோகனரங்கம் மாவட்டக் கல்வி அதிகாரியாக நியமனம் பெற்றுச் சென்னை சென்றார். நியமனம் வேண்டி அவர் வகித்த இடத்திற்குப் பலர் விண்ணப்பம் இட்டிருந்தனர். அதில் வள்ளியூர் திரு. இராமச்சந்திரனுடைய விண்ணப்பமும் ஒன்று. பொருளாதாரப் பாடத்தில் இராமச்சந்திரன் இரண்டாம் வகுப்பில் சிறப்பாகத் தேறியிருந்தார். நல்ல தோற்றமும் எல்லோருடன் நன்கு பழகும் திறனும் அவருக்குண்டு. ஆனால் சாதியில் யாதவர். வந்திருந்த விண்ணப்பங்களில் இராமச்சந்திரனுடைய விண்ணப்பம் சிறந்த ஒன்று.

எனினும் 'யாதவர் யாதவரை ஆதரிக்கிறார்' என்று பிறர் ஏதாவது குறை கூறுவதற்குக் காரணமாகக் கூடாது என்ற நினைத்து இராமச்சந்திரனுடைய நியமனக் கூட்டத்தில் திரு. கோனார் அவர்கள் கலந்துகொள்ள வில்லை. வேற்றூருக்கு அலுவல் நிமித்தம் சென்றுவிட்டார். இவ்வாறு அவர்கள் நடந்துகொண்டது அன்று எனக்குப் புரியவில்லை. 'படிப்பும் திறமையும் இருந்தால் அவரை நியமிக்க வேண்டியதுதானே. அவர் சாதியை ஏன் நினைவிற்கொள்ள வேண்டும்' என்று எனக்கும் தோன்றியது. பிறர் குற்றம் கூறினால் அதைப் பொருட்படுத்துவதா? என்றும் எனக்குப்பட்டது. 'உள்ளத்தில் நியாயமே நினைத்துச் செயலாற்றினும் உலகறிய நடப்பதும் உயர்ந்த பொறுப்பில் இருப்பவர்களுக்குத் தேவை' என்று பின்னர்தான் உணர்ந்தேன். இந்த நிகழ்ச்சியால் கோனார் அவர்களுக்குச் சாதி பற்றிய உணர்வு சிறிதும் கிடையாது என்பது எல்லோருக்கும் தெளிவானது. என்னிடம் காட்டிய பரிவிலிருந்து செயலாளருக்குச் சாதி உணர்ச்சி கிடையாது என்பது எனக்குத் தெரிந்திருந்தாலும், மற்று முள்ளவர்கள் உணர்வதற்கு இது ஓர் எடுத்துக் காட்டாக அமைந்தது.

வீரராகவபுரத்தில் இட நெருக்கடியும் சந்தடியும் மிகுந்து வருவதால் இந்துக் கல்லூரியைப் பேட்டைக்கு மாற்றுவதற்குப் பல ஆண்டுகளாகத் திட்டமொன்று உருவாகி வந்தது. இந்தத் திட்டத்தைச் செயல்படுத்துவதற்குரிய முறைகளைச் செயற்குழுவினர் இந்த ஆண்டில் ஆராய்ந்து வந்தனர். ஆசிரியர்கள் ஓய்வு பெறுவதற்குரிய வயது 57 என்றும் இவ்வாண்டு விதியாக்கப்பட்டது. ஆள்முகம் பாராது இது நடைமுறையில் கொண்டு வரப்பட்டது. அதற்குச் செயலாளர்தான் காரணம் எனத் தெரிய வந்தது.

அதிகக் கட்டுப்பாடு இன்மையாலும் நியாயமான வேண்டுகோள் எதுவும் நிறைவேற்ற இயலும் என்ற நம்பிக்கை ஆசிரியர்களுக்கு இருந்தமையாலும் இந்துக் கல்லூரியில் வேலை பார்த்தவர்களுக்கு அதை விட்டுப் பிரிவது சற்றுக் கடினம். என்னைப் பொறுத்தவரையில் இது மிகவும் கடினமாக இருந்தது. அகில இந்திய ரேடியோ நிலையத்தில் எனக்கு வேலையொன்று கிடைத்தது. இந்துக் கல்லூரியை விட்டுப் பிரிவதா? இங்குள்ள அன்பு மாணவர்களை விட்டுப் பிரிவதா? ஆசிரிய நண்பர்களை விட்டுப் பிரிவதா? இவை போன்ற பல கேள்விகள் என்னை உலுக்கின. சில நாள் தத்தளித்தேன், டெல்லியில் திருநெல்வேலியில் கிடையாத வாய்ப்புகள் சில கிடைக்கலாம் என்று என் முதிய நண்பர்கள் கூறியதால் இறுதியில் டெல்லி வேலையை ஒப்புக்கொள்ளத் தீர்மானித்தேன்.

‘இராஜினாமா செய்யாதீர்கள்; திரும்பி வருவதற்குரிய வாய்ப்புடன் பிரிவுக் கடிதம் ஒன்றை மட்டும் கொடுங்கள்’ என்று நான் விடை பெறச் சென்றபோது கணிதப் பேராசிரியர் கணபதியாபிள்ளையவர்கள் ஆலோசனை சொன்னார்கள். அந்த ஆலோசனையை உடனே ஏற்றுக்கொண்டேன். டெல்லியிலுள்ள வேலை பிடிக்காவிட்டால் நெல்லைக்குத் திரும்புவதற்கு இதனால் வாய்ப்பிருந்தது. அவ்வாறே கடிதம் ஒன்றை எழுதி முதல்வர் மூலம் செயலாளருக்கு அனுப்பினேன். அதை ஏற்றுக்கொண்டு, பிற ஆசிரியர்களுக்கு நல்கியது போன்று எனக்கும் அந்த ஆண்டு இறுதிக்குள் நான் திரும்பிச் சேரலாம் என்ற நிபந்தனையுடன் கல்லூரி அலுவலகம் பிரிவுக் கடிதம் எழுதியிருந்தது.

டெல்லியிலிருக்கும்போது அடிக்கடி இந்துக் கல்லூரி நினைவு வரும். அதற்குத் துணையாகப் பழைய மாணவர்களும் ஆசிரிய நண்பர் களும் அடிக்கடி கடிதம் எழுதுவார்கள். இந்துக் கல்லூரி கெமிஸ்த்திரி விரிவுரையாளராக இருந்த திரு. இராமையா எழுதிய கடிதம் ஒன்றில் இந்துக் கல்லூரி பேட்டைக்கு மாறுவதற்காகத் திரு. கோனார் அவர்கள் சில யோசனைகளைத் தெரிவித்திருந்தார். பேட்டைக்கு இந்துக் கல்லூரி மாற்றப்பட வேண்டுமாயின் போதிய கட்டடங்களுக்கு வேண்டிய பணம் தேவை. இதைத் திரட்டுவதற்கு இப்போதுள்ள கல்லூரிக் கட்டடத்தை வங்கி ஒன்றிற்குப் பல ஆண்டு வாடகைக்கு விட்டால் அவர்கள் போதிய அளவு முன்பணம் கொடுப்பதாகக் கூறியிருப்பதை ஏற்க வேண்டும் என்று திரு. கோனார் அவர்கள் வற்புறுத்தியதாகவும் இந்த ஆலோசனையைப் பல உறுப்பினர்கள் ஏற்கவில்லை என்றும் அவர் எழுதியிருந்தார். இதன் காரணமாகத் திரு. கோனார் அவர்கள் மீண்டும் செயலாளராக விரும்ப வில்லை என்று சில மாதங்கள் கழித்தே தெரிந்தது. ஆனால் புதிய செயற்குழுவொன்று பொறுப்பேற்றதும், பணத்திற்காகத் திரு. கோனார் அவர்கள் கூறிய ஆலோசனையை மிகக் குறைந்த அளவில் வருவாய் வருகின்ற ஒரு நிலையத்திற்கு வாடகை யாகக் கொடுத்துவிட்டது என்றும் கேள்விப்பட்டேன். சில மாதங்கள் கழித்தாவது திரு. கோனார் அவர்களின் யோசனையைச் செயற்குழு ஏற்றுக்கொண்டதே என்று மகிழ்ந்தேன்.

எந்த நிலையத்தின் பொறுப்பை ஏற்றாரோ அந்த நிலையத்தின் நலனையே நாடியவர் செயலாளர் திரு. இராமசாமிக் கோனார் என்று என் அனுபவத்தால் கூற முடியும்.

பிற்சேர்க்கை

என் தம்பி அ. இராகவன் தன் முயற்சியால் ஈட்டிய பொருளில் ரூபாய் 5000த்தை இந்துக் கல்லூரி உயர்நிலைப் பள்ளியில் திரு. இராமசாமிக்

கோனார் பெயரில் 1987இல் அறக்கட்டளையாக நிறுவி பத்தாவது, பன்னிரண்டாவது வகுப்பில் முதலாவது தேறும் மாணவர்கள் இருவருக்கு இரு பரிசுகள் வழங்க ஏற்பாடு செய்துள்ளான். இது, இராமசாமிக் கோனார் அவர்களுக்குச் சிறிய தோதில் நாங்கள் தெரிவிக்கும் நன்றிக்கடனாகும்.

தெ.பொ. மீனாட்சி சுந்தரனார்

தெ.பொ. மீனாட்சி சுந்தரனாரின் பலமுக அறிவைக் கணக்கிட்டு எழுதுவது எளிதன்று; அவரோடு கொண்டிருந்த என் உறவு ஆசிரியர் மாணவர் உறவை மிஞ்சிய நெருங்கிய உறவு. ஆகையால் என் கணக் கீட்டில் பல, அந்த உறவு காரணமாக ஏற்ற இறக்கம் கொண்டவையாக இருக்கும். எல்லா மனித உறவுகளும் அவ்வாறுதானே!

*1943*இல் இப்போது பட்டப்படிப்பிற்கு முன்னுள்ள படிப்பில் (அன்று அதனை இன்றர் மீடியற்று என்று அழைப்பார்கள்) நாகர்கோவில் ஸ்காட் கிறித்துவக் கல்லூரியிலிருந்து நான் தேறியதும், எங்களூர் நண்பர்கள் மூன்று நான்கு பேரைப் போன்று, தமிழ்ச் சிறப்பு வகுப்பில் சேர்வது என்ற முடிவுடன், அண்ணாமலைப் பல்கலைக்கழகத்தில் விண்ணப்பம் செய்தேன். அன்று தேசவிடுதலை எழுச்சி மாணவர் களிடையே பரவியிருந்தது. அதனை ஒட்டியது தமிழ்ப்பற்று; நாஞ்சில் நாட்டில் தமிழ்ப் பற்றிற்கு மற்றொரு காரணம் மலையாள மேலாண்மை. எனவே நாஞ்சில் நாட்டில் ஏனைய மாவட்டங்களைவிடச் சற்றுக் கூடுதலாகவே தமிழ்ப் பற்றும் தமிழ்ப் படிப்பவர்களிடம் மதிப்பும் காணப்பட்டன.

நான் எது படிக்க விரும்புகிறேனோ அதைப் படிக்கலாம் என்று என் தந்தை சுருங்கிய சொற்களில் அனுமதி தந்தார். ஓய்வு நேரங்களில் பழைய கம்ப இராமாயண வசனம், அல்லி-அரச்சானி (அரசாணி) மாலை முதலியவற்றை என் தாய் படிப்பார். அதனால் கேள்வி ஞானமும் தமிழ்ப்பற்றும் அவரிடமிருந்து எனக்குக் கிடைத்தன. வடசேரி எஸ்.எம்.ஆர்.வி. உயர்நிலைப் பள்ளியில் பணி செய்த தமிழாசிரியர்களில் சிலர், தமிழிலும் ஏனைய பாடங்களிலும் நாளுக்கு நாள் எனது படிப்பு முன்னேறி வருவதைக் குறிப்பிட்டு ஊக்குவித்தனர். அதனால் தமிழில் ஈடுபாடு தோன்றியது. ஆனால் முறையாகத் தமிழ் படித்திடவில்லை. அந்தக் காலகட்டத்தில் தமிழ் நூல்களைப் படிக்கும் போது எளிதில் அவற்றில் என் மனம் பற்றுவதை உணர்ந்தேன். மேற்கூறிய காரணங்களால் நான் அண்ணாமலைப் பல்கலைக்கழகம் செல்ல முடிவு செய்தேன்.

*1943*ஆம் ஆண்டு தமிழ்ச் சிறப்பு வகுப்பில் சேர்ந்தவர்கள் நால்வர். அவர்களில் மூவர் நாஞ்சில் நாட்டிலிருந்து சென்றவர்கள். முதலாண்டில் கா. சுப்பிரமணிய பிள்ளை அவர்கள் தமிழ்ப் பேராசிரியராக இருந்தார். முதுமையாலும் நோய்வாய்ப்பட்டதாலும் மிகவும் உடல் தளர்ந்

திருந்தார். பண்டிதமணி, மு. அருணாசலம் பிள்ளை, ஔவை சு. துரைசாமி பிள்ளை, ஏ.சி. செட்டியார், ஜி. சுப்பிரமணிய பிள்ளை, பூவராகன் பிள்ளை முதலியவர்கள் பணியாற்றினர். அவ்வாண்டின் இறுதியில் கா. சுப்பிரமணிய பிள்ளைக்குப் பதவி நீட்டிப்புக் கிடைக்க வில்லை. மாணவர்களுக்கும் துறையில் பணி செய்த ஆசிரியர்களுக்கும் அதனால் வருத்தம் ஏற்பட்டது. வறுமையினால் வாடும் ஒரு தமிழ்ப் பேராசிரியர், எவ்வாறு எஞ்சிய ஆண்டுகளில் வாழப் போகின்றார் என்ற மனித அபிமான இரக்கமே அதற்கு முக்கியக் காரணம். அன்று கா. சுப்பிரமணியபிள்ளைக்கு ஓய்வூதியம் எதுவுமில்லை. சம்பளமும் முந்நூறு ரூபாய் மட்டும்தான். அதற்கு முன்னர் பணி செய்த ஆண்டு களில் மாதம் ஐந்நூறு ரூபாய் பெற்றிருப்பதாகக் கூறுவர். உடல் நிலை தளர்ந்ததால் ஊதியமும் தளர்ந்திட்டது. அப்போது அடுத்த பேராசிரியராகத் தெ.பொ. மீனாட்சி சுந்தரம்பிள்ளை (தெ.பொ.மீ.) நியமனமாவார் என்ற செய்தி பரவியிருந்தது. அந்த வேளையில் தெ.பொ.மீ. சொற்பொழிவாற்ற நாகர்கோவில் இந்துமதப் பிரச்சார மண்டபத்திற்கு வந்திருந்தார். அன்று நடந்த சொற்பொழிவு பொதுமை நிறைந்ததாக, உலகளாவிய கம்பனின் இலக்கிய நோக்கைப் பற்றிய தாக அமைந்திருந்தது. அரசியலின் சாயல் சொற்பொழிவில் தென் பட்டது. புலமையின் பிரதிபலிப்பு எதுவுமில்லை. எனவே அன்று அவர் சொற்பொழிவைக் கேட்ட சில அண்ணாமலைப் பல்கலைக்கழக நாகர்கோவில் மாணவர்களுக்குச் சற்று ஏமாற்றமாகவே இருந்தது.

1944இல் கோடை விடுமுறை கழிந்ததும் அண்ணாமலைப் பல்கலைக் கழகத்தில் வகுப்புகள் தொடங்கின. முதல் வாரத்தில் வகுப்புகள் சரிவர நடக்காது என்ற எண்ணத்தால் நான் சென்னைப் பட்டணத்தைக் காண அங்குள்ள உறவினர்களின் அழைப்பை ஏற்றுச் சென்றுவிட்டேன். அப்போது அண்ணாமலையில் துணைவேந்தராக இருந்த திரு. எம். இரத்தினசாமி பல்கலைக்கழகம் திறந்த முதல் நாள், தெ.பொ.மீ.யைத் துவக்கக் கூட்டத்தில் அறிமுகஞ் செய்து வைத்ததாகச் செய்தித்தாள்கள் கூறின. ஒரு வாரம் கழித்து நான் வகுப்பிற்குச் சென்றேன். உடனுறையும் மாணவர்கள் தெ.பொ.மீ. பாடஞ் சொல்லும் முறையை மிகவும் பாராட்டினர். சங்க இலக்கியப் பாடல்களை இராகத்துடன் படிப்பதும், அவற்றின் மொத்தப் பொருளைக் கூறுவதும் அதன் பின் அந்தப் பாடலை இசையுடன் மீண்டும் படிப்பதும் அவர் அன்று மேற்கொண்ட பாணி. பாடல்களை உன்னிப்பாகக் கவனிக்கும் மாணவர்களுக்கு அம்முறை உணர்ச்சியூட்டியது. தெ.பொ.மீ.யின் விளக்கங்கள் பூரிப்பைத் தந்தன. பாலைநிலப் பாடல்கள் ஒன்றைப் படிக்கும்போது, வாகை மரத்தின் கிளையில் இருக்கும் கழுகு கீ! கீ! என்று கூவும் கழுகின் குரலோசை போல வகுப்பிலும் தெ.பொ.மீ. கூவிக் காட்டியது

மாணவர்களிடையே நகையொலியை எழுப்பியது. எனினும் பாடம் அவர்கள் மனதில் பதிந்துவிட்டது. விரிந்த படிப்பும், தக்க விளக்கமும் மாணவர் மனதைக் கவர்ந்தன. மாணவர்கள் கேள்வி கேட்டால் உரிய விளக்கங்களைச் சிறப்பாக, பொருத்தமாகக் கூறினார். அவர்களுடைய எதிர்வாதத்தைக் கேட்க எவ்விதத் தயக்கமும் காட்டவில்லை. அதற்கு விடையளிக்கவும் தெ.பொ.மீ. காலங்கடத்துவது வழக்கமில்லை. எனவே தமிழ் வகுப்புகள் கலகலப்பாயின. ஒதுங்கி நின்று பிறர் குறையைக் கூறுவதில் ஆறுதலடைந்த தமிழாசிரியர்களும் மாணவர்களும் புதிய உணர்வொன்றைப் பெற்றனர். வரலாற்றுப் பாடமாயினும் பிலாலஜி என்ற மொழியியலின் பிரிவு ஆயினும் எவ்வித மனமடிப்பின்றி தெ.பொ.மீ. நடத்தினார். ஆசிரியர் யாராவது வராவிட்டால் அந்த வகுப்பிலும் அந்தப் பாடத்தை, முன்னாசிரியர் விட்டிருந்த இடத்திலிருந்து தொடர்ந்து நடத்தினார். புலவர் வகுப்புகளும், முதுநிலை (எம்.ஏ.) வகுப்புகளும், பட்டப்படிப்பு வகுப்புகளும் தமிழ்த் துறையில் அன்று நடந்தன. எனவே எல்லா வகுப்புகளிலும் தெ.பொ. மீனாட்சி சுந்தரத்தின் பாடஞ் சொல்லும் ஆற்றலால் மாணவர்களிடையே மனத்திருப்தி ஏற்பட்டது; தெ.பொ.மீ.யின் மதிப்பும் வளர்ந்தது.

பாட வகுப்பிற்குப் புறம்பான பல நிகழ்ச்சிகளில் மாணவர்கள் பங்கு பெற வாய்ப்புகள் பெருகின. நூற்களைச் சீர்தூக்குவதற்கு என ஒரு கழகம் ஏற்படுத்தி நூற்களைத் தருவித்து வாரம் அல்லது மாதந்தோறும் சீர்தூக்கல் நடைபெற்றது. தமிழ் மன்றம் அன்று களைகட்டியது. மாணவர்களுள்ளே உரையாற்றல் மிக்கவர் யார், ஆய்வுத் திறமையை உடையவர் யார்? யார்? என்றறிய அந்த நிகழ்ச்சிகள் உதவின. ஒருமுறை சட்டப்பேரவை (பார்லிமென்று) ஒன்றுக்கும் ஏற்பாடு செய்திருந்தார். என்னுடன் படித்த அப்துல் கபூர் முஸ்லிம் லீக் தலைவர்; நான் துணைத் தலைவர். பெரும்பாலும் அந்த வழக்கு மன்றங்களில் அரசியல் புறக்கணிக்கப்பட்டது. எனினும் ஒதுக்கப்படவில்லை.

மாணவர்கள் கட்டுரை எழுதும் பழக்கத்தை வளர்ப்பதற்கு அவர்களைக் கட்டுரை எழுதக் கூறி அவற்றை தெ.பொ.மீ.யே படித்தது எனக்கு இன்றும் நினைவிருக்கிறது. என் கட்டுரை ஒன்று கம்ப இராமாயணத்தில் இரண்டு நெம்புகோல்கள் என்பது பற்றியது என்று நினைவு. அந்தக் கட்டுரையில் அடுத்த அடுத்த வாக்கியங்களில் 'வேண்டும்' 'வேண்டும்' என்று முடித்திருப்பதைச் சுட்டிக்காட்டும் நோக்கத்துடன் அழுத்தமாகப் படித்தபோது, அவர் தலைமுடியின் முன்சுருள் பிரிந்து நெற்றியில் சிதறியது என் கண்முன் இன்றும் நிற்கிறது. அன்று சற்று வேதனையாக இருந்தாலும் வகுப்பு முடிந்த பின்னர் சக மாணவர்களடம் அதிற் காணும் நல்ல கருத்துக்களைப்

பாராட்டியதாக அவர்கள் கூறினார்கள். பிற்காலத்தில் கட்டுரை எழுதி மாணவர்கள் தமது கருத்தைத் தெளிவாகக் கூறுவதற்கு அந்த முயற்சி மிகவும் துணை செய்தது.

வெள்ளிக்கிழமை மாலையில் இரயிலில் சென்னை அல்லது பிற ஊர்களுக்குச் சென்று திங்கட்கிழமை காலையில் அண்ணாமலை திரும்பியதாலும், பிற இடங்களிலிருந்து பாடத்திட்டக்குழு, தேர்வுக் குழு, சொற்பெருக்கிற்கு அழைப்பு என்று வரும் பல வேண்டுகோளை மறுப்பின்றி ஏற்றதாலும், சில நாள் நடக்கும் வகுப்பு மாணவர்களுக்கு அலுப்பைத் தோற்றுவித்தது. ஏன் வகுப்பிற்கு தெ.பொ.மீ. வருகிறார்? என்றுகூடத் தோன்றும். எந்நாளும் எல்லா வகுப்புகளும் சுவை நிறைந்த தாக இருக்குமா? திருக்குறளிலோ, கம்ப இராமாயணத்திலோ, எல்லாப் பாடல்களும் ஒரே தரமான பாடல்களா? எனினும் இளைய உள்ளங் களுக்குக் குறை கூறும் வாய்ப்பை அந்த வகுப்புக்கள் தோற்றுவித்தன. மொத்தத்தில் தெ.பொ.மீ.யின் மீதுள்ள மதிப்பு மாணவர்களிடையே வளர்ந்துதான் வந்தது.

அண்ணாமலைப் பல்கலைக்கழக ஆளுநர் குழுவில் (சிண்டிகேட்) உறுப்பினராகத் தெ.பொ.மீ. நியமிக்கப்பட்டிருந்தார். ஆகையால் பல்கலைக்கழக ஆட்சி முறையிற் காணும் குறைகளைத் தெ.பொ.மீ. தெரிந்திருந்தார். அப்போது கணிதத் துறையில் பணியாற்றிய டாக்டர் கோவிந்தஇராஜன் ஆசிரியர்களால் தேர்ந்தெடுக்கப்பட்டு ஆளுநர் குழுவின் உறுப்பினராக இருந்தார். டாக்டர் ஏ.சி.செட்டியாரும் அதைப்போன்றே ஆசிரியர்களால் தேர்ந்தெடுக்கப்பட்ட உறுப்பினர் ஆவார். முன்னவர் பல்கலைக்கழக ஆட்சியிற் காணும் குறைகளைச் சொல்லாற்றலால் மிகவும் கண்டிப்பதாகப் பிறர் கூறுவர். தெ.பொ.மீ. யும் அவரைப் போன்றே அண்ணாமலைப் பல்கலைக்கழக அலுவல் பாங்கை விமர்சிக்கத் தவறியதில்லை.

அண்ணாமலையில் தமிழ்ப் பேராசிரியராகப் பதவியேற்குமாறு இராஜா அண்ணாமலைச் செட்டியார் தெ.பொ.மீ.யின் வீட்டிற்குச் சென்று வேண்டிக்கொண்டார். அது தமிழ்ப் புலவர்களை மதித்துப் போற்றும் இராஜாவின் சிறப்பியல்பை உணர்த்தும். அந்தச் சிறப்பால் தெ.போ.மீ. கட்டுண்டு அண்ணாமலைப் பல்கலைக்கழக விவகாரங் களில் தலையிட மாட்டார் என்று எதிர்பார்த்திருக்கலாம். அது பொய்யாகவே தெ.பொ.மீ.யின் மதிப்பு நாளாவட்டத்தில் ஆட்சி யாளரிடையே குறைந்தது.

அண்ணாமலைப் பல்கலைக்கழகத்தில் அன்று திராவிடக் கழகச் சார்புடைய மாணவர்கள் பலர் இருந்தனர். அறிஞர் அண்ணாதுரை ஒரு முறை இலக்கியம் பற்றிச் சிறப்பாக உரையாற்றியதும் நினைவிருக்

கிறது. மறைமலையடிகளும் ஒருமுறை சொற்பொழிவிற்காக வந்திருந் தார். ஒரு சொற்பெருக்கிற்கு ஆயிர ரூபாய் கொடுக்க வேண்டும் என்று அடிகள் நிபந்தனை இட்டு வந்ததால், மாணவர்களும் பொருளுதவி செய்தது நினைவிருக்கிறது. அரசியல் சூழ்நிலையால் மாணாக்கர்களும் தமிழ்த் துறை ஆசிரியர்களிற் சிலரும் தெ.பொ.மீ.யைக் குறை கூறத் துவங்கினர். எனவே இரண்டாவது ஆண்டில் (நான் சிறப்பு இறுதி வகுப்பில் படிக்கும்போது) எதிர்ப்பு வலுவுற்றது. 1946ஆம் ஆண்டு ஜனவரி மாதத்தில் தெ.பொ.மீ.யின் பணி அடுத்த ஆண்டு தொடராது என்பது உறுதியாகிவிட்டது.

தனிநாயக அடிகள் 1944 முதல் சிறப்பு வகுப்பில், மாணவராகச் சேர்ந்தார். முதலாண்டு முதல் எனக்கும் அவருக்கும் நட்பு இறுக்க மானது. அவர் காலமாவது வரை அந்த நட்பு மிகவும் வலுவான நட்புறவாக நீடித்தது. உயர் அதிகாரிகளுடனும், துணைவேந்தர் இரத்தினசாமியுடனும் நெருங்கிப் பழகும் வாய்ப்பு அவருக்கிருந்தது. 'என்ன நடக்கப் போகிறது' என்று நன்கறிந்தவர் தனிநாயக அடிகள். தெ.பொ.மீ., மேலும் அண்ணாமலையில் தொடர்ந்தால் தமிழ் மாணவர் களுக்கும் துறைக்கும் நன்மை பயக்கும் என்று அவர் கருதினார். பல மாணவர்களும் அவ்வாறே கருதினர்.

மார்ச் இறுதியில் இராஜா அண்ணாமலைச் செட்டியார் சிதம்பரத் திற்கு வருவதாகத் தெரிந்தது. அந்தத் தருணத்தைப் பயன்படுத்தி மாணவர்கள் சார்பில் ஒரு வேண்டுகோள் சமர்ப்பிப்பது என்ற முடிவுடன் தனிநாயக அடிகள் திறமையாக ஒரு வரைவை ஆங்கிலத்தில் தயாரித்தார். அதனைத் தட்டச்சுச் செய்து அல்லது அச்சடித்து மாணவர் களிடையே வழங்கப்பட்டது. ஒரு நாள் மாலை நான்கு மணியளவில் ஏறத்தாழ நூறு மாணவர்கள் சிதம்பரத்திலுள்ள இராஜா தங்கியிருந்த விடுதிக்குப் புறப்பட்டுச் சென்றனர். தனிநாயக அடிகள் வருவது உகந்ததாக இராது என்று கருதியதால் மற்றவர்களுடன் நானும் சென்றேன். கூட்டமாக மாணவர்கள் இராஜா தங்கும் சத்திர வாயிலில் நிற்பதைக் கண்டு, இராஜாவின் எழுத்தர் 'என்ன வேண்டும்' என்று கேட்டார். இராஜா அவர்களைக் கண்டு விண்ணப்பம் ஒன்று கொடுக்க மாணவர்கள் விரும்புகின்றனர் என்று சொல்லப்பட்டது. அவர் உள்ளே சென்று இராஜாவிடம் தெரிவித்திருப்பார். சிறிது நேரம் கழித்து மாணவர்களில் ஒருவர் மட்டும் இராஜாவைக் கண்டு விண்ணப்பம் கொடுக்கலாம் என்றார். கூட்டத்தில் நின்றவர்களில் சிலர் உணவு விடுதிப் பிரதிநிதிகள், தலைமைப் பேச்சாளர்கள் ஆவர். முன்வரிசையில் நின்றவர்கள் எழுத்தர் சொன்ன சொல்லைக் கேட்டதும் விரைவில் பின்வாங்கினர். அங்கு நின்ற எழுத்தரின் முகத்தில் ஏளனச் சிரிப்பொன்று

பிரகாசிப்பது தெளிவாகத் தெரிந்தது. இரண்டாவது அணியில் நின்ற நான் இப்போது முதலணியில் நிற்கும் நிலை ஏற்பட்டது. அந்தச் சிரிப்பு என் கண்ணில் பட்டதும் 'கோழைகளா நாம்?' என்ற எண்ணம் வேதனை அளித்தது. 'நான் வருகிறேன்' என்று உணர்ச்சி வசப்பட்டுக் கூறினேன். விண்ணப்பத்துடன் நான் அழைத்துச் செல்லப்பட்டேன்.

பல்கலைக்கழக அலுவலை ஆராய அன்று புதியவராக இருந்த பதிவாளர், இராஜா, மற்றொருவர் ஆகிய மூவரும் மேசையைச் சுற்றி யிருந்தனர். எனக்கு ஒரு நாற்காலி இடப்பட்டு அதிலிருந்ததும் நான் வந்த காரியத்தைச் சுருக்கமாகக் கூறி இராஜாவிடம் விண்ணப்பத்தைக் கொடுத்தேன். இராஜா அவர்கள், 'நன்றாகத் தமிழ்ப்பாடம் கற்பிக்க வேறு பேராசிரியர்களில்லையா' என்று கேட்டார். பலதுறை அறிவுடன் திறமையாகப் பாடஞ்சொல்லும் ஆற்றல் தெ.பொ.மீ.யிடம் காணப் படுவதை மூன்று ஆண்டுகளாக இங்கே படிக்கும் என்னைப் போன்ற மாணாக்கர்கள் உணருகின்றனர். எனவேதான் இந்த வேண்டுகோள் என்றேன். 'தெ.பொ.மீ. யிடம் கேட்டீர்களா?' என்றார். 'அவருக்கு இது எதுவும் தெரியாது' என்றேன். 'இந்த முடிவைத் துணைவேந்தர் அவர்கள் தான் செய்ய வேண்டும்; அதனால் துணைவேந்தரிடம் விண்ணப்பத்தைக் கொடுப்பதுதான் முறை. அவர்களிடம் கொடுத்திடுக' என்றார். தமிழ்த் துறை மாணவர்களுக்கு நன்மை தேட நினைத்து மேற்கொண்ட அந்த முயற்சியை இராஜா அவர்கள் வரவேற்கவில்லையே என்ற வருத்தம் தோன்றியது. அங்கே பல்கலைக்கழகம் பற்றிய ஆய்வைத் தான் பதிவாளருடன் மேற்கொண்டுள்ளதையும் நான் கவனித்தேன். வேறொன்றும் கூறாது வெளியேறி வந்துவிட்டேன். நண்பர்கள் காத்திருந்தனர். அவர்களிடம் நடந்தது அனைத்தும் சொல்லப்பட்டன. இராஜா அவர்கள் கூறியது போன்று துணைவேந்தரிடம் விண்ணப் பத்தைக் கொடுப்பது என்று முடிவு செய்து நானும் ஒன்றிரண்டு மாணவர்களும் பல்கலைக்கழக விடுதிக்குத் திரும்பும்போது விண்ணப் பத்தை அவர் இல்லத்தில் சென்று கொடுத்தோம். அடுத்த ஆண்டு திரு. இரத்தினசாமியும் தொடருவாரா என்ற சந்தேகம் அன்று இருந்ததால், அவரும் உற்சாகமில்லாமல் விண்ணப்பத்தைப் பெற்றுக்கொண்டார். புதுக்கோட்டை மகாராஜாவும் அவருடைய தம்பியும் 1945-46இல்

கிரிக்கெட் குழுவுடன் அண்ணாமலை நகருக்கு வந்திருந்தபோது அண்ணாமலை அரசர் விருந்தொன்று கொடுக்கப் பல்கலைக்கழகத் திற்கு வந்திருந்தார். அதற்கடுத்த நாள் மாணவர்கள் தங்கும் புது விடுதியில் இணைப்புக் கட்டடம் கட்டுவதற்காகப் பொறியியலாள ருடன், எளிய உடையணிந்து வந்து அளவு நூலைத் தாமே நடு வெயிலில் பிடித்துப் பணி செய்தது மாணவர்கள் அனைவர் மனத்திலும் பெருமதிப்பைத் தோற்றுவித்திருந்தது. அத்தகைய அரசர் மாணவர்

வேண்டுகோளைப் பரிவுடன் ஆராயவில்லையே என்ற வருத்தம், அறைக்குத் திரும்பும்போது என் மனதில் எழுந்தது.

அடுத்த நாள் காலையில் தனிநாயக அடிகள் அறைக்கு வந்தார். நிகழ்ந்தவற்றைக் கூறினேன். சற்று நேரம் கழித்து, 'தெ.பொ.மீ. உன்னைக் கூப்பிடுகின்றார்' என்று நண்பர் ஒருவர் அறையில் வந்து கூறியதால், அவர் அப்போது உணவிற்காகச் சென்றிருந்த டாக்டர் கோவிந்த இராசனின் வீட்டிற்குச் சென்றேன். 'அங்கு என்ன நடந்தது' என்று கேட்டார். எல்லாவற்றையும் சொன்னபோது, 'தெ.பொ.மீ.யிடம் கேட்டீர்களா?' என்ற இராஜாவின் கேள்வியைக் கேட்டதும், 'பார்! நான் உங்களைத் தூண்டிவிட்டு அனுப்பினேனா? என்றறிவதற்குரிய சூழ்ச்சி' என்றார். 'நீங்கள் அவ்வாறு செய்யவில்லையே? அவ்வாறு செய்தால் பல மாணவர்கள் இராஜாவைக் காணும் கூட்டத்தில் பங்கேற்றிருக்க மாட்டார்களே. எதற்காகச் சந்தேகப்படுகிறீர்கள்?' என்று சொன்னேன். அதன்பின் நானும் என் அறைக்குத் திரும்பினேன். தெ.பொ.மீ. நிம்மதி யின்றிக் காணப்பட்டார். தாம் அண்ணாமலைப் பல்கலைக்கழகத்தில் தமிழ்ப் பேராசிரியர் பதவியை ஏற்க வேண்டும் என்று இரண்டு ஆண்டு களுக்கு முன்னர் தமது இல்லத்தில் வந்து இராஜா கேட்டுக்கொண்ட செய்தியையும் தெ.பொ.மீ. அன்றும் கூறினார்.

மாணவ நண்பர்களில் சிலர், தேர்வில் முதலிடம் பெற நான் தெ.பொ.மீ.க்காக இராஜாவிடம் விண்ணப்பம் கொடுக்க முன்வந்தேன் என்று கூறியதாகக் கேள்விப்பட்டேன். மாணவர்களின் மானத்தைக் காப்பாற்றுவதற்குத்தான் நான் முன்வந்ததை ஒருசில நண்பர்கள் இறுதி வரை கூறிப் பாராட்டியதை நான் மறந்திடவில்லை. தேர்வு வந்ததால் தெ.பொ.மீ. பதவி விலகும் பிரச்சினை, பின்தளத்தில் தள்ளப்பட்டது. தேர்வில் எனக்கு வரவேண்டிய முதல்வரிசை நிலையைத் தெ.பொ.மீ.யே விலக்கிவிட்டதாகத் தேர்வாளர்களில் மிக முக்கியமானவர் கூறினார். அதைப்பற்றி நான் கவலைப்பட்டதில்லை.

வங்காளக் காங்கிரசுத் தலைவர் சி.ஆர். தாஸ் அவர்களை என் தந்தை மிகவும் போற்றுவார். 'தன் தந்தை பெற்ற கடனையெல்லாம் தனது வழக்கறிஞர் தொழிலில் ஈட்டிய செல்வத்தால் தீர்த்துப் பெருமை தேடியவர்' என்று அடிக்கடிக் கூறி, என்னையும் சட்டக் கல்லூரியில் சேர்வதற்கு மறைமுகமாக ஆலோசனை கூறினார். பல தமிழ்ப் பேராசிரியர்கள் வழக்கறிஞர்களாகப் பயிற்சி பெற்றிருந்ததால் நானும் திருவனந்தபுரத்திலுள்ள சட்டக் கல்லூரியில் சேர்ந்தேன். தெ.பொ.மீ. யுடன் கொண்ட தொடர்பு அதன் பின்னர் ஓரிரண்டு ஆண்டுகள் வரை வலுப்பெற வாய்ப்பில்லாமல் போயிற்று. ஆனால் தனிநாயக அடிகளின் தொடர்பு தொடர்ந்து நீடித்தது. அவர் மூலம் தெ.பொ.மீ. மாநிலக்

கல்லூரியில் சிறப்புத் தமிழ்ப் பேராசிரியராகச் சேர்ந்த விவரம் தெரிய வந்தது. அப்போது காங்கிரசுக் கட்சி சென்னை மாநிலத்தில் அரசுப் பொறுப்பில் இருந்தது.

1947இல் நானும் திருநெல்வேலி இந்துக் கல்லூரியில் விரிவுரையாள ராகச் சேர்ந்தேன். ஓரிரு முறை திருவனந்தபுரத்திற்குப் பல்கலைக்கழக அலுவலுக்காக வந்தவர் என் மாமனார் வீட்டில் தங்கினார். ஒருமுறை தான் பட்டதாரி ஆசிரியர் தொகுதியிலிருந்து மாநில அவைக்கு நிற்பதாக அப்போது கூறினார். பல ஆசிரியர்களிடம் எளிதாக அவர்களுடைய வாக்குரிமைகளைக் கொடுத்திடுமாறு கூறும் வாய்ப்பு எனக்கு இருந்தது. ஆனால் அந்தச் செய்தியை அவர் சொன்ன சமயத்தில் வாக்குரிமை அனைத்தும் அனுப்புவதற்குரிய இறுதி நாள் நெருங்கியிருந்தது. வாக்குகளை மற்றுள்ளவர்கள் பெற்றுச் சென்றுவிட்டதாக நெருங்கிய நண்பர்கள் கூறினர். திருநெல்வேலியில் முயன்று பார்த்ததில் எந்த பயனும் ஏற்படவில்லை. அப்போது உள்துறை அமைச்சராகவிருந்த திரு. பக்தவத்சலம் பரிந்துரைக் கடிதம் பல கொடுத்திருந்தும் பலனற்றுப் போயிற்று. அந்த முறை தோற்றுப் போய்விட்டார். அதைப் பற்றிக் கவலை எதுவும் தெ.பொ.மீ. பட்டதாகத் தெரியவில்லை.

ஓராண்டு விடுப்புப் பெற்று திருவனந்தபுரத்தில் அப்போது தமிழ்ப் பேராசிரியராகப் பொறுப்பேற்ற எஸ். வையாபுரிப் பிள்ளையின் கீழ் ஆய்வு மாணவனாகச் சேர்ந்தேன். ஆழமான அறிவைப் பெறுவதற்கு அங்குத் தங்கிய நாட்கள் உதவினாலும், நான் எடுத்திருந்த ‘கல்வெட்டில் மொழி நிலை’ என்ற தலைப்பில் அதிக முன்னேற்றமில்லாமல் இருந்தது. துவக்க காலம் முதல் எட்டாவது நூற்றாண்டு வரையுள்ள கல்வெட்டுக்களை நானே படியெடுத்து வைத்திருந்தேன். எவ்வாறு தலைப்பை அணுகுவது என்பதில் இடர்ப்பாடு இருந்தது. எஸ். வையாபுரிப் பிள்ளை மேற்கொள்ளும் முறை மாணவர்கள் பயிலும் ஆசிரியருடன் பழகியறியும் முறையாகும். மாணவர்களுக்குத் தேவை யானவற்றை அவர்களே தெரிந்திட வேண்டும் என்பதாகும். அப்போது கன்னியாகுமரி மாவட்டத்திலுள்ள மண்டைக்காட்டில் நடந்த கொடை விழாவுக்குத் தெ.பொ.மீ. வருவதாகச் செய்தி வெளிவந்தது. எனவே காலை பத்து மணிக்கு அவரைச் சந்தித்தபோது இந்தத் தலைப்புப் பற்றி விவாதிக்கும் வாய்ப்பு ஏற்பட்டது. அன்று ஒரு மணியளவில் கல்வெட்டு மரபுப்படி எவ்வாறு வாக்கியயியல், சொல்லியல், எழுத்து இயல் முதலியவை அமைந்துள்ளன, எவ்வாறு சொல்லமைப்பும் தொடர மைப்பும் அமைந்துள்ளன என்பனவற்றை தெ.பொ.மீ. விளக்கியது மிகவும் துணையாக இருந்தது. அவருக்கு இந்தத் தலைப்பில் நான் விவாதிக்க வருகிறேன் என்றுகூட முன்னறிவிப்பு எதுவும் செய்திட

வில்லை. எனவே என் மனதில் அன்று உறுதி பிறந்தது. அப்போது தெ.பொ.மீ.க்குப் பண வருவாய் குறைந்திருந்தது. எந்தப் பதவியும் இல்லை. வறுமை வாட்டினும் வெளியே சொல்வதில்லை.

சென்னையில் ஒரு நாள் இரவில் நான் அவரை வீட்டில் சந்தித்த போது, 'இரவில் பசி தாங்க முடியவில்லை' என்று ஒரு பிச்சைக்காரி அவர் வீட்டின் முன் மீண்டும் மீண்டும் உரத்த குரலில் கத்தினாள். 'அம்மா! இரவு நேரம் ஆகிவிட்டது. இங்கேயொன்றுமில்லை, பால் இருக்கிறது. தரட்டுமா?' என்றார் தெ.பொ.மீ. 'ஒன்றும் வீட்டில் இல்லை' என்று சொல்லும்போது அவர் சொற்களில் இரக்கம் தோய்ந் திருந்தது. அந்தப் பிச்சைக்காரியும் அங்கிருந்து அகன்றுவிட்டாள்.

தெ.பொ.மீ.யுடன் மிக நெருக்கமாகப் பழகியவர்கள் மொ. துரை அரங்கசாமியும் அ.ச. ஞானசம்பந்தமும் ஆவர். முன்னவர் தனது டாக்டர் பட்ட ஆய்வைச் சிறப்பாகச் செய்வதற்குத் தெ.பொ.மீ. மிகவும் துணை புரிந்தார். தனது ஆய்வுக் கட்டுரையின் முன்னுரை யிலும் அதனைக் குறித்துள்ளார். அ.ச. ஞானசம்பந்தம் இறுதிவரை தெ.பொ.மீ.யிடம் அன்பு பாராட்டி, மகனுக்கு மகனாக, பாது காவலனாக, இருந்து போற்றி வந்தார். அவ்வப்போது தெ.பொ.மீ.யால் அறிவொளி பெற்றவர்கள் பல நூறு பேராவது இருப்பர். ஆனால் பெற்ற உதவியை விரைவில் மறந்தவர்களும், சில ஆண்டுகள் கழித்து மறந்தவர்களும், உதவி பெற்ற பின் தூற்றியவர்களும் சிலரல்லர். ஆனால் தெ.பொ.மீ. அதைப் பற்றி எதுவும் சொன்னதில்லை.

வகுப்பில் தெ.பொ.மீ. விளக்கம் சொல்லும்போது அறிவொளி பளிச்சிடும். ஒரு நிகழ்ச்சி என் நினைவில் இன்றும் நிற்கின்றது. ஆற்றுக்குத் தலைவியை ஒப்பிடும் வரிகள் பல சங்க இலக்கியத்தில் காணப்படுகின்றன. ஒரு நாள் வகுப்பில் 'ஏனப்பா நெற்றியைச் சுளிக்கிறே' என்றார். 'தலைவிக்கு ஆற்றை உவமையாகக் கூறுவது பொருந்துமா?' என்று கேட்டேன். சற்று நேரம் மௌனமாயிருந்தவர், விளக்க முற்பட்டார்: 'பல வயல்களுக்கு நீரூட்டுவது ஆறு. அது தாய்தானே. நாகரிகம் நதிக் கரையில் வளர்ந்து செழிப்பது போன்று ஒரு பெண்ணால் ஒரு வீடும் நாடும் செழிக்கின்றன. வற்றாத நீர், தாயின் வற்றாத கருணையை ஒத்தது. அதைப் போன்றே தலைவியை ஊருடன் ஒப்பிடுவதும் சிந்திக்கத்தக்கது' என்றார். கேட்டிருந்தவர்களுக்குப் பெருமகிழ்ச்சி. மற்றொரு நாள் சமஸ்கிருதம் வடநாட்டார் மொழி மட்டுமன்று. தமிழர்கள், அதிலும் பிராமணரல்லாத தமிழர்கள் பலர் சமஸ்கிருதத்தில் இலக்கிய இலக்கணம் செய்திருக்கிறார்கள். அது ஒரு பொது மொழி; இன்றுள்ள ஆங்கிலம் பிரிட்டிஷ்காரர் அல்லது வெள்ளைக்காரர்களின் மொழி அல்லவே! அதைப் போன்றது சமஸ்

கிருதம். காளிதாசப்பிள்ளை என்பார் செய்த சமஸ்கிருத நூற்கள் பல. சுந்தர பாண்டியன் என்ற மேதையை சமஸ்கிருத வல்லுநர்கள் புகழ்ந் துள்ளனர். காஞ்சீபுரம் பல சமஸ்கிருத விற்பன்னர்கள் தங்கிய பல்கலைக் கழகமாக இருந்ததை வரலாறு கூறும். இந்திய நாகரீகத்திற்கும் மத வளர்ச்சிக்கும் காஞ்சீபுரம் அளித்த பங்கு சிறிதன்று என்று விரிவாகக் கூறிய செய்திகள் பல மாணவர்களிடையே மனமாற்றத்திற்கு வித்திட்டன. புதிய கருத்துக்களும், புதிய பாணியும் தெ.பொ.மீ.யிடம் பளிச்சிட்டன.

கேரளப் பல்கலைக்கழகத்தில் சிறப்புப் பேராசிரியராக எஸ். வையாபுரிப் பிள்ளை ஓய்வு பெற்றுச் செல்லும்போது அவருக்குத் திருவனந்தபுரம் பெருமக்கள் சிறப்புச் செய்ய நினைத்து, தெ.பொ.மீ.யை வரவழைத்துச் சிறப்பாக அந்தக் கூட்டத்தை நடத்தினர். அன்று எஸ். வையாபுரிப் பிள்ளையின் தமிழ்த் தொண்டைத் தெ.பொ.மீ. சிறப்பாகச் சீர்தூக்கினார். அதனையடுத்து ஓரிரு மாதங்களில் எனக்கு ராக்கிபெல்லர் நிறுவனத் தகமையொன்று கிடைத்தது. சென்னை சென்று தெ.பொ.மீ. யிடம் கூறிய பின்னர் அவர் என்னுடன் வர எஸ். வையாபுரிப் பிள்ளை யின் வீட்டிற்குச் சென்றோம். எஸ். வையாபுரிப் பிள்ளையின் உடல் நிலை தளர்ந்திருந்தது. ‘நான் நாடு திரும்புவது வரை உயிருடன் இருக்க வேண்டும்’ என்று வேண்டினேன். அது பொய்த்துவிட்டது. ஆனால் அன்று தெ.பொ.மீ. என்னுடன் தமது வீட்டிற்கு வந்ததால் எஸ். வையாபுரிப் பிள்ளை மிகவும் எழுச்சியுடன் காணப்பட்டார்.

இரண்டாண்டும் மூன்று மாதமும் கழித்து மொழியியல் பயற்சி பெற்று 1956இல் நாடு திரும்பினேன். அப்போது மீண்டும் அண்ணா மலைப் பல்கலைக்கழகத்தில் தெ.பொ.மீ. தமிழ்ப் பேராசிரியராகப் பொறுப்பேற்றிருந்தார். சி.டி. தேஷ்மூக் அப்போது டெல்லியிலுள்ள யுனிவர்சிட்டி கிராண்ட்ஸ் கமிஷன் என்ற பல்கலைக்கழக மானியக் குழுவின் தலைவராக இருந்தார். மொழியியலை ஊக்குவிக்கும் நோக்கத்துடன் அன்று பேராசிரியர் கத்ரேயின் கீழ் சிறப்பாகச் செயல் பட்டிருந்த பூனாவிலுள்ள டெக்காண் கல்லூரியையும் தமிழகத்திற்கென அண்ணாமலைப் பல்கலைக்கழகத்தையும் தேர்ந்தெடுத்து, சி.டி. தேஷ்மூக் உயராய்வு மையமாக ஆக்கினார். காலஞ்சென்ற தேவநேயப் பாவாணர் சொற்பிறப்பு அகராதியை உருவாக்க அதற்கு முன்னர் நியமிக்கப்பட்டார். அந்தப் பணி மொழியியலாளர்களால் ஏற்கப் படாததால் மொழியியல் துறை ஒன்றைத் துவக்கி அதற்கும் தலைவராக தெ.பொ.மீ. ஆக்கப்பட்டார்.

திருநெல்வேலி ம.தி.தா. இந்துக் கல்லூரியில் நான் பணியாற்றிய போது ஆங்கிலத்தில் ‘காப்பியம் - கிழக்கு மேற்கு நாடுகளில்’ என்ற தலைப்பில் ஒரு பெருங்கட்டுரை ஒன்றை எழுதி அச்சிட்டிருந்தேன்.

தெ.பொ.மீ.க்கும் அனுப்பியிருந்தேன். அதில் பல கருத்துக்கள் ஏற்கத் தக்கவையாயினும் சில மாற்றத்தக்கன. இன்று நான் படிக்கும்போது கூட சில கருத்துக்கள் மிகச் சாதாரணமானவையாகத்தான் படுகின்றன. ஆனால் தெ.பொ.மீ. நல்ல முகவுரையொன்றை ஆங்கிலத்தில் எழுதி யனுப்பியிருந்தார். பத்துப் பக்க அளவில் அவருடைய கையெழுத்தில் இருந்தது. இரவு ஏழு மணிக்குத் திருநெல்வேலியிலிருந்து நான் தங்கியிருந்த வீட்டிற்குச் சென்றதும் அதனைக் கண்டேன். எனக்கு மகிழ்ச்சி தாங்கவில்லை. அதைப் படித்தபின் என்னுடன் பணி செய்த விரிவுரையாளரும் என் நெருங்கிய நண்பருமான ஆர். மோகனரங்கத்திடம் அதைக் காட்டினேன். 'தன் மாணவர்கள் முன்னேறுவதில் எவ்வளவு அக்கறை காட்டுகிறார்' என்று அவர் கூறியது நினைவிருக்கிறது.

1968இல் இரண்டாவது உலகத் தமிழ் மகாநாடு சென்னையில் நடந்த சமயம் இந்தியாவில் ஒரு செயலாளர் பதவிக்கு என் பெயரை அந்த நிறுவனத்தை உருவாக்கிய தனிநாயக அடிகளும் அதன் வளர்ச்சிக்குக் கடினமாக உழைத்த ஆ. சுப்பையாவும் முன்மொழிந்தனர். அதனைத் தெ.பொ.மீ. வன்மையாக எதிர்த்தார். தனது நண்பர் ஒருவரை நியமிக்க வற்புறுத்தி அதில் வெற்றியும் கண்டார். தெ.பொ.மீ. முன்மொழிந்த நண்பரால் நிறுவனம் நன்கு வளராது என்று உணர்ந்து அந்த நிறுவனத்தைக் கட்டிக் காத்தவர்கள் நிறுவனத்தின் பொதுச் செயலாளராக என்னை நியமித்தனர். அப்போது தெ.பொ.மீ.யால் தடை ஒன்றும் கூற முடிய வில்லை. நானும் அவ்வாறு செய்து விட்டாரே என்று உள்ளூர நொந்தாலும் அதனை வெளிப்படையாகக் காட்டவில்லை.

மதுரையில் ஐந்தாண்டுக் காலத்திற்குப் பின் துணைவேந்தர் பதவி யில் தெ.பொ.மீ. நீடிக்க இயலாது என்று தெளிவாயிற்று. எனவே அவர் ஓரிரு வாரங்களுக்கு முன்னரே பதவியை விட்டு விலகிவிட்டார் என்ற செய்தி பரவியது. வருவாய் எதுவுமில்லாமல் துன்புறுவதாகவும் நண்பர்கள் தெரிவித்தனர். திராவிட மொழியியற் கழகம் 1970இல் தனது முதல் மகாநாட்டை மிக விமரிசையாகத் திருவனந்தபுரத்தில் நடத்தியது. அதில் எஸ்.கே. சட்டர்ஜியுடன் தெ.பொ.மீனாட்சிசுந்தரம் (தமிழ்), எம்.எம்.பட் (கன்னடம்), ஜி.ஜே. சோமயாஜி (தெலுங்கு), இளங்குளம் குஞ்ஞன் பிள்ளை (மலையாளம்) ஆகிய ஐவரும் ஆளுநர் வி. விஸ்வநாதன் தலைமையில் தி. அச்சுதமேனன் முன்னிலையில் பட்டுப் போர்வையும் மோதிரமும் அணிவித்துக் கௌரவிக்கப் பட்டனர். அந்த மகாநாட்டு ஆய்வறிக்கை சிறப்பாக அச்சேற்றப்பட்டு ஆறு மாதத்திற்குள் வெளி வந்தது. பன்னாட்டுத் திராவிட மொழியியல் சஞ்சிகையின் முதல் இதழும் பாராட்டும் வண்ணம் வெளியானது.

உடல்வளத் துறை அமைச்சராக அன்று இருந்த திரு. க. அன்பழகனிடம் சென்னை சென்றபோது நான் அவற்றின் படிகளைப் பரிசாக அளிக்க நேர்ந்தது. ஒவ்வொன்றையும் புரட்டிப் பார்க்கும்போது இவை யனைத்தும் அரசாங்க உதவியில்லாமலா செய்கிறீர்கள்? என்று கேட்டு ஒரு விண்ணப்பம் எழுதி வருமாறு கூறி, உடனே முதலமைச்சர் கருணாநிதியிடம் தொலைபேசியில் தொடர்பு கொண்டு அன்று மாலை நடக்கும் 50ஆவது ஆண்டு நிறைவு விழா, தேனாம்பேட்டை மண்டபத்தில் நடப்பதால் அந்தக் கூட்டத்தில் சந்திக்கலாம் என்று கூற, அங்கு வருமாறு என்னைக் கூறினார். அன்று திரு. க. அன்பழகன் செய்த உதவி எதிர்பாராதது. திராவிட மொழியியற் கழகம் பல முனைகளில் தொடர்ந்து பணி செய்வதற்கு அது உதவியது. அதன்பின் ஏறத்தாழ மூன்று மாதங்களுக்குள், தமிழக அரசு ஆண்டு ஒன்றுக்கு 40 ஆயிரம் ரூபாய் மானியமாகத் தருவதாக ஆணை அனுப்பியது. தெ.பொ.மீ.யை ஆய்வுத் தகைமையொன்றில் நியமிப்பதென செயற்குழு முடிவு செய்ததால் தந்தியொன்று அவர் தங்கும் இடத்திற்கு அனுப்பப்பட்டது. தந்தி கிடைத்ததும் திருவனந்தபுரம் வந்திருந்தார். அப்போது மாதம் ஒன்றுக்கு ரூபாய் 180க்கு மேல் மருந்துக்குச் செலவு செய்யத் தேவைப் படும்; ஆனால் வருவாய் எதுவும் இல்லை என்றார். அந்தச் சமயம் இந்தத் தகைமை கிடைத்தது மிக உதவியாக இருந்தது என்று கூறி மகிழ்ந்தார். சிறுமிகளான என் மக்கள் இருவரிடம், 'உங்கப்பாவுக்கு நான் பதவியிலிருந்தபோது ஒன்றும் செய்யவில்லை. அவன் தான் இப்போது நிலைமை அறிந்து உதவியுள்ளான்' என்றாராம். தெ.பொ.மீ.யை நியமிக்கும் முடிவில் என் பங்கு ஒன்றுமில்லை. அந்தத் தகைமை தக்கவருக்கு வழங்கப்பட்டது என்று எல்லோராலும் பாராட்டப் பெற்றது.

தனது தகைமைக் காலத்தில் 'தமிழ் இலக்கணத்தின் அயல்மொழி முன் மாதிரிகள்' என்ற நூலை உருவாக்கினார். பேரும் பதவியும் இருந்தாலும், ஒரு நிறுவனத்தின் விதிமுறைகளை அனுசரித்து அதற் கேற்ப நடக்கும் தெ.பொ.மீ.யின் திறமை எனக்கு விளங்கிற்று. என்று வேண்டுமாயினும் திராவிட மொழியியற் கழகத்தில் சேர்ந்து பணி செய்திட வரவேற்கிறோம், உணவுக்கும் உறையுளுக்கும் போதிய பணம் நிரந்தரமாகத் தருவதாகத் தெ.பொ.மீ.யிடம் கூறப்பட்டது. ஆனால் அதன் பின்னர், மகேஸ்வர யோகியின் தியான மார்க்கத்தில் மூழ்கி நின்றார். மதுரையில் நடந்த இஸ்லாமியப் பேராசிரியர் தேர்வுக் குழுவில் சந்தித்தது நினைவிருக்கிறது. அதற்கு நானும் போயிருந்தேன். அவர் காலிரண்டிலும் துணிப்பட்டையால் கட்டுப் போட்டிருப்பதைக் கண்டேன். முகத்தில் பிரகாசமும் தக்கவர்களைத் தேர்ந்தெடுக்க வேண்டுமே என்ற கவலையும் அன்று கண்டேன். பல்கலைக்கழக முதல்

மாடியறையிலிருந்து படியிறங்கும் போது அவர் கைகளைத் தாங்கலாகப் பிடித்து இறக்கினேன். இறுதி நெருங்குகிறதே என்று என் மனது துயரப் பட்டாலும், அவருடைய மகிழ்ச்சியை அன்று கலைக்க நான் முயல வில்லை. அதன்பின், காலமான செய்தி, செய்தித்தாள் வழித் தெரிந்தது.

எப்போதும் செயலாற்றிய ஒரு பேரறிவு எந்திரம் சலனமற்று விட்டதே என்று தெ.பொ.மீ.யை அறிந்தவர்கள் வருந்துமாறு அந்நிகழ்ச்சி மாறியது. எந்தக் குழுவிலும் பெருந்தன்மையுடன் நடந்திடும் இயல்பு தெ.பொ.மீ.க்கு இருந்தது. அவருடைய பரந்த பலதுறை அறிவு பல இடங்களில் சிக்கலான கேள்விகளுக்குச் சிறப்புடன் பதிலளிக்கத் துணை நின்றது. தனது மாணவர்களுக்குத் தன்னாலான உதவியை, சில பொழுது விதிவரம்பை மீறிக்கூட செய்தவர் அவர். எங்குத் திறமை இருக்கின்றதோ அதைப் பாராட்டத் தயங்கவில்லை. சில சமயம் வன்மையாகப் பிறரை மறுக்கவும் அவர் மனமடிக்கவில்லை. அதனால் பலருடைய பகைமையைச் சம்பாதிக்கும் நிலைமை ஏற்பட்டது. ஒரு கணம்தான் அவர் பேசும் கடுஞ்சொற்கள் அவர் மனதில் தங்கிநிற்கும். மற்றொரு கணம் அவை அன்பாக, பாராட்டாக மாறும். ஒரு துறையில் மட்டும் அடங்கி நின்று உழைத்திருப்பாராயின் பல பத்தாண்டுகள் அவரைத் தென்னகம் பாராட்டியிருக்கும். ஒவ்வொருவரும் தமக்குரிய இயல்புக்கு ஏற்பத்தான் செயல்பட முடியுமே தவிர பிறர் எதிர்பார்ப்பிற் கேற்பச் செயல்பட முடியாதல்லவா!

1956இல் அமெரிக்காவிலும் இங்கிலாந்திலும் பயிற்சி பெற்ற பின்னர் திருவனந்தபுரம் திரும்பியதும் தமிழ்த்துறை, சற்று துரிதமாகப் பணி செய்யத் துவங்கியது. ஆய்வு மாணவர்கள் பலர் சேர்ந்தனர். சொல்லடைவுப் பணியும் வேகமாக முன்னேறியது. அப்போது தெ.பொ.மீ.க்கும் எனக்கு முள்ள உறவு ஓரளவு தொய்ந்தது. கோள் சொல்லிகளால் உறவு கசப்பானது. பகைமையாகக்கூட மாறியது. அவரவர் துறையை அவரவர்கள் பாதுகாத்திட வேண்டும் என்ற தன்னலம் அந்தப் பகைமைக்குக் காரணமாக இருந்திருக்கலாம். எனினும் 1964இல் டெல்லியில் நடந்த உலகக் கீழ்த்திசை மகாநாட்டிலும் அதன் பின்னர் 1966இல் நடந்த காஷ்மீர் கீழ்த்திசை மகாநாட்டிலும் சந்தித்தபோது அவருடைய அன்பில் குறைவு ஏதும் காணப்படவில்லை. ஒரு விவாதத்தின்போது ஸ்ரீநகரில் வடநாட்டு அறிஞர் ஒருவர் சங்க இலக்கியம் பழமையானதா? அதற்குத் தெளிவு என்ன? என்று கேட்ட கேள்விக்குத் தெ.பொ.மீ. சத்தியபுத்திரர்களைப் (அதிகமான்) பற்றிய குறிப்பை உடனே கூறினார். ரோமன் நாணயம், கயபாகு வேந்தனைப் பற்றிய குறிப்பு முதலிய தெளிவுகள் பல கால எல்லைகளைக் குறிக்கும். அதனால் சத்தியபுத்திரர் என்ற குறிப்பு,

அசோகன் காலத்தை உறுதி யாகக் குறிக்கும்; எனவே, வடநாட்டினர் அவர் கூறிய பதிலை உடனே ஒப்புக்கொள்ள நேர்ந்தது. அன்று தெ.பொ.மீ. விரைவில் சொன்ன பதில் பொருத்தமாக இருந்தது.

மதுரைப் பல்கலைக்கழகத் துணைவேந்தராகப் பொறுப்பேற்றதும் தெ.பொ.மீ. திட்டமிட்டுப் பணி செய்தார். பல துறைகளை உருவாக்கினார். ஆய்வு முதிர்ச்சி பெற்ற பல அறிஞர்களை நியமித்தார். உயிரியல் துறையில் எஸ். கிருஷ்ணசாமியை நியமித்ததால் அந்தப் பல்கலைக் கழகத்திற்கு நன்மை பிறந்தது. திருவனந்தபுரத்தில் கேரளப் பல்கலைக் கழகத்தில் கேரளப் பாணினி பெயரில் அமைந்த சொற்பொழிவு ஒன்றிற்குத் தெ.பொ.மீ. வந்திருந்தார். அவையோருக்கு அவரை அறிமுகஞ் செய்வதற்கு அன்று துணைவேந்தராக இருந்த எ. அய்யப்பன், தெ.பொ.மீ.யின் கல்வித் திறமையைப் பாராட்டி, அலுவல் திறன் மிக்க, முன்னேறிய சமுதாயமான வேளாள சமுதாயத்தைச் சார்ந்தவர் என்று முடித்தார். சொற்பெருக்கை ஆற்ற எழுந்த தெ.பொ.மீ., 'நான் பிற்பட்ட பனையேறி சமுதாயத்தைச் சேர்ந்தவன். என் தந்தையார் திரிசிரபுரம் மகாவித்துவான் மீனாட்சிசுந்தரம் பிள்ளையின் மீது கொண்டிருந்த மதிப்பால் எனக்கு அவர் பெயரைச் சூட்டினார். எனவே என் பெயருக்கும் என் சமுதாயத்திற்கும் எவ்விதத் தொடர்பும் இல்லை' என்றார். அந்தக் கூட்டத்திற்கு நான் செல்லவில்லை. நண்பர்கள் அந்தச் செய்தியைத் தெரிவித்தனர். தன் சாதி பற்றி தெ.பொ.மீ. என்றும் மாணவர்களிடம் சொல்லியதில்லை. சாதிப்பற்று எதுவும் இருந்ததாகத் தெரியவில்லை.

சென்னைப் பல்கலைக்கழகம் நடத்தும் வித்வான் தேர்வில் முதல்வராகத் தேறினால் ஆயிர ரூபாய் பரிசாகப் பெற இயலும். அதனைப் பெற, பலர் முயல்வர். தேர்வு நடக்கும் நாள் ஒன்றில் தனது மகளுக்குக் கடுமையான நோய் கண்டதால் அவளை மருத்துவமனைக்குத் தூக்கிச் சென்று மருந்து பெற்று வீடு சேர்த்த பின்னர் தேர்வு எழுதச் சென்றார் என்றும் அந்த முறை ஆயிர ரூபாய்ப் பரிசு, பெயர் பெற்ற தமிழ் விற்பன்னர் ஒருவரின் மாணாக்கருக்குச் சென்றுவிட்டது என்றும் தெ.பொ.மீ. கூறியது எனக்கு நினைவிருக்கிறது.

ஒரு நாள் சென்னையில் அவர் வீட்டில் இராமாயணத்தில் கிளியுடன் சீதை கொஞ்சும் நிகழ்ச்சி பற்றியும் அந்த இதிகாசத்தில் மற்றைய இடங்களில் அதைப் போன்ற குறிப்புகள் வந்துள்ளனவா என்று தெ.பொ.மீ.யிடம் கேட்டபோது, புன்முறுவலுடன், 'என்னய்யா! நான் கம்பராமாயணம் முழுவதும் படித்திருக்கிறேன் என்று நினைக்கிறாயா? அவ்வப்போது அங்கிங்காகச் சில பகுதிகளைப் புரட்டிப் பார்த்திருக்கிறேன்! அவ்வளவுதான்' என்றார். தெ.பொ.மீ. அன்று கூறிய உண்மைச் சொல்லால் அவர்மீது கொண்டிருந்த மதிப்பு பன்மடங்காகியது.

எத்தனை பேர் தமது படிப்பின் குறையைக் கூறுவர்? பின்னர் சென்னையி லிருந்து வெளியான கம்பன் அடக்கப்பதிப்பிற்கு அவர் செய்த உதவி பாராட்டப்பட்டிருந்தது நினைவிருக்கிறது.

இராஜா முத்தையாச் செட்டியாரும் கம்பன் அடிப்பொடியார் சா. கணேசனும் தேர்தல் களத்தில் ஒரு சமயம் எதிர் எதிராகப் போட்டி யிட்டனர். கம்பன் விழா நடக்கும்போது தெ.பொ.மீ. அந்த ஆண்டு தனது நெருங்கிய நண்பர் அழைத்தும் போகவில்லை. தான் அண்ணா மலையில் பணி செய்யும்போது இராஜா முத்தையாச் செட்டியார் தவறாக எண்ணிவிடக் கூடாது; அவ்வாறு செய்வது மரியாதையுமன்று என்று நினைத்துப் போகவில்லை என்றார்.

புதிய துறை, புதிய ஆய்வு முறை என்றால் தெ.பொ.மீ. அவற்றில் காட்டிய ஆர்வம் கட்டுக்கடங்காததாக இருக்கும். மொழியியல் ஆய்வு முறை **1954** முதல் பூனா, டெக்காண் கல்லூரி வழி இந்தியாவில் காலூன்றத் துவங்கிய சமயம் தெ.பொ.மீ. அதில் ஈடுபாடு கொண்டார். பயிலும் மாணவர்களில் ஒருவரைப் போன்று அடங்கி ஒடுங்கி பூனாவில் நடந்த வகுப்பில் பயின்றதாகக் கூறுவர். ஐதராபாத்தில் நடந்த மொழியியல் வேனற்பள்ளியில் அண்ணாமலையிலிருந்து வந்த விரிவுரையாளர் ஒருவருடன் இந்தியாவில் அருகிக் கிடைத்த, சம்ஸ்கி எழுதிய *சிந்தடிக் ஸ்ட்ரக்ச்சர்ஸ்* என்ற சிறிய நூலை நுணுக்கமாகப் படிப்பதைப் பார்த்தேன். எதையும் படித்து அறிய வேண்டும் என்ற ஆர்வம் அவரிடம் இருந்தது.

முதன்முதலில் நாட்டுப்புற இலக்கியத்தில் எம்.லிட். பட்டத்திற்கு, முதிர்ந்த ஆய்வு மாணவர், தமது ஆய்வுக் கட்டுரையைக் கேரளப் பல்கலைக்கழகத் தமிழ்த்துறையில் **1962**ஆம் ஆண்டு வாக்கில் சமர்ப் பித்தார். அதனைச் சீர்தூக்க தெ.பொ.மீ. (தலைவர்), ஏ.சி. செட்டியார், மு. வரதராசன் ஆகிய மூவரும் திருவனந்தபுரம் வந்திருந்தனர். அந்த ஆய்வுக் கட்டுரையில் பல புதிய அணுகுமுறைகள் கையாளப்பட்டு இருந்தன. சில தவறுகளுமிருந்தன. அந்த அறிக்கையைப் படைத்தவர் நாட்டுப்புற இலக்கியத்தில் வாழ்நாள் முழுவதும் ஈடுபாடுடையவர். நேர்முகத் தேர்வில் கடுமையாக அதனை தெ.பொ.மீ. விமர்சித்தார் என்றும் சில கேள்விகள் அதனை மேற்பார்வை செய்த என்னைப் பற்றியும் இருந்தன என்றும் தெரிய வந்தது. பின்னர். எழுத்துருவில் தெ.பொ.மீ. அளித்த விமர்சனத்தின் நகலைப் பல்கலைக்கழகம் எனக்கு அனுப்பியிருந்தது; அதில் ஆய்வுக்குப் புறம்பான, தவறான கருத்துக்கள் பல இருந்தன. அதனைப் புறக்கணிப்பது நன்றன்று என்று நினைத்து ஒவ்வொன்றிற்கும் தெளிவுகளுடன் மறுப்பொன்றை எழுதினேன். அந்த மறுப்பைப் பாளையங்கோட்டை முதுபெரும் நண்பர் ஆ.

அருளப்பனார் பார்க்க நேர்ந்தது. மறுப்பின் வன்மையைச் சிலாகித்தார். அதன் பின்னர் தெ.பொ.மீ.க்கு அனுப்பப்பட்டது. பெரும்பாலும் துறையில் பணி செய்யும் சிற்றாட்கள் கூறுவதைக் கேட்டு தெ.பொ.மீ. விரைந்த முடிவிற்கு வருவது வழக்கம் என்று பிறர் கூறுவதைக் கேட்டிருக்கிறேன். அவர் எழுதிய விமர்சனமும் அவ்வாறுதான் அமைந்திருக்குமோ என்று சந்தேகிக்குமாறு இருந்தது. அது கிடைத்த வுடன் தெ.பொ.மீ. கேரளப் பல்கலைக்கழகத்தில் அப்போது துணை வேந்தராக இருந்த டாக்டர் கே.கே. இராஜாவுக்கு, 'இவ்வாறு நான் எழுதுவதை நிறுத்த வேண்டும்' என்று தெரிவித்தார். டாக்டர் இராஜா என்னை அழைத்து விசாரித்தார். நான் தெ.பொ.மீ. தெரிவித்த விமர்சனத்தையும், என் விளக்கத்தையும் கூறினேன். விமர்சன உலகம், வயது முதுமையையோ உயர்ந்த பதவியையோ கணக்கிலெடுப்பது இல்லை என்றேன். எனினும் டாக்டர் இராஜா அதனைத் தொடர வேண்டாம் என்று கேட்டுக்கொண்டார்.

தெ.பொ.மீ. பதிப்பித்த நூல்களில் தொல்காப்பியக் கல்லாடர் உரை குறிப்பிடத்தக்கது. முகவுரையில் பதிப்புப் பணிக்குத் தேவையான கருவிகளைத் திறமையாகத் தொகுத்துக் கூறினாலும் உட்பகுதி செம்மை யுறாமல் அமைந்துவிட்டது. அதற்குரிய காரணமும் விளங்கவில்லை, அவர் வெளியிட்ட 'வேட்டுவவரி' பல பகுதிகளில் சிறப்பாக அமைந் திருக்கிறது. அதில் காணும் கருத்துக்கள் பல, முன்னரே வெளியிடப் பட்டவைதாம். அவையனைத்தும் தொகுத்து வெளியிட்ட பெருமை அந்த நூலுக்கு உண்டு. 'தமிழ் மொழி', 'தமிழ் இலக்கியம்' பற்றிய சிறு நூற்கள், சிகாகோவில் சிறப்புப் பேராசிரியராகச் சென்றிருந்தபோது ஆற்றிய உரைகளைச் செம்மை செய்து ஆங்கிலத்தில் வெளியிடப் பட்டவை. அவற்றிலும் சிதறிக்கிடந்த பல செய்திகள் தொகுக்கப் பட்டுள்ளன. ஆனால் கட்டுக்கோப்போ அல்லது கொள்கையாக்கமோ அவற்றில் இல்லை. ஆழமாக ஆய்கின்றவர்கள், தமது ஆய்வு நேரம் சிதறாமல் மனம் பதிந்து உழைக்க வேண்டும். ஆனால் ஏறத்தாழ இருபது ஆண்டுகளுக்கு முன்னர் இந்தியாவில் நிலவிய சூழ்நிலையில் ஆழமாகச் சிந்தித்து நூல் செய்யும் வாய்ப்பு மிகக் குறைவு. தெ.பொ.மீ. போன்றவர்கள் பல பதவிகளில் இருந்ததால் ஆழமான ஆய்வு செய்ய இயலாமற்போயிற்று. அழைக்கின்ற பல்கலைக்கழகக் கூட்டங்களுக்கு எல்லாம் செல்ல வேண்டும்; அரசுக் குழுக்கள் பலவற்றில் பங்கு பெற வேண்டும் என்ற மனநிலை பேராசிரியர்கள் பலரிடம் இருந்தது. கூட்டங்களில் எந்தப் பொருளாயினும் அதனைப் பற்றிப் பேச வேண்டும்; கருத்திருக்கின்றதா? நுணுக்கச் செய்தி இருக்கின்றதா? என்பதைப் பற்றிப் பேச்சாளன் கவனிக்க வேண்டியதில்லை. கேட்போருக்கு இன்பமூட்டுவதே முக்கிய நோக்கமாக அன்றிருந்தது.

இன்றும் அது மாறிவிட்டது என்று கூற இயலாது. எனினும் அன்றும் ஆய்வாளர்களிடையே ஒன்றிரண்டு பேர் விதிவிலக்காக அமையாமல் இல்லை. நிகழ்காலச் செல்வாக்கைவிட வருங்காலப் பாராட்டை அவர்கள் தமது குறிக்கோளாகக் கருதினர். அவர்கள் ஆய்வுலகத்தில் தொடர்ந்து வாழ்கின்றனர்.

மு. இராகவையங்கார்

ஆயிரத்துத் தொள்ளாயிரத்து அறுபதாமாண்டு பெப்ரவரி மாதம் இரண்டாம் நாள் மு. இராகவையங்கார் (மு.இரா.) அவர்கள் காலமான செய்தி தமிழாராய்ச்சி உலகிற்குப் பெரும் துயர் தந்திருக்கும். கடந்த சில மாதங்களாக அவர்களுடைய உடல்நிலை கடின உழைப்பாலும் வயது முதிர்வாலும் தளர்ந்து வந்தது. எனினும் முடிவு இவ்வளவு துரிதமாக வந்து விடும் என்று யாரும் எதிர்பார்க்கவில்லை. அவர்களுடன், தமிழாராய்ச்சி உலகில் ஒரு காலகட்டமும் மறைந்துவிட்டது.

சுமார் எண்பத்தொரு ஆண்டுகளுக்கு முன்னர் பிரபலமான தமிழ்க் குடும்பத்தில் மு.இரா. பிறந்தார். அவர் தந்தையார் சதாவதானத்தாலும் கல்வித் திறத்தாலும் சேது சமஸ்தானமும் மைசூர் அரசும் புகழுமாறு வாழ்ந்தார். காலம்சென்ற தமிழ் மூதறிஞர் இரா. இராகவையங்கார் அவர்கள், மு.இரா.வின் அத்தை மகன். தமிழ்ச் சங்கம் நிறுவிய பாண்டித்துரைத் தேவர் அவர்கள் மு.இரா.வின் தந்தையிடம் கம்ப இராமாயணம் கேட்டவர்; மு.இரா.வின் நண்பர். தமிழ் வளர்த்த குடும்பத்தில் பிறந்து தமிழ் வளர்த்த பெரியார்களுடன் மு.இரா. பழகி வளர்ந்தவர்.

மிக இள வயதிலேயே தமிழ்ச் சங்கத்தில் ஆசிரியராகவும் செந்தமிழ் பத்திரிகையின் துணையாசிரியராகவும் மு.இரா. சிறப்பாகப் பணி யாற்றினார். சாண்ட்லர் துரை தமிழ்ப் பேரகராதி வேலையைத் தொடங் கியதும் அதில், தலைமைத் தமிழ்ப் பண்டிதராக அமர்ந்து அரும்பணி புரிந்தார். அகராதி வேலை முடிந்ததும் கொடை வள்ளல் அழகப்பச் செட்டியார் திருவிதாங்கூர்ப் பல்கலைக்கழகத்துக்கு அளித்த பெரும் பொருளால் தோற்றுவிக்கப்பட்ட தமிழாராய்ச்சித் துறையில் முதல் தமிழ்ப் பேராசிரியராக அமர்ந்து ஏழு ஆண்டுகள் பணியாற்றினார். இறுதியில் தம் அருமை நண்பர், எஸ்.வையாபுரிப் பிள்ளையவர்களை அங்கு நிறுவி ஓய்வு பெற்றுக்கொண்டார். ஓய்வு நாட்களில் பெரும் பகுதியையும் மானா மதுரையில் தமிழாராய்ச்சியிலேயே செலவு செய்தார்.

சுமார் பதினைந்து நூற்களை மு.இரா. வெளியிட்டிருக்கிறார். அவர் வெளியீடுகளை இரு கூறாகப் பகுக்கலாம். ஒன்று, ஆராய்ச்சி நூற்களும் கட்டுரைகளும்; இரண்டு, பதிப்பித்த பழம் நூற்கள். முதற்பிரிவில் வேளிர் வரலாறு, தொல்காப்பியப் பொருளதிகார ஆராய்ச்சி, சேரன் செங்குட்டுவன், ஆழ்வார்கள் காலநிலை, சாசனத் தமிழ்க்கவி சரிதை,

ஆராய்ச்சித் தொகுதி, கேரளக் கலையின் சில கூறுகளும் தமிழ் இலக்கியமும் என்ற ஆங்கில நூல், வினைத்திரிபு விளக்கம் ஆகியவை குறிப்பிடத் தக்கன. இரண்டாவது பிரிவில் பெருந்தொகை, நிகண்டகராதி, பரிமேலழகர் உரை, சேரவேந்தர் செய்யுட்கோவை, அரிச்சந்திர வெண்பா முதலியவை குறிப்பிடத் தக்கன.

உ.வே. சாமிநாதய்யர், சி.வை. தாமோதரம் பிள்ளை முதலியவர்கள் பழந்தமிழ் இலக்கியங்களைப் பதிப்பித்ததும், தமிழகத்தில் ஆராய்ச்சி இரு வகையாக இயங்கியது. முதலில் இவ்விலக்கியங்களிற் காணும் செய்திகளையும் நயங்களையும் அறிவதற்கு ஆசை கொண்ட தமிழ் அபிமானிகளுக்கு அவற்றை விளக்கி மேற்கோள்களுடன் வெளியிட்டது. இவ்வகையான ஆராய்ச்சியின் குறிக்கோள், இலக்கியச் செல்வம் சாதாரண மக்களிடம் பரவுவது ஆகும். இதில் முனைந்தவர்கள் பழஞ் செய்திகள் அனைத்தும் உண்மையானவையா? என ஆராய்ந்து அறுதியிட முற்படவில்லை. சிரமம் இன்றி வெளிப்படையாக விளங்குவனவற்றை மிகைச் சொற்களால் அலங்காரமான நடையில் அவர்கள் வெளியிட்டனர். வியப்பில் மூழ்கியிருந்த தமிழகம் அவற்றைக் கண்மூடி ஏற்றுக்கொண்டது. ஆனால் மற்றொரு சாரார் பழமையான இலக்கியங்களை நுணுகிக் கற்று, சண்டு சாவிகளை விலக்க முற்பட்டனர். உண்மையான செய்திகளை வெளியிடுவதற்குப் பாடுபட்டுழைத்தனர். இலக்கியங்களின் கால வரம்பை நம்பகமான ஆதாரங்களுடன் வெளியிடுவதும், விளங்காத பகுதிகளுக்கு விளக்கம் காண்பதும், இவர்கள் மேற்கொண்ட முக்கியப் பணிகளாகும். பழைய இலக்கியங்களின் சில பகுதிகளுக்குப் புத்துரை காணவும் இவர்கள் தயங்கியதில்லை. இக்குழுவைச் சேர்ந்தவர்களாகக் குறைந்தது நால்வரையேனும் குறிக்க வேண்டும். முதலில் வி. கனகசபைப் பிள்ளை, இரண்டாவது மு.இரா., மூன்றாவது நாவலர் சோமசுந்தர பாரதியார், நான்காவது எஸ். வையாபுரிப் பிள்ளை. முதல் இருவரும் சரித்திரக் கண்ணோட்டத்தோடு பெரும்பாலும் பழைமையை ஒட்டியே தமது ஆராய்ச்சியை நடத்தினர். பின் இருவருள் முதல்வர் கூர்ந்து வாதிக்கும் மதிநுட்பமும் அறிவுக்குப் பொருந்தாமல் பழைமை இருந்தால் அதைத் தக்க சமாதானங்களுடன் மறுத்தோ மாற்றியோ கூறும் வல்லமையும் உடையவர். பின்னவர் தக்க சான்றுகள் எங்கிருப் பினும் அவற்றை நடுநாயகமாக நின்று ஆராய்ந்து பிறர் விருப்பு வெறுப்பைக் கவனியாது தமக்குத் தோன்றியதை வெளியிட்டவர். இவர்கள் நால்வரும் ஒரு சதுரத்தின் நான்கு கோடிகளாகவே அறிவுலகத்தில் வாழ்ந்து வந்தனர். ஆனால் தனியுலகத்தில் ஒருவரை ஒருவர் மதித்து வந்தனர். இதற்குச் சான்றாக 'ஆராய்ச்சித் தொகுதி'யின் முன்னுரையில் காணும் சோமசுந்தர பாரதியாரின் கடிதத்தைப் பார்க்க.

மு.இரா. அவர்களின் வெளியீடுகளில் மூன்று திறன்களைக் காணலாம். முதலில் எதையும் நுணுகிக் காணும் ஆற்றல் அவருக்குண்டு. 'ஆராய்ச்சித் தொகுதி'யில் காணும் இலக்கணக் கட்டுரைகள் இதனைச் சிறப்பாக நிரூபிக்கும். இரண்டாவது, சிதறிக் கிடக்கும் செய்திகளைத் தொகுக்கும் அரிய திறன் அவருக்குண்டு. இலக்கிய வரலாற்றிற்கும் நாட்டு வரலாற்றிற்கும் பயன்படும்படியாக, பல தொகுப்புகளை மு.இரா. வெளியிட்டிருக்கிறார். *நூற்பொருட்குறிப்பு*, *சேரவேந்தர் செய்யுட் கோவை*, *சாசனத் தமிழ்க் கவி சரிதை*, *ஆராய்ச்சித் தொகுதி*யிலுள்ள சரித்திரக் கட்டுரைகளும் இதற்குச் சிறந்த எடுத்துக்காட்டுகளாம். மூன்றாவது, பிற மொழிகளில் காணும் நிறைகள் தமிழ் மொழியில் இல்லையென்றால் அவற்றையிட்டு நிரப்பும் வல்லமையும் மு.இரா. விடம் உண்டு. இதற்குத் தகுந்த உதாரணம் சமீபத்தில் வெளியான 'வினைத்திரிபு விளக்க'மாகும். மு.இரா.வுக்கு நல்ல வடமொழிப் பரிச்சயமும் ஆங்கில ஞானமும் உண்டு. வடமொழியில் காணப்படும் வினைப் பாகுபாடுகள் தமிழில் இல்லை என்று கண்டு, எல்லா வினையடிகளையும் பன்னிரண்டு பிரிவுகளாகப் பிரித்து நன்னூல் போல நூற்பா வடிவில் அவர் இதனை ஆக்கி அளித்திருக்கிறார். வாழ்வின் முதிர்வில் எழுதிய இச்சிறு நூல் அவருடைய அறிவின் முதிர்வை எடுத்துக்காட்டும்.

ஊர்ப்பெயர்களை நிலைநிறுத்துவதிலும் அரசர்களின் வசம்சாவளியைச் சீராக்குவதிலும் மு.இரா.விற்குத் தனித்திறமை உண்டு. அவருடைய கல்வெட்டு ஞானம் இவற்றிற்குப் பெரிதும் பயன்பட்டது. சேரன் செங்குட்டுவனில் அரச பாரம்பரியத்தை விவரிக்கும்போதும், எது வஞ்சி? என்று வாதிக்கும்போதும், அவருடைய சிந்தனைத் தெளிவையும் நடைத் தெளிவையும் காணலாம். மு.இரா.வோடு மாறுபடுபவர்கள்கூடப் படித்ததும், முதலில் அவற்றை ஏற்றுக் கொள்ளும் அளவுக்குத் தெளிவாக அமைத்திருக்கும் வாதத் திறமையை உணருவர். இவ்வாறு வாதத்தில் வல்லவராயினும் நகைச்சுவையுடன் பேசுவதிலும் பிறர் பேசுவதைக் கேட்டு இரசிப்பதிலும் அவருக்கு ஆற்றல் உண்டு. 1951இல் எஸ். வையாபுரிப் பிள்ளை அவர்கள் இல்லத்தில் வைத்து மு.இரா. அவர்களை நெருங்கி அறியும் வாய்ப்பு எனக்குக் கிடைத்தது. அன்று அவ்விரு பெரும் அறிஞர்களும் பழைய நினைவிலும் நிகழ்ச்சியிலும் மூழ்கியிருந்தனர். சிறப்பாகப் பேரகராதி நினைவுகளைப் பற்றி அன்று பேசினர். சாண்ட்லர் துரையவர்களுடன் கழித்த ருசிகரமான நாட்களை மு.இரா. அவர்கள் நகைச்சுவையுடன் கூறிவந்தார். அதைத் தொடர்ந்து வையாபுரிப் பிள்ளை அவர்கள் தமது அனுபவங்களைக் கூறும்போது கேட்டு மிகவும் மகிழ்ந்தார்.

அன்பர்களுடன் இன்புறப் பழகும் அவருடைய திறன் அன்று சுற்றி யிருந்த எங்களுக்கெல்லாம் புலனாயிற்று. அடுத்த நாள் திருவனந்த புரத்தில் அவர் தங்கியிருந்த இல்லத்தில் முன்னேற்பாட்டின்படி அவரைச் சந்தித்தேன். கல்வெட்டு மொழியின் தனியியல்பு பற்றி நான் படித்து வந்த செய்தியைக் கேட்டதும் மகிழ்ந்து ஆதரவாகச் சில வார்த்தைகள் கூறினார். அன்று நான் வினவிய பல ஐயங்களுக்குத் தகுந்த விடையளித்தார். கேட்ட ஐயங்கள் சிறப்பாக இருந்ததால் அவருடைய உட்குழிந்த கண்கள் பிரகாசிப்பதைப் பார்த்தேன். அன்று எடுத்துக் கொண்ட குறிப்புகள், சிதையாமல் இன்றும் இருக்கின்றன. ஆதரவாக அன்று கூறிய நல்ல வார்த்தைகள் இன்னும் என் காதில் ஒலிக்கின்றன. அவர் திருநாமம் என்றும் வாழ்க.

கவிமணியின் கடைசிக் கால்மணி நேரம்

புத்தேரி ஊர் அமைதியாக இருந்தது. அன்று வானமும் மூட்டம் போடப் பட்டிருந்தது. பஸ்ஸை விட்டிறங்கியதும் கவிமணியின் வீட்டை நோக்கிச் சென்றேன். அவர் வாழும் புது வீட்டை நெருங்கும்போது, அவருடைய மனைவியார் தளர்ந்த நடையில் பழைய வீட்டை நோக்கிச் சென்றுகொண்டிருந்தார். அண்டை வீட்டு நடை வாசல்களில் மூக்கில் கை வைத்த வண்ணம், சோக முகத்துடன் பெண்கள் வந்துபோவாரைப் பார்த்து நின்றார்கள். கவிமணியின் வீட்டினுள் காலடி எடுத்து வைத்ததும், 'இப்பொழுது கொஞ்சம் கூடுதல், வைத்தியருக்கு ஆள் அனுப்பியிருக்கிறேன். பன்னிரண்டு மணி வரை சுகமாக இருந்தார்கள். எனக்குக் கவலையாக இருக்கிறது' என்றார் கவிமணியின் மருமகன் திரு. குமாரசாமிப் பிள்ளை. கவிமணி படுத்திருந்த கட்டிலின் அருகில் சென்றேன்.

அவரது அகன்ற நெற்றியில் திருநீறு பூசியிருந்தார்கள். அவரது முகம் பொன்னிறமாகப் பிரகாசித்தது. அந்த எடுப்பான மூக்கின் துவாரங்கள் அகலமாகக் காணப்பட்டன. ஒரு கண் பாதி திறந்திருந்தது. மற்றொரு கண் புலமையொளியுடன் பிரகாசித்தது. 'வா! அப்பா!' என்று அழைத்துக் குசலம் விசாரித்து நீண்ட நேரம் பேசி மகிழ்விக்கும் குமுத வாய் திறந்திருந்தது. நாக்கு இலேசாக அசைந்துகொண்டிருந்தது. மெலிந்து எலும்பும் தோலுமாக இருக்கும் கவிமணியின் கைகளில் ஒன்று கரங் கூப்பித்தொழும் பாவனையில் நெற்றியின்மேல் கிடந்தது. மூச்சு வாய்வழி போய் வந்தது. குடல் இரைச்சல் போன்ற மென்மை யான ஓர் ஒலி தொடர்ந்து கேட்டுக்கொண்டிருந்தது. தெய்வக் களையுடன் விளங்கும் கவிமணி, தனது வாழ்க்கையின் இறுதியை அடைகிறார் என்பது அவற்றால் புலனாயிற்று.

நாக்கு அசைவதால் கவிமணியின் மருமகன், அவர் காதின் அருகே சென்று, என்ன வேண்டும் என்று உரக்கக் கேட்டார். அதற்கு விடை யில்லை. சிறிது நேரத்தில் நெற்றியில் வைத்திருந்த குடங்கை கீழே இறங்கியது. ஏதோ கவிமணி கேட்கிறார் என்று நினைத்து, திரு. குமாரசாமி, கவிமணியின் வாயில் பால் வார்த்தார். வார்த்த பால்

கன்னத்தின் வழியாக ஒழுகியது. மூச்சு வந்துபோய்க்கொண்டிருந்தது. இரைச்சலும் தொடர்ந்து கேட்டது. திரு. குமாரசாமி, வைத்தியரை எதிர்பார்த்துக்கொண்டிருந்தார்.

'உடல்நிலை சீரடைந்து வருகிறது என்று டாக்டர் நேற்றுக் கூறி யிருப்பதாகப் பத்திரிகையில் பார்த்தோம். இப்பொழுது எப்படியிருக் கிறது?' என்று கேட்டவாறு, நான்கு பிரமுகர்கள் இந்த வேளையில் உள்ளே வந்தார்கள். அவர்களுக்குத் திரு. குமாரசாமி தணிந்த குரலில் பதிலளித்தார்: 'இன்று பன்னிரண்டு மணிக்குமேல் நிலைமை திடீரென்று மோசமாகிவிட்டது. அதுவரை நன்றாகப் பேசிக்கொண்டிருந்தார்கள்; திருவாசகம் படிக்கச் சொன்னார்கள். நண்பர் ஒருவர் படித்தார். அதில் கண்ட பிழைகளைத் திருத்தி, 'அசும்பு' என்னும் சொல்லிற்குப் பொருளும் விளக்கினார்கள். இப்போது உடல்நிலை திடீரென மாறிவிட்டது. இன்று அமாவாசை. கடவுள் சித்தம் எதுவோ' என்று முடித்தார். அனைவரும் கவிமணியைப் பார்த்தார்கள். மூச்சு வாய்வழி போய் வந்தது. முகம் முன்னிலும் பிரகாசத்துடன் விளங்கியது. தெய்வத் தன்மையோடு அமைதியும், பொலிவும் தோன்றக் கவிமணி தூங்குவது போல் காணப்பட்டார். 'மருத்துவர் ஏன் இன்னும் வரவில்லை?' என்று பதற்றத்துடன் திரு. குமாரசாமி கேட்டார். 'நாங்கள் காரில் சென்று உடனே அனுப்புகிறோம்' என்று வந்த பிரமுகர்கள் விரைந்தார்கள்.

திரு. குமாரசாமியின் மனைவி, கவிமணியின் அருகில் நின்று, அவரைக் கவனித்துக்கொண்டே இருந்தார். வீடு முழுவதும் அடங்கி அமைதியாக இருந்தது. நெடுநாள் கவிமணியுடன் பழகிய அயல்வீட்டு முதியவர் ஒருவர், கட்டிலின் அருகில் நின்று, கவிமணிக்கு வீசிக் கொண்டிருந்தார். அந்த இரைச்சல் ஒலி வரவரக் குறைந்தது. மூச்சின் வேகமும் மெள்ளத் தணிந்தது.

தலைப்பக்கத்தில் நின்ற திரு. குமாரசாமியின் மனைவிக்குத் துயரம் தாங்க முடியவில்லை. விக்கி விக்கி அழத் தொடங்கினார். 'மாமா அழக் கூடாது என்றாரே! மறந்துவிட்டாயா? வீட்டிற்குள் போ!' என்று கலங்கிய கண்களுடன் திரு. குமாரசாமி கடிந்தார். அழுகுரல் கேட்டதும் பக்கத்து வீட்டுப் பெண்கள் கூடிவிட்டார்கள். 'அழ வேண்டாம்' என்று கவிமணியின் மருமகன் வேண்டிக்கொண்டார். பெண்கள் பின்கட்டிற்குப் போய் விட்டார்கள்.

மூச்சு அமைதியாகத் தணிந்து வந்தது. இரைச்சல் ஒலி இல்லை. முகம் பொன்னிறமாக இருந்தது. திருநீற்றுக் களையால் கவிமணியின் முகம் முனிவர் முகம் போன்று இலங்கியது. மூச்சு முற்றிலும் குறைந்து விட்டது. 'மருத்துவர் வருகிறாரா? பார்!' என்று தழுதழுத்த குரலில் திரு. குமாரசாமி வினவினார். அருகில் நின்றவர்கள் துயரத்தால்

செயலற்று நின்றார்கள். பெண்களின் அழுகைக்குரல் பெருகியது. கூடி நின்ற குழந்தைகளும் விக்கி அழுதனர்.

மருத்துவர் வந்தார். கட்டிலருகே சென்றவர் மௌனமாக நின்றார். அவர் மௌனம் எல்லாவற்றையும் விளக்கிக் கூறியது. 'நாளை தான் அடக்கம் செய்வதாக எண்ணம். உடம்பு கெடாமலிருக்க என்ன செய்யலாம்?' என்று கேட்டார் அருகில் நின்ற ஒரு பெரியவர். 'பம்பாய்க் கற்பூரம்' என்று பதிலளித்தார் மருத்துவர்.

'கவிமணி தேசிகவிநாயகம் பிள்ளை 26.9.1954 ஞாயிறு பிற்பகல் 2.30 மணிக்குத் தனது இல்லத்தில் உயிர் நீத்தார்' என்ற செய்தி டெல்லி முதல் திருவனந்தபுரம் வரையுள்ள நண்பர்களுக்குத் தந்தி மூலம் பறந்தது.

●

எஸ். வையாபுரிப் பிள்ளை நினைவுகள்

1950ஆம் ஆண்டு சென்னையில் எஸ்.வி.பி.யை (எஸ். வையாபுரிப் பிள்ளை) அவருடைய அடையாறு இல்லத்தில் ஒரு நாள் மாலை சுமார் 5 மணிக்குச் சந்தித்தேன். அப்போது ஆய்வு செய்ய வேண்டும், அதற்குத் திருநெல்வேலி ம.தி.தா. இந்துக் கல்லூரி வாழ்க்கை துணைசெய்யாது என்ற எண்ணத்தால், அண்ணாமலைப் பல்கலைக்கழகம் விரிவுரையாளர் பதவிக்கு விளம்பரம் செய்திருந்ததையொட்டி, அதற்குரிய நேர்முகத் தேர்வுக்குச் சென்னை சென்றேன். செட்டி நாட்டரசருடைய அரண் மனையில் அந்த நேர்முகத் தேர்வு நடக்குமென்று அறிவித்திருந்தனர். முற்பகல் 11 மணிக்கு அது துவங்கும் என்று அறிவித்திருந்தாலும், ஏறத்தாழ பிற்பகல் 2 மணியளவில்தான் தொடங்கியது. அதன் உறுப் பினர்களாக அண்ணாமலைப் பல்கலைக்கழக வரலாற்றுப் பேராசிரியர் 'சிக்கா' என்று செல்லமாக அழைக்கப்படும் சீனிவாசாச்சாரியார், சிதம்பரம் பாராளுமன்ற உறுப்பினர் கனகசபைப் பிள்ளை ஆகியோர் இருந்தனர். தமிழ்ப் பேராசிரியர் ஒருவரும் இல்லை. தேர்வு நடக்கும் அறையின் முன்னுள்ள சிற்றறையில் இராசா முத்தையாச் செட்டியார் அமர்ந்திருந்தார். அங்கு கூடியிருந்த இளைஞர்களுக்குப் பசியைப் போக்க ஒரு கோப்பைத் தேனீர் தந்துதவினர். அது ஓரளவிற்குப் பசியை ஆற்றியது.

என்னிடம் கேட்ட கேள்விகள்: துளசிதாசர் இயற்றிய இராமாயணத்தின் பெயர் என்ன? என்பன போன்ற கேள்விகளாக இருந்தன. கேள்விகள் ஒருவருடைய அறிவுத் திறனைச் சீர்தூக்குவதாக இல்லை. யாருக்கு அந்த இடத்தை அளிக்கப்போகின்றார்கள் என்பதும் எங்களுக்குத் தெளிவாகத் தெரிந்துவிட்டது. நேர்காணலுக்கு முன்பே இது உறுதி செய்யப்பட்டதாகப் பக்கத்திலிருந்தவர்கள் கூறினார்கள். நேர்காணலுக்கு முன்பே என்னுடைய நிலை என்ன என்பது எனக்குத் தெளிவாகி விட்டது. எனவே பல்கலைக்கழகத்தில் ஆய்வில் சேரச் சென்னை சென்ற வாய்ப்பைப் பயன்படுத்த விரும்பினேன்.

நேர்காணல் முடிந்ததும் பேராசிரியர் இரா.பி.சேதுப்பிள்ளை அவர் களின் காந்திநகர் இல்லத்திற்குச் சென்று சென்னைப் பல்கலைக் கழகத் தமிழ்த் துறையில் ஆய்வு மாணவனாகச் சேர இயலுமா? என்று விசாரித்தேன். சேதுப்பிள்ளை அவர்கள் தொட்டும் தொடாமலும் பதிலளித்தார். அதன் பின்னர் எஸ்.வி.பி.யின் வீட்டிற்குச் சென்றேன். 'கம்பன் நிலையம் எஸ். வையாபுரிப் பிள்ளை' என்ற கற்பலகை அவரது

வீட்டின் சுவரில் காணப்பட்டது. திருவிதாங்கூர்ப் பல்கலைக்கழகத் தமிழ்த் துறைக்கு எஸ்.வி.பி. பேராசிரியர் பதவியை ஏற்க வருவதாகப் பரவலாகச் செய்தி பரவியிருந்த நேரமிது. அப்போது அங்கே பேராசிரியர் பதவியில் இருந்த மு.இராகவையங்கார் அவர்கள் முதுமை காரணமாக ஓய்வு பெற நினைத்து, திரு. எஸ்.வி.பி.யை நியமித்திட முயன்றார் என்று பல்கலைக்கழக உட்செய்தி அறிந்தவர்கள் கூறினார்கள். 'தான் விண்ணப்பிக்க முடியாது, அழைத்தால் ஏற்பேன்', என்று எஸ்.வி.பி. எழுதியிருந்ததாகக் கூறினார்கள். மு. இராகவையங்கார் அந்தக் கடித அடிப்படையில் செய்த பரிந்துரையால், திருவிதாங்கூர்ப் பல்கலைக் கழக ஆளுநர் குழுவும், விண்ணப்பம் இல்லாமல் எஸ்.வி.பி.யை நியமித்து ஆணை அனுப்பியது. அதனால் திருவிதாங்கூர்ப் பல்கலைக் கழகத் தமிழ்த் துறைக்கு எஸ்.வி.பி. பொறுப்பு ஏற்க வருவது உறுதி யாயிற்று. அதையும் மனதில் நினைத்துத்தான் அவரைச் சந்திக்கச் சென்றேன்.

அறையில், வேட்டியுடன் மேலாடை எதுவுமில்லாமல் எஸ்.வி.பி. என்னை வரவேற்று, என் பின்னணியையும், நோக்கத்தையும் வினவினார். திருநெல்வேலி ம.தி.தா. இந்துக் கல்லூரி தமிழ் விரிவுரை யாளர் பணியிலிருக்கும் செய்தியையும், அண்ணாமலைப் பல்கலைக் கழகத்தின் விளம்பரம் பற்றியும், நேர்காணலுக்குச் சென்ற செய்தியை யும், அதன் முடிவையும் நான் கூறினேன். பொறுமையாக அவர் கேட்டார்.

'திருவனந்தபுரத்திற்குப் பதவி ஏற்க எப்போது வருவீர்கள்?' என்று நான் கேட்டபோது, செப்டம்பர் முதல் வாரத்தில் பொறுப்பை ஏற்க இருப்பதாகக் கூறினார். ஆய்விற்கு அன்று தலைப்பாக எடுக்க விரும்பிய, 'தமிழ்க் கல்வெட்டில் மொழியின் நிலை' என்ற செய்தியை நான் கூறிய வுடன், என்னை உள்ளே அழைத்துச் சென்று, அங்கு ஒழுங்காக அடுக்கி வைக்கப்பட்டிருந்த நூல்களில் எவை எவை என் ஆய்வுக்கு உதவும் என்ற செய்தியைத் தொடர்ந்து ஒரு மணி நேரம் வரை கூறினார். நூலின் பெயர், ஆசிரியர் பெயர், வெளியீட்டாளர் பெயர், ஆண்டு என எஸ்.வி.பி. விரைவாகக் கூறியவற்றை நான் குறித்துக்கொண்டேன். புத்தகங்கள் மேல்முகடு வரை அடுக்கி வைக்கப்பட்டிருந்ததால், நாற்காலியின் மேல் ஏறி நின்று செய்திகளைக் கூறினார். பல ஆண்டுகள் இளைஞனாகிய என் பேச்சை மதித்து ஏறத்தாழ 20 நூல்களின் பெயரைக் கூறி மகிழ்வித்ததால், அவர் மீது நான் வைத்திருந்த மதிப்பு பன்மடங்கு பெருகியது. அப்போது கல்கி ரா. கிருஷ்ணமூர்த்தி எஸ்.வி.பி.யைப் பார்க்க வந்துள்ளார் என்ற செய்தியைத் தெரிவிக்கவே, வெளியே சென்று அவரை வரவேற்றார். கல்கி கிருஷ்ணமூர்த்தி குசலம் விசாரித்த

பிறகு, சின்ன லைடன் செப்புப் பட்டயம் எங்கு கிடைக்கும் என்று வினவினார். அன்று வரலாற்றுப் பேராசிரியராக இருந்த இராமச்சந்திர தீட்சிதரிடம் கேட்டால், எங்கே கிடைக்கும் என்ற விவரம் அறியலாம் என்று எஸ்.வி.பி. கூறினார். சிறிது நேரம் பேசிய பின் கல்கி கிருஷ்ணமூர்த்தி சென்றுவிட்டார். நானும் சற்று நேரத்திற்கெல்லாம் விடைபெற்று, இரவு 7 மணியானதால், எழும்பூரில் நான் தங்கியிருந்த வாடகை அறைக்குத் திரும்பினேன். அன்று தமிழ் விரிவுரையாளர் பதவி கிடைக்காவிட்டாலும் ஏதோ ஒரு பெருநிதி கிடைத்துவிட்டது போன்ற எண்ணம் என்னை மகிழ்வித்தது. ஆய்வு செய்ய விரும்பு கிறேன் என்று கேட்டதும், 60 வயதைத் தாண்டிய அந்தப் பெரியவர், நாற்காலியில் ஏறிப் பயன்படும் பல நூல்களின் பெயரைக் கூறியதை நினைத்து பெரிதும் மகிழ்ந்தேன். எனவே, 'எஸ்.வி.பி.யின் வழி நடத்துதலின் பேரில் நான் ஆய்வு செய்வது' என்று முடிவு செய்தேன்.

அந்த நிகழ்ச்சிக்கு முன்னர் எஸ்.வி.பி.யைப் பற்றிய என் மன நிலையை நான் கூறியே ஆக வேண்டும். அண்ணாமலைப் பல்கலைக் கழகத்தில் பயின்றபோதும், திருநெல்வேலி இந்துக் கல்லூரியில் பணி செய்தபோதும் தமிழ் நூல்கள் அனைத்தும் மிகப் பழமையானவை; பிறமொழி கலவாத தனித்துவம் உடையது தமிழ் என்ற மனநிலை என்னை ஆட்கொண்டிருந்தது. சமஸ்கிருதக் கலப்புடன் எழுதினால் பிராமணர் சார்பினர் என்ற மனநிலையும் என்னுள் பதிந்திருந்தது. எஸ்.வி.பி.யின் நூல்களும், கட்டுரைகளும் குறைவாகவே அன்று ஆசிரியர்கள் மாணவர்களிடையே படிக்கப்பட்டன. மாணாக்கர்களும், ஆசிரியர்களும் தமிழின் பழம்பெருமைக்கு எதிரான எஸ்.வி.பி.யின் போக்கைக் குறையாகக் கூறியதால் நானும் அதனை நம்பினேன். எனவே என்னுடைய இளமைக் காலத்தில் எஸ்.வி.பி.யைப் பற்றிய எண்ணங்கள் குறைகாணும் நிலையில்தான் இருந்தன. ஆனால் என்னுள் ஒரு மனமாற்றம் பின்பு ஏற்பட்டது.

திருநெல்வேலி இந்துக் கல்லூரியில் நான் பணியாற்றியபோது புலவர் ப. அருணாச்சலம் பாளையங்கோட்டை தூய யோவான் கல்லூரியில் துணை விரிவுரையாளராக அமர்ந்தார். அவரும் அண்ணா மலைப் பல்கலைக்கழகத்தில் நான் படித்தபோது புலவர் பட்டத்திற்குப் படித்துத் தேர்ந்தவர்தான். மாலை வேளையில் நாங்கள் இருவரும் சந்திப்போம். எஸ்.வி.பி.யைப் பற்றிய எனது மனநிலையை அறிந்த அவர், அப்போது வெளிவந்த சிந்தனைக் கட்டுரைகளைக் குறிப்பிட்டு, 'நீங்க படிக்க வேண்டும்' என்று கூறினார். ஒன்றிரண்டு வாரங்களுக்குள் அந்த நூலை நன்றாகப் படித்த பின்னர், தெளிவுகள் அடிப்படையில் வாதிக்கும் முறையையும், தமிழ் மொழிமீது ஆறாத பற்றுதலையும்

அதன் ஆசிரியர் எஸ்.வி.பி.யிடம் காண முடிந்தது. அதில் காணும் சில காலக்கணிப்புகள், பழமை உணர்வுடைய என்னை வருத்தின. எஸ்.வி.பி. கூறியுள்ள சான்றுகள், சமஸ்கிருத ஒப்புமைகள் முதலியவை விவாதிக்கத்தக்கனவாக எனக்குப் பட்டன. அவருடைய முடிவு ஏற்கத் தகாததாயினும், அவருடைய வாதத் திறமையை மறுத்திட இயலவில்லை. அந்த நூலின்பின் எஸ்.வி.பி. வெளியிட்ட ஏனைய கட்டுரைகள், நூல்கள் ஆகியவற்றை விடாது படித்ததால், எஸ்.வி.பி. யைப் பற்றிய எண்ணத்தில் மாற்றம் படிப்படியாக நிகழ்ந்தது. சென்னையில் அவர் காட்டிய அன்பால் அது மதிப்பாக மாறியது.

நான் திருநெல்வேலி திரும்பியதும் ஓராண்டு பணிவிடுப்புத் தருமாறு, கல்லூரியை மேற்பார்வை செய்யும் ஆட்சிக் குழுவிற்கு விண்ணப்பம் செய்தேன். திருவனந்தபுரத்தில் வாழும் என் மாமனாரிடமும் என் ஆய்வு விருப்பத்தைக் கூறவே, என்னையும், என் மனைவி, மூன்று மக்களையும் தன் வீட்டில் தங்கிடுமாறு ஆலோசனை கூறினார். விரிவுரையாளர் நிலையில் ரூபாய் 150 மாத ஊதியமாகக் கிடைத்தது. திருவிதாங்கூர்ப் பல்கலைக்கழகத்தில் ஆய்வு மாணவர்களுக்கு அன்று கிடைத்த உதவித் தொகை மாதந்தோறும் 30 ரூபாய்தான். அந்தச் சிறு தொகையைப் பெற நான் பட்ட பாட்டைப் பின்னர் கூறுவேன். என் வீட்டில் என் தந்தைக்கு உடல்நலக் குறைவு காரணமாக வருவாய்க் குறைவு ஏற்பட்டது. எனவே என் மாமனார் கூறிய அந்த வார்த்தைகள் எனக்கு ஆறுதலாக அமைந்தன.

செப்டம்பர் முதல் நாள் எஸ்.வி.பி. தமிழ்ப் பேராசிரியராகப் பொறுப்பேற்ற அன்றே நானும் அவரைக் காணத் தமிழ்த் துறைக்குக் காலையில் சென்றேன். அன்று அது கீழ்த்திசைக் கையெழுத்துப்பிரதிக் கட்டடத்தின் வடபகுதியில் இரண்டு அறையில் இடம்பிடித்திருந்தது. அன்று மு.இராகவையங்காரும் வந்திருந்தார். தமிழ் ஆய்வுத் துறையில் திரு. கிருஷ்ண ஐயங்கார் முதுநிலை ஆய்வாளராகவும், திரு. ஓ. கிருஷ்ணப்பிள்ளை துணை ஆய்வாளராகவும் ஒரு எழுத்தர், ஒரு சிற்றாள் ஆகிய நால்வரும் பணியாற்றினர். தமிழ்த் துறையின் உடைமைகள் அனைத்தையும் மு.இராகவையங்கார் எஸ்.வி.பி.யிடம் ஒப்படைக்கவே அன்று வந்திருந்தார். சிற்றாள் அவற்றை வகைப் படுத்தவே, எழுத்தர் அவற்றைப் பதிவு செய்துகொண்டிருந்தார். நான் அலுவலகத்திற்குச் சென்றபோது, எனக்கு முதன்முதலில் தந்த பொறுப்பு சற்று விந்தையானது. காந்தத்தைப் பற்றிய செய்திகளைப் பிரிட்டீஷ் கலைக்களஞ்சியத்திலிருந்து தொகுத்துத் தருமாறு என்னிடம் எஸ்.வி.பி. கூறினார். சற்று திகைத்தேன். காந்தத்தைப் பற்றித் தமிழ்ப் பேராசிரியர் ஒருவர் ‘செய்தி திரட்டு’ என்று கூறியது அப்போது

எனக்குப் புரியவில்லை. காந்தத்தைப் பற்றிய செய்திகளைக் கலைக் களஞ்சியத்திலிருந்து குறிப்பெடுத்து எஸ்.வி.பி.யிடம் கொடுத்தேன். காந்தம் கி.பி. 2ஆம் நூற்றாண்டில்தான் கண்டுபிடிக்கப்பட்டது என்று கலைக்களஞ்சியத்தில் கூறப்பட்டிருந்தது. காந்தத்தைப் பற்றிக் கூறும் கலித்தொகை, அதற்குப் பின்னர் தோன்றியிருக்க வேண்டும் என்று இராகவையங்காரிடம், எஸ்.வி.பி. கூறியது என் காதில் கேட்டது.

சங்க இலக்கிய மக்கள் அறிந்த அல்லது பயன்படுத்திய உலோகங்கள் முதலியவற்றின் அடிப்படையில் எஸ்.வி.பி. காலநிர்ணயம் செய்ய முற்படுகின்றார் என்று எனக்குத் தெளிவானது. கலைக்களஞ்சியத்தின் செய்தி தவறாக இருந்தால் கால நிர்ணயம் தவறாகுமே? என்ற என் கேள்விக்கு, 'அந்தச் செய்தி தவறு என்று நிரூபிக்கும் வரை அந்தச் செய்தியை ஏற்றுக்கொள்ளலாம் அல்லவா?' என்றார் எஸ்.வி.பி. அவர் விடை நியாயமானது. தமிழ் நூல்களை, தம் கட்டுரை ஒவ்வொன்றிலும் பிற்காலமாக எஸ்.வி.பி. கூறியதற்குக் காரணம் தெளிவுகளும் அவற்றிற் குரிய காலநிலையும்தான் காரணம். தமது ஆய்வை அவர் முற்ற முடிந்த ஆய்வாகக் கருதியதில்லை. இன்றுள்ள தெளிவுகள், அவற்றின் காலம் ஆகியவற்றின் அடிப்படையில் தமிழ் நூல்களைக் கால நிர்ணயம் செய்வதே எஸ்.வி.பி.யின் போக்காக இருந்தது.

மு. இராகவையங்கார் *சாசனத் தமிழ்க்கவி சரிதம்* என்ற நூலை வெளியிட்டிருந்தார். எனவே எஸ்.வி.பி.யின் அனுமதியுடன், திருவனந்தபுரததில் அன்று அவர் வாழ்ந்த இல்லத்தில் நான் அவரைச் சந்தித்தேன். கோட்டைக்குள் பிராமணர்கள் வசிக்கும் தெரு அது. நான் வரும் செய்தியை மறந்துவிட்டதால் நான் சென்றபோது நாவிதர் ஒருவர், வீட்டின் முன் உள்ள படிப்புரையில் அவருக்கு முகச் சவரம் செய்துகொண்டிருந்தார். பின்னர் குளித்துவிட்டு, என்னுடன் பேசத் துவங்கினார். அதன் விரிவைப் பின்னொரு இடத்தில் வெளி யிட்டுள்ளேன். எனவே அதனை மீண்டும் கூற விரும்பவில்லை. என் கேள்விகள் தக்கதாக இருக்குமாயின் அவருடைய உட்குழிந்த கண்கள் பிரகாசித்தன. சில கேள்விகளுக்குத் தனக்கு நினைவில்லை அல்லது பரிச்சயமில்லை என்று பதில் கூறியதாக நினைவு. அதனால் அவருடைய உண்மை உணர்வைப் போற்றினேன்.

ஏறத்தாழ மூன்று ஆண்டுகள் திருவனந்தபுரத்தில் ஆய்வு செய்த போது எஸ்.வி.பி. என்னைத் தன் குடும்பத்தில் ஒருவனாகவே அணைத்துப் போற்றினார். நெருங்கிப் பழகும் வாய்ப்பும், மனந்திறந்து பேசும் நம்பிக்கையும் அவரிடம் நான் பெற்றேன். அதனால் பிறர் அறியாத பல செய்திகளை நான் அறிந்திடும் சூழ்நிலை ஏற்பட்டது. என்னைப் போலவே அன்று திருவிதாங்கூர்க் கலைக் கல்லூரியில்

பணியாற்றிய வீரபத்திரன் செட்டியாரும், முதல் ஒன்றிரண்டு ஆண்டு வரை தமிழ்த் துறைத்தலைவராக இருந்த ஏசுதாசனும் திரு. எஸ்.வி.பி. யிடம் நெருங்கிப் பழகினர். திருவனந்தபுரத்தில் ஆய்வுக்கு ஒரு ஏறுமுகம் தோன்றியது.

காலை 10.30 மணியளவில் உணவுண்டபின் எஸ்.வி.பி., அலுவலகம் வருவார். மதியம் ஒரு கப் காப்பி சாப்பிடுவார். எங்களில் யாரேனும் ஒருவர் உடனிருந்தால் அவருக்கும் காப்பி கிடைக்கும். பிற்பகல் மூன்று மணிக்கெல்லாம் தாம் உறையும் இல்லம் சென்றுவிடுவார். அன்றாடம் வரும் கடிதங்களுக்குத் தன் கைப்பட அல்லது ஆங்கிலத்தில் தட்டச்சு செய்து பதில் அனுப்பிவிடுவார். அவரைக் காண வருபவர்களிடம் எவ்வளவு நேரம் வேண்டுமானாலும் உசாவி மகிழ்வார். பலர் முன்னுரை கேட்டு வருவர். சிலர் தாம் செய்த உரைகளைச் சரிபார்த்துத் தருமாறு கேட்பர்.

ஆய்வு உதவியாளர்களிடம் இந்தக் குறிப்பை எடுத்துத் தருக, இதனைச் சரிபார்த்துத் தருக, இந்தச் சொல் இந்தப் பொருளில் வருகிறதா? என்று உற்றுப் பார்க்கப் பணிப்பார். இரு உதவியாளர்களும் மு. இரா. காலத்தில் நியமனம் பெற்ற மரபுப் படிப்பினர். அளவில்லாது பேசுபவர்கள். ஒருவர் மரபுக்கவிதை செய்யும் ஆற்றல் உடையவர். அந்த ஆற்றலால் அதிகாரிகளிடம் அனுதாபம் பெற முயல்வார். மற்றொருவர் பிறர்க்குக் குற்றேவல் செய்து ஆய்வு இடத்தைச் சம்பாதித்தவர்; சொல் சாதுரியம் உடையவர். ஏதாவது ஆய்வுப்பணி என்றால் அவருக்கு இரத்த அழுத்தம் ஏற்பட்டுவிடுமென்று ஒதுங்கிவிடுவார். எனவே அந்த இருவரும் தனது ஆய்வுக்குத் துணை செய்ய இயலாது என்பதை எஸ்.வி.பி. உணர்ந்தார். சிற்றாள் சற்று மந்தப் புத்தி உடையவர். மேலதிகாரிகள் வீட்டில் எடுபிடியாக இருந்ததால் சிற்றாளாக நியமிக்கப்பட்டார் என்று சொல்வார்கள். அந்த அதிகாரி, பல்கலைக்கழகத்தின் மேலிடத்தில் இருந்ததால் அந்தச் சிற்றாளை இடமாற்றம் செய்வது எளிதன்று. இந்நிலையில் அன்று தமிழ்த்துறை செயலற்று நின்றது.

அழகப்பச் செட்டியார் அவர்கள் தம் மகள் கல்யாணத்திற்குத் திருவிதாங்கூர் திவானாக இருந்த சர். சி.பி. இராமசாமி ஐயர் சென்றிருந்த போது ஒரு லட்சம் ரூபாய் அறக்கட்டளையாகக் கொடுத்துத் தமிழுக்கென ஆய்வுக்கட்டில் நிறுவக் கேட்டுக்கொண்டார். அந்தத் தொகையைப் பெற்றுவந்த சர். சி.பி. இராமசாமி ஐயர், பாதி சமஸ்கிருதப் படிப்பிற்குச் செலவிடலாமா? என்று அழகப்பச் செட்டியாரிடம் கேட்டார். தமிழுக்கு மட்டும் அது பயன்பட வேண்டுமென்று அழகப்பச் செட்டியார் கூறியதால் மு. இராகவையங்காரை நியமித்து ஆறாண்டுகள் வரை அவரே தொடர்ந்து பணியாற்றச் செய்தார். இராகவையங்கார்

சேரர் காலச் சங்கச் செய்யுட்களைத் தொகுத்ததோடு, வேறு சில நூல்களையும் பதிப்பித்தார். எனினும் அன்று தமிழ் ஆய்வுத்துறை ஒரு எழுச்சியற்ற நிலையில் இருந்ததாகக் கூறலாம்.

எஸ்.வி.பி. பதவிப் பொறுப்பை ஏற்றபொழுது இரு சாதகமான சூழ்நிலைகள் உருவாயின.

1. தென்தாலுகாக்களைத் தமிழ்நாட்டுடன் இணைக்க வேண்டுமென்று திருவிதாங்கூர் தமிழ்நாடு காங்கிரஸ் கட்சி செயல்பட்டது.

2. திருவிதாங்கூர்ப் பல்கலைக்கழகத்திற்குத் துணைவேந்தராக சர்.ஏ.இராமசாமி முதலியார் பொறுப்பேற்றது.

தமிழுக்கும் தமிழர்க்கும் மலையாளிகளின் மேலாண்மையில் போதிய ஊக்கம் கிடைத்திடவில்லை என்று திருவிதாங்கூர் தமிழ்நாடு காங்கிரஸ் முழக்கம் செய்தது. எனவே தமிழ்நாட்டுடன் இணைந்திட வேண்டுமென்று அது பிரச்சாரம் செய்தது.

தமிழ் ஆய்வுக்கு ஆதரவற்ற தன்மையைப் போக்க ஏதாவது செய்திட வேண்டுமென்று தமிழன்பர்கள் விரும்பினர். மனோன்மணியம் சுந்தரம் பிள்ளையின் மகன் பி.எஸ். நடராச பிள்ளை, எஸ்.வி.பி.யுடன் கொண்டிருந்த நட்பாலும், தமிழ்மீது கொண்டிருந்த பற்றுதலாலும் தமிழன்பர்கள் உருவாக்கும் விண்ணப்பத்தில் தானும் கையெழுத்திடுவதாகவும் சர் முதலியாரைக் காணும் நாள் அறிவித்தால் தானும் வருவதாகவும் தெரிவித்தார். அன்று தேவஸ்வம் போர்டு என்ற இந்து அறநிலையத்தின் தலைவராக இருந்த சாமிநாத பிள்ளை எஸ்.வி.பி. படித்த சட்டக் கல்லூரியில் படித்தவர். அப்போது எஸ்.வி.பி.யின் குடும்பத்துடன் ஒரே இல்லத்தில் தம் மனைவியுடன் தங்கியிருந்தார். சாமிநாத பிள்ளையும் மனு ஒன்று கொடுத்திடும் முயற்சிக்குத் துணை நின்றார். திருவிதாங்கூர் தமிழ்நாடு காங்கிரசுத் தலைவராக இருந்த இராமசாமிப் பிள்ளை, துணைவேந்தர் சர் முதலியாரைக் காணும் நாளைத் தெரிந்து அன்று வந்து சேர்ந்தார். தமிழ் ஆய்வுத் துறையிற் காணும் குறைகளை வரிசைப்படுத்தி, அன்று வந்திருந்த முக்கியமான மூவர்களும், அந்த மனுவைக் குறித்த நேரத்தில், சர். இராமசாமி முதலியாரைக் கண்டு, அவர் கேட்ட கேள்விகளை விளக்கி அதன் பின் சமர்ப்பித்தனர். அன்று காலை எஸ்.வி.பி.யின் வீட்டில் கூடிய கூட்டத்தில் திருவிதாங்கூர்ப் பல்கலைக்கழகம் உருவான ஆண்டு தெரியாமல், விண்ணப்பத்தில் விடப்பட்டிருந்தது. ஒரு மனு வலுப் பெற வேண்டுமென்றால் அதில் காணும் செய்திகள் பிழையின்றி இருக்க வேண்டுமென்பது நடராச பிள்ளையின் வாதம். அதை அவர் வற்புறுத்தவே, எஸ்.வி.பி.யின் மூத்த மருமகன் திரு. பாடலிங்கம் பிள்ளை, வாடகைக் கார் ஒன்றிற் சென்று, நூல் நிலையத்தில் துழாவி,

திருவிதாங்கூர்ப் பல்கலைக்கழகம் தோன்றிய ஆண்டைக் குறித்துக் கொண்டு வந்தார்.

அன்று நடந்த முயற்சியால் பலன் ஏதும் உடனே ஏற்படவில்லை. ஆனால் நெடுநாள் கழித்து, சர். இராமசாமி முதலியாரின் ஒப்புதலின் பேரில், பல்கலைக்கழகம், தமிழ்த்துறையில் பல மாற்றங்களைச் செய்ய முற்பட்டது. அவற்றில் ஒன்று, அங்கு பணியாற்றிய இரு பண்டிதர் களை மாற்றி ஆய்வு விருப்புடைய இரு இளையவர்களை நியமித்தது. திரு. மா. இளையபெருமாள், திருமதி கிருஷ்ணாம்பாள் ஆகிய இருவர்தாம் அவர்கள். எழுத்தரும் மாற்றப்பட்டு, அந்தணர் ஒருவர் நியமிக்கப்பட்டார். அத்தகைய மாற்றங்கள் மலையாள அதிகாரி களிடையே ஓரளவு வன்மத்தை வளர்த்தது. அதற்குப் பதவிமாற்றம் பெற்ற இரண்டு பண்டிதர்களும் தூபமிட்டனர்.

என் ஆய்வு பெரும்பாலும் நூல் நிலையத்தில் புதிய நூல்களைப் படிப்பதிலும், குறிப்பெடுப்பதிலும் செலவானது. கி.பி. ஏழாம் நூற்றாண்டு முதல் பன்னிரண்டாம் நூற்றாண்டு வரை வெளியான எல்லாக் கல்வெட்டுக்களையும், விளக்கங்களையும் படியெடுத்துக் கொண்டேன். பல சஞ்சிகைகளைப் படித்துச் செய்திகளைத் திரட்டினேன். இலங்கையில் அன்று தமிழ்ப் பேராசிரியராக இருந்த டாக்டர் கணபதிப் பிள்ளை, இலண்டன் பல்கலைக்கழகத்தில் அதே தலைப்பில் டாக்டர் பட்ட ஆய்வேடு சமர்ப்பித்ததை அறிந்து, அதன் படியொன்றை எனக்கு அனுப்புமாறு எழுதினேன். ஆனால் அதற்கு அவர் பதிலிடவில்லை. பின்னர் இரண்டாண்டுகள் கழித்து பூனாவில் அவரைக் கண்டபோது மிக அன்பாகப் பேசினார். ஆனால் தனது ஆய்வேட்டைப் பற்றி ஒன்றும் கூறவில்லை. கன்னடக் கல்வெட்டுக்களை ஆய்ந்த டாக்டர் கைய் தனது அறிக்கையைப் பூனாவில் உள்ள டெக்காண் கல்லூரி வழி வெளியிட்டார். அதனை நான் விலைக்குப் பெற்றேன். அவருக்கு முன்னர் அந்தத் தலைப்பில் உழைத்த நரசிம்மாச்சாரியார் பழங்காலக் கன்னடக் கல்வெட்டுக்களைப் பற்றிய நூலை எனக்கு அன்பளிப்பாகத் தந்தார். என் அறிவு பரந்தது. கல்வெட்டுக்களையும், செப்புப் பட்டயங் களையும் படித்தறிய வட்டெழுத்து, கிரந்த எழுத்து முதலியவற்றைத் தெரிந்திருக்க வேண்டும். நான் அவற்றை அறிந்திடவில்லை. அதில் பழக்கப்பட்டவர்களின் துணை வேண்டும்; அந்தத் துறையை அறிந்தவர்கள் திருவனந்தபுரத்தில் மிகக் குறைவாகவே இருந்தனர். அறிந்தவர்களுள் ஒன்றிரண்டு பேர் தூர இடங்களில் இருந்தார்கள். எனவே அவர்களின் உதவியையும் நான் பெற முடியவில்லை. என் நூல் நிலையப் படிப்போடு, ஏடு ஒன்றைக் கண்டு, அதனைப் படித்துப் பிரதி செய்து, பதிப்பிக்க வேண்டுமென்ற உந்துதலால் அந்த முயற்சியிலும்

ஈடுபட்டேன். அன்று கிடைத்த ஏடு *சீவகசிந்தாமணி அம்மானை* என்பதாகும். அது கன்னியாகுமரி மாவட்டத்தில் உள்ள தாமரைக் குளம் என்ற ஊரில் எழுதப்பட்டது. அதனைப் படியெடுத்தபோது, சிற்சில உதவிகளைப் பண்டிதர் கிருஷ்ணப் பிள்ளை எனக்குச் செய்தார். சீவகசிந்தாமணி முழுவதையும் படித்து, அந்த அம்மானை எவ்வாறு மூலத்திலிருந்து வேறுபடுகிறது என்று கண்டறிந்து, நீண்ட முன்னுரையையும் எழுதி எஸ்.வி.பி.யிடம் கொடுத்தேன். எழுத்துரு ஏதாவது ஒன்று சிறப்பாக இருந்தால் எஸ்.வி.பி. மௌனமாக இருப்பார். அவருடைய கண்கள் அவரது ஒப்புதலைக் காட்டும். அன்று பிரபலமாக வெளிவந்த *கலைக்கதிர்* என்ற மாத இதழுக்கு எஸ்.வி.பி.யின் பரிந்துரையுடன் அனுப்பிடுமாறு வேண்டிக்கொண்டேன். அந்தக் கட்டுரையின் ஆசிரியராகத் திரு. கிருஷ்ணப் பிள்ளையையும் சேர்த்துக் கொண்டேன். எஸ்.வி.பி. ஒரே ஒரு வரியில், 'அந்தக் கட்டுரையைப் பதிப்பித்திடுக' என்று மட்டும் எழுதி அனுப்பி வைத்தார். ஒன்றிரண்டு மாதங்களில் *கலைக்கதிர்* இதழில் அக்கட்டுரை வெளியிடப்பட்டது. அதற்கு ரூபாய் 25ஐயும் பிரதிபலனாக அவ்விதழாசிரியர் அனுப்பினார். பண்டித கிருஷ்ணப் பிள்ளைக்கும் அதில் பாதியைக் கொடுத்துவிட்டேன். அந்தப் பதிப்புப் பணி, எனது முதல் முயற்சி. எனவே தன்னம்பிக்கை ஒன்று பதிப்புத்துறையில் என்னுள் தோன்றியது.

நான் ஆய்வு மாணவனாகச் சேர்ந்தபொழுது, 'சமஸ்கிருதம் உங்களுக்குத் தெரியுமா?' என்று எஸ்.வி.பி. கேட்டார். 'தடுமாறித் தடுமாறிப் படிப்பேன்' என்றேன். 'உடனே படிக்க ஏற்பாடு செய்திடுக' என்றார். எனவே பக்கத்தில் உள்ள கையெழுத்துப்பிரதித் துறையில் சமஸ்கிருதப் பண்டிதராக இருந்து ஓய்வு பெற்ற ஒருவரை மாதம் ஐந்து ரூபாய் சம்பளத்தில் எனது இல்லத்திற்கு வந்து கற்றுத்தர ஏற்பாடு செய்துகொண்டேன். அதற்கு முன் திருநெல்வேலியில் பணி யாற்றிய போது சமஸ்கிருதம் படிக்க முயற்சி செய்தேன். அப்போது பாளையங்கோட்டைப் புனித சேவியர் கல்லூரியில் பணியாற்றிய ஆ. அருளப்பனார், சுமார் மூன்று அல்லது நான்கு கல் தொலைவிலுள்ள கோட்டூர் என்ற கிராமத்தில் வாழும் சமஸ்கிருத விரிவுரையாளர் சாக்கோவின் வீட்டிற்கு அழைத்துச் சென்றார். நானும் அருளப்பனாரும் சமஸ்கிருதம் படிப்பது என்று உறுதிசெய்து அங்குச் சென்றோம். ஆனால் சாக்கோ அவர்கள் இராமோதந்தம், வினை வாய்பாடுகள் முதலியவற்றைச் சொல்லித்தரும்போது அருளப்பனார் சாய்வு நாற்காலியில் இளைப்பாறுவதாகக் கூறித் தூங்குவார். ஒரு நாள், 'ஏன் சமஸ்கிருதம் படிக்காமல் தூங்குகிறீர்கள்?' என்று கேட்டபொழுது, 'நீங்கள் சமஸ்கிருதம் படிக்க வேண்டுமென்பதற்காக நான் துணைக்கு வந்துள்ளேன்' என்றார். என் கண்ணில் நீர் பெருகியது. அந்த முயற்சி

எனது சமஸ்கிருத அறிவைப் பெரிதும் வளர்த்திடவில்லை. ஆனால் திருவனந்தபுரத்தில் ஓரளவு வினை வாய்பாடுகள் முழுவதையும் மனப்பாடம் செய்து சாஸ்திரிகளிடம் ஒப்பிப்பேன். காளிதாசர் இயற்றிய சாகுந்தலத்தின் பல பகுதிகளைச் சாஸ்திரி விளக்குவார். அதிற்காணும் நயங்களையும் கூறுவார். சிலப்பதிகாரத்திலும், கம்பராமாயணத்திலும் அவர் கூறிய நயங்களின் ஒற்றுமையை என்னால் காணமுடிந்தது.

என் சமஸ்கிருத அறிவை எஸ்.வி.பி. ஒரு நாள் அளவிட முயன்றார். அவர் மேஜையின் மீது எப்பொழுதும் மானியர் வில்லியம்சின் சமஸ்கிருத-ஆங்கில அகராதி இருக்கும். அதில் சமஸ்கிருதச் சொற்கள், தேவநாகரியிலும் ஆங்கிலத்திலும் கொடுக்கப்பட்டிருக்கும். பொருள் விளக்கம் மட்டும் தேவநாகரியில் குறிக்கப்பட்டிருக்கும். ஒரு சொல்லைத் தந்து, அதன் பொருள், வருமிடங்களையும் கூறுமாறு கேட்டார். மனம் சற்றுப் பதறியது. அதில் ரோமன் எழுத்துக்கள் இருப்பதால் சொல்லை வேகமாகப் படித்து அதன் பொருளையும் அது வருமிடங்களையும் சிறிது முயற்சி செய்து படித்து அவரிடம் கூறினேன். 'எந்தச் சான்றையும் கூடிய மட்டும் மூல நூலிலிருந்து அறிந்திட வேண்டும். ஆய்வில் பிறர் சொல்லை நம்புவது தகாது; சமஸ்கிருதச் சான்றுகளை நாமே படித்துப் பொருள் அறிதல் நல்லது' என்பது எஸ்.வி.பி.யின் எண்ணம். அன்று பெற்ற சமஸ்கிருத அறிவால், சமஸ்கிருதத்தில் ஒப்புமைப் பகுதிகளும் உள்ளன என்று பண்டிதர்கள் என்னிடம் கூறித் தடம் பிறழச் செய்ய முடியாது. சமஸ்கிருதச் சொற்களின் பொருளை அகராதியின் துணை யுடன் அறிந்திடும் வல்லமை வருங்காலத்தில் ஆய்வு செய்திட மிகவும் துணை செய்தது.

எஸ்.வி.பி. பதவியிலிருந்தபோது திருவேங்கடவன் பல்கலைக் கழகத்தில் தமிழ்ப் பேராசிரியராக இருந்த ஒருவர் எஸ்.வி.பி.யின் கால ஆய்வைக் குறை கூறி, அச்சடித்த கண்டன உரை ஒன்றை வெளி யிட்டிருந்தார். அதில் பல இடங்கள் மறுக்கத்தக்கவையாக இருந்தன. இளமை உற்சாகத்தில் நான் மறுப்பு எழுதட்டுமா? என்று கேட்டேன். மறுப்பு ஒன்றை எழுதி அவரைப் பெரிய மனிதராக்கி விடாதீர்கள் என்று கூறிக் குப்பைத் தொட்டியில் போடுமாறு கூறினார். மறுப்பைப் புறக்கணிப்பதே எஸ்.வி.பி.யின் கொள்கையாக இருந்தது.

ஆய்வு தொடர்ந்து நடந்தாலும் எனக்குரிய உபகாரச் சம்பளமான முப்பது ரூபாய் கிடைக்கவில்லை. திருவிதாங்கூர்ப் பல்கலைக்கழக அலுவலகத்தில் சென்று அதனைக் கையாளும் அலுவலரிடம் விசாரித்த போது ஆளுநர் குழுவிற்கு அது அனுப்பி ஒப்புதல் பெற வேண்டு மென்று கூறினார். அடுத்த மாதம் அவரைக் கண்டு கேட்டால், 'அந்தத் துறை என்னிடமிருந்து மாற்றப்பட்டுவிட்டது' என்று கூறி, அதன்

பொறுப்பை அப்போது ஏற்றுள்ள புதியவரைச் சுட்டிக்காட்டினார். அவரிடம் சென்று விசாரித்ததில் நான் இந்தத் துறைக்குப் புதிது; அந்தக் கோப்பைப் பார்க்கவில்லை என்றார். இவ்வாறாக ஆறு, ஏழு மாதத் தாமதம் ஏற்பட்டது. மாதம் 150 ரூபாய் திருநெல்வேலியில் சம்பளம் பெற்ற நான் என் கைச்செலவிற்கும், மூன்று குழந்தைகளையும், மனைவியையும் பராமரிப்பதற்கும் மிகவும் தவித்தேன். ஊணும் உறைவிடமும் தந்த மாமனாரிடம் கைச்செலவிற்குப் பணம் தாருங்கள் என்று கேட்பது முறையன்று. என் தந்தைக்கு உடல்நலம் இல்லாததால் வடசேரியில் உள்ள எனது வீட்டிலும் வருவாய் குறைந்திருந்தது. ஆய்வாளர் வறுமையால் வாடும் கொடுமையை நான் ஒவ்வொரு நாளும் அனுபவித்தேன். ஆனாலும் என் ஆய்வு தொய்ந்திடவில்லை.

ஒருமுறை தனிநாயக அடிகள் முன்னறிவிப்பு ஏதுமின்றிக் காலையில் என் வீடு தேடி வந்தார். சற்று நேரம் பேசி மகிழ்ந்தபின்னர் எஸ்.வி.பி. யைக் காண நானும் உடன் வர வேண்டுமென்று வற்புறுத்தினார். அப்போது 'ஏன் உன் முகம் வாடியிருக்கிறது' என்று கேட்டார் அடிகள். எனது நிலையை அறிந்து தாமே ரூபாய் 200க்கான காசோலையைத் தந்து உதவினார். மூன்று நான்கு ஆண்டுகள் கழித்து, அமெரிக்காவில் இந்தியானா பல்கலைக்கழகத்தில் நான் படித்தபோது, நியூயார்க்கிற்கு வந்த அடிகள் தொலைபேசியில் தொடர்புகொண்டார். அப்போது நான் பெற்ற தொகையுடன் இருமடங்கு பணத்தையும் திருப்பிக் கொடுத்து விட்டேன்.

ஆனால் எஸ்.வி.பி.க்கு என் வாட்டம் தெரிந்திட வாய்ப்பில்லாமல் நான் மறைத்துக்கொண்டேன். என் மாமனார் வீடு செல்வச் செழிப்பான வீடு என்று அவர் நினைத்திருக்கலாம்.

மாலை வேளையில் பி.எஸ். நடராசப் பிள்ளையின் இல்லத்தில் அடிக்கடி அவரைச் சந்திப்பது வழக்கம். அப்போது ஒருமுறை உபகாரச் சம்பளம் கிடைக்காத நிலையை அவரிடம் கூறினேன். அவர் ஒரு நாள் பல்கலைக்கழகத்தில் அன்று பதிவாளராக இருந்த பரமேசுவரப் பணிக்கரிடத்தில் பல வேண்டுதலுக்கிடையில் என் நிலையைக் கூறினார். இன்சொல்லால் அவர் 'உடனே செய்திடுவேன்' என்றார். ஆனால் எந்தப் பயனும் இல்லை. என் ஆய்வு நூல்நிலையத்திலேயே பெரும்பாலும் நடந்தது. எவ்வாறு என் ஆய்வு அறிக்கையை அளிக்க வேண்டும் என்பது எனக்கு மயக்கமாக இருந்தது. மூத்த ஆசிரியர் வழிநடந்து நுணுக்கங்களை அறிந்துகொள்ள வேண்டுமென்ற பழகியறியும் (apprentice) நிலையை எஸ்.வி.பி. பின்பற்றினார். வழக்கறிஞர்கள் இந்த முறையைத்தான் பின்பற்றுவார்கள். அதனையே மாணவர்கள் பின்பற்ற வேண்டும் என்று எஸ்.வி.பி. கருதியிருக்க வேண்டும். என்

மனக்குறையை எஸ்.வி.பி.யிடம் எப்படித் தெரிவிப்பது என்று தத்தளித்தேன்.

தெ.பொ. மீனாட்சி சுந்தரனார் கன்னியாகுமரி மாவட்டத்திலுள்ள மண்டைக்காடு என்ற ஊரிலுள்ள அம்மனின் திருவிழாவிற்கு வருவதாகச் செய்தித்தாள் வழி அறிந்தேன். எனவே அவரை அங்குச் சென்று பார்த்து என் ஆய்வுப் பொருளைப் பற்றி விவாதிப்பது என்ற முடிவுடன் முன்னறிவிப்பு ஏதுமின்றி மண்டைக்காடு சென்றேன். தெ.பொ.மீ. ஒரு சிறிய அறையில் தங்கியிருந்தார். ஆனால் பெரும் மனச்சலிப்புடன் காணப்பட்டார். அண்ணாமலைப் பல்கலைக்கழகப் பேராசிரியர் பதவி இரு ஆண்டுகளுக்குள் முடிந்துவிட்டது. வேறு எந்தப் பணியும் இன்றி கவலையுடன் காணப்பட்டார். வருவாயும் மிகக் குறைவாக இருந்தது. என் ஆய்வுப் பொருளைப் பற்றி சற்று நேரம் கூறிவிட்டு, எதை எதை அறிக்கையில் சேர்க்க வேண்டும் என்று வினவினேன். சற்று நேரம் மௌனமாக இருந்து சிந்தித்துவிட்டு, கல்வெட்டு மொழி, எழுத்து வேறுபாடு, தொடரமைப்பு, மரபுச் சொற்கள், தனியான வாக்கிய அமைப்பு முதலியவற்றைப் பல எடுத்துக்காட்டுகளுடன் விளக்கினார். அவர் சொல்லியவற்றை நான் அறிந்திருந்தாலும், அவற்றிற்குரிய விளக்கத்துடன் அவர் கூறவே எனக்கு வியப்பு ஏற்பட்டது. அன்று பெரும் புதையல் ஒன்று கிடைத்தது போன்ற மகிழ்ச்சி. ஒன்றரை மணிக்குள் இவ்வாறு பேசி முடித்த பின்னர், நான் வணக்கம் சொல்லிப் புறப்பட்டேன். இறுதியில் மற்றொரு செய்தியையும் அவர் சொன்னார். அண்ணாமலைப் பல்கலைக்கழகத்தில் துணைவேந்தராக சர். ஆர்.கே. சண்முகம் செட்டியார் பொறுப்பேற்றதும், கம்பராமாயணத்திற்குத் திருந்திய பதிப்பு ஒன்றைக் கொண்டுவர வேண்டும் என்ற பேராவலுடன் திட்டமொன்றை வகுத்து, எஸ்.வி.பி.யை ஒரு மாதத்தில் 15 நாட்கள் அண்ணாமலைப் பல்கலைக்கழகம் வந்து பணி செய்யுமாறு ஒரு கடிதத்தில் கேட்டிருந்தார். இதை எஸ்.வி.பி. முன்னர் எனக்குக் காட்டியிருந்தார்.

ஆனால் சில தமிழ் அபிமானிகள் சர். ஆர்.கே. சண்முகம் செட்டியாரைக் கூட்டமாகச் சென்று கண்டு, பழைய சங்க நூல்களையெல்லாம் பிற்காலத்தில் தோன்றினவை என்று எழுதிய தமிழ்த் துரோகியை நியமிக்கக் கூடாது என்று தடுத்தனர். அந்தக் கூட்டத்தில் தன்னையும் வருமாறு வேண்டியதாகவும் அதற்குத் தெ.பொ.மீ. மறுத்துவிட்டதாகவும் சொன்னார். கம்பராமாயணத்திற்குத் திருந்திய பதிப்பு ஒன்றை வெளியிட ஆயத்தம் செய்துள்ள திரு. எஸ்.வி.பி. பழமைவாதிகளால் தடை செய்யப்பட்டார். எனக்கு வருத்தம் மிகுதியாக இருந்தது. அடுத்த நாள் திருவனந்தபுரம் திரும்பியவுடன் எஸ்.வி.பி.யைக் கண்டு,

தெ.பொ.மீ. கூறிய செய்தியைச் சொன்னேன். மௌனமாகக் கேட்டிருந்த எஸ்.வி.பி., 'இந்த ஆளுங்கள் இவ்வாறுதான் சொல்வார்கள், ஆனால் ஆர்.கே. சண்முகம் இதைக் கேட்டானே என்றுதான் வருத்தம்' என்று பதிலுரைத்து, அன்றையப் பணியை எவ்விதச் சலனமும் இன்றித் தொடர்ந்தார். எஸ்.வி.பி. கம்ப ராமாயணம் பதிப்புப் பணியை ஏற்றிருப்பாராயின் பாட உறுதியுடன் ஒரு நல்ல பதிப்பு அந்தப் பேரிலக்கியத்திற்குக் கிடைத்திருக்கும். இரண்டு, மூன்று ஆண்டுகள் கழித்து நான் திருவிதாங்கூர்ப் பல்கலைக் கழகத்தில் தமிழ்த்துறைப் பேராசிரியராகப் பணி ஏற்ற பின்பு, கம்ப ராமாயணப் பதிப்பைச் சீர்தூக்கிடுமாறு என்னையும் ஆர்.பி. சேதுப் பிள்ளையையும் பல்கலைக் கழக மானியக் குழு (யூஜிசி) கேட்டுக் கொண்டது. அந்தக் குழுவின் தலைவர் ஆர்.பி.எஸ்.தான். அண்ணாமலைப் பல்கலைக்கழகப் பதிப்பு திருந்திய பதிப்பு அன்று. சில அறிஞர்கள் அதில் பணி செய்தாலும் பாட உறுதி அது பெறவில்லை. பாமரப் பதிப்பாக உருவானது. நான் படித்த பல்கலைக்கழகம் என்பதாலும், வடநாட்டிலிருந்து தென்னாட்டிற்கு மானியம் வருவது அருமை என்பதாலும் அறிக்கையில் கையெழுத் திட்டது நினைவிருக்கிறது.

நான் ஓராண்டுதான் ம.தி.தா. இந்துக் கல்லூரியிலிருந்து பணி விடுப்புப் பெற்றேன். அந்தக் காலவரம்பு முடியும் நிலை நெருங்கியது. திருவிதாங்கூர்ப் பல்கலைக்கழகமும் உபகாரச் சம்பளமான மாதம் 30 ரூபாயைத் தந்திடவில்லை. எனவே நான் மீண்டும் பணியில் சேருவது பற்றி திரு. எஸ்.வி.பி.யிடம் ஒரு நாள் இரவு கருத்தைக் கேட்டேன். 'இதுவரை பல்கலைக்கழகம் எந்த உதவியையும் செய்திடவில்லை. எனவே இந்துக் கல்லூரியில் பணியில் சேர்ந்து, விடுமுறைக் காலங்களில் ஆய்வைத் தொடர்க' என்று கூறினார். எனவே ம.தி.தா. இந்துக் கல்லூரியில் வேலைவிடுப்பு முடிந்ததும் மீண்டும் பணியில் சேர்ந்தேன். விடுமுறை நாட்களில் திருவனந்தபுரம் வந்து என் ஆய்வைத் தொடர்ந்தேன்.

வித்துவான் மு. சண்முகம் பிள்ளையும் விடுமுறை நாட்களில் திருவனந்தபுரம் வந்து, எஸ்.வி.பி.யின் வீட்டில் தங்கி, அவர் எழுதிய கருத்துக்களைப் படியெடுத்துக் கொடுப்பார். தொல்காப்பியம் முதலிய இலக்கண நூல்களிலிருந்து சான்றுகளைச் சண்முகம் பிள்ளை எடுத்துக் கூறுவார். பாராமல் படிக்கும் பழக்கம் எஸ்.வி.பி.க்கு இல்லை. தான் கண்ட சான்றுகளையும், உதவும் செய்திகளையும் 300 பக்க அளவிலுள்ள ஒரு தடித்த நோட்டில் தனது கையெழுத்தில் குறித்துக் கொள்வார். கட்டுரையோ, நூலோ எழுதும்போது, அந்த நோட்டைப் புரட்டி, அதில் காணும் சான்றுகளைப் பயன்படுத்திக்கொள்வார். அவர் காலமான பின்

அந்த நோட்டு எங்கே போனது என்று யாருக்கும் தெரியாது, யார் கையில் கிடைத்தாலும் அதைப் பயன்படுத்துவது எளிதன்று.

ஒவ்வொரு கட்டுரையையும் தன் கைப்படத்தான் எழுதுவார். ஆங்கிலத்தில் கட்டுரை உருப்பெற வேண்டுமெனில் அதனைத் தட்டச்சு செய்து, பலமுறை சரிசெய்து பிழையின்றி வெளியிட முயல்வார். பல அறிஞர்கள் ஆங்கிலக் கட்டுரைகளைப் படிப்பதால் மிகக் கவனமாக வாதங்களை அமைத்து உருவாக்க வேண்டுமென்பார். தமிழ்க் கட்டுரை களைச் சண்முகம் பிள்ளை அங்கிருந்தால், அவர்தான் படியெடுத்துக் கொடுப்பார். அவரை அடுத்து திரு. வீரபத்திரன் செட்டியார் துணை செய்வார். மிகச் சொற்பமாகவே எனக்கு அந்தப் பொறுப்பு வந்து சேரும். பெரும்பாலும் இந்தப் பணி எஸ்.வி.பி.யின் இல்லத்தில்தான் நடைபெறும்.

ஒருமுறை முற்பகல் 11 மணிக்குச் சென்றவுடன் அவசரமாக நீண்ட கட்டுரையொன்றைப் படியெடுக்க வேண்டிய நிலை ஏற்பட்டது. நான் அதனைச் செய்வதாகக் கூறி எழுதத் தொடங்கினேன். மணி 2 ஆகி விட்டது. அந்தக் கட்டுரை முடியாததால் பசி வயிற்றைக் கிள்ளியது. என் வீட்டிற்குச் சென்று உண்ண வேண்டுமாயின் சுமார் 5 கி.மீ. நடந்து செல்ல வேண்டும். காலை 10 மணிக்கு எஸ்.வி.பி. உணவருந்தி விடுவார். பிறகு மதியம் உணவுண்பதில்லை. எனவே அவர் வீட்டில் மிச்ச உணவு மதியம் இருப்பது அருமை. வறுத்த பலாவின் வறுவலும், ஒரு கப் காப்பியும் பெற்றது நினைவிருக்கிறது. அதன்பின் மாலையில் 4 மணியளவில்தான் எழுதி முடித்தேன். நேராநேரத்திற்கு உணவு உண்ணாததாலும் காப்பி முதலிய பானங்களைச் சற்றுக் கூடுதலாக அருந்தியதாலும் பின்னர் அது வயிற்றுப் புண்ணாக மாறியது. இன்றும் அது மறைந்துவிடவில்லை.

எஸ்.வி.பி.யின் மறைவின் பின்னர் மு.சண்முகம் பிள்ளை எழுதி வெளியிட்ட நூல்களில் எஸ்.வி.பி. தொகுத்த செய்திகளைப் பயன் படுத்தியுள்ளார் என்று எஸ்.வி.பி.யின் குடும்பத்தினர் கூறியதாக சைவ சித்தாந்த நூற்பதிப்புக் கழக இயக்குநர் திரு. வ.சுப்பையா பிள்ளை ஒருமுறை என்னிடம் கூறியது நினைவிருக்கிறது. 'எஸ்.வி.பி.யின் தெளிவுகள் தனித்தன்மை உடையவை. அவற்றை வேறொருவர் பயன்படுத்தினால், அவை நீரில் மிதக்கும் எண்ணெய்த் துளிகள் போல தலைகாட்டும். அவற்றைச் சண்முகம் பிள்ளை பயன்படுத்தியதாகக் கூறுவது தவறு' என்று கூறினேன். அதைப்போலவே என் பக்கத்துத் தெருவிலுள்ள வணிக நண்பர்கள் சிலர் என்னிடம், 'நீங்கள்தான் எஸ்.வி.பி.க்கு எழுதிக்கொடுக்கிறீர்களாமே' என்று கிளறினார்கள். 'ஆமாம், அவர் எழுதிய கட்டுரைகளை நான் படியெடுத்துக் கொடுப்பது

உண்டு. அவருடைய கட்டுரையை எழுதும் அளவிற்கு அறிவு முதிர்ச்சி எய்திடவில்லை, அதற்கு ஆண்டுகள் பலவாகும்' என்றேன்.

எஸ்.வி.பி.க்குக் குறைந்த இரத்த அழுத்தம் (Low Blood Pressure) இருந்தது. அப்போது அவர் வீட்டிலிருந்துதான் பணியாற்றுவார். வீட்டில் சென்றுதான் ஏதாவது எழுதி உதவி செய்வது எங்கள் வழக்கம். என்னைவிடச் சண்முகம் பிள்ளையும், வீரபத்திரன் செட்டியாரும் எஸ்.வி.பி.க்கு மிக நெருக்கமாகத் துணை செய்தனர்.

நான் திருவனந்தபுரத்தில் ஆய்வுசெய்தபோது எஸ்.வி.பி. தனது மக்களோடு ஒருவராக என்னைக் கருதினார். பிறர் அறிந்திடாத பல செய்திகளை என்னிடம் அவர் கூறியது நினைவிருக்கிறது. இளவயதிலேயே எஸ்.வி.பி.க்குக் கல்யாணம் ஆகிவிட்டது. பி.ஏ. படிப்பதற்குச் சென்னையில் கிறித்துவக் கல்லூரிக்குச் சென்றார். வரலாறும் தமிழும் முக்கியப் பாடமாகக் கற்றார். சென்னைக் கிறித்தவக் கல்லூரியில் மறைமலையடிகளிடம் எஸ்.வி.பி. தமிழ் பயின்றார். லெக்சிகன் பொறுப்பேற்றதும் பலமுறை அவரைச் சந்தித்ததாகவும், அதன் பின்னர் அது குறைந்துவிட்டதாகவும் கூறியிருந்தார். அன்று சட்டக் கல்லூரியில் மாணவர் தங்குவதற்கு விடுதியில்லை. எனவே, எஸ்.வி.பி., சண்முகம் செட்டியார், கன்னியாகுமரி மாவட்டத்திலுள்ள இராசாக்கமங்கலத்தைச் சேர்ந்த சாமிநாதபிள்ளை ஆகியோர், ஒரு வீடு எடுத்துக் குடும்பத்துடன் வாழ்ந்தனர். அவர்களுடைய மனைவியர் ஒவ்வொருவரும் அக்கா, தங்கை என்று முறை சொல்லியே அழைப்பர். ஆண்களும் அத்தான், மைத்துனன் என்று முறை கூறியே அழைப்பர்.

டி.கே. சிதம்பரநாத முதலியார் திருநெல்வேலியில் வாழ்ந்தபோது அங்குக் கம்பன் கழகம் உருவானது. அப்போது திராவிடக் கழகத்தினரும், திராவிட முன்னேற்றக் கழகத்தினரும் கம்பராமாயணத்தை எதிர்த்து, போராட்டத்தில் முனைந்து நின்றனர். கம்பராமாயணத்தைக் காக்கப் பல இடங்களில் கம்பன் கழகங்கள் தோன்றின. திருநெல்வேலியில் டி.கே.சி. தலைமையில் அது இயங்கியது. அப்பொழுது எஸ்.வி.பி. அங்குள்ள நீதிமன்றத்தில் வழக்கறிஞராகப் பதிவு செய்திருந்தார். ஆனால் அவர் செய்த பணி பெரும்பாலும் தமிழ் இலக்கிய ஆய்வுப் பணியாக இருந்தது. டி.கே.சி.க்கும் எஸ்.வி.பி.க்கும் நெருங்கிய பழக்கம் இருந்தது. குற்றாலத்தில் ஒருமுறை நான் எஸ்.வி.பி.யுடன் சென்றிருந்தபோது, 'என் தங்கை சௌக்கியமா?' என்று எஸ்.வி.பி.யின் மனைவியைப் பற்றி டி.கே.சி. விசாரித்தார். கவிஞர் தேசிகவிநாயகம் பிள்ளையிடமும் நெருங்கிய நட்புறவு கொண்டிருந்ததால் உறவுமுறை கூறி இருவரும் அழைப்பர். ஏதாவது கவிதை ஒன்றைச் செய்தால் எஸ்.வி.பி.க்கு அனுப்பி, அவரது ஒப்புதலைப் பெற்ற பின்புதான்

கவிமணி வெளியிடுவார். வெண்பா பாடுவதில் மன்னன் என்று கவிமணியை எஸ்.வி.பி. புகழ்வதை நான் கேட்டிருக்கிறேன். இது தமிழால் நேர்ந்த உறவாகும்.

திருநெல்வேலியில் வாழ்ந்தபோது எஸ்.வி.பி.யும் நீலகண்ட சாஸ்திரியும், சாரநாதனும், பெ. அப்புசாமியும் நெருங்கிய நண்பர்கள். சாஸ்திரியும், சாரநாதனும் திருநெல்வேலி இந்துக் கல்லூரியில் பணியாற்றினர். பிராமணர் அல்லாதார் இயக்கம் வலுவடைந்த நிலையில் திருநெல்வேலி இந்துக் கல்லூரியிலிருந்து சாரநாதனும் சாஸ்திரியும் தமது பதவியை ராஜினாமா செய்தனர். திருச்சியில் நேசனல் கல்லூரி ஒன்றை நிறுவிப் பின்னர் அதன் முதல்வராகச் சாரநாதன் பணியாற்றினார். நீலகண்ட சாஸ்திரியார் சிதம்பரத்தில் இராசா அண்ணாமலைச் செட்டியார் நிறுவிய மீனாட்சி கல்லூரித் தலைவராகப் பணியாற்றினார். அண்ணாமலைப் பல்கலைக்கழகம் உருவானபோது சாஸ்திரியார் சில எதிர் கருத்துக்களைக் கூறியது இராசா அண்ணாமலைச் செட்டியாருக்குத் தெரிந்திடவே சாஸ்திரியார் பதவி விலகிவிட்டார். அந்தக் காலத்தில் சாஸ்திரியாரின் *பாண்டியர் வரலாறு* வெளியானது. மதராஸ் மாநில அரசாங்கத்தில் கல்வித்துறை இயக்குநராக இருந்த கேண்டத் என்ற கேரளக்காரர் வற்புறுத்தவே இணைப் பேராசிரியராகச் சென்னைப் பல்கலைக்கழகத்தில் பதவி பெற்றார். பின்னர் பேராசிரியர் பதவி வகித்தார். அவர் வெளியிட்ட *சோழர் வரலாறு* அவருக்கும், பல்கலைக் கழகத்திற்கும் புகழ் தேடித் தந்தது. எனவே அவருக்குச் சென்னைப் பல்கலைக்கழகத்தில் செல்வாக்கு மிகுந்திருந்தது. எஸ்.வி.பி.யின் நெருங்கிய நண்பராகையால் இருவரும் ஆய்வுக் கருத்துக்களைப் பரிமாறுவதுண்டு. ஒரு நாள் அன்று துணைவேந்தராக இருந்த லிற்றில் ஹைஹல்ஸ் என்பவர் நீலகண்ட சாஸ்திரியிடம், எஸ்.வி.பி.யைப் பற்றிக் குறை கூறிய நீண்ட கடிதம் ஒன்றைக் காட்டி, ‘என்ன செய்ய வேண்டும்?’ என்று கேட்டார். அதைப் படித்தவுடன் பக்கத்திலிருக்கும் குப்பைத் தொட்டியில் போடுமாறு சாஸ்திரியார் கூறினார். ‘அதைத்தான் செய்ய வேண்டும் என்று நினைத்துள்ளேன்’ என்று கூறித் துணைவேந்தரும் அந்தக் கடிதத்தைப் பக்கத்திலுள்ள குப்பைத்தொட்டியில் இட்டு விட்டதாக எஸ்.வி.பி. கூறியது நினைவிருக்கிறது.

தமிழ்ப் பேரகராதியின் பதிப்பாசிரியராக தாம் எவ்வாறு நியமனம் பெற்றார் என்பதை எஸ்.வி.பி.யே தமது வெளியீடுகளில் குறிப்பிட்டுள்ளார். ஆனால் தமிழ்த்துறையில் எவ்வாறு நியமனம் பெற்றார் என்பது எந்த நூலிலும் இடம்பெறவில்லையென்று தோன்றுகின்றது. அன்று தமிழ்த்துறைக்கு இணைப் பேராசிரியர் (*ரீடர்*) பதவிதான் இருந்தது. பேராசிரியர் பதவி, நெடுங்காலத்துக்குப் பிறகுதான் சென்னைப் பல்கலைக்கழகத்தில் தோற்றுவிக்கப்பட்டது. முதல்

இணைப் பேராசிரியரைத் தேர்ந்தெடுக்க ஒரு குழு நியமிக்கப்பட்டது. துணைவேந்தர் லிற்றில் ஹைல்ஸ், பாலசுப்பிரமணிய ஐயர், நீலகண்ட சாஸ்திரியார், வெள்ளக்கால் சுப்பிரமணிய முதலியார், உ.வே. சாமிநாதய்யர் ஆகிய ஐவரும் அந்தக் குழுவில் இருந்தனர். குழு நெடுநேரம் விவாதித்தது. உ.வே.சா., எஸ்.வி.பி.யின் நியமனத்தை எதிர்த்து வேறொருவரைப் பரிந்துரை செய்தார். அவருடைய பரிந்துரை எடுபடாமல் போகவே வெள்ளக்கால் சுப்பிரமணிய முதலியார் ரா.பி. சேதுப்பிள்ளையைப் பரிந்துரை செய்தார். பாலசுப்பிரமணிய ஐயர், தமிழ்ப் பேரகராதியின் குழுத்தலைவராக இருந்ததால், எஸ்.வி.பி. யின் நியமனத்திற்கு வற்புறுத்தினார். மற்றிருவரும் பின்னொருவரை ஆதரிக்க, துணைவேந்தர் லிற்றில் ஹைல்ஸ் தனக்குரிய வாக்குரிமை யைப் பயன்படுத்தி எஸ்.வி.பி.யை நியமிக்க முடிவு செய்தார். அன்று மாலை, வெள்ளக்கால் சுப்பிரமணிய முதலியார் எஸ்.வி.பி.யின் இல்லத்திற்குச் சென்று, அவரைக் கண்டு, 'எப்போது பணியில் சேரப் போகின்றீர்கள்?' என்று கேட்டாராம். தேர்வுக் குழு முடிந்தபின் தொலைபேசியில் பாலசுப்பிரமணிய ஐயர், நடந்தவை அனைத்தையும் எஸ்.வி.பி.யிடம் கூறியிருந்ததால், தன் வீட்டிற்கு வந்தவரை உபசரித்து காப்பி கொடுத்து, 'பல்கலைக்கழக நியமனம் எழுத்து மூலம் வந்த பின்னர் சேர வேண்டும்' என்று கூறினாராம். இவ்வாறு தன் முன்னேற்றத் திற்குத் தடையாக இருந்தவர்களிடமும் மனம் கோணாமல் எஸ்.வி.பி. நடந்துகொள்ளும் இயல்புடையவர் என்பதையும் பலர் அறியமாட்டார்கள்.

அரசியல் வாழ்வில் வெறுப்புற்றிருந்த வ.உ.சிதம்பரனார், தனது சிறைவாசத்திற்குப் பின்னர், ஏட்டிலிருந்த தொல்காப்பிய இளம்பூரணர் உரையைப் பதிப்பிக்கும் நோக்கத்தோடு படியெடுத்தார். அதனை எஸ்.வி.பி.யிடம் காட்டிட செப்பம் செய்தார். எஸ்.வி.பி.யையும் அதன் பதிப்பாசிரியராகத் தன்னுடன் இருக்குமாறு கேட்டதையும், ஆனால் எஸ்.வி.பி. மறுத்துவிட்டதையும் அந்த உரைப் பதிப்பின் முன்னுரை யில் வ.உ.சி. கூறியுள்ளார். அந்த உரைப் பதிப்பு அச்சானபோது எஸ்.வி.பி.யிடம் மெய்ப்புத் திருத்துமாறு கேட்டுக்கொள்ளவில்லை யென்று தோன்றுகின்றது. அதில் காணும் பிழைகள் படிப்பவரின் கண்ணை உறுத்தும். எனினும் வ.உ.சி.யின் தமிழ்ப்பற்றை அந்தப் பதிப்பு எடுத்துக்காட்டும்.

ஒருமுறை கேரளப் பள்ளி மாணவர்களுக்காகச் சில கட்டுரை களை அச்சிட்டு வெளியிட எஸ்.வி.பி. முயன்றார். என்னிடம் அச்சுப் படிகளைத் தந்து பிழைகளைத் திருத்தித் தருமாறு கூறினார். வீட்டில் சென்று இரவு சில மணி நேரம் செலவழித்து, என்னால் இயன்ற மட்டில் பிழைகளைத் திருத்தினேன். அடுத்த நாள் அவர் வீட்டில்

திருப்பிக் கொடுத்தபோது, நான் விட்ட பல எழுத்துப்பிழைகளை எஸ்.வி.பி. திருத்தினார். இத்துறையில் இன்னும் நான் பின்தங்கியே இருக்கின்றேன். வேகமாகப் படிக்கும் இயல்பால் சொற்களில் காணும் எழுத்துப்பிழைகளை என் கண்கள் காணத் தவறிவிடுகின்றன.

திருவனந்தபுரத்தில் பேராசிரியர் பதவியேற்று எஸ்.வி.பி. பணி செய்த இரண்டாவது ஆண்டில் என் குடும்பத்தில் பேரிழப்பு ஒன்று நிகழ்ந்தது. திருவனந்தபுரத்தில் வாழ்ந்த எனது மாமனார், தனது 42ஆவது வயதில் எதிர்பாராதவிதமாகக் காலமானார். அதற்காக நான் திருவனந்தபுர வீட்டில் இருந்தபோது, எஸ்.வி.பி.யும், அவர் துணைவர் ஒருவரும், மரணச் செய்தி கேட்டு வீட்டிற்கு வந்தனர். அப்போது டெல்லியிலுள்ள அகில இந்திய வானொலி நிலையத்தின் செய்தித் துறையில் நிரந்தரமில்லாத ஒரு வேலை கிடைத்தது. அதற்குரிய ஆணையைத் திருநெல்வேலியிலிருக்கும்போது நான் பெற்றேன். இந்துக் கல்லூரியில் பெற்ற ஊதியத்தைவிடக் கூடுதலாக வருவாய் இருந்தது. இந்துக் கல்லூரி மாணவர்களும் சக ஆசிரியர்களும் அன்பாக இருந்ததால் அக்கல்லூரியை விட்டுப் பிரிய மனமில்லை.

எனவே அந்த ஆணையை ஒப்புக்கொள்ள மனமில்லாமல் வைத்திருந்தேன். எஸ்.வி.பி. எனது வீட்டிலிருந்து புறப்படும்போது, நான் டெல்லி வானொலிப் பணி பற்றிக் கூறினேன். டெல்லியில் கிடைத்த வேலையை நான் ஒப்புக்கொள்வது நல்லது என்றும் பல நல்ல வாய்ப்புகள் பெற அங்கு இயலும் என்றும் கூறினார். அந்த நாட்களில் என்மீது விழுந்த பொறுப்பு மிகக் கூடுதல். என் மாமனார் மக்கள் இருவர். என் மனைவியையும், மக்களையும் சேர்த்து நால்வர். என் தம்பி, தங்கைகள் அறுவர். இவர்கள் அனைவரையும் பராமரிக்கும் பொறுப்பு எனக்கிருந்தது. எனவே 'அந்தப் பணியை நான் ஏற்றுக் கொள்வது நல்லது' என்று எஸ்.வி.பி. கூறியதால் அப்படியே முடிவு செய்தேன். இந்துக் கல்லூரியில் ஓராண்டு ஊதியமில்லாமல் விடுப்புப் பெற்று, டெல்லிக்குச் சென்று பணியில் சேர்ந்தேன். செய்திகளை ஆங்கிலத்திலிருந்து மொழி பெயர்த்து வாசிப்பது என்பதுதான் எனது பணி. பல புத்தகங்களைப் படிப்பதற்கு நேரம் இருந்தது. பலருடைய நட்பும் கிடைத்தது. இந்தியும் பேசக் கற்றுக்கொண்டேன். அகில இந்திய வானொலியிலும் மைய அரசின் அலுவலகத்திலும் பிராமணர்கள் செல்வாக்குப் பெற்றிருந்தனர். எனவே அது பிராமணர் அல்லாதார்க்கு முன்னேறத் தடையாக இருக்குமென்று என் போன்றோர் நினைத்தனர். என் ஆய்வுப் பணியும் தொய்ந்துவிட்டது. இலண்டனிலுள்ள ஆப்பிரிக்க -இந்திய நிறுவனத்தில் தமிழ் உதவியாளராகச் செல்லும் வாய்ப்பும் அப்போது எனக்குக் கிடைக்கவில்லை. அந்த ஏமாற்றமும், தனிமையும் டைபாய்டு காய்ச்சல் கண்டதால் இரு வாரங்கள் டெல்லியில் படுத்த

நிலையிலேயே இருந்தேன். தமிழ்நாடு காங்கிரசின் துணைத் தலைவராக இருந்த திரு. உபயத்துல்லாவின் வீட்டிலுள்ள ஒரு அறையில் தங்கி இருந்தேன். அப்போது அவர் ராஜ்யசபை உறுப்பினர். கூட்டம் இருந்தால் டெல்லிக்கு வருவார். அதனால் என்னுடன் உறைந்த இரு நண்பர்கள் என்னைக் கவனித்துக்கொண்டனர். ஊர் திரும்ப என் மனம் துடித்தது.

திருநெல்வேலியிலிருந்தபோது எனக்குப் பல உதவிகள் செய்த இரண்டு நண்பர்களுள் ஆர்.எம். கணேசனும் ஒருவர். அவர் எழுதிய கடிதத்தில் கேரளப் பல்கலைக்கழகத் தமிழ்ப் பேராசிரியர் பதவிக்கு விளம்பரம் செய்துள்ள செய்தியைக் குறிப்பிட்டிருந்தார். அவருடைய கடிதம் மட்டும் வராமலிருந்திருந்தால் நான் அந்த விளம்பரத்தை அறிந்திருக்க முடியாது. அவர் எழுத்து கிடைத்த அன்றே ஒரு விண்ணப் பத்தைத் தட்டச்சுச் செய்து, சுற்றிவரும் தபால் நிலையத்தில் பதிவுசெய்து என் விண்ணப்பத்தை அனுப்பினேன். அவ்வாறு விண்ணப்பமிட்ட செய்தியினையும் எஸ்.வி.பி.க்கு எழுதியிருந்தேன். கேரள அரசின் நிதியமைச்சராக இருந்த பி.எஸ். நடராச பிள்ளை அரசுப் பணிக்காக டெல்லி வந்திருந்தார். என் குடும்ப நிலையை அவர் நன்கறிவார். தன்னால் ஆன உதவியைச் செய்ய அவரும் முற்பட்டார். அப்போது உதவித் துணைவேந்தராக இருந்த பரமேஸ்வரப் பணிக்கரிடத்தில் கூறினார். சர். முதலியார் இராஜ்ய சபா உறுப்பினராக இருந்ததால் அவரிடம் இராஜ்ய சபா உறுப்பினரான உபயத்துல்லா சாகிப்பும் என்னைப் பற்றி நல்ல வார்த்தை கூறியதாகச் சொன்னார். ஒன்றிரண்டு வாரம் கழித்து, நான் அகில இந்திய வானொலி நிலையத்திலிருக்கும் போது நான் தங்கியிருந்த வீட்டிற்கு ஒரு கடிதம் வந்தது. அதன் உறையின் மேல் 'நல்ல செய்தி', 'நல்ல செய்தி' என்று பலமுறை எழுதி யிருந்தது. அங்கிருந்த எனது நண்பர் திரு. சதானந்தன், தொலைபேசியில் என்னை அழைத்து, ஒரு எழுத்தில் 'நல்ல செய்தி', 'நல்ல செய்தி' என்று எழுதி உனக்கு வந்திருக்கிறது; அதனை நான் உடைத்துப் படிக்கட்டுமா? என்றார். 'அதனைப் படியுங்கள்' என்றேன். எனது தமிழ்ப் பேராசிரியர் நியமனம் பற்றியும், 5 ஆண்டுகள் பணியிலிருக்கலாம் என்றும் அதற்கு மாதந்தோறும் தொகுப்பூதியம் ரூபாய் முந்நூறு என்றும் பதிவாளர் கையொப்பமிட்டு அனுப்பிய கடிதத்தை எனது மனைவி அனுப்பி யிருந்தாள். படித்த அவருக்கும் மகிழ்ச்சி. எனக்கும் 'தெய்வம் துணை செய்தது' என்ற திருப்தி.

எனவே அகில இந்திய வானொலி நிலையப் பணிக்கு, விலகல் கடிதத்தைக் கொடுத்துவிட்டு, நீங்கல் ஆணை பெற்று ஒன்றிரண்டு நாட்களுக்குள் ஊர் திரும்பிவிட்டேன். ஊர் சேர்ந்தபின் எனது நியமனம் பற்றிய செய்திகளை என் உறவினர் தத்துவப் பேராசிரியர் ஏ.எஸ். நாராயண பிள்ளை மூலம் பின்னர்தான் தெரிந்துகொண்டேன். வந்திருந்த

விண்ணப்பங்களில் வீரபத்திரன் செட்டியாருடையதும் என்னுடையதும் தக்கதாகக் கருதப்பட்டதாகவும், 'இருவரும் ஒரே நிலையினர்' என்று எஸ்.வி.பி. பரிந்துரை செய்ததாகவும், ஆளுநர் குழுவின் தலைவர் துணைவேந்தர் சர். இராமசாமி முதலியார், புதிய நியமனம் பெறும் இளைஞர் திறமையுடன் துறையை நடத்துவார் என்றும் மூன்றாண்டு களுக்கேயுரிய பதவியை ஐந்தாண்டுகளுக்குப் பதவி நீட்சி அளிக்கலாம் என்றும் ஆளுநர் குழுவில் கூறினாராம். சாதாரணமாக மூன்றாண்டுதான் அந்த நியமனம் நீண்டு நிற்கும். ஆனால் ஐந்து ஆண்டுகள் எனக்குக் கிடைத்தன.

நான் திருவனந்தபுரம் திரும்பிய அடுத்த நாள் 20ஆம் தேதி செப்டம்பர் 1953ஆம் ஆண்டு என்று நினைவு. எஸ்.வி.பி.யை, காலை 10 மணி அளவில் அலுவலகத்தில் சந்தித்தேன். என்னைக் கண்டதும் எஸ்.வி.பி. மகிழ்ச்சியடைந்ததாகவே தோன்றியது. இருவரையும் பரிந்துரை செய்ததாகவும், ஒவ்வொருவருடைய திறமையையும் கூறியதாகவும் தெரிவித்தார். அன்று காலை எஸ்.வி.பி. அவருடைய இருக்கையில் அமருமாறு கூறினார். துறைக்கு எப்பொழுதெல்லாம் எஸ்.வி.பி. வருகின்றாரோ அப்பொழுதெல்லாம் அவர் பேராசிரியர் கட்டிலில் தான் அமர வேண்டும், நான் பக்கத்திலிருந்த சிறு நாற்காலியில்தான் உட்காருவேன் என்று கூறியது நினைவிருக்கிறது. அன்று முற்பகல் நான் அலுவலகம் சென்றுவிட்டாலும் எஸ்.வி.பி.க்கு ஒரு நாள் சம்பளம் கிடைத்திட அன்று பிற்பகல் பணியில் சேர்ந்ததாகக் கடிதம் எழுதினேன். ஒரு வாரத்திற்குள் நான் செய்ய நினைக்கும் பணியைத் திட்டவரைவாக எழுதி எஸ்.வி.பி.யிடம் காட்டினேன். சங்க இலக்கியங்கள் அனைத் திற்கும் சொல்லடைவு தொகுப்பது, தமிழிற்காணும் பிறமொழிச் சொற்களை வகை செய்வது என்ற இரு திட்டங்களை விரிவாக எழுதி, சொல்லடைவுத் திட்டத்திற்கு எத்தனை பேர், பிறமொழிச் சொற்கள் தொகுப்பதற்கு எத்தனை பேர் வேண்டும் என்று திட்டத்தில் சேர்ந்திருந்தேன். சமஸ்கிருதத்திற்கு 2 பண்டிதர்கள் வேண்டும் என்று எழுதியிருந்ததைப் பார்த்துவிட்டு, 'அது வேண்டாம், அந்தத் துறையை சமஸ்கிருதமயமாக்கிவிடுவார்கள்' என்று கூறியது நினைவிருக் கிறது. தமிழ்நாட்டில் அன்று நிலவிய சூழ்நிலையை மனதிற்கொண்டு எஸ்.வி.பி. அவ்வாறு கூறியிருக்க வேண்டும்.

தமிழ்நாட்டில் தமிழர்கள் எஸ்.வி.பி.யைக் குறை கூறினார்களே யன்றி அவருக்குச் சிறப்பேதும் செய்திடவில்லை. எனவே திருவனந்த புரத்தில் அவருக்குப் பாராட்டுக் கூட்டம் ஒன்று நடத்துவது என்று தீர்மானம் செய்து, பல தமிழ் அபிமானிகளிடம் பண உதவி பெற்று, திருவனந்தபுரம் இந்துமதப் பிரச்சார மண்டபத்தில் விழா ஒன்றிற்கு

ஏற்பாடாகியிருந்தது. திருவிதாங்கூர் அரசரின் தனிச் செயலராக இருந்து மதிப்புப் பெற்ற எஸ். வைத்தியநாத ஐயர் அவர்களின் தலைமையில், அன்று சென்னை மாநிலக் கல்லூரித் தலைமைத் தமிழ்ப் பேராசிரியராக இருந்த தெ.பொ. மீனாட்சி சுந்தரனாரை எஸ்.வி.பி.யைப் பாராட்டிப் பேசுமாறு அழைத்திருந்தோம். மிகச் சிறப்பாக அன்று தெ.பொ.மீ., எஸ்.வி.பி.யின் தமிழ்ப் பணியைப் பாராட்டிப் பேசினார். எஸ்.வி.பி. யின் உடல்நிலை தளர்ந்திருந்தாலும் அந்தக் கூட்டத்திற்கு வந்திருந்து, பொன்னாடை, புகழ்மாலை முதலியவற்றைப் பெற்று ஒன்றிரண்டு சொற்களில் தன் நன்றியைத் தெரிவித்தார். எஸ்.வி.பி.யை அன்றொரு நாள் சென்னையில் தமிழ் எல்லை மகாநாட்டுக்கு அழைத்துச் சென்றதை யும், எஸ்.வி.பி.யைக் கண்ட மகாநாட்டுப் பெருமக்கள் கைதட்டி ஆரவாரம் செய்து வரவேற்றதையும் அன்று தெ.பொ.மீ. கூறினார்.

பூனாவிலுள்ள டெக்காண் கல்லூரியின் இயக்குநர் எஸ்.எம். கத்ரேயின் நெறிப்படுத்தலில் ஐக்கிய அமெரிக்காவில் செயல்படும் ராக்பெல்லர் தர்ம நிலையம், இந்திய மொழியியல் படிப்பை ஊக்குவிக்கக் குளிர் கால, கோடைக்காலப் பயிற்சிக்கு ஏற்பாடு செய்திருந்தது. இரண்டு ஆண்டுகளுக்கு முன்னர் வேனல் விடுமுறையில் டெக்காண் கல்லூரியில் ஆய்வு உதவியாளனாகத் தமிழ்ப் பேரகராதியிலிருந்து சமஸ்கிருதச் சொற்களைத் தொகுத்ததால் அந்த நிலையம் எனக்குப் பரிச்சயமான ஒன்று. பேராசிரியர் சி.ஆர். சங்கரனும், அவருக்கு உதவியாளராக இருந்த பி.சி. கணேச சுந்தரமும் என்னைத் தொடர்ந்து ஊக்குவித்தனர். எனவே என்னைத் தமிழ்மொழி வரலாற்றைப் பற்றிப் பாடஞ்சொல்லும் ஆசிரியனாகக் குளிர்காலப் பள்ளிக்கு அழைத்திருந்தனர். அன்று அமெரிக்க மொழியியலாளர்கள், இங்கிலாந்து நாட்டு மொழியிய லாளர்கள், எஸ்.கே. சட்டர்ஜி, சுகுமார் சென், பாவுராம் சாக்சேனா முதலிய பேர்பெற்ற முதிர்ந்த இந்திய மொழியியலாளர்களும் அந்தப் பள்ளியில் ஆசிரியராகப் பணி செய்தனர். நான் அந்தப் பொறுப்பை ஏற்று, சென்னை வழியாகப் பூனா செல்லவிருந்தேன். எஸ்.வி.பி. அதனை அறிந்து தானும் என்னுடன் சென்னை வரை வருவதாகக் கூறினார். இருவரும் அன்றுள்ள மூன்றாம் வகுப்பில்தான் பயணம் செய்தோம். அவருக்கு வேண்டிய எல்லாத் தேவைகளையும் நான் கவனித்துக்கொண்டேன். சென்னை எழும்பூர் ரயிலடியில் மு. சண்முகம் பிள்ளை வந்திருந்தார். மிகப் பாதுகாவலுடன் எஸ்.வி.பி.யை காந்தி நகரிலுள்ள அவருடைய வீட்டிற்கு அழைத்துச் சென்றார். நான் எனது பயணத்தை அன்றிரவு தொடர்ந்தேன்.

பூனா டெக்காண் கல்லூரியில் ஆசிரியராகப் பணிசெய்தபோது சுக்தங்கர் பதித்த வியாசர் மகாபாரதத்தின் முதல் தொகுதியை வெளியிட

அன்று குடியரசுத் தலைவராக இருந்த இராசேந்திரபிரசாத், பிரபலமான பந்தர்க்கர் நிறுவனத்திற்கு வந்திருந்தார். டெக்காண் கல்லூரியில் பணியாற்றிய ஆசிரியர்களாகிய எங்களையும் அதில் கலந்துகொள்ள அழைத்திருந்தனர். அந்தக் கூட்டத்திற்கு ராக்பெல்லர் நிறுவனத்தின் உதவி இயக்குநர் திரு. சார்ட்போர்ன் கில்பாட்ரிக்கும் வந்திருந்தார். அந்த நிகழ்ச்சிக்கு ஒன்றிரண்டு நாட்களுக்கு முன்னால் டெக்காண் கல்லூரியில், இந்திய அறிஞர்கள் உருவாக்கிய ஆய்வுக் கட்டுரை களை விவாதிக்கக் கூட்டம் ஒன்றிற்கும் கில்பாட்ரிக் வந்திருந்தார். பேராசிரியர் திரு. இராகவனும் கலந்துகொண்டார். அவர்தான் நான் இலண்டன் செல்லும் வாய்ப்பைத் தடுத்தார்.

கில்பாட்ரிக்கைச் சந்திக்க நேரம் கேட்டு கடிதம் ஒன்று கொடுத் திருந்தேன். மகாபாரத முதல் தொகுதி வெளியீட்டு விழா முடிந்து வெளியே வரும்பொழுது கில்பாட்ரிக் என்னைக் கண்டு, ‘கடிதம் கிடைத்தது; நாளை நான் டெக்காண் கல்லூரி வரும்பொழுது காலையில் என்னைச் சந்தித்திடுக’ என்று கூறினார். அடுத்த நாள் அவரைச் சந்தித்த போது, இளைஞனாகிய நான் பேராசிரியர் பதவி பெற்றுள்ளதைப் பாராட்டி, அமெரிக்கப் பல்கலைக்கழகம் ஒன்றில் மொழியியல் படிப்புப் படித்திட சிலருக்கு ராக்பெல்லர் நிலையம் உதவி செய்ய நினைத்துள்ளதாகவும், தமிழுக்கு என்னைத் தேர்ந்தெடுக்க வாய்ப் புண்டு என்றும், அதற்குரிய விண்ணப்பப் படிவத்தைத் தந்து, துணைவேந்தர் சர். இராமசாமி முதலியார் தன் சொல்லாற்றலால் ஐக்கிய அமெரிக்காவில் மிகவும் புகழ்பெற்றிருக்கிறார் என்றும், அவருடைய கையெழுத்துடன் அனுப்பினால் எனக்கு அந்த வாய்ப்புக் கிடைக்கும் என்றும் கூறினார். சர். முதலியாரின் கையெழுத்துப் பெறுதல் எளிதென்று கூறி விண்ணப்பப் படிவத்துடன், தங்குமிடம் திரும்பினேன். எஸ்.கே. சட்டர்ஜியும், சுகுமார் சென்னும் தங்கிய பகுதியில்தான் ஆறு வாரம் நானும் வாழ்ந்தேன். அவர்கள் என்னை நன்கறிய வாய்ப்பிருந்தது. அவர்கள் என்னை மிகவும் ஊக்குவித்து அங்குப் பணிசெய்த காலம் முழுவதும் கண்ணும் கருத்துமாகக் கவனித்து வந்தனர். அவர்கள் இருவரும் என்னை வெகுவாகப் பாராட்டிச் சான்றிதழ் தந்தனர்.

நான் திருவனந்தபுரம் திரும்பினேன். ஆளுநர் கூட்டம் நடக்கும் போதுதான் சர். இராமசாமி முதலியார் திருவனந்தபுரம் வருவார். அவர் வந்திருந்தபோது அவருடைய அலுவலகத்தில் அவரைக் கண்டு, ‘உங்கள் கையெழுத்து இருந்தால் ராக்பெல்லர் உதவித்தொகை கிடைக்கும்’ என்று அதன் உதவி இயக்குநர் கூறியதை அவரிடம் சொன்னேன். சிரித்துக்கொண்டு என்னிடமிருந்து விண்ணப்பத்தைப்

டெற்றுக்கொண்டு, 'நான் அனுப்புகிறேன்' என்று பதில் கூறினார். அன்று மாலை அவருக்குத் துணையாக உதவிபுரிந்த உதவித் துணை வேந்தர் திரு. பரமேசுவரப் பணிக்கர் விண்ணப்பத்தைச் சர். இராமசாமி முதலியார் கையெழுத்திட்ட பின்னர் என் அறைக்குக் கொண்டுவந்து தந்தார். சர். இராமசாமி முதலியாரின் கையெழுத்து கோணலாக இருப்பதை அன்றுதான் தெரிந்துகொண்டேன். புகழுக்கும், கையெழுத் திற்கும் சம்பந்தமில்லை என்று நான் அன்று உணர்ந்தேன்.

ஒன்றிரண்டு மாதங்கள் கழித்து திருநெல்வேலி இந்துக் கல்லூரிப் பேராசிரியராக இருந்த கணபதியாபிள்ளை சென்னைப் பல்கலைக்கழக செனட் சபை உறுப்பினராகும் தேர்தலில் நின்றார். நான் இந்துக் கல்லூரியில் பணியாற்றியபோது பல உதவிகளையும், பாராட்டையும் அவரிடமிருந்து பெற்றேன். எனவே திருவனந்தபுரத்திலிருக்கும் பட்டதாரிகள் சிலரைக் காண எனது அலுவலகம் வந்திருந்தார். அப்போது கடிதம் ஒன்றைத் தபால்காரர் கொண்டுவந்தார். ராக்பெல்லர் நிலையத்தின் அச்சடித்த உறை அது. சற்று கை நடுக்கத்துடன் பரபரப்பாக எனக்குள் படித்தேன். ஓராண்டு ஐக்கிய அமெரிக்காவில் ஜார்ஜ் டவுன், கர்னேல் முதலிய பல்கலைக்கழகங்களில் படிக்க எனக்கு உதவித் தொகை தரும் கடிதம் அது. என் பரபரப்பைக் கண்டதும், 'அது என்ன செய்தி' என்று கணபதியாபிள்ளை கேட்டார். 'நல்லவர்கள் வந்தால் நல்ல செய்தியும் வருகின்றது' என்று கூறி அவர் கையில் கடிதத்தைக் கொடுத்தேன். அவருக்கும் மிக்க மகிழ்ச்சி. ஓராண்டு விடுப்புக்கு விண்ணப்பம் சமர்ப்பித்துவிட்டு, அமெரிக்கா செல்லும் வழியில் எஸ்.வி.பி.யையும் தெ.பொ.மீ.யையும் காணச் சென்னை சென்றேன். சென்னை மாநிலக் கல்லூரியில் தமிழ்ப் பேராசிரியராகப் பணி செய்த தெ.பொ.மீ.யிடம் சென்று ராக்பெல்லர் நிலையத்தின் கடிதத்தைக் காட்டியபோது, 'இவ்வளவு சலுகைகளா?' என்று வியந்தார். அன்று நாங்கள் இருவரும் எஸ்.வி.பி.யைக் காண காந்திநகர் இல்லத்திற்குச் சென்றோம். நான் ஆய்வு மாணவனாக இருக்கும்போது மொழியிய லிலும் இலக்கணத்திலும் சற்றுக் கூடுதலாகக் கவனம் செலுத்தியதால், 'நீ மேல்நாட்டிற்குச் சென்று படித்துவா' என்று எஸ்.வி.பி. கூறியது நினைவிருக்கிறது. மேல்நாட்டில் என்னை அனுப்பிப் படிக்க வைக்கின்ற செலவையெல்லாம் ஏற்குமளவிற்கு என் குடும்பம் வசதியாக இல்லை. எங்கள் பாரம்பரியச் சொத்தை விற்றாலும் அங்குச் செல்லும் செலவை ஈடுகட்ட முடியாது. எப்படியோ பல ஆண்டுகள் கழித்து, அங்கு செல்லும் முயற்சி பலனளித்தது. எஸ்.வி.பி.க்கு என்னைக் கண்டதும் முகம் மலர்ந்தது. பேசும் சொற்கள் சிலவாக இருந்தன. அந்த வாய்ப்பை நன்றாகப் பயன்படுத்த வேண்டுமென்று வாழ்த்தினார். 'நான் அமெரிக்கா விலிருந்து ஊர் திரும்பும் வரை உயிருடன் இருக்க வேண்டுமென்று'

கேட்டுக்கொண்டேன். அதற்கும் தனக்கேயுரிய சிரிப்பால் மறைத்து விட்டு, தெ.பொ.மீ.யோடு எழுச்சியுடன் பேசிக்கொண்டிருந்தார்.

ஆனால் நான் இறுதியில் கேட்டுக்கொண்ட வேண்டுகோள் நடைபெறவில்லை. எஸ்.வி.பி. காலமாகிவிட்டார் என்ற செய்தியை கர்னேல் பல்கலைக்கழகத்தில் படிக்கும்போது நண்பர் ஒருவர் தெரிவித்தார். கவலை தோய்ந்த மனநிலையுடன் அவர் மகனுக்கு கடிதம் ஒன்றை எழுதினேன். இரண்டு ஆண்டுகள், மூன்று மாதங்கள் கழித்து, நாடு திரும்பியபோது வழியில் சென்னை வந்து முதலில் எஸ்.வி.பி.யின் வீட்டிற்குச் சென்றேன். அன்று அவருடைய இளைய மகன் தினகரன் அங்கு இருந்தார். அவரிடம் எனது வருத்தத்தைத் தெரிவித்து ஊர்திரும்பினேன்.

எனது ஆய்வுத் திட்டத்தை நிறைவேற்ற மேற்கே சென்று படித்துவா என்று எஸ்.வி.பி.தான் முதலில் சொன்னார். தெளிவின் அடிப்படையில் ஆய்வுகளை அமைத்திட வேண்டுமென்று வற்புறுத்தியவர் அவர். நல்ல ஆய்வாளன் பாராட்டையோ, பவுசையோ தேடிப் போக வேண்டிய அவசியமில்லை. அவை தாமாக வரும் என்று அழுத்தமாக நம்பியவர் எஸ்.வி.பி.

எனது அறிவுலக வாழ்க்கையில் பலருக்குக் கடமைப்பட்டிருக்கிறேன். ஆனால் எஸ்.வி.பி.க்குச் சிறப்பாகக் கடமைப்பட்டிருக்கிறேன்.

சற்றுக் குள்ளமான உருவம்; நீண்ட நேரம் படிப்பால் வீங்கிய இமைகளையுடைய கண்கள்; மாநிறம்; நல்ல செய்திகளைக் கேட்டு உரக்கச் சிரிக்கும் பண்பு. மனம் திறந்து பேசும் நெருக்கம்; ஆய்வுக் கென்றே தன்னை அர்ப்பணித்த மாமேதை. நான் உள்ளளவும் அவரை மறந்திட முடியாது.

●

தனிநாயக அடிகள்

*1944*ஆம் ஆண்டு, கோடைகால விடுமுறையின் பின்னர் அண்ணாமலைப் பல்கலைக்கழகத்தில் வகுப்புகள் துவங்கின. நான்காம் தமிழ்ச் சிறப்பு வகுப்பில் பாதிரி உடையணிந்து மிடுக்கான நடையுடைய ஏறத்தாழ முப்பது வயதினர் ஒருவர் என் அருகே அமர்ந்தார். வகுப்பு துவங்கியது. கேள்வியும் விடையும் தொடர்ந்தன. திரு. பூவராகம் பிள்ளை தமக்கே உரிய நகைச்சுவையுடன் தமது வகுப்பை நடத்தினார். வகுப்பின் இறுதியில், 'தாம் தனிநாயகம்' என்றும் தமிழ் படிக்க வந்திருப்பதாகவும் கூறினார். உடனிருந்த மாணவர்களிற் பலர் எதுவும் அவரிடம் பேச வில்லை. சிலர் வணக்கம் கூறி அகன்றனர். நான் அருகிலிருந்ததால் அடுத்த வகுப்பு ஆரம்பமாவது வரை அவருடன் என் பேச்சு தொடர்ந்தது.

'இலக்கண இலக்கியங்களை இனிமேல்தான் நன்கு படித்தறிய வேண்டும்' என்றார். 'இங்குள்ள பலரும் அந்த நிலையில்தான் இருக் கிறோம்' என்றேன். 'உங்கள் கேள்விகள் அதனைப் பொய்யாக்கு கின்றன' என்றார். அவ்வாறு ஆரம்பமான நட்புறவு எங்கள் வாழ்நாள் முழுவதும் தொடர்ந்தது.

சனி, ஞாயிறுகளில் நான் நூல் நிலையம் சென்று படிப்பது வழக்கம். அதனைக் கவனித்த அடிகள் புதுச் செய்திகளிருப்பின் அவற்றைத் தன்னுடன் விவாதிக்க அழைப்பார். அப்போது பல்கலைக்கழக விருந்தினர் விடுதியில் அவர் தங்கியிருந்தார். ஒரு சிற்றாள் அவருக்கு உதவியாக எடுபிடிவேலை செய்தான். அவன்தான் என் அறைக்கு வந்து ஏதேனும் அவர் குறித்து அனுப்பும் செய்திகளை என்னிடம் கொடுத்து விட்டுச் செல்வான். ஒருநாள் மதிய உணவிற்கு அழைத்திருந்தார். நான் அறையிற் சென்றதும், 'சுப்பு என்று உங்களை அழைக்கலாமா!' என்றார். 'தாராளமாக' என்றேன். அன்று ரிக் வேதத்தின் ஆங்கில மொழி பெயர்ப்பை அவர் படித்து முடித்திருந்த சமயம்.

'தரமான பாக்கள் ரிக் வேதத்தில் குறைவாகக் காணப்படுகின்றன. அவற்றை நோக்க சங்க இலக்கியப் பாக்கள் எவ்வளவோ மேல்' என்றார். அவற்றின் உண்மையை நான் அப்போது தெரிந்திடவில்லை. பின்னர்தான் ரிக், யஜுர், சாமம், அதர்வணம் ஆகிய நான்கு வேதங்களை யும் தமிழ் ஆங்கில மொழிபெயர்ப்பு வழி படித்தறிந்து கொண்டேன். ஆனால் என் கேள்வியனைத்தும் 'கிறித்துவப்பாதிரியான அவர், இந்து வேதங்களைப் படிக்க அனுமதிக்கப்படுகிறாரே' என்பது பற்றித்தான் இருந்தன. 'எல்லா மதங்களின் அடிப்படை நூற்களையும் நாங்கள்

படித்துத் தெளிவோம். அதுமட்டுமன்று பிரம்மசரியம் மேற்கொள்ளும் நாங்கள் மனிதக் காதல்நிலை பற்றிய பல நூற்களையும் படிக்க வேண்டிய கட்டாயம் உண்டு. பல துறைகளைத் தெரிந்த பின் துறவு பூண்பது, தெரியாமல் துறவு பூண்பது என்ற இரண்டில், முதல் முறையை நாங்கள் கடைப்பிடிப்போம். தேவார திருவாசக முதலிய நூற்கள் மனதை உருக்குவனவாக இருக்கின்றன. இறைவனை வழிபடும் எந்த மதமும் அந்த நூற்களைப் பாராட்டாமல் இருக்க முடியாது' என்றார். தனிநாயக அடிகளின் பரந்த படிப்பும் பிற மதங்களைப் புறக்கணிக்காத நிலையும் என்னைக் கவர்ந்தன. கிறித்துவ மதத்தில் ஆழமான பற்று உடையவராயினும் தமிழ் மொழி மீதும் தமிழ்க்கலாச்சாரத்தின் மீதும் அளவற்ற மதிப்புடையவராக இருந்தார். அவர் பேச்சிலும் தமிழ் எழுத்திலும் இலங்கை வழக்குப் பளிச்சிடும். ஆங்கில எழுத்து எடுப்பான நடையில் இருக்கும்; அவருடைய பின்னணிக்கும் என் படிப்பிற்கும் எவ்வளவு வேறுபாடு!

வகுப்பறைகளில் பாடம் நடந்த பின்னரும் உடன் உணவு உண்ணும் வேளைகளிலும் அடிகளின் பேச்செல்லாம் தமிழின் இலக்கிய வளத்தை உலகறியச் செய்ய வேண்டும்; தமிழ் ஆசிரியர்களும் மாணவர்களும் சமுதாயத்தில் பிறருடன் ஒன்றாமல் தனித்து நிற்பது நன்றன்று'. எல்லாத் துறைகளிலும் முன்னேற வேண்டும். தமிழாய்வின் தரம் உயரவேண்டும். பல நாடுகளுக்குத் தமிழ் ஆய்வாளர்கள் சென்று தமிழ் இலக்கியச் செல்வங்களை உலகறியச் செய்திட வேண்டும் என்பன பற்றித்தாம் இருந்தன.

அந்த இரண்டு ஆண்டுகளில் இலங்கையிலிருந்து வெளியான சைமன் கேஸி செட்டி ஆங்கிலத்தில் எழுதிய *தமிழ் புளுட்டார்க்* என்ற நூலை (தமிழ்ப் புலவர்களைப் பற்றிய செய்திகளை அகவரிசைப்படி ஆங்கிலத்தில் தொகுத்துத் தருவது) பேராசிரியர் தெ.பொ. மீனாட்சி சுந்தரனாரைக் கொண்டு கூடுதல் செய்திகளைச் சேர்த்துப் பிழை களைந்து வெளியிட ஏற்பாடு செய்தார். அதற்கு கணிசமான தொகையொன்றை யும் தெ.பொ.மீக்குப் பெற்று அளித்தது நினைவிருக்கிறது.

அடிகள் அண்ணாமலைக்கு வருவதற்கு முன்னர் ரோமில் உள்ள வாடிக்கனில் குருமார்களுக்குரிய வகுப்புகளில் நான்கு ஆண்டுகளுக்கு மேல் பயின்று தெய்வ தத்துவத்தில் முனைவர் பட்டம் பெற்றிருந்தார். தமது ஆய்வறிக்கை கிறித்துவத் தொண்டர் பலரைப் பற்றியது. பின்னர் வெளிநாட்டில் வெளியிடப்பட்டது. அதன் படியொன்றையும் பல ஆண்டுகள் கழித்து தமது கையெழுத்திட்டு எனக்குத் தந்தார். ஸ்பானிய மொழி, ரோம மொழி, போர்த்துக்கீசியம், பிரெஞ்சு முதலிய மொழி களில் சரளமாக உரையாடவும் சொற்பொழிவாற்றவும் வல்லவர்.

உயர்மட்ட மக்களிடம் எளிதில் பழகி அவர்களுடைய நன்மதிப்பைப் பெற்று தமிழிற் காணும் அறக்கருத்துக்களின் உலகளாவிய தன்மையையும் அதன் சங்க இலக்கியச் செல்வத்தையும் அவர்களிடையே விளக்கித் தமிழ்ப் பண்பாட்டில் பற்றுக் கொள்ளுமாறு செய்வதற்கு அவரால் முடிந்தது.

அன்றாடம் நடக்கும் பாடங்களைப் படிப்பதிலும் நூல் நிலையத்திலிருந்து புதிய செய்திகள் பலவற்றைத் திரட்டுவதிலும் நான் அன்று முனைந்து உழைத்தேன்.

அண்ணாமலைப் பல்கலைக்கழகம் புதிய விடுதியில் அன்று எனக்குத் தங்குவதற்குத் தனியறை கிடைத்திருந்தது. தனிநாயக அடிகள் அடிக்கடி வருவார். ஒரு நாள் முற்பகல் பத்துமணி அளவில் எதிர்பாராத விதமாக அறைக்கு வந்தார். என் படுக்கையில் போர்வை தலையணை முதலியவை உரிய இடத்தில் வைக்காமல் அலங்கோலமாகக் கிடந்தன. உள்ளே வந்த அவர் தாமே அவற்றை ஒழுங்காக அடுக்கி வைத்துப் புன்முறுவல் பூத்தார். அது எனக்கு நல்ல பாடமாகப் பட்டது. வீட்டில் அன்னையால் மிகவும் ஆதரிக்கப்பட்ட என் போன்றோர் அறைகள் அலங்கோலமாகத் தான் இருக்கும். எனினும் ஒழுங்கு, சிட்டை முதலியவற்றை மறைமுகமாகத் தம் செயலால் செய்து காட்டுகின்றவர்கள் எத்தனைபேர்.

அண்ணாமலைப் பல்கலைக்கழகத்தில், அன்று தரைப்படை, விமானப்படை முதலியவற்றில் மாணவர்களுக்குப் பயிற்சி அளிக்கப் பட்டது. விமானப்படையின் மேலாளர் அடிகளின் நண்பர். 'சுப்பு! ஏன் நீ விமானப்படைப் பயிற்சியில் சேர்ந்து இந்த வேனல் விடுமுறையில் விமானம் ஓட்டக் கற்றுக்கொள்ளக் கூடாது. தமிழ் மாணாக்கர்கள் எல்லாத் துறைகளிலும் பங்கு பெற வேண்டும்; முன்னணியில் நிற்க வேண்டும்' என்றார். அதனை ஒத்துக்கொண்ட நான் உடற் பரிசோதனைக்குச் சென்றேன். அதில் வெற்றி பெற்றுத் தேர்ந்தெடுக்கப் பட்டதாக அடிகள் பின்னர் கூறினார். அந்த வேனல் விடுமுறையில் இறுதித் தேர்வு எழுதியதும் என் தந்தையின் உடல் நலம் சீர் கெட்டு விட்டதை அறிந்து ஊர் திரும்ப வேண்டிய நிர்ப்பந்தம் ஏற்பட்டது. எனவே பயிற்சியில் சேரவில்லை. எனினும் ஒரு வாய்ப்பை இழந்து விட்டேன் என்ற வருத்தம் இருந்தது. அடிகளிடம் ஊர் திரும்பும் நிர்ப்பந்த நிலையைக் கூறிய பின்னர்தான் புறப்பட்டேன்.

அந்த ஆண்டில் தெ.பொ. மீனாட்சி சுந்தரனாரின் பதவிக் காலத்தை நீட்டுவதற்கு அடிகள் உருவாக்கிய வரைவும் அதனை இராஜா அண்ணாமலைச் செட்டியாரிடம் நான் கொடுக்க வேண்டிய சூழ்நிலையும் தெ.பொ.மீனாட்சி சுந்தரனாரைப் பற்றிய கட்டுரையில் சற்று விரிவாக விளக்கப்பட்டுள்ளன. (பார்க்க தெ.பொ.மீ.)

1944-46 ஆகிய இரண்டு ஆண்டுகளில் அடிகளுடன் பழகிய நாட்களில் என்னுள் பல மாற்றங்கள் தோன்றுவதற்கு மிகவும் துணை செய்தன. என் பார்வை அகன்றது. மறைந்து கிடந்த என் இலட்சியமும் பெரும் சக்திக் கனலாக மாறியது.

அவர் கிறித்துவப் பாதிரியாயினும் என்னிடம் கிறித்துவ மதத்தின் பெருமையையும் இந்து மதத்தின் குறைபாடுகளையும் என்றும் கூறிய தில்லை. அதற்கு நேர்மாறாகத் தேவார திருவாசகத்தின் பெருமையைக் கூறிப் பாராட்டியது இன்றும் நினைவிருக்கிறது. அடிகள் தன் சொந்த வாழ்க்கையைப் பற்றிக் கூறிய செய்திகள் மிகக் குறைவு. யாழ்ப் பாணத்தில் பிரபல இந்துக் குடும்பம் ஒன்றில் பிறந்து கிறித்துவக் குருமார் நிலையைத் தாமே தேர்ந்தெடுத்துக்கொண்டார் என்று பிறர் கூறக் கேட்டிக்கிறேன். யாழ்ப்பாணத்தின் இந்து கிறித்துவ மதக் காழ்ப் பில்லை. இரு மதத்தினரும் மன ஒருமைப்பாட்டுடன் வாழ்க்கை நடத்துகின்றனர்.

கிறித்துவக் குருமார்களுக்கு இருநிலைகளுண்டு. ஒன்று மதத் தளம். மற்றொன்று மதச் சார்பற்ற தளம். இரண்டாவது பிரிவைச் சேர்ந்தவர் களுக்குக் கட்டுப்பாடு மிகக் குறைவு. பிற நிலையங்களில் பணிசெய்து அந்த வருவாயின் ஒரு பகுதியைத் தன் செலவுக்கும் மீதத்தைக் கிறித்துவ சபைக்கும் கொடுத்துவிடுவர். வாரம் ஒருநாள் கிராமங்களில் மதப் பிரச்சாரத்திற்குச் செல்வர். படிப்பிற்காக ஈழத்திலிருந்து மேல் நாட்டிற்கோ இந்தியாவிற்கோ செல்லும்போது பயணச் செலவு, தங்கல் செலவு முதலியவற்றைத் திருச்சபை ஏற்கும். எனவே அடிகள் சுதந்திர வாழ்க்கையை விரும்பி இரண்டாவது பிரிவை ஏற்று உழைத்தார் என்று பிறர் கூறக் கேட்டிருக்கிறேன்.

அடிகள் அண்ணாமலையில் சேர்வதற்கு முன்னர் திருநெல்வேலி மாவட்டத்திலுள்ள வடக்கன்குளம் கிறித்துவப் பள்ளியில் நாலாண்டு ஆசிரியராகப் பணி செய்தார். அப்போது தமிழில் போதிய அடிப்படை அறிவு பெறும் வாய்ப்புக் கிடைத்ததாகக் கூறினார்.

ஒருமுறை இராஜா முத்தையாச் செட்டியார் அவர்கள் கொழும்பு சென்றிருந்தபோது அவரை அணுகித் தான் தமிழ் படிக்க அண்ணாமலை செல்ல விரும்புவதாகவும் அதற்குத் துணை நிற்கவேண்டுமென்றும் வேண்டிக் கொண்டபோது விதிவிலக்காக, மூன்றாம் ஆண்டு சிறப்பு வகுப்பில் சேர அனுமதியும், அந்த ஆண்டு நடக்கும் ஆங்கிலத் தேர்வை அடிகள் எழுத வேண்டாமென்றும், விருந்தினர் விடுதியில் தங்கிப் படித்திட அனுமதியும் அடிகளுக்கு வழங்கப்பட்டன என்று கூறியது நினைவிருக்கிறது. அப்போது துணைவேந்தராக இருந்த இரத்தினசாமி ரோமன் கத்தோலிக்கர். அவர் குடும்பத்தினர் அனைவரும் கடவுள் பக்தி

மிக்கவர்கள். எனவே அடிகள் அந்தக் குடும்பத்தில் நெருங்கிப் பழகும் வாய்ப்பு மிகுத்து இருந்தது. எனினும் துணைவேந்தருடன் தாம் கொண்டுள்ள தொடர்பை அளவு மீறிப் பயன்படுத்தியதில்லை. அகலாது அணுகாது அதிகாரிகளுடன் நடந்துகொண்டார். அவர் காலத்தில் அண்ணாமலைப் பல்கலைக்கழகத்தில் ஒன்றிரண்டு பாதிரிமார்களும் கன்னியாஸ்திரிகளும் படித்து வந்தனர். கிறித்துவக் கோயிலில் ஞாயிற்றுக்கிழமைகளில் கூடுவார்கள். அதன் பின்னர் அவர்கள் ஒன்று சேர்ந்து பழகுவதை நான் கண்டதில்லை. எனவே அடிகளாரின் மதச் சார்பு மிகக் குறைவாக இருந்ததால் இந்து மதத்தில் பற்றுள்ள என் போன்றோர் அடிகளாருடன் நெருங்கிப் பழகத் தடையேதும் ஏற்பட வில்லை.

1946ஆம் ஆண்டு நான் தேர்வு எழுதி வீடு திரும்பிய பின் அடிகளாருடன் கொண்ட தொடர்பு குறைந்துவிட்டது. ஆனால் அற்றுவிடவில்லை. அடுத்த ஆண்டு இறுதிச் சிறப்பு வகுப்பில் இரண்டாம் வகுப்புடன் அடிகள் தேறினார். அதன் பின்னர் ஆய்விற்காக எம்.லிட் பட்டத்திற்குப் பதிவு செய்திருந்தார். 'சங்க இலக்கியத்தில் இயற்கை' என்ற தலைப்பில் அவர் படைத்த ஆய்வுக்கட்டுரை பின்னர் அச்சாகி வெளியிடப்பட்டது. அது தமிழ் ஆய்வாளர்களிடையே வரவேற்பைப் பெற்றது.

1948ஆம் ஆண்டு முதல் திருநெல்வேலி ம.தி.தா. இந்துக் கல்லூரியில் தமிழ் விரிவுரையாளராக நான் பணியாற்றியபோது தூத்துக்குடிக்கு வரவேண்டுமென்று அடிகள் தந்தி ஒன்று அனுப்பியிருந்தார். ஒரு ஞாயிறன்று அங்கு சென்றேன். விசாலமான ஒரு பங்களாவில் தமிழ் ஆய்வுக் கழகம் ஒன்றை உருவாக்கிப் பல நூற்களை அச்சிட்டு வெளியிடும் பணியில் முனைந்து நின்றார். வெளிநாடு சென்று, குருமார் ஒவ்வொருவரும், தமது அறப் பணிக்குப் பொருள் திரட்டலாம் என்றும், அதன்படித் திரட்டிய பொருளால் அந்தப் பெரும் வீட்டைச் சொந்தமாக வாங்கி, பல வெளியீடுகளைக் கொண்டு வரும் தமது திட்டத்தை விரிவாகக் கூறினார். அப்போது பாளையங்கோட்டையில் தமிழாசிரியராகப் பணியாற்றி ஓய்வு பெற்ற திரு. மாசிலாமணி அவருக்குத் துணையாக நூல்களைச் செப்பனிட்டு வந்தார். 1961ஆம் ஆண்டு வாக்கில் தமிழ்ப் பண்பாட்டுக் கழகம் ஒன்று சென்னையில் நிறுவித் 'தமிழ்ப் பாண்பாடு' என்ற அரையாண்டு இதழை வெளியிட ஏற்பாடு செய்தார். இந்தியன் ஓவர்சீஸ் வங்கியின் பொது மேலாளராகப் பதவி வகித்து ஓய்வு பெற்ற அ.சுப்பையா அந்த அகாதமி நிறுவுவதற்கும், ஆங்கில அரையாண்டு இதழ் ஒன்றை வெளியிடவும் மிகவும் துணை நின்றார். அதன் பதிப்பாசிரியர் குழுவில் நானும் உறுப்பினராக நியமிக்கப் பட்டேன். எனது கட்டுரைகள் சில, அதில் வெளியிடவும் வாய்ப்பு

ஏற்பட்டது. கல்வெட்டு பற்றிக் கட்டுரையொன்றை அடிகள் எழுதுமாறு கூறி, அதன் நகலை அடிகளே செம்மை செய்து என் பெயரில் மட்டும் வெளியிட்டதும் மறக்க இயலாத நிகழ்ச்சி. அந்தச் சஞ்சிகை வெளி யானதும் ஆங்கிலம் அறிந்த தமிழர்களிடையே பெரும் வரவேற்பைப் பெற்றது.

சிலமுறை என்னைச் சந்திக்கத் திருநெல்வேலி இந்துக் கல்லூரிக்கு வருவார். சுருக்கமாகத் தனது கருத்தைக் கூறி விடைபெற்றுச் சென்று விடுவார். எங்களிருவர் நட்புறவும் நம்பிக்கையும் மேலும் வலுப் பெற்றன.

ஒருமுறை கவிமணி தேசிக விநாயகம் பிள்ளையைப் பேட்டி கண்டு அவருடைய கவிதை பிறந்த நிகழ்ச்சியைப் பற்றி எழுதுமாறு அடிகள் கேட்டுக் கொண்டார். அதன் பொருட்டு கவிமணியைச் சந்தித்து செய்தி திரட்டினேன். ஆனால் அக்கட்டுரை பெரும்பாலும் மொழிபெயர்ப்புச் செய்திகளைப் பற்றி அமைந்ததால் எனக்கும் கவிமணிக்கும் அந்த வரைவு மனத்திருப்தி தரவில்லை. எனவே வெளியிட அனுப்பாமல் கோர்ப்பிலேயே தங்கிவிட்டது.

1950ஆம் ஆண்டுவாக்கில் ஒருநாள் திரு. பால்நாடாருடன் அடிகள் பாளையங்கோட்டை எனது இல்லத்திற்கு வந்து குற்றாலத்தில் உறையும் டி.கே.சி.யைக் காண அழைத்துச் சென்றார். நான் வாழ்ந்த வீடு சிறிது. என் வருவாய்க்குள் வாழ நினைத்ததால் அந்தச் சிறிய வீடுதான் வாடகைக்கு அமர்த்த முடிந்தது. எனினும் அந்தச் சிறிய வீட்டில் திரு. பால்நாடாரும் அடிகளும் மகிழ்ச்சியுடன் சிறிது நேரம் தங்கி, காப்பியருந்திவிட்டுப் புறப்பட்டனர். அடிகள்தான் கார் ஓட்டினார். தென்காசியில் அப்போது முனசீப்பாகப் பணி செய்த திரு. மகாராஜன் வீட்டிற்கு முதலில் சென்றோம். அன்புடன் வரவேற்ற அவர் இரவு அங்கு உண்டுவிட்டுத்தான் செல்லவேண்டும் என்று வற்புறுத்தவே அங்கேயே உண்ட பின்னர் குற்றாலம் சென்றடைந்தோம். திரு. மகாராஜன், டி.கே.சி.யை மிகவும் மதிப்பவர். அவர் நம்பிக்கைக்கும் பாத்திரமானவர். இரவு டி.கே.சி.யைக் கண்டபோது எடுப்பான தோற்றமும் முறுக்கிய அடர்ந்த மீசையும் குழந்தையின் சிரிப்பும் உடைய ஒரு ஞானியைக் கண்ட உணர்வு என்னுள் ஏற்பட்டது. அடிகளை அன்புடன் வரவேற்றார். அடுத்துத் திரு. பால்நாடாரை, அதன்பின் வயதில் சிறியவனான என்னை டி.கே.சி.யிடம் அறிமுகம் செய்யவே அவர் வீட்டில் ஒருவனாக உடனே என்னை ஏற்றுக்கொண்ட உணர்வு என்னுள்ளே தோன்றியது. செட்டி நாட்டு அரசர் பங்களாவில் நாங்கள் இருநாள் தங்குவதற்கு ஏற்பாடு செய்யப்பட்டிருந்தது. முதல்நாள் இரவு தூங்குவதற்கு முன்னர் அடிகள் தந்த *தமிழ்க் கல்ச்சரின்* கட்டுரைகளைப் படித்து அதிற் காணும்

பிழைகளைக் கூறினேன். அச்சடித்த பின்னர்தான் சிலருக்குப் பிழைகள் கண்ணில்படும். அந்தக் கூட்டத்தைச் சார்ந்தவன் நான். எனவே சற்று வருத்தத்துடன் அடிகள் என் விமர்சனத்தைக் கேட்டுக்கொண்டார். இரண்டு நாள் அங்குத் தங்கினோம். அந்த நாட்களில் டி.கே.சி. கூறிய தமிழ்ப் பாடலின் விளக்கங்கள் சுவையாக இருந்தன. அவரிடம் புலமைச் செருக்கில்லை. இலக்கண நுணுக்க விளக்கமில்லை. ஆனால் அவர் விளக்கம் மனதைத் தொட்டு எழுச்சியூட்டியது. இறுதியில் நாங்கள் பிரியும்போது என்னை நோக்கி, 'தமிழ் உலகில் தோன்றிய கோடரிக்காம்பு' என்று சிலாகித்தது நினைவிருக்கிறது. நான் அந்த உவமையைச் சரியாகப் புரிந்துகொள்ள வேண்டும் என்பதற்காகச் சப்புச் சவறுகளை அகற்றித் தமிழ் நிலத்தைத் திருத்த வந்திருக்கும் காம்பு என்று டி.கே.சி. கருதுகிறார் என்றார் அடிகள். அந்தத் தகுதி எனக்கு இல்லாததால் அந்தக் கௌரவத்தைப் பற்றிய உணர்வு இல்லாதிருந்தது. ஊர் திரும்பினோம். டி.கே.சி.யுடன் ஏற்பட்ட தொடர்பு அது முதல் நிலைத்தது. இலக்கிய நயமிக்க பல எழுத்துக்களை நான் அவரிடமிருந்து பெற அது வழி செய்தது. அடிகள் அறிமுகம் செய்திராவிட்டால் அந்த வாய்ப்பு கிடைத்திராது.

1951ஆம் நான் திருவனந்தபுரத்திலுள்ள தமிழ்த் துறையில், எஸ். வையாபுரிப் பிள்ளை பேராசிரியராக நியமிக்கப்பட்டதால் அங்கு ஆய்வு மாணவனாகச் சேர்ந்தேன். அப்போது திருவனந்தபுரத்தில வாழும் அறிஞர்கள் சிலரிடமிருந்து கட்டுரைகளைப் பெற்று நான் அனுப்பினால் அவை *தமிழ்க்கல்ச்சரில்* உடனே அடிகள் வெளியிடுவார். ஒருமுறை பேராசிரியர் வையாபுரிப் பிள்ளையைக் காண வந்திருந்தார். அப்போது மகிழ்வுந்து ஒன்றை வாங்கியிருந்தார். தூத்துக்குடியிலிருந்து தாமே அதனை ஓட்டி இரவில் திருவனந்தபுரம் இரயிலடியில் வந்து சேர்ந்ததாகவும் அறையெதுவும் அமர்த்தாது காரினுள்ளே தூங்கிப் பக்கத்துக் கடைகளில் விசாரித்து என் மாமனார் வீட்டை அடையாளங் காண அங்குள்ள ஒரு சிற்றாள் துணையுடன் தேடிப்பிடித்து வந்தார். அவரை அன்று காலையில் காண மிகவும் மகிழ்ச்சியாக இருந்தது. இருவரும் பேராசிரியர் வையாபுரிப் பிள்ளையைக் காணச் சென்றோம். போகும் வழியில், 'ஏன் உற்சாகமில்லாமல் இருக்கிறாய் சுப்பு' என்றார். 'விரிவுரையாளராக இருந்தபோது மாதம் 150 ரூபாய் சம்பளம். இப்போது இங்கே கிடைக்க இருக்கும் தகமை முப்பது ரூபாய் மட்டும்தான். அதுவும், இதுவரை கிடைத்திடவில்லை. எனவே பணமுடையின் கடுமை; ஆய்வாளனின் வறுமையின் கூர்மை இப்போது என்ன என்று தெரிய வருகிறது' என்றேன். அப்போது ஒன்றும் பதில் சொல்லவில்லை. பேராசிரியர் வையாபுரிப் பிள்ளையின் ஆய்வு முடிவுகளை அடிகள் ஒப்புக்கொள்ளாவிட்டாலும் அவருடைய ஆய்வுத் திறமையையும்

வாதத் திறமையையும் மிகவும் மதித்தார். எனவே அவர்களிடையே நடந்த உரையாடல் மிகவும் மதிப்பைத் தெரிவிப்பதாக இருந்தது. லக்னோவில் நடந்த கீழ்த்திசை மகாநாட்டுத் திராவிடப் பிரிவில் நிகழ்த்திய தலைமை உரையை *தமிழ்க்கல்ச்சரில்* வெளியிடுவதற்கு எஸ். வையாபுரிப் பிள்ளையிடம் அனுமதி பெற்றார்.

அன்று மாலையே நாகர்கோவில் திரும்ப வேண்டியதால், விடை பெறும்போது இருநூறு ரூபாய்க்கு ஒரு காசோலையை அடிகள் எழுதித் தந்தார். பின்னர் திருப்பிக் கொடுத்துவிடலாம் என்ற உறுதியால் அதனைப் பெற்றுக்கொண்டேன். நிலையறிந்து உதவும் மனநிலையை உள்ளூரப் பாராட்டினேன்.

1953ஆம் ஆண்டு செப்டம்பர் மாதம் பேராசிரியர் வையாபுரிப் பிள்ளை திருவாங்கூர்ப் பல்கலைக்கழகத்தில் ஓய்வு பெற்றதால் நான் ஐந்து ஆண்டுகள் சிறப்புத் தமிழ்ப் பேராசிரியராக நியமனம் பெற்றேன். அப்போது டெல்லி அகில இந்திய வானொலி நிலையத்தில் ஏறத்தாழ ஓராண்டு பணி செய்து அதனை விட்டு திருவனந்தபுரம் திரும்ப வேண்டிய நிலை ஏற்பட்டது. வருவாய் நிலையில் குறைந்த அந்தப் பேராசிரியர் பொறுப்பை ஏற்றால் தமிழ் ஆய்வில் பல திட்டங்களை நிறைவேற்ற முடியும் என்ற உறுதியால் அதனை ஏற்க முடிவு செய்தேன். எனவே டெல்லியிலிருந்து புறப்பட்டு திருவனந்தபுரம் வந்து பொறுப்பேற்றேன்.

ஒரு சில மாதங்கள் கழிந்ததும் பூனாவிலுள்ள டெக்காண் கல்லூரி இராக்கி பெல்லர் நிலையம் வழங்கிய மானியத்தால் மொழியிய லுக்குக் குளிர்கால வேனிற்காலப் பள்ளிகள், டாக்டர் கத்ரே தலைமை யில் நடந்தது. தமிழ் மொழி வரலாறு என்ற பாடத்தைக் கற்பிக்கும் பேராசிரியராக அதற்கு அழைக்கப்பட்டிருந்தேன். அங்கு இராக்கி பெல்லர் நிலையத்தின் துணை மேலாளரான சாட்போர்ன் பாட்ரிக்கைச் சந்தித்தபோது அமெரிக்கா சென்று படிக்கும் வாய்ப்புக் கிடைத்தற்குரிய வழிகளைக் கூறினார். குறிப்பாக அன்று திருவிதாங்கூர்ப் பல்கலைக் கழகத் துணைவேந்தர் சர். இராமசாமி முதலியாரின் பரிந்துரையைப் பெற்று அனுப்புமாறும் கூறினார். சர். இராமசாமி முதலியாரிடம் அதைக் கூறவே புன்முறுவலுடன் பரிந்துரை ஒன்றைத் தந்தார். இராக்கி பெல்லர் தகமை கிடைத்ததும் ஐக்கிய அமெரிக்காவில் முதலாண்டு கார்னேல் பல்கலைக்கழகத்திலும் இரண்டாவது ஆண்டு இந்தியானா விலும் படிக்க நேர்ந்தது. இந்தியானாவில் படிக்கும்போது ஒருநாள் எதிர்பாராதவிதமாக தொலைபேசியில் அடிகள் தொடர்பு கொண்டார். ‘தாம் நியுயார்க்கு வந்திருப்பதாகவும் மேலும் இரண்டு வாரம் அங்கே தங்குவதாகவும் இயலுமாயின் எழுபத்தைந்து டாலர் அனுப்புமாறும்’ கூறினார். முன்கடன் ஒன்று வட்டியுடன் அப்போது தீர்ந்திட்ட மன

நிம்மதி எனக்கு ஏற்பட்டது இலங்கைப் பல்கலைக்கழகத்தில் ஆசிரியர் பயிற்சித் துறையில் அப்போது பணி செய்து வந்த அடிகளார் இலண்டனில் மூன்றாண்டு அந்தத் துறையில் டாக்டர் பட்டம் பெற உழைத்தார். அதன் பின்னர் மலேயாப் பல்கலைக்கழக இந்தியத் துறையின் தலைவராகப் பொறுப்பேற்றிருந்தார். அந்த வேளையில் என்னுடன் கொண்ட தொடர்பு நலிந்திருந்தது.

1964இல் டெல்லியில் அகில உலகக் கீழ்த்திசை ஆய்வு மகாநாடு நடந்தது. அதற்கு ஏறத்தாழ இரண்டாயிரம் பேராளர்கள் உலகின் பல பகுதிகளிலும் இருந்து வந்திருந்தனர். மகாநாடு துவங்குவதற்கு முன்னர் விஞ்ஞான பவன் முகப்பில் பேராளர்கள் பெருங்கூட்டம் கூடியிருந்தது. பலவாண்டு காணாத நண்பர்கள் ஒருவரை ஒருவர் பார்த்து மகிழ்ந்து பேசி நின்றனர். அங்குத் தனிநாயக அடிகளை எதிர்பாராத விதமாகக் காண நேர்ந்தது. இருவருக்கும் சொல்ல முடியாத பெருமகிழ்ச்சி. பழைய நட்புறவு மீண்டும் தளிர்விட்டது. அந்த மகாநாடு நடந்த நாலைந்து நாளும் அடிக்கடி சந்தித்தோம். முன்னர் சென்னையில் தோற்றுவித்த தமிழ்ப் பண்பாட்டுக் கழகமும் அதன் வெளியீடான *தமிழ்க் கல்ச்சர்* மிகவும் செயலிழந்துவிட்டன என்றார். *தமிழ்க் கல்ச்சர்* பணமுடையால் நிறுத்திவிட அன்று பொறுப்பு வகித்த செயலாளர் தமது அறையில் கூடுமாறு எழுத்து ஒன்றை எழுதியிருந்ததும் அதற்கு, 'எப்பாடுபட்டாவது தொடர்ந்து நடத்திட வேண்டும்' என்று நான் பதில் எழுதியதும் நினைவிற்கு வந்தன.

'சுப்பு நாம் தமிழுக்கென உலகமகாநாடு ஒன்று நடத்த முயல வேண்டாமா? அதற்குரிய கூட்டம் ஒன்றைக் கூட்டி ஒரு நிறுவனம் அமைக்க வேண்டாமா?' என்றார்.

'செய்ய வேண்டியதுதான், டெல்லியில் ஜுன்பிலயோசா (பிரான்சு), டி. பர்ரோ (இங்கிலாந்து), எல்.பி.ஜே. கைப்பர் (நெதர்லாந்து), ஹெர்மன் பெர்கர் (ஜெர்மனி), கமில்ஸ்வலபில் (செக்கோஸ்லோவாகியா), ஆர். ஆஷர் (பிரிட்டன்) முதலிய அயல்நாட்டு ஆய்வாளர்கள் பலரும் தெ.பொ. மீனாட்சி சுந்தரனார், மு. வரதராசன், மொ.அ. துரை அரங்கசாமி முதலியவர்களும் மகாநாட்டிற்கு வந்திருப்பதாகத் தெரிகிறது. அவர்களிடம் எல்லாம் கலந்து கொள்க' என்றேன்.

ஓரிரு நாட்களில் அந்தத் திட்டத்தைப் பற்றிப் பிறரிடம் உசாவிய அடிகள், 'தமிழ்நாட்டிலிருந்து வந்த அறிஞர்களுக்குத் திட்டத்தை நிறைவேற்றுவதில் உடன்பாடில்லை. எனவே விண்ணப்பம் ஒன்றில் நீ கையெழுத்திட்டு, கூட்டம் ஒன்றைக் கூட்டுவதற்குரிய அறிவிப்பு ஒன்றை எல்லோருக்கும் அனுப்புவோம்' என்றார். இந்தியாவிலுள்ள தமிழ்ப் பேராசிரியர் ஒருவர் அதில் கையெழுத்திட வேண்டுமென்று

உறுதியாக நினைத்திருந்தார். ஆனால் மற்றுள்ளவர்கள் அதற்கு ஊக்க மளிக்கவில்லை. மனம் தளர்ந்து அடிகள் அன்று காணப்பட்டார்.

'நீங்கள் மேற்கொள்ளும் எந்த முடிவிற்கும் என் துணையும் ஒத்துழைப்பும் உண்டு. எனவே நீங்கள் முதல் கையெழுத்தாக அந்த விண்ணப்பத்திலிட வேண்டும். அதன் பின்னர் நான் இடுகின்றேன்' என்றேன். அவரும் மறுப்புக் கூறாது ஒப்புக்கொண்டார். விஞ்ஞான பவனில் சுற்றுப்புறத்திலிருக்கும் அறைகளிலுள்ள அலுவலர் பெயர்ப் பலகை ஒவ்வொன்றையும் நடந்து கவனித்தோம். திரு. இராமன் துணைச்செயலாளர் (அந்தப் பெயர் சரியாக இருக்கும் என நம்புகிறேன்) என்ற ஒரு பெயர்ப்பலகையைக் கண்டோம். அவர் தமிழராக இருப்பார். உதவி செய்வார் என்ற எண்ணத்துடன் அவர் அறைக்குச் சென்று, எழுதி வந்த ஒரு விண்ணப்பத்தில் இருநூறு படி எடுத்துத் தருமாறு இருவரும் வேண்டினோம். அவரும் அதற்கு இசைந்து மதியம் பன்னிரண்டு மணிக்குள் தருவதாகக் கூறினார். அவ்வாறே கூறியபடி பன்னிரண்டு மணியளவில் தந்தார். தமிழ் ஆய்வாளர்கள், பற்றாளர்கள், நண்பர்கள் முதலியவர்களுக்கு அந்த அறிவிப்பு வழங்கப்பட்டது. எல்லோரும் குறிப்பிட்ட அறையொன்றில் ஏறத்தாழ மாலை நான்கு மணியளவில் கூடினர். தெ.பொ. மீனாட்சி சுந்தரனாரைத் தலைமை ஏற்குமாறு வேண்டிக் கொண்டு உலகளாவிய தமிழ் ஆய்வு மையம் ஒன்றைத் தோற்றுவிக்க வேண்டிய தேவையை அடிகள் விளக்கினார். கூட்டத்தி லுள்ள உறுப்பினர்கள் பலர் அந்தக் கருத்தை வரவேற்றனர். சிலர் மௌனமாக ஒப்புக்கொண்டனர். ஜுன்பிலயோசா (பிரான்சு) தலைவ ராகவும் தெ.பொ. மீனாட்சி சுந்தரம், டி. பர்ரோவும் எவ்.பி.ஜே. கைப்பர், எம்.பி. எமனோ முதலிய நால்வர் துணைத்தலைவர் களாகவும், தனிநாயக அடிகள் செயலாளராகவும் கமில்ஸ்வலபில் துணைச்செயலாளராகவும் இருக்கலாம் என்றார். பின்னர் என்னைச் சந்தித்தபோது 'உன் பெயரைக் கூற மறந்து விட்டேனே' என்றார். 'அதற்குத் தேவையில்லை நீங்கள் இருக்கிறீர்கள் அது போதும், பதவியின்றி பிறருக்குத் துணை நிற்பதுதான் என் குறிக்கோள்' என்றேன். அக்கூட்டத்தில் கையெழுத்திட்டவர்களின் நிழற்படம், விண்ணப்பத்தின் நகல் முதலியவற்றை கோலாலம்பூரில் நடந்த முதல் மகாநாட்டு நிகழ்ச்சிப் பதிவின் பின்னிணைப்பாக அச்சிட்டுள்ளார். அந்த நிறுவனம் தோன்றுவதற்குத் தாம்தான் காரணம் என்று பின்னர் உரிமை கொண்டாடியவர்கள் அந்த ஆவணத்தைக் காண முற்படவில்லை.

அக்கூட்டத்தில் எவ்.பி.ஜே. கைப்பரை முதன்முதலாகக் கண்டேன். அதன் முன்னர், புறநானூற்றுப் பாட பேத அடிப்படையில் அதன் பூர்வ உச்சரிப்பை மீட்டுரு அளித்து எழுதிய என் கட்டுரையொன்றின்

உருளச்சுப்படியைப் பார்த்து ஏறத்தாழ பத்துப் பக்க அளவில் விரிவாகத் தடைகளை எழுப்பிக் கடிதம் எழுதியிருந்தார். 'என் கட்டுரையை ஆழமாகப் படித்தாரே என்ற மகிழ்ச்சியுணர்வு' மேலோங்கியிருந்தது. அவரெழுப்பிய தடைகள் சில எளிதில் மறுக்கத்தக்கன. பல ஏற்கத்தக்கன. அன்று முதல் அவருடன் கடிதத் தொடர்பு இருந்ததேயொழிய நேர்முகத் தொடர்பில்லை. அம்மகாநாட்டில் அவரைக் கண்டு அளவளாவியது பெரும் வாய்ப்பாக அமைந்தது. ஒரு நாள் டி. பர்ரோவையும் எவ்.பி.ஜே. கைப்பரையும் என்னையும் அசோகா ஓட்டலில் இரவு விருந்திற்கு அடிகள் அழைத்திருந்தார். கமில்ஸ்வலபில்லும் அதற்கு வந்திருந்தார். அன்று மொழி ஆய்வு பற்றிய பேச்சு விரிவாக நடந்தது. டி.பர்ரோவின் எளிமையான போக்கு அன்று எல்லோருக்கும் தெளிவானது.

மகாநாடு முடிந்ததும் அன்றிரவு நான் தங்கியிருந்த லோடி ஓட்டலில் என் அறைக்குரிய வாடகையைக் கொடுத்துவிட்டு ஊர் திரும்பப் பணம் எதுவும் இல்லாமல் கலங்கினேன். விமானச் சீட்டுக் கையிலிருந்ததால் பணமில்லாமை ஒரு தடையாக மாறவில்லை. டெல்லி விமானத் தளத்தில் தெ.பொ. மீனாட்சி சுந்தரனாரைக் கண்டபோது, 'துணைத் தலைவர்களுக்கு என்ன என்ன பொறுப்பு' என்று வெளிநாட்டுப் பொறுப்பாளர்கள் தம்மிடம் கேட்டதாகக் கூறினார். 'புதிதாகத் தோற்றுவித்த ஆய்வுக் கழகத்தைப் பலப்படுத்தும் பெரும் பொறுப்பு அவர்களது' என்று கூறியது நினைவிருக்கிறது.

உலகக் கீழ்த்திசை மகாநாடு முடிவடைந்த ஒருசில மாதங்களுக்குள் முதல் உலகத்தமிழ் மகாநாடு கோலாலம்பூரில் நடப்பதாக அறிவிக்கப் பட்டது. மலேயர்களும் சீனர்களும் பெரும்பாலும் வாழும் அந்த நாட்டில் அத்தகைய மகாநாடு நடத்த ஒப்புக்கொண்டது பெரும் வெற்றியாகும். தனிநாயக அடிகள் பிறரிடம் தன் கருத்தை விளக்கும் ஆற்றலும் அவர்களைத் தன் திட்டத்தில் ஈடுபடுத்தும் சக்தியும் எல்லோருக்கும் அப்போது தெளிவாயிற்று. திரு. பக்தவத்சலம் தமிழக முதலமைச்சராக அப்போது இருந்தார். இந்தி எதிர்ப்பு இயக்கம் வலுவாக நடந்து முடிந்த சமயம். தமிழ் ஆசிரியர்கள், எதிர்க்கட்சிகள் ஆகியவர்களிடையே கசப்பு மனப்பான்மை குறையாத நேரம். எனவே, தென்னகத்திலிருந்து தமிழ் அறிஞர்கள் பலரை மகாநாட்டுக்கு அரசுச் செலவில் அனுப்புவது பற்றி முதலமைச்சரிடம் எளிதில் ஒப்புதல் பெறப்பட்டது. அவரும் கலந்துகொள்வதாக ஒப்புக்கொண்டார். அப்போது எதிர்க்கட்சித் தலைவராக வி.ஆர். நெடுஞ்செழியன் இருந்தார். அவரும் மகாநாட்டில் பெருந்தன்மையுடன் பங்கு கொண்டார். மலேசியா செல்லும் பேராளர் குழுவில், மதிப்புறு அரசியல்வாதிகளில் பலர் இடம்பெற்றிருப்பது மகாநாட்டிற்குத் துணை செய்யாது என்று நான் அ. சுப்பையாவுக்குக் கடிதம் எழுதியது நினைவிருக்கிறது.

அதனை அன்று கல்விச் செயலாளராக இருந்த திரு. க. திரவியத்திடம் காட்டி அரசியலாளரின் எண்ணிக்கையைக் குறைக்கக் கேட்டுக் கொண்டதாகப் பின்னர் சுப்பையா தெரிவித்தார். அரசுச் சார்பில் அ.ச. ஞானசம்பந்தன் (தமிழ்ப் பண்பாட்டு இயக்குநர்), கார்த்திகேயன் (தமிழ்ப் பண்பாட்டுத் துறைச் செயலாளர்), கி.வா. ஜகந்நாதன், கல்வி இயக்குநராக இருந்த நெ.து. சுந்தரவடிவேலு முதலியவர்களும் இடம் பெற்றிருந்தனர். இரு நூல்கள்: ஒன்று *பிற நாட்டில் தமிழ்ப் படிப்பு*, இரண்டாவது *தியரி ஆவ் லிட்டரச்சர்* (வாரன்வெல்லா ஆஸ்டினும் இருவரும் சேர்ந்து செய்த தரமான ஆங்கில விமர்சன நூலைத் தமிழாக்கம் செய்தல்) ஆகிய இரண்டு பொறுப்பையும் நான் ஏற்றுக்கொண்டேன். முன் கூறிய நூல் மலேயாவில் அச்சிடப்பட்டது. பின்னுள்ளதைச் சென்னைப் பாரி நிலையம் வழி அச்சேற்றி ஐந்து படிகளையும் எடுத்துச் செல்லும் பொறுப்பு என்னிடம் விடப்பட்டது. 'சம்ஸ்கிருத மகாபாரதத்தில் தென்னக ஏடுகளில் காணும் பிரதி பேத மாற்றங்களை'ப் பற்றிய என் கட்டுரை ஒன்றையும் நான் அந்த மகாநாட்டில் படித்திடவும் ஒத்துக்கொண்டேன். நானும் சில நண்பர்களும் மகாநாடு துவங்கு வதற்கு மூன்று நான்கு நாட்களுக்கு முன்னர் கோலாலம்பூர் போய்ச் சேர்ந்தோம். அப்போது பேராளர்கள் தங்குவதற்குரிய விடுதிகள் தயாராக இராததால் அங்குள்ள ஓட்டலில் இரண்டு நாள் தங்கினோம். அடுத்த நாள் அடிகள் தன் துறைக்கு அழைத்துச் சென்று அங்குள்ள ஆய்வுப் பணியை விளக்கினார். மகாநாட்டு ஏற்பாடுகளையும் கூறி அதிற் காணும் குறைபாடுகளையும் தெரிவித்தார்.

மகாநாடு கூடுவதற்கு ஒரு நாள் முன்னர் என்னென்ன ஆய்வுக் கட்டுரைகளை உருளச்சிட்டுள்ளனர், அவை ஒழுங்காகப் பேராளர் களின் கோர்ப்பில் வைக்கப்பட்டுள்ளனவா என்று பார்த்தபோது பல உருளச்சிடாமல் இருப்பதைக் கண்டேன். தனிநாயக அடிகளிடம் ஆலோசித்தபோது அதன் பொறுப்பாளர் வரலாற்றுத் துறை நண்பர் என்று தெரிந்தது. அவர் இல்லத்திற்குச் சென்று நிலையை விளக்கினேன். கீழ்மட்டத்திலுள்ளவர்கள் செய்திடவில்லை என்று அவர் பொறுப்பைத் தட்டிக் கழித்தார். எனவே மகாநாட்டு அலுவலகத்திற்குத் திரும்பிச் சென்று எந்தெந்த ஆய்வுக் கட்டுரை முதல் நாள், இரண்டாம் நாள் படித்திடுவதற்குரியன என்று பிரித்து அவற்றை உருளச்சிட்டு கோர்ப்பில் வைப்பதற்கான ஏற்பாடுகளைச் செய்தேன். அந்தப் பணி முடிவதுவரை அந்த அறையினிலேயே இருந்து கவனித்தேன். அடிகள் அகல இருந்து கவனித்து நின்றிருந்தார்.

ஒருவரைப் பற்றி தனிநாயக அடிகள் நேராகக் குறை கூறுவதில்லை. மற்றுள்ளவர்களிடம் கூறி மாற்றுவழி காணக் கேட்டுக் கொள்வார்.

பல பொழுது அதனால் பணிமுடக்கம் ஏற்பட்டு அவர் தத்தளிப்பதைக் கண்டிருக்கிறேன். 'நேராகச் சொல்லுங்களேன்' என்று நான் கூறுவேன். 'அது என் பழக்கமில்லை. உன்னைப் போன்றவர்களிடம் சொன்னால் மன ஆறுதலும் மாற்று வழியும் பிறக்கும் என்று கருதித்தான் சொல்கிறேன்' என்றார்.

அடுத்த நாள் காலை மலேசியப் பிரதமர் மாண்புமிகு துங்கு அப்துர் ரஹ்மான் மகாநாட்டைத் திறக்க ஒப்புக்கொண்டிருந்தார். பேராளர்கள் எல்லோரும் அந்த நிகழ்ச்சியில் கலந்துகொள்ள காலை ஒன்பதரை மணிக்கு, கோலாலம்பூர் டவுன் ஹாலுக்கு வந்துவிட்டனர். அழைப்பும் நுழைவுச் சீட்டும் சிலருக்குக் கிடைக்கவில்லை. எனவே காவலர்கள் உள்ளேவிட சிலரை மறுத்தனர். எனது கோட்டில் மகாநாடு முக்கிய அழைப்பாளர்களுக்குரிய தங்கமுலாம் பூசிய சின்னம் குத்தப்பட்டிருப்பதால் என் பின்னே வந்தவர்களனைவரும் உள்ளே தடங்கலின்றி நுழைந்தனர். மேடையில் மலேசியப் பிரதமருடன், தமிழ்நாட்டு முதலமைச்சர் திரு. பக்தவத்சலம், மகாநாட்டுத் தலைவர் டாக்டர் பிலயோசா அடிகள், அ. சுப்பையா ஆகியவர்களிருந்தனர். கூட்டத்தில் தமிழ் நாட்டிலுருந்து வந்தவர்களில் சிலரிடையே, 'என்ன, நமக்கு மேடையில் இடமில்லையே' என்று முனகல் எழுந்தது. 'அந்த மகாநாடு நடப்பதற்கு மிகவும் துணை நின்ற சுப்பிரமணியமே பொதுமக்கள் வரிசையில் இருந்தாரே! எனவே குறுகிய மேடையில் எல்லோருமிருக்க இயலாதாகையால் சிலரை, குறிப்பாக முதியவர்களை மேடையில் இருத்தியிருந்தோம்' என்று அடிகள் பதில் கூறியதாக நண்பர்கள் சொன்னார்கள்.

அடுத்த நாள் காலையில், 'எனக்கும் பொன்முலாம் பூசிய சின்னம் வேண்டும்; வாழ்நாள் முழுவதும் தமிழுக்காக உழைத்த எனக்கு அது தராவிட்டால் நான் மகாநாட்டில் கலந்துகொள்ள மாட்டேன்' என்று எப்பொழுதும் அன்பாகப் பழகும், ஆனால் சற்று முன்கோபமுடைய முதிய நண்பர் ஒருவர் அடம்பிடித்தார். ம.பொ. சிவஞான கிராமணியார், 'அவர் அடம் பிடிக்கிறார். சமாதானப்படுத்துங்கள்' என்று என்னிடம் கூறினார். நான் என்னால் ஆனமட்டும் முயன்றேன். 'முலாம் பூசிய என் முத்திரையைத் தங்கள் தோள்பட்டையில் குத்திவிடுகிறேன். தமிழ் நாட்டிலிருந்து திரளாக வந்து, கோலாலம்பூர் நண்பர்களிடையே மனஉளைச்சல் ஏற்படுமாறு நடப்பது நன்றல்ல' எனக் கூறினேன். அவர் என் சொற்களைக் காதில் போட்டுக் கொள்ளவில்லை. இறுதியில் தனிநாயக அடிகள் அவரிடம் சில சமாதானச் சொற்கள் கூறியிருக்க வேண்டும். அடம் பிடித்த நண்பர் கருத்தரங்கில் முதல் வரிசையிலிருப்பதைப் பின்னர் கண்டேன்.

அந்த மகாநாடு ஆய்விற்கு முதலிடம் கொடுத்து, ஒவ்வொரு நாளும் பிற நிகழ்ச்சிகள் நடப்பதற்கும் சிறப்பாக ஏற்பாடு செய்திருந்தது. ஒருநாள் இரவு தனிநாயக அடிகள் விருந்தொன்று கொடுத்து மகாநாட்டில் முனைப்பாக உழைத்தவர்களைப் பாராட்டிச் சிறு மது அருந்திய நிகழ்ச்சி ஒன்றும் நடந்தது.

மகாநாடு நடக்கும்போது ஒருநாள் காலை அடிகள் நான் தங்கும் அறையில் வந்து, 'முக்கியமான ஒன்றிரண்டு பேரை நாம் சென்று சந்திப்போம்; நீயும் என்னுடன் வா' என்றார். 'போவோம்' என்று கூறி '1935ஆம் ஆண்டுவாக்கில் திருவனந்தபுரத்தில் நடந்த அகில இந்திய கீழ்த்திசை மகாநாட்டுப் பேராளர்கள் தங்கியிருந்த ஒவ்வொரு அறைக்கும் சென்று, அன்று திவானாக இருந்த சர்.சி.பி. இராமசாமி ஐயர் குசலம் விசாரித்ததும் அதனால் பேராளர்கள் மிக மகிழ்ந்ததையும்' கூறினேன். எனவே, எல்லா அறைகளுக்கும் சென்று ஒவ்வொரு வருடைய நலனையும் அவர் விசாரிக்க முற்பட்டார். நான் அவர் பின்னே புன்முறுவலுடன் சொல்லாடாமல் நின்றிருந்தேன். அன்று நடந்த நிகழ்ச்சியால் பேராளர்கள் தமக்கிருந்த ஒருசில குறைகளைக் கூட மறந்துவிட்டனர். ஆட்களுடன் எளிதில் பழகும் ஆற்றல் அடிகளுக்கு வாய்ந்த பெருங்குணம். துறவை மேற்கொண்டிருந்ததால், பழகுபவர்கள் மிக மதிப்புடன் அவரோடு உரையாடினர். நீடிக்கும் நட்புறவைப் பலருடன் அடிகள் கொண்டிருந்ததற்கு அவைதாம் காரணம்.

மகாநாடு நடந்து முடிந்ததும் பேராளர்கள் ஈப்போ போன்ற அயல் நகரங்களுக்கு அழைத்துச் செல்லப்பட்டனர். நானும் சில நண்பர்களும் கோலாலம்பூர் மாணவர் விடுதியிலேயே தங்கிவிட்டோம்.

அந்த இடைவேளையில் ஒருநாள் ஒரு மலையிடத்தில் உல்லாசப் பயணத்திற்கு ஏற்பாடு செய்திருந்தனர். அங்கு மலைக் காட்சிகளைப் பார்ப்பதுடன் பன்னாட்டுத் தமிழ் ஆய்வுக் கழகத்தின் (ஐஎடிஆர்) வருங்கால வளர்ச்சி ஆய்வு நிறுவனம் ஒன்றை நிறுவுவது, தமிழ் ஆய்வுக்கென ஒரு அரையாண்டு இதழ் ஒன்றை வெளியிடுவது போன்ற திட்டங்கள் உருவாயின. பிறர் கருத்தைக் கேட்பதும், அவர்கள் கேட்டால் அவற்றை எவ்வாறு செயல்படுத்துவது என்பதை நானறிந்த மட்டில் தெரிவிப்பதும் என் போக்காக இருந்தது.

நான் ஊர் திரும்பும்முன் ஒரு நாள், 'சுப்பு! உன் செலவிற்கு மலேசிய டாலர் தரட்டுமா?' என்றார் அடிகள்.

இலக்கியக் கொள்கை என்னும் நூலை மொழிபெயர்த்த திருமதி குளோறியா சுந்தரமதிக்கு முந்நூறு ரூபாய் சிறப்பு ஊதியம் கொடுக்கத் தீர்மானித்திருப்பதால் அந்தப் பணம் மட்டும் தந்தால் போதும். கடன் பெற்றுச் செலவு செய்வது நன்றன்று என்றேன். எனது கையில் ஏறத்தாழ

எழுநூறு ரூபாய் இருந்ததால் எனக்குப் பொருள் ஏதும் தேவைப்பட வில்லை.

சென்னையில் 1968இல் நடைபெறவிருக்கும் மகாநாட்டிற்கான ஆரம்ப ஏற்பாடுகள் துவங்கின. அதற்குச் சற்றுமுன் நடந்த பொதுத் தேர்தலில், மகாநாட்டுக்கு அழைப்பு விடுத்த திரு. பக்தவத்சலமும் காங்கிரஸ் கட்சியும் தோல்வியுற்றன. திராவிட முன்னேற்றக் கழகம் மிகப் பெரும் வெற்றியைப் பெற்றது. எனவே தமிழ் மீதும் தமிழ்ப் பண்பாடு மீதும் புத்துணர்வும் எழுச்சியும் அன்று வெளிப்படையாகத் தெரிந்தன.

அன்று முதலமைச்சர் திரு. அண்ணாதுரையும் அமைச்சர்களும் தமிழக அரசின் மகாநாடு நடத்துவதில் முனைப்புடன் செயல்பட்டனர். அரசியலும் பிரச்சாரமும் கலவாத ஆய்வு மகாநாடு ஒன்றை நடத்தப் பன்னாட்டுத் தமிழாய்வுக் கழகம் விரும்பியது. அரசியல் பேச்சாளர்கள் தாங்கள்தாம் தமிழ் வளர்ப்பவர்கள்; பாதுகாவலர்கள். எனவே, தாம் முன்னின்று நடத்த வேண்டும் என்று அடம் பிடிக்கவே மகாநாடு இரண்டு பிரிவாகப் பிரிக்கப்பட்டு, பொதுமக்களுக்குத் தீவுத்திடலிலும் ஆய்வாளர்களுக்குப் பல்கலைக்கழக நூற்றாண்டு மண்டபத்திலும் நடத்துவது என முடிவு செய்யப்பட்டது. பொதுமக்கள் விரும்பும் ஆரவாரப் பேச்சுக்கள், கேளிக்கைகள் முதலியவற்றை ஆய்வாளர்கள் விரும்புவதில்லை. பல நாட்டிலிருந்து மகாநாட்டிற்குப் பேராளர்கள் வந்திருந்தனர். விழாக்கோலம் கொண்டிருந்த சென்னையில் ஆய்வுக் கட்டுரைகள் படைக்கும் நூற்றாண்டு மண்டபத்தில் தேர்ந்தெடுத்தவர்கள் மட்டும் நுழைவு அட்டைகளுடன் அனுமதிக்கப்பட்டனர். எனவே அறிஞர்களும் ஆய்வாளர்களும் மட்டும் கூடிய கூட்டமாக நூற்றாண்டு மண்டபக் கூட்டம் அமைந்தது.

'ஒரு கொள்கையாக்கச் சொற்பொழிவாற்ற வேண்டும்' என்றும் அமைப்பாளர் குழுவின் சார்பில் அ. சுப்பையா என்னைக் கேட்டுக் கொண்டார். 'தமிழ் இலக்கியத்தில் சில மைல் கற்கள்' என்பது என் தலைப்பு. என் கட்டுரை 1960 முதல் 1965 வரை நடந்த ஆய்வைச் சீர்தூக்கிய பின்னர் சில புதுச் செய்திகளையும் கொண்டிருந்தது. திரு. அ. சுப்பையாவுக்கு அந்தக் கட்டுரையின் போக்கு பிடிக்காததால், கட்டுரையில் வேறுசில செய்திகளையும் சேர்த்திடுமாறு அப்போது செயலாளராக இயங்கிய கமில்ஸ்வலபில் வழி எனக்குக் கடிதமொன்றை எழுதச் செய்தார். 'என் கட்டுரையில் எந்தவித மாற்றத்தையும் செய்ய இயலாது; மகாநாட்டில் அதனைப் படைத்திட வேண்டும் என்ற எண்ணமும் எனக்கில்லை' என்று எழுதினேன். நான் பதில் எழுது வதற்கு முன்னர் கமில்ஸ்வலபில் தமது கையெழுத்தில் தன் கருத்தாக,

'அது நல்ல கட்டுரை, அதை மாற்ற முனையாதீர்கள்' என்று எழுதி யிருந்தார். அவருடைய பரிந்துரையைப் பாராட்டினாலும், 'திரு. அ. சுப்பையாவிடம் அதனைக் கூறியிருக்கலாமே' என்று எனக்குத் தோன்றியது. எனவே மகாநாட்டுக்குச் செல்லும் உள்ளுந்தல் எனக்கு இல்லாமலிருந்தது. திருவனந்தபுரத்திலுள்ள தமிழ்த் துறையிலும் மொழியியல் துறையிலும் பணிசெய்யும் எல்லா ஆய்வாளர்களையும் பங்கு பெறுமாறு அனுப்பிவிட்டு நான் மட்டும் செல்ல மனமில்லாமல் ஊரில் தங்கினேன். அதனையறிந்த அடிகள், 'மகாநாட்டிற்கு உடனே வருமாறு' தந்தியொன்றை அனுப்பினார். செய்தித்தாள்கள் தமிழ் மகாநாட்டு ஏற்பாடுகளை மிக விரிவாக ஒவ்வொரு நாளும் வெளியிட்டு வந்தன. தமிழ் அபிமானிகளுக்கு அந்தச் செய்திகள் எழுச்சியூட்டின.

எனவே நான் மகாநாட்டிற்குச் செல்வதாக அது துவங்கும் நாள் காலையில் முடிவு செய்து, விமானத்தில் மதுரை வரை சென்று அதன்பின் சென்னை செல்ல இடம் கிடைக்காததால், இரயிலில் அடுத்தநாள் காலை சென்று சேர்ந்தேன். துவக்க நாளில் நடந்த பேரணிகளும், பெருந்திரளான மக்கள் கூட்டமும் அன்று ஜனாதிபதியாக இருந்த டாக்டர் சக்கீர் உசேன் அவற்றைப் பார்வையிட்டுக் கடற்கரையின் மைதானத்தில் மகாநாட்டினைத் துவக்கி வைத்ததும் செய்தித் தாள்களில் வெளியிடப்பட்டிருந்தன. கூட்டம் அலைமோதியதாகவும் செய்தித் தாள்கள் தெரிவித்தன. சென்னை சென்றதும் அறையெதுவும் விடுதி களில் கிடைக்காததால் கீழ்ப்பாக்கத்தில் என் தம்பி வீட்டில் தங்கி ஒன்பதரை மணிக்கு நான் பல்கலைக்கழக நூற்றாண்டு மண்டபத்திற்குச் சென்றேன். மண்டபத்தின் உள்ளே நுழைவதற்கு அட்டை எதுவுமில்லை. திரு.வி.எஸ். தியாகராய முதலியார் வாயிலில் என்னை அடையாளங் கண்டுகொண்டு உள்ளே செல்ல ஏற்பாடு செய்தார். பார்வையாளர் பகுதியில் அமர்ந்தேன். திருவனந்தபுரத்திலிருந்து வந்த மாணவர்கள் முகத்தில் ஆசுவாசம் பிறந்தது. அப்போது முதல் அமர்வு தொடங்கியது. அதன் முடிவில் அடிகள் நானிருக்கும் இடம் வந்து மதிய உணவிற்கு அழைத்துச் சென்றார். அப்போது, 'நான் வரமாட்டேன் என்று திருவனந்த புரம் ஆய்வாளர்கள் கூறிய செய்தியை'யும் பன்னாட்டுத் தமிழ் ஆய்வுக் கழகம் துவங்குவதற்கு முனைந்த இருவருள் ஒருவன் வராமல் இருப்பது பெருங்குறையாகும் என்று தான் கருதித் தந்தியனுப்பியதாகவும், முந்திய நாள் கடற்கரைத் திறப்பு விழாவில் நடந்த நிகழ்ச்சிகளையும் கூறினார். மகாநாடு நடந்த ஏழு நாட்களும் அடிகளுடன்தான் பெரும் பாலும் நான் செலவழிக்க நேர்ந்தது.

எனது கட்டுரை அரங்கேற்றுவதற்கு மகாநாடு நடக்கும் புதன்கிழமை ஒதுக்கப்பட்டது என்று நினைவு. நான் அன்று அதன் நகலொன்றைக்

கையில் எடுத்துச் சென்றிருந்தேன். திரு.வி.எஸ். தியாகராய முதலியார், அந்தக் கட்டுரையை அலுவலகத்தில் தேடியும் கிடைக்கவில்லை என்று வருத்தத்துடன் கூறும்போது, என் கையில் அதன் நகல் இருக்கிறது என்றேன். கருத்து வேறுபாட்டால் என் கட்டுரையை அலுவலகம் அச்சேற்றவில்லை. அந்தக் கட்டுரை சுருக்க மானதாக இருந்ததால் இருபது நிமிட நேரந்தான் நீடித்தது. ஆனால் கேள்வியும் அதற்குரிய பதிலும் ஏறத்தாழ ஒன்றரை மணியளவு நீண்டு நின்றது. அதன் முழு விவரங்களை ஈழ நண்பர் டாக்டர் கைலாசபதி இலங்கை நாளிதழ் ஒன்றில் பலநாள் வெளியிட்டு எனக்குத் தொகுத்துப் பின்னர் அனுப்பி இருந்தார். *தினமணி* ஆசிரியர் எ.என். சிவராமன் *இந்தியன் எக்ஸ்பிரஸ்* நாளிதழில் 'தரமான முற்போக்கான கட்டுரை' என்று பாராட்டியிருந்தார்.

கட்டுரை படிக்காமல் விடப்பட்டிருந்தால், மகாநாட்டு நல்ல நிகழ்ச்சி ஒன்று, பிறர் கண்ணில் படாமல் போயிருக்கும் என்று அடிகளும் திரு. சுப்பையாவும் பின்னர் கூறினர். அந்த மகாநாட்டில் இந்தியத் தேசிய அமைப்பின் செயலாளராக என் பெயரை அடிகளும், சுப்பையாவும் செயற்குழுக் கூட்டத்தில் கூறிட அதனைப் பேராசிரியர் தெ.பொ. மீனாட்சி சுந்தரம் எதிர்த்தாராம். நான் அந்தக் கூட்டத்திற்குப் போகவில்லை. எனவே அடுத்த நாள் உலகக் குழுவின் பொதுச் செயலாளராக என்னை உயரிடத்தில் நியமித்தனர். அன்று இரவு *எக்ஸ்பிரஸ்* செய்தித்தாளின் உரிமையாளர் திரு. கோயங்கா அளித்த விருந்திடத்தில் கண்ட அடிகள், 'என்னுடன் நீயும் பன்னாட்டுத் தமிழாய்வுக் கழகத்தின் செயலாளர் ஆக்கப்பட்டுவிட்டாய். இருவரும் சேர்ந்து பணி செய்வோம்' என்றார். பதவியால் எதுவும் சாதித்துவிட முடியாது என்ற எண்ணம் உறுதி யாக என் மனதில் பதிந்திருந்ததால், அடக்கத்துடன் அவர் கூறிய செய்திகளனைத்தையும் கேட்டுக் கொண்டேன். ஒருநாள் மாலை, தீவுத் திடலுக்கு அடிகளுடன் நானும் சென்றேன். அங்குச் சென்ற நேரம் மாலை ஆகையால் நிகழ்ச்சி எதுவும் அப்போது நடைபெறவில்லை. பல கடைகள் (டீ ஸ்டால், வெற்றிலை பாக்குக் கடை) முதலியவை அரசியல் தலைவர்களின் பெயரில் அங்கே இயங்கின. அவற்றைச் சுற்றிப் பார்த்துவிட்டுத் திரும்பினோம்.

ஆய்வு மகாநாடு எது, இலக்கிய விளம்பர மகாநாடு எது என்பது பிரித்தறிய அன்று, வாழ்ந்த அறிவுச் செல்வர்கள் முயலவில்லை. தமிழ் செய்தித் தாள்களில் சில, பல்கலைக்கழக நூற்றாண்டு மண்டப நிகழ்ச்சி களையும் அதன் அமைப்பாளர்களையும் விமர்சித்துச் செய்திகளை வெளியிட்டன. ஆனால் பன்னாட்டுத் தமிழ் ஆய்வுக் கழகம் எவ்விதப் பதிலும் அவற்றிற்கு அளிக்க முயலவில்லை. புறக்கணித்துவிட்டது. மகாநாடு முடிந்தபோது அடிகள் வேலைப் பளுவால் களைப்புடன்

ஆனால் உற்சாகமாகக் காணப்பட்டார். நானும் அடுத்த நாள் ஊர் திரும்பினேன்.

அந்த மகாநாட்டில் முடிவு செய்த தீர்மானங்களுள் ஒன்று உயர் ஆய்வு மையமொன்றைத் துவக்குவது; ஆங்கிலத்தில் அரையாண்டு இதழுக்கு அடிகள் ஆசிரியர், நான் இணையாசிரியர், திரு. அ. சுப்பையா பொருளாளர் என இவ்வாறு பொறுப்பு ஒதுக்கப்பட்டது. உயர் ஆய்வு மையத்தின் திட்ட அமைப்புக் குழுவுக்கு நான் உறுப்புச் செயலாளராக நியமிக்கப்பட்டேன். கல்வி அமைச்சர் வி.ஆர். நெடுஞ்செழியன் அதன் தலைவர். எனவே என் பொறுப்பு கணிசமாகப் பெருகியது. அன்று கல்வி அமைச்சராக இருந்த வி.ஆர். நெடுஞ்செழியனின் ஆதரவு இந்த இரண்டு திட்டத்திற்கும் மிகவும் கூடுதலாக இருந்தது. அவர் மூலமாக என்னை ஓரிரு மாதங்களுக்குப் பணிவிடுப்பில் அனுப்புமாறு கேரளப் பல்கலைக்கழகத் துணைவேந்தராக இருந்த திரு. சாமுவேல் மத்தாயிக்கு திரு. சுப்பையா எழுதியிருந்தார். நானும் அந்த வேனல் விடுமுறையில், சென்னை சென்று பன்னாட்டுத் தமிழாய்வு மையத்தின் (ஐஐடிஎஸ்) அறிக்கையையும் செயல்படுத்தும் திட்டத்தையும் உருவாக்கும் பணியில் ஈடுபட்டேன். திரு. சுப்பையா, வேனல் விடுமுறையாகையால் வழக்கம் போல் கொடைக்கானல் சென்றுவிட்டார்.

எனவே ஓரிரு மாதங்களுக்குள் நான் மட்டும் சில உதவியாளருடன் திட்டத்தின் கரடு வரைவைத் தயாரித்தேன். அதனைத் திருத்திக் கல்வி அமைச்சகத்திற்கு சமர்ப்பிப்பதன் முன்னர், அறிஞர்கள் சிலரை அழைத்து வரைவை ஆய்ந்து அவர்கள் பரிந்துரையுடன் அனுப்புவது நல்லது என்ற எண்ணத்துடன் ஆய்வுக்குழு ஒன்றும் நிறுவப்பட்டது. அந்த ஆய்வுக் குழுவில் எஸ்.கே. சட்டர்ஜி (கல்கத்தா), ஆர்.என்.தண்டேகர் (பூனா), மொ.அ. துரை அரங்கனார், மு. வரதராசனார், இரஷ்யத் தூதரகப் பிரதிநிதி, அமெரிக்க தூதரகப் பிரதிநிதி முதலியவர்கள் திரு. வி.ஆர். நெடுஞ்செழியன் தலைமையில் ஒருநாள் ஆய்ந்தனர். அந்தக் கூட்டத் திற்கு தனிநாயக அடிகள் வர இயலவில்லை. கூட்டம் நடந்து முடிந்ததும், வெளியூர் அறிஞர்களை இரயிலேற்றிவிட்டு அன்றே திருத்தங்களைச் செய்து அறிக்கையின் மூன்று படி எடுத்து அப்போது துணைச் செயலாளராக இருந்த திருமதி இரமேசத்திடம் கொடுத்துவிட்டுத் திருவனந்தபுரம் திரும்பிவிட்டேன். அந்த அறிக்கை உருவாக்கும் காலத்தில், ஒரு ஆய்வு நிறுவனத்திற்கு என்ன என்ன தேவை, எவர் எவர் துணையை நாடவேண்டும், எவ்வாறு எழுத்து எழுதி அறிஞர்களை அதில் ஈடுபடச் செய்ய வேண்டும் என்பன போன்ற பல அடிப்படை அனுபவங்களை நான் பெற்றிட வாய்ப்பு ஏற்பட்டது. பின்னர் அனைத்து இந்திய திராவிட மொழியியற் கழகமும், பன்னாட்டு மொழியியல்

ஆய்வு நிறுவனமும் உருவாக்குவதற்கு அந்த அனுபவம் மிகவும் துணை செய்தது.

தமிழ் ஆய்வு நிறுவனத் திட்டம் சென்னையில் செயல்படுத்தப் பட்டது. மாறுபட்ட சூழ்நிலை காரணமாகத் தனிநாயக அடிகள் மலேசியாவிலுள்ள பேராசிரியர் பதவியை விட்டு விலகிவிட்டார். 'அவரைப் புதிதாக அமையவிருக்கும் தமிழாய்வு நிறுவனத்தின் இயக்குநராக நியமித்தால் மிகச் சிறப்பாக நடத்துவார்' என்பது எனது உறுதியான நம்பிக்கை. 'ஆய்வில் உனக்கு அடிகளைவிடக் கூடுதல் அனுபவமும் உலகோர் ஒப்புதலும் உண்டு' என்று பன்னாட்டுத் தமிழாய்வுக் கழகத்தில் பெரும் பொறுப்பு வகித்த நண்பர் ஒருவர் என்னிடம் ஒருநாள் கூறினார். 'எங்கள் நட்பு பலவாண்டுகள் நீடித்து வரும் ஒன்று. பல துறை அறிஞர்களைக் கவரும் தெய்வசக்தியும் தமிழின் ஏற்றத்தைப் பல மொழியாளர்களிடம் கூறி ஒப்புதலைப் பெறும் வல்லமையும் அடிகளிடம் உண்டு' என்று கூறி அவலச் சொற் களை மீண்டும் கூறக் கேட்க நான் விரும்பவில்லை என்று தெரிவித்து விட்டேன். மலேசியா பதவியை விட்டு அடிகள் விலகியபோது, சென்னை ஆய்வு நிறுவனத்தின் பொறுப்பை ஏற்க அழைக்கப்படுவார் என்ற நம்பிக்கை அவருக்கிருந்தது. ஆனால் நாளாவட்டத்தில் அந்த நம்பிக்கை குறைந்தது. நானும் அந்த நிறுவனப் பணியிலிருந்து மெள்ள மெள்ள அகலத் துவங்கினேன்.

ஆய்வு நிறுவனத்திற்கு மைய அரசு ஏதேனும் நல்கை தந்திட வேண்டும் என்று அ.சுப்பையா முயன்றார். அதற்காக சி.சுப்பிரமணியம் உடன்வர அ. சுப்பையா, அன்று கல்வி அமைச்சராக இருந்த டாக்டர் வி.கே.ஆர்.வி. இராவை டெல்லியில் சென்று சந்தித்தனர். அவர் தமிழ் வளர்ச்சிக்கு ஐந்தாண்டுகளுக்குத் தமிழக அரசுக்கு ஒதுக்கப்பட்டுள்ள ஒருகோடி ரூபாயிலிருந்து செலவிடுக என்று கூறிவிட்டார். அன்று வி.கே.ஆர்.வி. இராவ் நடந்துகொண்ட முறை எரிச்சல் ஏற்படுத்திய தாகவும் அ. சுப்பையா கூறினார். வி.கே.ஆர்.வி. இராவ் நேரத்திற் கேற்ப மனம் மாறும் நிலையினர். அறிஞர்களுக்கு இயற்கையாக ஏற்படும் பெரும் சினமும் அதன்பின் சினத்தணிவும் அவரிடமுண்டு. ஆனால் மொழி வளர்ச்சியில் நல்லெண்ணம் உடையவர். தாமே வகுத்துக்கொண்ட திட்டப்படிச் செயல்படுபவர். பிறர் கூறுவதை அனுசரிப்பது மிகவும் குறைவு. எனினும் அவரைக் கண்ட பின்னரும் அதிக ஆதரவு கிடைக்கவில்லையே என்று சுப்பையா வருந்தினார்.

பன்னாட்டுத் தமிழாய்வுக் குழுவுடன் நான் கொண்ட தொடர்பு படிப்படியாகக் குறைந்தது. பாரீசில் நடந்த மூன்றாம் உலக மகாநாட்டின் பின் அந்தத் தொடர்பு அறவே குறைந்துவிட்டது. உள்ளேயிருந்து ஒரு

நிறுவனத்தின் அமைப்பை எதிர்ப்பதைவிட அதனை விட்டு விலகுவது தான் என் வழக்கம். எனவே 1970ஆம் ஆண்டுவாக்கில் என் பொறுப்புகள் அனைத்திலிருந்தும் விலகிக்கொண்டேன். அதன் பின்னர் டாக்டர் மு. வரதராசனார் ஈடுபடுத்தப்பட்டார். தனிநாயக அடிகளும் தொட்டுத் தொடாமலும் அதில் தொடர்ந்தார்.

பாரீசில் நடந்த உலகக் கீழ்த்திசை மகாநாட்டில் அடிகளைச் சந்தித்த போது மிகவும் தன்னம்பிக்கை இன்றிக் காணப்பட்டார். தமிழாய்வு நிறுவனம் வேறொரு வழியில் இயங்குவது பற்றியும் குறிக்கோள் அனைத்தும் நிலைகுலைந்து போவதையும் கூறினார். அப்போது தான் யாழ்ப்பாணத்தில் வாழ்வதாகவும் நீரிழிவு நோய் இருப்பதாகவும் பல குருக்கள்மார் முதுமையில் சித்த பிரமையால் அவதிப்படுவது போன்று தாமும் அவதிப்படாமல் பார்த்துக் கொள்வதாகவும் கூறினார். கேட்பதற்கு வருத்தமாக இருந்தது. அவர் செய்த பெருந்தொண்டினைக் கூறி அவரைத் தேற்றினேன்.

1971ஆம் ஆண்டில் திராவிட மொழியியல் கழகம் உருவானது. எதிர்பாராத இடங்களிலிருந்து ஆதரவு அதற்குக் கிடைத்தது. அது வலுவுற்றபோது இலங்கையிலிருந்த அடிகள் எழுதிய எழுத்துக்கள் மிகவும் ஊக்கம் தந்தன. ஒரு கடிதத்தில், 'தன்னைச் சேர்த்துக்கொள்ளாதது ஏன்' என்று கேட்டிருந்தார். 'மொழியியல் ஆய்வில் மட்டும் ஒதுங்கி நிற்கும் அந்த நிறுவனத்தில் அடிகளைச் சேர்ப்பது பொருந்தாது; அதுமட்டுமன்று, நானிருக்கும் இடங்களில் எல்லாம் அடிகள் அல்லவா இருக்கிறார்' என்று தேற்றினேன். அடிகள் வயது முதிர்வில் எழுதிய கையெழுத்துக் கடிதங்கள், தெளிவாக நடுக்கம் எதுவுமின்றி இருந்தன. அவருடைய அன்பு ஒரு துளியளவுகூட குறைந்திடவில்லை. அக்காலக் கட்டத்தில் இருவரும் சந்திப்பது மிகக் குறைவாகவே நடைபெற்றது.

திருவனந்தபுரத்தில் வாழும் மார் கிரிகோரியஸ் திருமேனியைச் சில ஆண்டுகளுக்கு முன் சந்தித்தபோது தனிநாயக அடிகள் திருவனந்தபுரம் டையோசிஸில் சேர்ந்தவர் என்று கூறி அதற்குரிய பின்னணியை விளக்கினார். இலங்கை பிஷப் இத்தாலியில் சென்று தனிநாயகம் படிக்க அனுமதிக்காததால் திருவனந்தபுரம் மலங்கரை சர்ச்சின் டையோசிஸில் உறுப்பினராக்கி, அதன் பின்னர் ரோமுக்குக் கல்வி பயில அனுப்பப்பட்டார் என்றார். பின்னர் மலங்கரை சர்ச்சிலிருந்து பிரிந்து தூத்துக்குடி பிஷப் ரோச்சு அவர்கள் ஆதரவில் தூத்துக்குடி டையோசிஸில் தனிநாயக அடிகள் சேர்ந்து பணி செய்தார் என்று நண்பர்கள் கூறினர். பிஷப் ரோச்சுதான் அடிகளுக்கு ஆசிரியராகவும் ஆய்வுப் பணியிலும் கலந்துகொள்ளும் முழு உரிமையை அளித்தவர் என்றும் அவர்கள் தெரிவித்தனர்.

யாழ்ப்பாணத்திற்கு நான் 1983இல் சென்றபோது அங்குள்ள அரசப் பிரதிநிதியின் தந்தை திரு. நேசையா அடிகளைப் பற்றியும் பல நுணுக்கச் செய்திகளைத் தெரிவித்தார். சிங்களவரின் ஆதிக்கம் மேலோங்கியதும் தமிழர்களின் இன்னல்களைப் பொறுக்காத தனிநாயக அடிகள் அரசுக்கு எதிராகத் தமது கருத்தைத் தெரிவித்தார் என்றும், காவல் கண்காணிப்பு மிகவே பல்கலைக்கழகத்தில் தான் தங்கியிருந்த அறையைப் பூட்டி திரு. நேசையா கையில் சாவியைக் கொடுத்து நூல்களையும் ஏனைய உடைமைகளையும் தனது வீட்டில் எடுத்துச் சென்று காக்குமாறு கூறி விட்டுத் தமிழகத்திற்குத் தனிநாயக அடிகள் வந்து தங்கிய செய்தியைத் தெரிவித்தார்.

அடிகள் தனிமனித சுதந்திரத்தைப் போற்றியவர். பிறர் சுதந்திரத்தைத் தடை செய்யும் எந்த முயற்சியையும் எதிர்த்தவர். அதற்காக அவர் மேற்கொண்ட இன்னல்கள் சிறிதல்ல என்று பிறர் கூறக் கேட்டேன். ஆனால் இலங்கை நிகழ்ச்சி பற்றி என்னிடம் எதுவும் சொன்னதில்லை.

1981ஆம் ஆண்டு ஜனவரி மாதம் மதுரையில் நடைபெறவிருந்த உலகத் தமிழ் மகாநாட்டிற்குரிய அமைப்புக் குழுவில் என்னையும் ஓர் உறுப்பினராகத் தமிழக அரசு நியமித்திருந்தது. அங்கும் ஆய்விற்கும், பொதுமக்கள் பங்கெடுப்பதற்கும் இருகூறாக மகாநாடு நடத்த முடிவெடுத் திருந்தனர். ஆய்வு மகாநாடு மதுரைப் பல்கலைக்கழக வளாகத்திலும் பொதுமக்கள் பங்கெடுக்கும் பிரச்சார மகாநாடு தமுக்கம் மைதானத்திலும் நடத்த ஏற்பாடாகியிருந்தது. 1980ஆம் ஆண்டு ஆகஸ்ட் மாதத்தில் நடந்த ஆய்வு மகாநாட்டு அமைப்புக் குழுக் கூட்டத்திற்குத் திரு. ஆர்.எம். வீரப்பன் தலைமை தாங்கினார். சென்னை இந்திரா நகருக்கு அருகாமை யிலுள்ள வெங்கடரத்தின நகரிலுள்ள ஓர் இல்லத்தில் அதன் அலுவலகம் இயங்கியது. அந்தக் கூட்டத்திற்கு நான் பயணம் செய்த விமானம் காலந்தாழ்த்திச் சென்னை சென்று சேர்ந்ததால் சற்று நேரம் கழித்து தான் கூட்டத்தில் பங்கேற்க முடிந்தது. என்னைக் கண்ட வ.சுப. மாணிக்கனார், 'தனிநாயக அடிகள் காலமாகிவிட்டதாக நேற்று ஒரு தந்தி வந்திருந்தது. நீங்கள் தெரிந்திட வேண்டும் என்று அதனை இப்போதே கூறுகிறேன்' என்றார். ஒரு கணம் அந்தச் செய்தியைக் கேட்டு நிலையிழந்துவிட்டேன்; நா வறண்டது. 'என்னைவிட என் அருகிலிருந்த அ. சுப்பையா அவர்கள் மிகவும் வருத்தமடைவார்' என்றேன். எனினும் கூட்டம் நடந்து முடிந்தது. நான்கு உலக மகாநாடு களுக்கு அடிகோலி, வழிகாட்டியாக விளங்கிய அடிகள் இல்லாமல் மதுரை மகாநாடு பொலிவிழந்துவிடப் போகிறதே என்ற வருத்தம் என்னை வாட்டியது. எனினும் மகாநாடு தோற்றுவிடக் கூடாதே என்ற எண்ணத்தால் அன்றையக் கூட்டத்திலும் அதன் பின்னர் நடந்த கூட்டத்

திலும் பங்கேற்றேன். அதன்பின் நடந்த மதுரை மகாநாட்டில், மூன்று நாள் கலந்துவிட்டு ஊர் திரும்பினேன்.

தனிநாயக அடிகளின் உருவச் சிலையைக் கல்வியமைச்சர் செ. அரங்கநாயகம் மகாநாட்டின் முதல் நாள் திறப்பதாக அறிவிக்கப்பட்டது. அந்த நிகழ்ச்சியில் கலந்துகொள்வது என் கடமையாகக் கருதி அந்தக் கூட்டத்திற்குச் சென்றிருந்தேன். ஈழத்து நண்பர்கள் பலர் வந்திருந்தனர். நண்பர் மதுரை நெடுமாறன் அங்கிருந்தார். என்னைப் பேசுமறு அவர் கேட்டுக்கொள்ள, கல்வியமைச்சர் அழைத்தார். எதிர்பாராத அழைப்பு அது. 'உலகோர் பலர் தமிழ் மொழியைப் போற்றுமாறு செய்த பெரும் தொண்டை மேற்கொண்டவர் அடிகள். பிறரைத் தன் வயப்படுத்தும் தெய்வ சக்தியைக் கொண்டவர். தமிழுக்கு ஏற்றம்; தமிழுக்கு நல்வாழ்வு ஆகியவற்றைத் தமது வாழ்வின் இலட்சியமாகக் கொண்டவர்' என்று கூறியது நினைவிருக்கிறது. அதன் பின்னர்தான் மதுரைப் பல்கலைக் கழக ஆய்வு மகாநாட்டில் கலந்துகொள்ளச் சென்றேன். அந்த மகாநாடு நடப்பதற்குப் பெரும் பொருள் செலவாயினும் ஆய்வில் பெரும் முன்னேற்றம் ஏற்பட்டுள்ளதாக ஆய்வுக் கட்டுரைகள் தெளிவாக்க வில்லை.

அந்த மகாநாட்டில்தான் தமிழுக்கு என ஒரு தனிப் பல்கலைக்கழகம் அமைக்கும் முடிவை முதலமைச்சர் எம்.ஜி. இராமச்சந்திரனார் இறுதி நாள் முடிப்புச் சொற்பொழிவில் தெரிவித்தார் என்று செய்தித் தாள்கள் தெரிவித்தன. அந்தப் பல்கலைக்கழகம் துவங்கியபோது முதன்மைச் செயலாளர் க. திரவியம், 'துணை வேந்தராகப் பொறுப்பு ஏற்க இசைவு தரவேண்டுமென்று' தொலைபேசியில் என்னை அழைத்துத் தெரிவித்தார். எதிர்பாராத அழைப்பு. அதன்பின்னர் முதலமைச்சர் எம்.ஜி. இராமச்சந்திரனார் 1981ஆம் ஆண்டு செப்டம்பர் 15ஆம் நாள் தஞ்சையில் நடக்கும் பல்கலைக்கழகத் துவக்க விழாவில் கலந்திட வேண்டுமென்று அழைத்தார். எல்லாம் விரைவாக எதிர்பாராதவிதமாக நடந்தன. ஓரிரு ஆண்டுக்குள் பட்டமளிப்பு விழா நடத்த ஏற்பாடாகி இருந்தது. அந்தப் பல்கலைக்கழகக் குழுக்கள் செய்யும் பரிந்துரைப்படி நடக்கும் நான், அன்று விதிவிலக்காக அடிகளுக்குச் சிறப்பு முனைவர் பட்டம் அளிக்கும் தீர்மானத்தைக் கூறவே ஆளுநர் குழுவும் ஒரு மனதாக ஒப்புக்கொண்டது. அடிகளின் மருமகன் மலேசியாவிலிருந்து வந்து அந்தப் பட்டத்தை, மேன்மை தங்கிய ஆளுநர் குரோனாவிடமிருந்து பெற்றார்.

தமிழ்மொழி பழமையானது. அதன் சங்க இலக்கியம் ஏற்றமுடையது. அதன் பக்தி இலக்கியம் மனதை உருக்கும் இயல்புடையது. சிலப்பதிகார காவியம் உலக இலக்கியங்களில் சிறப்பிடம் பெறத்தக்கது என்று பிற

நாட்டார் அறிந்திடச் செய்தவர் அடிகளாவார். உலக மகாநாடு மலேசியா வில் நடத்தியதும், அதன்பின்னர் சென்னை, பாரீஸ், யாழ்ப்பாணம் முதலிய இடங்களில் நடத்துவதற்கு வழிகாட்டியாக நின்றவரும் அடிகளாவார். அதன்பின்னர்தான் சமஸ்கிருதம், தெலுங்கு, கன்னடம், மலையாளம், இந்தி முதலிய மொழிகள் உலக மகாநாடுகளை நடத்த முயன்றன. அவற்றிற்கெல்லாம் முன்னோடி அடிகளாவார். தமிழகம் அவர் செய்த பெருந்தொண்டை முழுமையாக உணர்ந்திடவில்லை. அவரால் உலக அரங்கில் தமிழுக்கு ஏற்பட்ட சிறப்பை, இதுவரை விலை மதித்திடவில்லை. தமிழ்நாட்டில் நல்ல தொண்டுகளைச் சீர்தூக்கிப் பாராட்டப் பலவாண்டுகளாகும். வளராத மனநிலை உடையவர்கள் பலராகையால் அந்த மனநிலை மாறப் பலவாண்டு நீடித்திடும். ஆனால் விரைவில் அந்த நிலை மாறாமல் இருக்காது. அன்று தனிநாயக அடிகளைச் சிரமேற்கொண்டு தமிழர் போற்றுவர்.

பிற கட்டுரைகள்

இடம்பெயர்ந்த குசராத்திகள் பற்றிய கருத்தரங்கு: முன்னுரை

திருவனந்தபுரத்திலுள்ள பன்னாட்டுத் திராவிட மொழியியல் நிறுவனம் அகமதாபாத்திலுள்ள குசராத்துப் பல்கலைக்கழகத்துடன் இணைந்து அகமதாபாத்தில் இத்தகைய கருத்தரங்கு ஒன்றை நடத்த முன்வந்தது பலருக்கு வியப்பைத் தந்தது, எதிர்பாராத ஒன்றன்று. இதனை ஒட்டி இரு கேள்விகளை மறைமுகமாகவும் வெளிமுகமாகவும் பலர் எழுப்புவர். ஒன்று, திருவனந்தபுரத்திலுள்ள பன்னாட்டுத் திராவிட மொழியியல் நிறுவனம் குசராத்தி மொழியில் கவனம் செலுத்துவதற்குரிய காரணம் யாது? இரண்டு, தென்மாநிலத் தலைநகரான திருவனந்தபுரம் எவ்வாறு ஏறத்தாழ இரண்டாயிரம் கிலோ மீட்டர் தூரமுள்ள வடமாநிலத் தலைநகரான அகமதாபாத்தில் இத்தகைய கருத்தரங்கை நடத்த ஏன் முன்வந்தது? என்ற இரண்டு கேள்விகளையும் பலரும் கேட்க விழைகின்றனர்.

நடுக்காலப் பூநில வரலாற்றை அறிந்தவர்கள் குசராத்தும், மகாராஷ்டிரமும் பஞ்ச திராவிடப் பரப்பிடமாகக் கணிக்கப்பட்டதை அறிவர். ஆந்திரம், தமிழ்நாடு, கர்நாடகம் ஆகிய மூன்றும் தட்சிணபதம் என்ற தென்னகத்தைச் சேர்ந்தவை. பிராகூயி என்ற திராவிட மொழி இன்றையப் பாகிஸ்தானில் உள்ள பலுசிஸ்தான் பகுதியில் குறைந்தது ஐந்து இலட்சம் பேர்களால் பேசப்படுகிறது. ஆப்கானிஸ்தானில் ஒரு இலட்சம் பேரும் இரானில் ஐம்பதினாயிரம் பேரும் ஐக்கிய சோவியத் இரஷ்யாவின் தென்னெல்லையில் சில ஆயிர மக்களும் அம்மொழியைப் பயன்படுத்துகின்றனர். அந்தச் செய்தியை 1901ஆம் ஆண்டு நடந்த மக்கள் தொகை மதிப்பீட்டில் பம்பாய் மாகாணத்தில் பேசப்படும் ஒரு மொழியாகக் குறிப்பிடப்பட்டுள்ளது. குசராத்தின் அடுத்துள்ள பகுதியாகிய கச்சு என்ற சிற்றிடத்தில் பிராகூயி மொழி சிறிய தோதில் பேசப்படுவதாகவும் குறிக்கப்பட்டுள்ளது.

அகழாய்விலும் தொன்மை வரலாற்றுக்கால ஆய்விலும் ஈடுபாடு உடையவர்கள், இந்த மாநிலத்தில் லோதால் என்ற இடத்தில் நிகழ்ந்த அகழாய்வை நினைவுகூர்வர். அது மோகஞ்சதாரோ, ஆரப்பா கலாச்சாரத்தின் தொடர்ச்சியாக விற்பன்னர்கள் கருதுகின்றனர். அந்த கலாச்சாரம் ஆரியமல்லாதது என்பது உறுதியாகக் கூற இயலும்.

அது திராவிடக் கலாச்சாரமாகவும் இருத்தற்குரிய வாய்ப்பு மிகுதியானது. தெலுங்கு பேசும் ஆந்திரர்கள் முதலில் மலையின மக்களாக குசராத்தில் வாழ்ந்து அதன் பின்னர் தென்கிழக்கு மாநிலவெல்லையில் குடியேறினர் என்று மக்களின வரலாறு கூறும். குசராத்தில் செல்வாக்குப் பெற்றிருந்த சைன மதம் தென்னகம் முழுவதும் பரவி ஏறத்தாழ பதினான்கு நூற்றாண்டுகள் செல்வாக்குடன் திகழ்ந்தது. குசராத்தில் காணும் கதைகளும், பழங்கட்டுரைகளும் காதல் பாடல்களும் தமிழிலக்கியத்தின் பிரதிபலிப்பாகக் காணப்படுகின்றன.

இடப்பெயர்ச்சி பற்றிய சுவையான மற்றொரு செய்தி சமஸ்கிருத நாடகங்களில் பயன்படுத்தப்படும் டக்கி பிராகிருதத்திலிருந்து கிடைக்கிறது. டக்கி தேசத்தில் வாழ்ந்த திராவிட இன மக்கள் பேசிய மொழி அது. இன்றுள்ள சண்டிகட்டை ஒட்டி டக்கி தேசம் இருந்தது. டக்கி தேசத்தவர்களைக் கூர்ஜரர்கள் தோல்வியுறச் செய்ததுவரை டக்கி இனத்தினர் அங்கே ஆண்டனர். அதன்பின்னர் அவர்கள் ஜம்மு காஷ்மீர் எல்லைக்குள் சென்று வாழ்ந்தனர். இன்றுள்ள டோக்ராக்கள், டக்கி இனமக்களின் வாரிசுகளாகத் தங்களைக் கருதுகின்றனர். காஷ்மீர மொழியில் அதன் விளைவாகத் திராவிடக் கடன் சொற்கள் பல்கிக் காணப்படுகின்றன. இமயமலை தீரத்தில் எவ்வாறு கூர்ஜரர்கள் பரவி நிற்கின்றனர் என்ற செய்தி இதுவரை புதிராகவே இருந்தது. டக்கி தேசத்தை கூர்ஜரர் வென்றதால் அவர்களைத் தொடர்ந்து இமாலய மலையடிவாரத்தில் கூர்ஜரர்களும் குடியேறினர் என்று இப்போது தெரியவருகிறது.

பக்தி இயக்கத் தலைவர் நர்சு மேத்தா வடமாநிலங்களுக்கும் தென் மாநிலங்களுக்கும் மற்றொரு இணைப்புக் கண்ணியாக அமைகின்றார். தமிழகத்திலுள்ள சீர்காழியில் பிறந்த அந்தணச் சிறுவனான ஞான சம்பந்தரால் பக்தி இயக்கம் புயலாகத் திரண்டு இந்தியாவின் ஏனைய பகுதிகளையும் தாக்கியது. ஏழாவது நூற்றாண்டில் வாழ்ந்த ஞான சம்பந்தர், பல்லவ மன்னனின் தளபதியாகக் கீழைச் சாளுக்கிய மன்னன் புலிக்கேசியை வாதாபியில் வென்ற சிறுத்தொண்டரின் சமகாலத்தவர். கீழைச் சாளுக்கியரின் ஒரு பிரிவினரான மேலைச் சாளுக்கியர் குசராத்தை ஏறத்தாழ இருநூறு ஆண்டுகள் ஆண்டனர். அவர்களின் பின்வாரிசுகள் சோலங்கிகள் என்று இன்றும் வழங்கப்படுகின்றனர். குசராத்தில் பக்தி ஞானமார்க்கத்தைப் பதினாறாம் நூற்றாண்டில் பரப்பிய வல்லபாச்சாரியார் ஆந்திராவில் பிறந்தவர். திருவனந்தபுரத்தின் அருகாமையில் இருக்கும் வர்க்கலை ஜகந்நாத சேத்திரத்தைத் தரிசித்தவர் என்று கூறுவர். எனவே தத்துவத்திலும் மதத்திலும் தெற்கும் வடக்கும் நெருங்கிய தொடர்புடையன.

தமிழ்நாட்டின் பண்பாட்டுத் தலைநகரான மதுரையில் ஏறத்தாழ மூன்று இலட்சம் சௌராஷ்டிரர்கள் வாழ்கின்றனர். கன்னியா குமரியின் அடுத்துள்ள கோட்டாறு என்ற நகரத்தில்கூட சிறிய தோதில் சௌராஷ்டிரர்கள் வாழ்கின்றனர். கும்பகோணம், மைசூர், பங்களூர், ஆந்திரப் பிரதேசம் முதலிய இடங்களில் சௌராஷ்டிரர்கள் வாழ்வதால் தென்னகத் திராவிடர்களும் குசராத்திகளும் மிக நெருங்கிய உறவுடை யவர்கள் என்பது தெளிவாகும்.

1979ஆம் ஆண்டு மக்கள்தொகைக் கணக்கெடுப்பைத் துருவி நோக்கினால் குசராத்தை அடுத்துள்ள மகாராஷ்டிரத்தில் 14 இலட்சம் குசராத்திகள் வாழ்கின்றனர். அதனை அடுத்துத் தமிழ்நாட்டில்தான் கூடுதல் எண்ணத்தில் குசராத்திகள் வாழ்கின்றனர். குசராத்தை அடுத் துள்ள மத்தியப் பிரதேசத்திலன்று; அல்லது பொது எல்லையை யுடைய ராஜஸ்தானத்திலன்று. வங்காளம், ஒரிசா, பீகார், உத்தரப் பிரதேசம், பஞ்சாப், டெல்லி முதலிய பிற வடமாநிலங்களில் எல்லாம் (மகாராஷ்டிரா, டம்மன் டியூ ஆகிய இரண்டையும் நீக்கினால்) 1.02 இலட்சம் குசராத்திகள்தான் வாழ்கின்றனர். ஆனால் ஆந்திரம், கர்நாடகம், தமிழ்நாடு, கேரளம் ஆகிய நான்கு மாநிலங்களிலும் 12.35 இலட்சம் பேர் வாழ்கின்றனர். வடநாடு முழுவதும் வாழ்கின்ற குசராத்திகளைவிட அந்த எண்ணம் கூடுதலாகும். குசராத்திகள் தென்னாட்டில் அன்று கண் வைத்தனர். தென்னாடு அவர்களை நாடி இப்போது வந்துள்ளது. என்ன காரணத்தால் குசராத்திகள் தென்னாட்டில் குடியேறினர்; அதற்குரிய இரகஸ்யக் காரணங்கள் எவை என்று தெரிவதே இந்தக் கருத்தரங்கின் நோக்கம்.

பத்தொன்பதாம் நூற்றாண்டில் மலையாளச் செய்தித்தாள்களில் மிகவும் பழமையான ஒன்றை பீம்ஜி என்ற குசராத்து மாநிலத்தவர் தோற்றுவித்ததை அநேகர் அறிய மாட்டார்கள். வாணிபத்தில் பெரும் பொருள் திரட்டிய அவர் அந்தச் செய்தித்தாளில் செலவிட்டு வறுமை யால் அவதியுற்றார். இறுதியில், அங்கேயே இறந்தார். அந்தச் செய்தித் தாளும் அவருடன் மடிந்தது. இந்திய நாட்டின் குறிக்கோளையும் தலைவிதியையும் நிர்ணயித்த மாமனிதன் மகாத்மா காந்தியடிகள் இந்த மாநிலத்தில் பிறந்தவர். இந்திய நாடு உள்ளளவும் காந்தியடிகளின் பெயரும் நிலை நிற்கும். அதனால் தென்னக மாநிலங்கள் அனைத்தும் வடமாநிலங்கள் கருதுவது போன்று குசராத்தைத் தமது மாநிலமாகக் கருதுகின்றன. அண்மைக் காலத்தில் குசராத்தில் வாழும் இருபெரும் பண்பாளர்கள் (கே.கே.ஷா தமிழ்நாட்டின் ஆளுநராக எல்லோராலும் பாராட்டப்பட்டார். தமிழ்நாட்டு மொழி, பண்பாடு முதலியவற்றிற்கு ஊக்கம் தந்தார். அறநெறியைக் கண்டிப்புடன் கடைப்பிடித்த பிரபுதாஸ்

பட்வாரி தமிழக ஆளுநராக இருந்தபோது ஏழை எளியவர்கள் மீது பரிவும் தமிழ்நாட்டின் மீது பற்றும் கொண்டு எல்லோருடைய மதிப்பையும் பெற்றார். அதைப் போன்றே கேரளநாட்டிலிருந்து வந்த கே.கே.விஸ்வநாதன் குசராத்து மாநில ஆளுநராகப் பணியாற்றினார். திருமதி மிருணாளினி சாராபாய் தென்னாட்டவர். இங்கே நடன நாடக உலகில் அவர் முதலிடம் பெற்றுத் திகழ்கின்றார்.

தென்னகத்தில் வாழும் சௌராஷ்டிரர்கள் பதினைந்தாம் நூற்றாண்டு அளவில் விஜயநகர ஆட்சிக் காலத்தில் பெரிய தோதில் இடம்பெயர்ந் தனர் என்பர். அதன் முன்னரே பதின்மூன்றாம் நூற்றாண்டளவில் சிறிய தோதில் தமிழகத்திற்கு இடம்பெயர்ந்ததாகவும் வரலாற்று ஆசிரியர்கள் கூறுவர். தமிழரிடையே வாழ்ந்தாலும் தமது மொழி, பண்பாடு ஆகிய வற்றை இன்றும் காத்து வருகின்றனர். சிறுபான்மையினர் தமது பாரம்பரியத்தைக் காப்பதற்குப் பெரும்பான்மையினர் ஊக்குவது, தென்னகம் முழுவதும் காணும் ஓர் இயல்பு. வடமாநிலத்திலும் இத்தகைய உளநிலை காணப்படலாம். வரலாற்றில் நிகழ்ந்த இந்த எதிர்பாராத நிகழ்ச்சியை இன்று மொழியியலாளர்கள், மொழிப் பாதுகாப்பு, மொழி மாற்றமின்மை முதலியவற்றை ஆராய்வதற்குரிய சோதனைக்கூடமாக மாற்றியுள்ளனர்.

குசராத்திக் கலை, மொழி, மக்கள் ஆகிய மூன்று நிலைகளையும் ஆயும் இந்தக் கருத்தரங்கிற்கு, குசராத்து ஆளுநர் திருமதி சாரதா முகர்ஜி தலைமை தாங்க வந்ததும் பேராசிரியர்கள் இராவலும், எம்.எம். தேசாயும் இந்தக் கருத்தரங்கில் பெரும் பங்கு வகிப்பதும் பெருமை தரும் செய்திகள்.

குசராத்து அரசு அளித்த மானியம் ஒன்றால் குசராத்து மொழிக்குப் பன்னாட்டுத் திராவிட மொழியியல் நிறுவனம் ஒரு பேராசிரியர் தகமையைத் தோற்றுவித்து, இந்தக் கருத்தரங்கை நடத்தவும் முன் வந்தது. இந்தக் கருத்தரங்கு குசராத்து மொழி, பண்பாடு முதலிய வற்றின் வளர்ச்சிக்குப் பெருந்துணை புரியும் என்று பெயர் பெற்ற ஆய்வாளர்கள் மகிழ்ந்து கூறிய சொற்களைக் கருத்தரங்க அமைப்பு களைக் கண்காணித்து வரும் டாக்டர் வியாஸ் கூறி மகிழ்ந்தார். உங்களனைவருக்கும் எங்கள் மனம் நிறைந்த நன்றியைத் தெரிவித்துக் கொள்கிறேன்.

●

கேரளப் பழங்குடி மக்கள்

மிகப் பழமையான நாடு கேரள நாடு. அசோகன் தனது கல்வெட்டில் கேரள புத்திரர்களின் ஆட்சியைக் குறிப்பிடுகின்றான். தாலமி முதலிய யவன ஆசிரியர்கள், சேரரின் துறைமுகங்களைப் பற்றிக் குறிப்பிடு கின்றனர். 'நான் இதை எழுதும்பொழுது கேரள புத்திரன் என்பானே அந்நாட்டின் மன்னன்' என்று கி.பி. முதல் நூற்றாண்டைச் சார்ந்த பிளினி கூறிச் செல்கின்றார். தமிழர்களின் பழைய நூற்களும் கேரளர் அல்லது சேரர்க்கு முதலிடம் தந்தே பேசுகின்றன. தமிழகத்தின் மூவேந்தரைப் பற்றிக் கூறும் ஆசிரியர் அனைவரும் சோழ பாண்டிய சேரர் எனக் கூறாது சேர சோழ பாண்டியர் என்றே மதிப்புடன் கூறு கின்றனர். இத்தகைய பழமை வாய்ந்த நாட்டின் பழக்க வழக்கங்களும் பழமையுடையன. கடற்கரையோரத்தில் இருப்பதால் கேரளத்தில் தான் முதன் முதல் கிழக்கும் மேற்கும் கலந்திருக்க முடியும். யவனப் பெருங்கப்பல்கள் பொற்குவியலைக் கொண்டுவந்து, மிளகும், ஆரமும், அகிலும், முத்தும் பெற்றுப் போயின. அவற்றோடு நமது பழக்க வழக்கங்கள் எவையெவை? அவற்றை எவ்வாறு அறிவது? அவற்றை அறிவதற்கு உதவியாகக் கல்வெட்டுக்கள் உள்ளனவா? இலக்கியச் சான்றுகள் இருக்கின்றனவா? முற்கால இந்தியச் சரித்திரத்தின் எல்லாப் பகுதிகளையும் உறுதிப்படுத்திக் கல்வெட்டுக்களும், இலக்கியங்களும் இல்லாததுபோல, இதனை அறியவும் சான்றுகள் இல்லை. எனினும் பழங்குடி மக்களின் வழி வந்தவர்களான மலைவாழ் மக்களின் பழக்க வழக்கங்களை அறிஞர்கள் தொகுத்து வைத்துள்ளனர். அப்பழங்குடி மக்களோ பழக்க வழக்கங்களில் ஊறிப்போனவர்கள். எக்காரணத் தாலும் அவர்கள் பழக்கத்தை இலகுவில் மாற்ற இயலாது.

எனவே, அவர்கள் பழக்க வழக்கத்தை வைத்துச் சரித்திர காலத்திற்கு முன்புள்ள கேரள நாட்டுப் பழக்கங்களை ஊகிக்கலாம். கிறித்துவ சகாப்தத் தொடக்கத்தைச் சார்ந்ததாகக் கருதப்படும், தமிழர்களின் சங்க இலக்கியங்களால், சரித்திரத் தொடக்கத்தில் நிலவிய வழக்கங்களை உறுதியாகச் சொல்லலாம். சில பழக்கங்கள் பழங்குடி மக்களிடம் மட்டும் காணப்படுகின்றன. சிலவற்றை இலக்கியங்களால் நிரூபிக்க முடியவில்லை. புலையன், முதுவன், மன்னான் முதலிய குடிமக்களிடம் ஒரு வழக்கமிருக்கிறது. ஒரு பெண்ணையே சகோதரர்கள் அனைவரும் மனைவியாகக் கொள்வது அது. ஆனால், சங்க இலக்கியத்தில் இதை நிரூபிக்கச் சான்றுகளில்லை. எனினும், பல வழக்கங்கள் ஒத்திருப்பதைக் காண வியப்பாக இருக்கும்.

காட்டில் வாழும் மலைப்பண்டார மக்கள் மரப்பட்டையை ஆடை யாக்கி அணிகின்றனர். மலை வேடர்கள் இலையைத் தொடுத்துக் கட்டுகின்றனர். நாயாடிகள் மரச் செடிகளைக் கோர்த்து ஆடையாக அணிகின்றனர். நூலுடை தரிப்பவர்கள் மிகக் குறைவு. தரிக்கின்ற காணிக்காரர்களும் மிகக் குறைவாகவே அரைக்கும் தலைக்கும் துணியைப் பயன்படுத்துகின்றனர். சேர அரசன் பட்டு நூலாற் செய்த உடைகளை இரவலர்க்கும் புலவர்க்கும் அணிவித்தான் எனப் பதிற்றுப் பத்து கூறுகின்றது. பழங்குடிகளில் பலர் வேட்டையாடி வயிற்றை நிரப்புகின்றனர். பாம்புப் புலையர் மலைப்பாம்பைத் தின்று வாழ் கின்றனர். காடர்கள், கிழங்கு, பழம் முதலியவற்றை உணவாகக் கொள்கின்றனர். தேனும் தினைமாவும் காணிக்காரர்களுக்கு முக்கிய உணவு. அவர்கள் கள்ளும் சாராயமும், அருந்துகின்றனர். ஊராளி, புலையன் முதலியவர்கள் உழுதுண்டு வாழும் வழக்கத்தைக் கைக் கொண்டுள்ளனர். சேரரைப் பற்றிய சங்க இலக்கியங்களிலும், புலால் முக்கிய உணவாகக் கூறப்படுகின்றது. வெள்ளிய நிணத்துண்டங் களையும் ஆட்டிறைச்சியோடு கலந்த வெண்சோற்றையும் கள்ளின் தெளிவோடு உண்பராம். கள்ளை, ஆணும் பெண்ணும் அரசனும் அருந்தினர். 'உண்ணுங்கள் கள்ளை! ஆக்குங்கள் சோற்றை! தின்னு வதற்கு அறுங்கள் ஆட்டிறைச்சியை' என்று பாடுகின்றார் ஒரு புலவர்.

மணமாவதின் முன் பெண்டிரும் ஆண்களும் பழகுவதைப் பழங்குடி மக்கள் கண்டிக்கின்றனர். இதனைத் தடுக்க இளம் பெண்டிர் தூங்கு வதற்கெனத் தனிக் குடிசைகளும், இளைஞர்கள் தூங்கத் தனிக் குடிசை களும் அமைக்கப்படுகின்றன. எனினும், காதலால் உடன்போக்கு நிகழாமலில்லை. மன்னான் இனத்தாரிடையே இன்றும் நிகழ்கின்றது. அங்ஙனம் நிகழின், தாய் தந்தையர் முதலில் வருத்தமுற்றாலும், பின்னர் அவர்கள் இருவரையும் ஏற்றுக்கொள்வர். முதுவன் இனத்தைச் சேர்ந்த இளைஞன் தனது மணம் உறுதிப்பட்டபின், மணப்பெண் வெளியே தண்ணீர் எடுக்கவோ, விறகு வெட்டவோ வரும்பொழுது தூக்கிச் சென்று காட்டில் ஒரு மறைவிடத்தில் அவளுடன் இரண்டு மூன்று நாட்கள் வாழ்வான். பின்னர், அவர்களை ஊரார் தேடிப்பிடித்துக் கொண்டுவருவர். விலை கொடுத்துப் பெண்ணை வாங்கி மணப்பதும் உண்டு. அத்தை மகளை மணப்பதே சாதாரண வழக்கம். ஒரு மனைவிக்கு ஒரு கணவன் என்னும் நியதியே பெரும்பாலும் மேற்கொள்ளப்படுகிறது.

எனினும், சில குடிமக்களிடையே, ஒரு பெண்ணைப் பல சகோதரர்கள் மனைவியாகக் கொண்டுள்ளனர். மற்றொரு பழக்கமும் நிலவுகின்றது: அண்ணன் இறந்தால் அவன் மனைவியைத் தம்பி மணப்பதும், தம்பி இறந்தால் அவன் மனைவியை அண்ணன் மணப்பதும் வழக்கம்.

விதவை மணமும் விவாகரத்தும் மிகச் சாதாரணம். திருமணச் சடங்கு மிகச் சுருக்கமாக இருக்கும். திருமண உடை பரிமாறி, தாலி கட்டுவதுடன் மணச்சடங்கு முடியும். அடுத்து ஊரார்க்கு விருந்து நடக்கும். காவழிப் புலையர்கள் மணமகனையும் பெண்ணையும் கிழக்கு நோக்கிப் பாயின்மேல் இருத்தி, சோற்றுருண்டை ஒன்றை மணமகன் கையிலும் மணமகள் கையிலும் தருவர். இருவரும் அதனை மாற்றிக்கொள்வர். அதனை உண்பதே மணச்சடங்கு. கோட்டூர் காணிக்காரர்கள் பெண்ணும் மணமகனும் தலையை முட்டிக்கொள்வதை முக்கியச் சடங்காகக் கருதுகின்றனர். மலையரையர்களில் புதுப் பெண், மாப்பிள்ளைக்கு வெற்றிலை வழங்கியதும், இருவரும் அதனைச் சுவைத்து ஒரே இடத்தில் துப்புவர். அதுதான் மணச்சடங்கு அவர்களுக்கு. பழங்குடி மக்களிடையே கற்பு மிகவும் மதிக்கப்படுகிறது. கற்பழித்தவன் வெகு கடுமையாகத் தண்டிப்படுகிறான். மரக்கிளையில் அவனைக் கட்டித் தூக்கி, காலடியில் வைக்கோலால் நெருப்பை மூட்டி, அவனை வாட்டிப் புளியமாறால் இருபத்தைந்து அடிகள் அடிப்பர். அவனுக்கு உடன்பட்ட பெண்ணுக்கும் இத்தகைய தண்டனையுண்டு. பண்டைச் சேர இலக்கியங்கள் கற்பைப் பாராட்டித் தெய்வமாக்குவன. காதலால் இயைந்த இருவர் உடன்போயோ, தாய் தந்தையரின் அனுமதி பெற்றோ மணப்பர். விதவை மணமும் விவாகரத்தும் சேர இலக்கியத்தில் காணப்படவில்லை.

குழந்தை பெற்ற தாயை, தீண்டத்தகாதவளாகப் பழங்குடி மக்கள் கருதுகின்றனர். தீண்டினால் அவர்கள் இருக்கும் நிலத்தில் மழை பெய்யாது; காட்டு விலங்குகள் துன்பம் தரும் என்று நம்புகின்றனர். அதற்காகப் பிள்ளைப் பேற்றிற்குத் தனிக் குடிசைகள் கட்டிக்கொள்வர். பதினாறு நாள் வரை தீட்டிருக்கும். இக்காலத்தில் கணவர்கள் வெளியே போகக் கூடாது; வேலை செய்வதும் கூடாது. படுத்துக் கிடக்கும் இடத்திற்கே உணவை உறவினர் கொண்டு தருவர். மனைவி பிள்ளைபெறும் சமயம் நாயாடி இனத்தினரில் கணவன்மார் தங்கள் வயிற்றைப் பிசைந்து கடவுளை வேண்டுவராம். பிள்ளை பிறந்ததும் கடவுளுக்கு வழிபாடு செய்வர். பிள்ளை பெற்றதும் வாலாமை உண்டென்று சிலப்பதிகாரம் கூறுகிறது. மாதவிடாய்ச் சமயத்திலும், பெண்கள் மிகத் தீட்டானவர் என்னும் எண்ணமும், அதற்காக அவர்களை ஒதுக்கி வேறொரு குடிசையில் ஆக்குவதும் உண்டு. அக்காலத்திலும் கணவர்கள் வெளியே செல்லக் கூடாது என்பதைப் பழங்குடி மக்கள் வழக்கமாகக் கொண்டுள்ளனர். அப்பெண்களைப் பார்ப்பதும் கூடாது. பூப்பெய்திய பெண்கள், தூய்மையடைவதற்குப் பல இனத்தினரும், பல முறைகளைக் கையாளுகின்றனர். தீட்டுக் கழிந்ததும், குளித்துவரும் ஊராளிப் பெண்ணின் தலைமேல் அவள்

மாமனும் அண்ணனும் பலாவின் இலையால் செய்த கரண்டியால் சாணி நீரையும், எண்ணெயையும் ஏழு தடவை கோரிவிடுவர். இதன் பின் சுத்தமாய் விடுகிறாள். தண்டப் புலையர்கள் தீட்டுக் கழிப்பது வேறொரு விதம். அப்பெண்ணை, ஞாயிறு உதிக்குமுன் குளிக்கச் செய்வர். குளித்ததும் கிழக்கு நோக்கி ஒரு பாயின் மீது இருக்கச் செய்து, மாந்திரிகன் ஒருவன் அவளது இருபுறத்தும் நின்று பாடுவான். பாட்டோடு மணித்தட்டு ஒன்றில் தாளமிட்டுக்கொள்வான். இத்தாள ஒலியாலும், பாட்டாலும் இருக்கின்ற பெண் ஆவேசமுற்றுத் தலை யசைத்து மூர்ச்சையாய் விடுவாள். இளநீரை அவளுக்குத் தந்து மூர்ச்சை தெளிந்ததும் வீட்டிற்கு அழைத்துச் செல்வர். பூப்புக் காலத்தில் பெண்ணை அசுத்தமாகக் கருதினரேனும் அதனை நீக்குதற்கு மேற்கொண்ட வழிகள் ஒன்றும் சங்க இலக்கியங்களில் இல்லை.

வீட்டில் யாரேனும் இறந்தால், அவர்களுக்கும் இந்தத் தீட்டு உண்டு. மனைவியும், மக்களும், மருமகனும் இத்தீட்டில் பங்குபெறுவர். மலை வேடர்கள் இறந்த உடலைத் தூக்கிச் செல்லும்பொழுது, அது கிடந்த இடத்தைப் பெருக்கி, தூசியையும், துடைப்பத்தையும் உடன் வைத்துப் புதைத்துவிடுவராம். அந்த ஆன்மா அறவே மாய வேண்டாமா? புதைப்பதே பெரு வழக்கம்; எரிப்பதும் உண்டு. வேறொரு வழக்கமும் கிடையாது. புதைத்ததும் காலிலும் தலையிலும் பாறாங்கல்லைத் தூக்கி வைப்பர். இல்லையென்றால் அந்த ஆவி உடலோடு மேலெழுந்து வந்துவிடுமாம்! இப்பயமே புதைகுழியின் மேல் சவம் வைக்கப் பட்டதும் மூன்று கள்ளிமுள்ளால் தலையிலும், வயிற்றிலும், காலிலும் குத்தி வைக்கவும் சில இனத்தாரைத் தூண்டியது. காணிக்கார இனத்தில் பெண், தன் கணவன் சவத்துடன் புதைகுழிக்குச் சென்று, அதனை அவ்விடத்தே வைத்து மூடியதும், அதன் காலடியில் ஒரு கலம் நிறையக் கஞ்சியை வைத்து வணங்குவாள். புதைகுழியில் கல்லிடும் வழக்கமும் இருந்தது.

கேரளத்தில் பெருவாரியாகக் காணப்படும் பாண்டுக் குழிகள் இங்ஙனம் தோன்றியவைதாம். இறந்தவர்களைத் தெய்வமாகக் கருதி அவர்கள் நினைவிற்காக எழுப்பப்பட்ட இக்குழிகளையும் தெய்வ மாகக் கருதி வணங்குவது பண்டுதொட்டு இன்றுவரை நிகழ்கிறது. அதிகமான் இறந்ததும் ஔவை கசிந்து உருகிப் பாடிய புறநானூற்றுப் பாட்டில், ‘நடுகல்லில் பீலி சூட்டி, தெளிந்த மதுவைச் சிறுகலத்தால் ஊற்றவும், அதனைக் கொள்வானோ’ எனக் கூறுகிறாரே அது காணிக் காரப் பெண்களின் செய்கையை நினைவுறுத்தும்.

தந்தை இறந்ததும், மக்களுக்குச் சொத்து வருவதும் உண்டு; மருமகனுக்குச் சொத்து செல்வதும் உண்டு. மருமக்கள் வழியாய்

சொத்து செல்லும் வழக்கம் பழங்குடி மக்களிடம் பெருவாரியாகக் காணப்படுகின்றது. இதற்குக் காரணம், பெண்கள் முக்கியத்துவம் பெற்றதாகும். அவளே வீட்டின் தலைவி. கணவன் வந்துபோகும் ஒருவன். இதனால்போலும், சாணக்கியரது அர்த்த சாஸ்திரத்தின் உரைகாரர் ஒருவர் இந்நாட்டை, 'ஸ்திரி ராஜ்யம்' எனக் கூறுகிறார். இக்காரணத்தால் ஒருவன் இறந்ததும் அவனது மக்களைவிடவும் மருமகனே தீட்டு மிக உடையவன் எனக் கருதப்படுகின்றான். ஈமச் சடங்கும் அவனே செய்கிறான். காணிக்காரன் இறக்கும் சமயம், 'உரலும் உலக்கையும் இளைய குட்டியும் மருமகனுக்கு' எனக் கூறுவானாம். அதாவது மருமகனே தனது சொத்தான உரலையும் உலக்கையும், தனது இளைய மனைவியையும் பெறுக என்பதே அதன் பொருள். மருமகனே, தனது இளைய அத்தையை மனைவியாகக் கொள்ள வேண்டும். இதைப்போல் அவன் வகித்த பதவியும் மருமகனே பெறுவான். இம்மருமக்கள் வழியே பண்டும் நிலவி இருந்தது என்று சிறிது காலத்திற்கு முன் சில அறிஞர்கள் கருதினர். ஆனால், அது இல்லை. மக்கள் வழியே கேரள நாட்டில் நிலவியது என்பது பண்டைச் சேர இலக்கியங்களால் நிரூபிக்கப்பட்டுவிட்டது. பதின்மூன்றாம் நூற்றாண்டிற்கூட சங்கிராமதீரர் என்னும் இரவிவர்மன் மக்கள் வழியில் பட்டம் பெற்றார் என்று கல்வெட்டுக்களால் அறிய வருகின்றது.

காட்டில் வாழும் பழங்குடி மக்கள் பேய் பிசாசுகளில் நம்பிக்கை உள்ளவர்கள். இறந்தவர்களை வணங்கலும், தேவதைகளைப் பூசிப்பதும் அவர்களிடம் முக்கியமாகக் காணப்படும். ஞாயிறு வழிபாடும் உண்டு. இதுவே நாகர் வழிபாட்டிற்குக் காரணம். நாயர் குடும்பங்கள் வாழும் இல்லம் ஒவ்வொன்றிலும் நாகர் வழிபாட்டிற்கென்று ஓரிடம் தோட்டத்தில் ஒதுக்கப்பட்டிருப்பதைக் கண்டுள்ளோம். நாகர்களிட மிருந்து நாக வழிபாடு வந்தது என்றும், அவர்கள் தென்னிந்தியாவில், குறிப்பாகக் கேரளத்தில் சிறப்புற்றிருந்தனர் என்றும், கேரள நாட்டி லுள்ள பல சரித்திர ஆசிரியர்கள் கூறுகின்றனர். இது நிரூபிக்கப்பட வேண்டிய ஒரு செய்தி. இதனைப் பற்றிச் சங்க இலக்கியங்களில் சான்றுகள் கிடைக்கவே இல்லை. பழங்குடி மக்கள் மாந்திரிகத்திலும், செய்வினை போன்ற கொடுஞ்செயல்களிலும் நம்பிக்கை வைத்து இருந்தனர். ஆவேசமுற்று ஆடலும், இசைக் கருவிகளின் துணை யுடன் பாடல்களைப் பாடலும் வழக்கமாகும். சிலப்பதிகாரத்தில் வேட்டுவர் கண்ணகியைத் தெய்வமாக வழிபடும் முறை இந்தத் தருணத்தில் நினைக்கத் தக்கது. சைவ, வைணவ வழிபாடுகள் பழங்குடி மக்களிடையே காணப்படவில்லை. சாத்தன், இசக்கி, மாடன் முதலிய தெய்வங்களை வணங்குகின்றனர். பதிற்றுப்பத்து விஷ்ணு வணக்கத் தையும், சிவ வணக்கத்தையும் கூறுகிறது. கண்ணகி வணக்கத்தைச்

சேரன் செங்குட்டுவன் நிலைநிறுத்தியதைச் சிலப்பதிகாரத்தின் மூலம் நாமறிவோம். பங்குனி மாதத்தில் திருவனந்தபுரத்தில் நடைபெறு கின்ற ஆராட்டும், திருவாதிரை நாளில் நடக்கும் விழாக்களும், ஓணத் திருவிழாவும் சேரநாட்டில் சிறப்பாகக் கொண்டாடப்பட்டன என்று இலக்கியங்களால் அறிய இயலும்.

போர்க்காலத்திலும் சில பழக்க வழக்கங்களைக் கையாண்டனர். காட்டில் வாழும் மக்கள் சிதறி இருப்பதாலும், ஒரு குடிசையில் இருக்கும் மக்கள் அனைவரும், உறவால் பிணிக்கப்பட்டிருப்பதாலும், அவர் களுக்குள் சண்டை நடப்பது மிகக் குறைவு. அங்ஙனம் நடப்பினும் அக்குடியின் தலைவர் நியாயம் பார்த்துத் தண்டித்துச் சண்டையைப் போக்குவர். ஆனால் சேர அரசர்கள் நடத்திய போரிலே சில வழக்கங் களைக் கையாண்டுள்ளனர். எதிரியின் காவல் மரத்தைத் தறித்துத் துண்டாக்கி முரசு செய்வதற்குப் பகைவர் மனைவியரின் கூந்தலைக் கயிறாகத் திரித்து தமது யானைகளைப் பூட்டி இழுத்துச் செல்வராம். பகைவருடைய பொது மன்றங்களில் கழுதைகளை வாசஞ் செய்ய விடுவதும், யானைகளைக் கொண்டு வயல்களை அழிப்பதுமாகிய கொடிய பழக்கங்களும் இருந்தன. போரில் தோற்றவர்கள் யவனராயின் நெய்யை அவர் தலையில் பெய்து, கையைப் பின் கட்டாகக் கட்டி, அவரிடத்தினின்றும் விலையுயர்ந்த அணிகளையும் வயிரங்களையும் தண்டமாகப் பெறுவர் எனப் பதிற்றுப்பற்று கூறுகிறது. சேரர் கப்பற் படை அமைத்துக் கடல் கடந்து பகைவரை வென்றனர் என்றும் அந்நூல் அறிவிக்கின்றது. போரில் தோற்ற கனக விசயர்களின் தலையில் பத்தினித் தெய்வத்தின் சிலைக்குச் செங்குட்டுவன் கல் கொண்டு வந்ததை நாம் அறிவோம்.

மலைவேடர் அரசனைக் காணச் செல்வர். செல்லும்பொழுது மலையில் விளையும் பொருட்களைக் காணிக்கையாகக் கொண்டு செல்வர். சிலப்பதிகாரம் அவ்வழக்கம் ஒன்றை நயம்படக் கூறுகின்றது. யானைத் தந்தம், அகில், மான், மயிர்க்கவரி, மதுக்குடம், சந்தனக் கட்டை, ஏலக்கொடி, மிளகுக்கொடி, கூவைப்பொடி, தேங்காய், மாம்பழம், கரும்பு, பாக்குக்குலை, வாழைத்தார், சிங்கக்குட்டி, புலிக் குட்டி, யானைக்கன்று, குரங்குக்குட்டி முதலியனவும் காணிக்கையாக மலைவேடர் கொண்டுசென்றனராம்.

இவையேயன்றி ஒரு தனிப் பழக்கம் ஒன்றை எல்.கிருஷ்ணய்யர் தன் திருவிதாங்கூர் பழங்குடி மக்களும் இனமும் எனும் நூலில் கூறுகிறார். மலைவேடர்கள் தங்கள் கீழ்வரிசைப் பல்லை ஊசி முனையாகச் சீவிக் கொள்வர். இது அழகிற்காக அவர்கள் செய்கின்றனர். பச்சை குத்துவதும் இதே காரணத்திற்காகத்தான். முலைப்பாலில் கரியைக்

குழைத்து முள்ளால் அத்துறையில் கைதேர்ந்த பெண் அவ்வினத்தவர்களுக்குக் குத்துவாள். பழங்குடி மக்களிடம் இப்பழக்கம் பெருகிக் காணப்படுகின்றது. இவ்வழக்கங்களை உறுதிபடுத்தத் தமிழ் இலக்கியங்களில் ஆதாரம் கிடைக்கவில்லை. ஆனால், பெண்கள் தங்கள் மார்பில் தொய்யில் எழுதிக்கொள்வர் என்று மட்டும் காணப்படுகின்றது. இது அதன் பிரதிபலிப்பு போலும்.

காடுமலைகளைக் கடந்து நாளுக்கொரு குகையில் வாழும் மாக்கள் நிலையிலிருந்து மாறி, நிலா முற்றங்களும் அரண்மனைகளும், ஆடரங்குகளும், மலர்ப் பந்தல்களும், மஞ்சங்களும், விதான வேதிகைகளும் உடைய சங்ககாலக் கேரள மக்களின் பழக்கவழக்கங்களில் சில மாறுபட்டும், சில திரிந்தும், சில சிறப்புற்றும் அமைந்திருத்தல் இயல்பே. எனினும் பல ஒத்திருக்கின்றன. புறநானூறு போற்றும் முசிறி இன்று மற்றோர் ஊராய் இருக்கலாம். பதிற்றுப்பத்து புகழும் மாந்தையும் தொண்டியும் மறைந்திருக்கலாம். சிலப்பதிகாரம் பாராட்டும் வஞ்சி யாதெனத் திட்டமாகக் கூற முடியாததாயிருக்கலாம். ஆனால் மனித சமூகமென்னும் பேராறு கால விளைவுகளைக் கடந்து பாய்ந்தோடி வருகின்றது. மலையிலிருந்து பெற்ற தூசையும் துரும்பையும் மலரையும் மணத்தையும் கடலில் கொண்டு சேர்க்குமளவும் அந்தப் பேராறு பாய்ந்து செல்வது போன்று மனித சமூகமும் பழைய பழக்க வழக்கங்களை அறிந்தோ அறியாமலோ இன்றும் தழுவி நடக்கின்றது.

●

இராச இராசன் வெற்றி பற்றிய கொள்கையாக்கம்

இராச இராசன், இந்தியாவில் முன்னுள்ள சென்னை மாநிலம், கேரளம், கர்நாடகத்தின் ஒரு பகுதி, ஆந்திரப் பிரதேசம் முழுமையும், இலங்கை, முன்னீர்ப் பழந்தீவு என்று கூறப்பட்ட மாலைத்தீவு ஆகியவற்றை அடக்கியாண்டான் என்று மெய்க்கீர்த்தி வழி தெளிவாகின்றது (கே.ஏ. நீலகண்ட சாஸ்திரி). அவன் மகன் இராசேந்திரன் கங்கைக்கரை வரை சென்றதும், கடாரம் எறிந்ததும், இலங்கையை ஆண்டதும் கூறப்பட்டுள்ளன.

பேரரசு ஒன்று நிலைத்து நிற்க,

1. போக்குவரவு வழிகள் வலுவாகவிருத்தல்,
2. பலமிக்க படைபலம்,
3. குடிமக்கள் அல்லது அரசப் பிரதிநிதிகளின் ஒப்பேற்றல்

ஆகியவை தேவை. சோழப் பெருவழிகள், சோழநாட்டிலும், அங்கங்கே பாண்டிய, கேரள நாட்டிலும் இருந்தாலும் மைசூர், ஆந்திரம் முதலிய நாடுகளில் இருந்ததாகத் தெளிவில்லை. கடல் கடந்த நாடுகளை அடக்கியாள்வதற்குக் கடல்வழிகள் வலுவாக இருக்க வேண்டும். இலங்கைத் தொடர்பு கடல்வழி மூலம் வலுவாக அமைந்தாலும் முன்னீர்ப் பழந்தீவு முதலியவற்றுடன் கடல்வழி செம்மையாகச் செயலாற்றியதற்குச் சான்றில்லை. எனவே போக்குவரவு வழிகள் சோழநாட்டில் செம்மையாகவும், பிற நாடுகளில் நிலவழியும், கடல் வழியும் போற்றத்தக்க நிலையில் அமையவில்லை என்றும் கூறினால் அது உண்மைக்கு மாறாக இருக்க இயலாது.

இரண்டாவது கூறிய படைபலம் சிறப்பாகச் சோழ நாட்டிலும், ஏனைய நட்புறவு நாடுகளிலும், அந்நாட்டரசர்க்கு அல்லது சிற்றரசர் களுக்கு ஊழிய உணர்வுடன் பணி செய்தனர் என்பதற்குக் கல்வெட்டுச் சான்றுகள் உள்ளன. மலையின மக்களை ஒரு தனிப்படையாக இராச இராசன் அமைத்தான் என்ற செய்தியும், வெற்றியின் பின்னர் அவர்களுக்கு நிலமளித்து வாழ வழிசெய்தான் என்றும், இன்றுள்ள உடையார் இனத்தினர் அந்தப் படையின் வாரிசுகள் என்றும் நாம் அறிகின்றோம். உள்நாட்டுப் படை சோழப் பேரரசனுக்கு ஊழியஞ் செய்தாலும், புற நாட்டுப் படை சிற்றரசர்களுக்கு அல்லது அங்கு ஆண்ட பிரதிநிதிகளுக்கு ஊழிய உணர்வுடையதாக இருந்ததால் அந்தப் பிரதிநிதிகளின் ஆணைப்படி அவை நடந்தன. மையப் பேரரசு

வலுவுடனிருப்பின் சிற்றரசர்கள் மேலாண்மையை ஏற்று வந்தனர். வலுவிழந்த சமயத்தில், மைய உறவைத் துண்டித்த நிகழ்ச்சியும் பலவாகும். தமது அரசர்களின் ஊழிய உணர்வை ஒட்டி படைகளின் உணர்வும் அமைந்தன எனலாம். படையின் ஒரு பகுதி, சோழப் பேரரசின் ஆணையின் கீழும், மற்றொரு பகுதி, பிற அரசர்களின் கீழும் இயங்கின.

மூன்றாவதாகக் கூறிய, குடிமக்கள் அல்லது அரசப் பிரதிநிதிகளின் ஒப்பேற்றல் பல முனையுடைய ஒரு சிக்கலாகும். குடிமக்களுக்கு வளமான வாழ்வு (பஞ்சமின்மை), மத ஈடுபாடு, பிறர் படையெடுப் பின்மை முதலிய அவர்களுடைய ஒப்பேற்றலைப் பெருக்கும். எனினும் அடக்கியாண்ட மக்களாயின் மொழிப்பற்று, நாட்டுப் பற்று, கலைப்பற்று ஆகியவற்றால் தமக்கென ஓரரசை அமைக்கவே விரும்புவது இயல்பு. சோழ மண்டலத்திலிருந்து பாண்டியர்களும், கேரளீயர்களும், மைசூர் கங்க நாட்டினரும், ஆந்திரக்காரர்களும் பிற்காலத்தில் பிரிந்துவிட்டாலும், தெலுங்குச் சோழர்களும், துளுவப் பாண்டியர்களும் தமது சூழ்நிலைக்கேற்ப அந்நாட்டு மொழி, பண்பாடு ஆகியவற்றைப் பாதுகாத்ததும், வரலாறு கூறும் செய்தி. இராசஇராசன் கைக்கொண்ட உள்நாட்டு, பிறநாட்டுக் கொள்கைகள் ஒரு பேரரசை நிறுவி நடத்த எவ்வளவு உதவின என்று சீர்தூக்கும் நிலையில் நாம் இன்று நிற்கிறோம். உள்நாட்டில் பெருவழி அமைத்து படைகளுக்கும், அலுவலர்களுக்கும் இடம் பெயர்ந்து கண்காணிக்க இராச இராசன் வழிசெய்தான்.

நில அளவீடு செய்து பாசன வசதி ஏற்படுத்தி விளைவுப் பயனைப் பெருக்கினான். அன்று மக்களை இணைத்த மதப்பிடிப்பை வளர்த்தற்கு உதவியாக மதங்களைப் போற்றிக் கோயில்களை எழுப்பி அவற்றை மையமாகக் கொண்டு ஊராட்சியை நடத்த முற்பட்டான். தெய்வ பயத்தாலும், மதப் பற்றாலும் மக்களை ஒன்றுபடச் செய்ததோடு மைய அரசை, குறிப்பாக அரசனை, 'நடமாடும் தெய்வத்தை' எதிர்க்காமல் இருக்க அவை உதவி செய்தன. கோயிற் பண்பாடு வழி, அரச ஆணையை நிலைநிறுத்த முயன்றான்.

இராச இராசன் கையாண்ட மற்றொரு உத்தி அயலரசர்களை இணைக்கத் தன் மகள் குந்தவை நாச்சியாரைக் கீழைச் சாளுக்கிய மன்னனாகிய விமலாதித்தனுக்கு மணமுடித்துக் கொடுத்தது. சேரன் மாதேவி முதலிய பதினைந்து மனைவியரை மணந்ததும் குறிப்பிடத் தக்கது. 'தனது உறவினனை, மகளின் மணாளனை' எதிர்க்கவோ, கொல்லவோ யாரும் முற்பட மாட்டார்கள். எனவே உறவுமுறை எண்ணத்தை வளர்ப்பதே இந்தக் கொள்கையின் அடிப்படையாக அமைந்தது.

உள்நாட்டுக் கூட்டமைப்புக்கு நில அளவீடு, பாசன வசதி, சோழப் பெருவழி அமைத்தது முதலியவற்றுடன் பிறநாட்டு அறிஞர்களை, மத வல்லுநர்களை அழைத்து சமஸ்கிருதப் படிப்பை வலுவடையச் செய்ததும், உள்நாட்டில் திருமுறைகளை மீட்டெடுத்ததும், கோயில் களில் அவற்றைப் பாட வைத்ததும், புத்த மதம், சைன மதம் ஆகிய வற்றிற்குக் கொடை அளித்ததும் குறிப்பிடத்தக்கன. கடல் கடந்த நாடுகள், குறிப்பாக முன்னீர்ப் பழந்தீவை (மால்டைவ்ஸ்) அடக்கியது, வாணிபத்தைப் பாதுகாக்கும் நோக்கமாக இருக்கலாம். இராச இராசனை அடியொற்றி இராசேந்திரன் கடாரம், சுமத்ரா, போர்னியோ முதலிய நாடுகளை அடக்கி நல்லுறவை நிறுவியதும் இராச இராசன் சீனப் பேரரசனுக்குத் தூதுக்குழு அனுப்பியதும், வாணிபப் பாதுகாப்புப் பொருட்டாக இருக்கலாம். வெற்றியை உறவாக மாற்ற முயன்றதும், நட்பு நிலையாக நீடிக்கச் செய்ததும் இராச இராசனின் பிற நாட்டுக் கொள்கையாகக் கருத இடமுண்டு. பிறநாட்டு மொழியும், பண்பாடும் வளர்வதற்குப் பிறநாட்டினர் சோழப் பேரரசில் தங்குமாறு அழைத்ததும், அறிவுச் செல்வத்தைத் திரட்ட இராச இராசன் மேற்கொண்ட முயற்சி என விளக்க இயலும். இலங்கைப் படையெடுப்பு முன்னரே தொடர்ந்த உரிமையை நிலைநாட்டுதற்கும் அயல்நாட்டாரால் உள்நாட்டுக் குழப்பம் ஏற்படாமல் தடுக்கும் முயற்சியாக இருக்கலாம்.

பர்ட்டன் ஸ்டீன் கூறும் மைய அரசின் அதிகாரக் குவியலும், சுற்றி யுள்ள நாடுகளில் மெலிந்த ஆட்சியாகிய பகுநிலையாட்சி (செக்மெண்டல் ஸ்டேட்) அங்கு நியமித்த அரசப் பேராளர்களின் 'ஊழிய உணர்வைப்' பொறுத்து அமைந்தது. சோழ-பாண்டியர்கள், சோழ-கேரளர்கள், தெலுங்கு-சோழர்கள் முதலியவர்கள் மைய அரசுடன் எவ்வளவு தொடர்புடையவர்களாக இருந்தனரோ அவ்வளவு, மைய அரசின் அதிகாரம் அங்கு வலுப்பெற்றிருந்தது. மைய அரசை எதிர்த்தவர்கள் பின்னர் தோற்கடிக்கப்பட்டனர். எவ்விதப் பகைமையுணர்வும் தலை யெடாவண்ணம் மணவினையால் அந்நாடுகள் இணைக்கபட்டன. அறிஞர் பரிமாற்றத்தாலும் மதப்பிடிப்பாலும் காக்கப்பட்டன. அவை நிரந்தரப் பயனைத் தராவிட்டாலும் ஒரு சில தலைமுறைகள் வரை சோழப் பேரரசு நிலைநிற்றலுக்குத் துணை செய்தன. 'கொள்ளை யுந்தல்' என்று ஸ்பென்சர் கூறுவது உண்மையாயின் தோற்ற நாடுகளின் நட்புணர்வு நீடிக்க வழியில்லை. கலை,மொழி இவற்றின் தாக்கத்திற்கு வழியில்லை. 'கொள்ளை' என்பதைவிட 'திறை பெறும் உந்தல்' என்று கூறின் ஓரளவு உண்மையாக அமையும். பின்னர் வந்த விசயநகரப் பேரரசிற்கு 'முசிலீம் எதிர்ப்பு' பெரும் உந்தலாக அமைந்தது போன்று சோழர்களுக்குப் புறப்பகையில்லை. பெரும் நாடாட்சி, பெரும் புகழ்,

பண்பாட்டு மேன்மை, மக்களின் வளமான வாழ்வு, மதப்பெருமை நிறுவல் ஆகியவை சோழப் பேரரசின் விரிவாக்கத் திற்கு அடிப்படை யாக அமைந்தன என்று கூற இயலும்.

மேனாட்டு அறிஞர்களின் கருத்தை நாம் வரவேற்றாலும் அவற்றிற் காணும் குறைகளையும், விரைந்த முடிவையும் சுட்டாமல் இருக்க இயலாது. அறிவுலக நெறியே அதுதான்!

பேராசிரியர் தகைமை

அரங்கேற்றச் சொற்பொழிவுகள் இப்போது கல்வியுலகில் மிகவும் வரவேற்கும் அம்சமாக மாறியுள்ளன. இத்தகையச் சொற்பொழிவுகள் தமிழ்ப் பல்கலைக்கழகத்தில் இரண்டாவது முறையாக நடக்கின்றன. சமுதாய இயல், மொழி இயல் ஆகியவற்றோடு தொடர்புடைய பொழிவுகள் பட்டியாலாவிலுள்ள பஞ்சாபி பல்கலைக்கழகத்திலும், திருவனந்தபுரத்திலுள்ள அகில உலகத் திராவிட மொழியியல் நிறுவனத்திலும் சிறப்பாக நடைபெற்றன. உடனுழைக்கும் ஆய்வாளர்களால் தமது சகோதர ஆய்வாளரின் தரத்தை அறுதியிடும் முயற்சி இது.

பல்கலைக்கழகங்களும், ஏனைய ஆய்வு மையங்களும் தரவுயர்வை எப்போதும் கண்ணாகக் கருதி உழைக்கின்றன; தரக்குறைவு அல்லது ஆய்வுப்பணியில் தளர்ச்சி ஆய்வுக்கென உருவாகியுள்ள ஒரு நிறுவனத்தை அழித்துவிடும் என்பது உறுதி.

புற அளவைகளால் தரத்தை அளவிடுவது தீய பலன்களை விளைவிக்கும். அளவீட்டு அடிப்படைகளின் பொருத்தமின்மை பற்றிய விவாதம் மேலோங்கும். தீர்ப்புக் கூறுபவர்களின் நாணயத்தைப் பற்றிய ஐயப்பாடும் எழும்.

ஆனால், உடனுழைக்கும் ஆய்வாளர்களால் தர நிர்ணயம் செய்து சீர்தூக்கப்படுமாயின் ஆய்வாளர்களின் ஒத்துழைப்பு மிகும். குறை கூறும் எண்ணம் வலுவிழந்து நிற்கும். தேர்வு செய்யும் ஆய்வாளர்களின் எண்ணம் கூடுதலாயின், விருப்புவெறுப்பும், பற்றுச் சார்பும் மிகக் குறைந்து, நேர்மை பெருகும். சில பொழுது பண்டிதத் தரம் பற்றிய தீர்ப்பு நியாயக் குறைவாகத் தோன்றினாலும் நல்ல ஆய்வாளன் அதனைப் பொருட்படுத்த மாட்டான். ஏனெனில் வருங்காலத்தில் தனக்கு மதிப்பும், பெருமையும் ஏற்படுவதால் பெரும் நம்பிக்கையுடன் ஆய்வாளன் மேலும் உழைப்பான். நியாயமான தீர்ப்பால் ஆய்வாளன் ஊக்கம் பெறுகிறான். நியாயமற்ற முடிவால் முதலில் மன உளைச்சல் ஏற்பட்டாலும் முயற்சியுடையவன் ஆகையால் அவன் மேலும் உழைத்துத் தனக்குச் சாதகமான சூழ்நிலையை உருவாக்குகின்றான். உலகில் பெரும்பாலான ஆய்வாளர்கள் பின்னினத்தைச் சேர்ந்தவர்கள் தாம். ‘சவால்’, ‘எதிரீடு’ முதலியவை அவர்களுடைய உழைப்பைப் பெருக்குவித்துப் பல புதிய சிந்தாந்தங்களை உருவாக்கத் துணை செய்கின்றன. எனவே சாதகமற்ற தீர்ப்பைப் பெற்றவர்கள் நீதிபதிகளை நோவதில்லை: அவர்களுடைய நாணயத்தைச் சந்தேகிப்பதில்லை.

அவ்வாறு சந்தேகிப்பது தம்மைத் தாமே அழித்துக்கொள்ளும் முயற்சி யாகும். ஒரு தீர்ப்பு 'தவறு' என்று தமது கடின உழைப்பால் நிரூபிக்க அறியாதவர்கள்தாம் பிறரைக் குறை கூறித் தம்மைத் தாமே கெடுத்துக் கொள்வார்கள். பழைய இலக்கியப் பெருமை, தத்துவ வளம் ஆகிய வற்றால் இந்தியா பெருமைப்படுகிறது. இவற்றிற்குக் காரணமில்லாமல் இல்லை. பெயர் பெற்ற பல்கலைக்கழகங்களான தக்கசீலம், நாலந்தா, காஞ்சி முதலியவை இந்தத் தர ஏற்றத்திற்கு உதவின. ஆசிரியர்கள் பதவி, பவிசு ஆகியவற்றைப் பெறுதற்கும் பதவி உயர்வுக்கும் தரத் தேர்வு உதவிற்று. தேறாதவர்கள் இரண்டையும் இழந்த செய்தியும் குறிக்கப்படுகிறது. தமிழ்ச் சங்கங்களும் புலவர்களைத் தேர்ந்தெடுக்க உதவின.

தொடர்ந்த தேர்வு, தர ஏற்றத்திற்கு உதவும் என்பதில் நம்மில் யாருக்கும் ஐயமில்லை. மாணவர்களுக்குத் தேர்வுகளைச் செயற் படுத்தும் ஆசிரியர்கள் தம்மைத் தாமே சீர்தூக்கு முறை ஒன்றைக் கடைப்பிடிப்பது முறைதானே!

அண்மையில் வெளியான ஒய். நியூமன், இ. பென்பருஹ் (ஜர்னல் ஆப் ஹையர் எடுக்கேஷன், தொகுதி 8 நூல் 1, 1982) 'நிரந்தர ஆசிரியப் பதவியும் ஆசிரியர்களின் மனநிலையும்' என்ற கட்டுரையின் ஒன்றிரண்டு செய்திகளை நாம் தெரிவது நன்று. அவருடைய ஆய்வு விளைவுகளிற் சில நமக்கு முன்னரே தெரிந்தவைதாம். சில தெளிவானவையல்ல. தெளிவானவற்றில் ஒன்று, பணிக்கால அளவை முன்னிறுத்தி ஊதியம் வழங்கல். நமது தேசத்தினைப் போல அமெரிக்காவிலும் ஆய்வுக்கும், திறமைக்கும் மதிப்புக் கொடுப்பதை எதிர்க்கும் மனநிலை ஒரு சிலரிடமுண்டு. ஆனால் இத்தகைய எதிர்ப்பு மனநிலை அறிவியல் ஆய்வாளர்களிடம் இல்லை. ஆய்வுப் பணிக்கு முன்னிடமும் நல்ல ஆய்வுச் சூழ்நிலைக்கு முதலிடமும் அவர்கள் தருகின்றனர். சமூக இயலிலும், மொழி இயலிலும் பணிக்கால அளவை அடிப்படையில் எல்லோருக்கும் ஒருப்போல ஊதிய உயர்வு என்ற இகாலிட்டேரியன் நிலை தோன்றியுள்ளது; அதை வற்புறுத்தவும் செய்கின்றனர். விஞ்ஞானி களின் வேலைவாய்ப்புகள் மிகக் கூடுதலாக இருப்பதால் மாற்றங் களை அவர்கள் வரவேற்பதற்குக் காரணமாக இருக்கலாம். ஆய்வு மான்யம், வெளியீட்டு வாய்ப்புகள் உடனுழைக்கும் ஆய்வாளர்களின் நேர்மையான சீர்தூக்கல் ஆகியவை மேலோங்கியிருப்பதால் இந்த மனநிலை விஞ்ஞானிகளிடம் காணப்படலாம். இத்தகைய வாய்ப்புகள் சமுதாய இயலிலும், மொழி இயலிலும் பெருக வேண்டும். உடன் உழைக்கும் ஆய்வாளர்களின் தீர்ப்பின் தரமும் குற்றமற்றதாக, பற்றுச் சார்பு அற்றதாக மாற வேண்டும்.

தமிழ்ப் பல்கலைக்கழகம், பேராசிரியர் கி. அரங்கனின் கட்டி லேற்றச் சொற்பொழிவு வழி இத்தகைய வாய்ப்புகளை இங்கே பெருக்க விரும்புகிறது. இந்தச் சொற்பொழிவு அச்சிட்டு இந்தியாவில் உள்ள எல்லாப் பல்கலைக்கழகங்களுக்கும் அனுப்பப்பட்டது. வெளி நாட்டு அறிஞர்கள் இருபதிற்குக் குறையாதவர்களுக்கும் அனுப்பப் பட்டது. ஐந்நூறு அறிஞர்கள் தமது கருத்தை எழுத்து வழித் தெரிவித் துள்ளனர். இந்திய அறிஞர்களிற் சிலர் இந்த அரங்கேற்றச் சொற் பெருக்கிற்கு வருகை தந்து சிறப்பித்துள்ளனர். அவர்களுடைய கருத்தும் டாக்டர் கி. அரங்கனின் மறுமொழியும் வெகு விரைவில், தமிழ் சிவிலைசேஷன் என்ற காலாண்டு ஆங்கில ஆய்விதழில் வெளியாகும் என்று தெரிவிப்பது எனது கடமையாகும்.

புது வழி வகுத்த பாரதி

பாரதியார் கடந்த நூற்றாண்டில் பிறந்தவர். இந்த நூற்றாண்டில் வாழ்ந்தவர். அவரைக் கண்டு வணங்கும் வாய்ப்பு நம்மில் சிலருக்குக் கிடைத்தது. ஆனால், அவர் வாழ்ந்த நூற்றாண்டில் வாழும் பெருமை நம் அனைவருக்கும் இருக்கிறது.

பாரதியார் கவிதைச் சிங்கம் மட்டுமல்லர். நல்ல உரைநடை ஆசிரியருங் கூட. சிறுகதைகள் பல எழுதியவர். நாடக ஆசிரியர். ஆனால் அவர் கவிதையால் புகழ் பெற்றவர் என்று பெரும்பான்மை யான மக்கள் கருதுவதால் அவரது கவிதை வழியை மட்டும் இங்கு நோக்குவோம்.

பாரதியின் கவிதை வழி புது வழி. அதில் காணும் புதுமைகளை நான்கு பிரிவாக வகுத்துக்கொள்வோம்.

1. அமைப்பில் புதுமை
2. கருத்தில் புதுமை
3. நோக்கத்தில் புதுமை
4. போக்கில் புதுமை

என்னும் நான்கு பிரிவுகளும் ஒன்றோடொன்று தொடர்புடையன. எனினும், விளக்கத்திற்காக இவ்வாறு பிரிவு செய்துகொள்வோம்.

தமது கவிதையை யார் படித்தின்புற வேண்டும் என்னும் வினாவிற்குப் பாரதியாரே பதிலளித்திருக்கிறார். ஓரிரண்டாண்டு தமிழ் நூற் பழக்கமுள்ள தமிழ் மக்கள் எல்லோரும் படித்து இன்புற வேண்டும் என்பது அவர் விருப்பம். இதனை நிறைவேற்ற, பாரதியார் சில முறைகளைக் கையாண்டிருக்கிறார். முதலில், பாமர மக்கள் பாடி மகிழும் பாவகைகளை வெற்றியுடன் அவர் கையாண்டமையை நாம் இங்குக் குறிப்பிட வேண்டும். காவடிச்சிந்து, நொண்டிச்சிந்து, கும்மி, ஆனந்தக்களிப்பு, கண்ணி முதலிய கிராமியப் பாடல் முறைகள் உயர்ந்த கருத்துக்களை உருவாக்க உதவுகின்றன. குடுகுடுப்பைக்காரனின் பாடல் பாணிகூட பாரதி கையாண்ட பாவகைகளில் ஒன்றாகும். தேவாரமும், நாலாயிரமும், திருவாசகமும் இத்தகைய முறைகளைக் கையாண்டு பக்தி இயக்கத்தைப் பரப்பின. பாரதியும், தான் காணும் புத்துலகக் காட்சியினை இதே முறையைப் பின்பற்றிப் பரப்புகிறார்.

பாரதியின் பாக்களில் பெரும்பாலானவை தாளத்தோடு பாடுதற் காகவே எழுதப்பட்டவை. இதனால், அவற்றில் ஓசைநயமும், சொல் உருவ அமைப்பும் சிறப்பாக அமைந்திருக்கின்றன. 'அச்சமில்லை-அச்சமில்லை' என்னும் பாடலும் 'ஜய பேரிகை கொட்டடா' என்னும்

பாடலும், உணர்ச்சியூட்டும் ஓசைநயம் உடையவை. இசையைப் புறக்கணித்து, உரைநடையாகப் படித்தால், சுவை குன்றித் தோன்றும். பாரதியாரின் பாடல்கள் வெளிவந்தவுடன், இசையை நீக்கிப் படித்த பழம் பண்டிதர்கள் உவமை நயமில்லா வெள்ளைப் பாட்டுக்கள் என்று குறை கூறியதற்கு இதுவே காரணம். இசை இவற்றிற்கு உயிர்நாடி. 'கடற்கரையில் சாந்திமயமான சாயங்கால வேளையில் உலகத்தையும் மோக வயப்படுத்தி, நீலக்கடலையும் பாற்கடலாக்கும் நிலவொளியில் புதிதாகப் புனைந்த கீர்த்தனங்களைக் கற்பனா கர்வத்தோடும், சிருஷ்டி உற்சாகத்தோடும் பாரதியார் பாடுவது வழக்கம்' என்று வ.வே.சு. ஐயர் கூறியிருக்கிறார். நாமக்கல் இராமலிங்கம் பிள்ளை அவர்களும், பாரதி பாடத் தான் கேட்டுப் பரவசமானதாகத் தனது வரலாற்றில் குறிக்கிறார். உணர்ச்சியூட்ட பாரதி இசையுடன் பாடினார். பக்தி இயக்கத்தைப் பரப்பியவர்களும் இசையால் தமிழைப் பரப்பினர்.

இராக, தாள முறையை அமைத்துப் பாரதியார் தமது பாடல்களை அச்சிட்டிருப்பதும் பொதுமக்கள் அவற்றைப் பாடி இன்புற வேண்டும் என்னும் புதுமை எண்ணத்தால் என்று சொல்லலாம். இவ்வாறு இசையுடன் பாடப்படுவது மறுமலர்ச்சிக் காலத்தில் நடந்த ஒரு மாற்றமாக ஆங்கில இலக்கிய ஆசிரியர்கள் குறிக்கிறார்கள். ஆங்கில மொழிக்குக் கூறியது தமிழுக்கும் பொருத்தமாக இருக்கிறது.

உணர்ச்சி ஊட்டுவதற்கும், கவிதைகளைப் படிப்போர் தாக்குண்டு செயல்படுவதற்கும் பாரதி கையாண்ட மற்றொரு புதிய உத்தி, நேயச் சொற்களைப் பெரிதும் பயன்படுத்துவதாகும். சில பாடல்களில் அன்பை வெளிக்காட்டும் அடா, அடீ, அம்மாவோ, பாப்பா முதலிய விளிச் சொற்கள் கேட்க இருப்போரை அன்புடன் அழைத்துக் கேட்குமாறு தூண்டுகின்றன. மற்றொரு புதிய முறையையும் பாரதியார் இதே காரணத்திற்காகக் கையாள்கிறார். இதை அவர் செய்த காவியத்தில் காணலாம். காவிய உறுப்பினர்கள் ஒவ்வொருவரும், தாமே தமது கருத்தை நேராக விளக்கலாம்; அல்லது ஆசிரியர் தாமாகவே அவற்றைக் கூறலாம். முன்முறை நாடகப் பாணியில் அமையும் காவியமுறை. பின்முறை கருத்தைக் கோர்வைப்படுத்திக் கூறும் கதைமுறை. முன்முறையைச் சொற்போர் நடக்கும்போது கம்பர் வெற்றிகரமாகக் கையாள்கிறார். பாஞ்சாலி சபதத்தில் பல இடங்களில் பாரதியார் இம்முறையைக் கையாள்கிறார். அதன் முன்னுரையிலும் இதை அவரே குறிப்பிட்டிருக்கிறார்.

அமைப்பு முறையில் பாரதி மேற்கொண்டுள்ள மற்றொரு புதுமையையும் இங்கு நாம் குறிப்பிட வேண்டும். உரைநடைக் காவிய முறை என ஒன்றைப் பாரதியார் கையாள்கிறார். இது தமிழுக்குப் புதிது. பிரஞ்சு, ஆங்கிலம் முதலிய மேனாட்டு மொழிகளில் இம்முறை உண்டு.

புதிய பாமுறைகளை அமைத்துக் காவியஞ் செய்யும் வழக்கம், தமிழகத்திற்குப் புதியதன்று. சீவக சிந்தாமணி ஆசிரியரான திருத்தக்க தேவர் விருத்தப்பா என்னும் பாமுறை ஒன்றை அமைத்தமையை நாமறிவோம். அதைப் போன்றே உரைநடைக் காவிய முறையின் தந்தை பாரதி எனலாம். இதற்கு ஐரோப்பிய மொழித் தொடர்பு காரணமாக இருக்கலாம்.

இவ்வாறு அமைப்பில் பல புதுமைகள் இருப்பது போன்று, பாரதியின் பாடல்களில் பல பொருட் புதுமைகளும் இருக்கின்றன. இதற்கு பாரதி வாழ்ந்த காலநிலை காரணமாக இருந்தது. அன்று புரட்சிக் கனல் கொழுந்துவிட்டெரிந்துகொண்டிருந்தது. திலகரும், விபின் சந்திரரும் தமது வீர உரைகளால் உறங்கிக்கிடந்த பாரத மக்களிடம் உணர்ச்சியை ஊட்டினர். இந்த இயக்கத்தில் தாக்குறாத நல்லவர்கள் மிகச் சிலரே. பாரதியார் பிணிப்புண்டார். துன்பம் அனுபவித்தார். விடுதலை உணர்ச்சி அவர் கவிதைகளின் பொருளாக அமைந்தது. ஆங்கிலம் அறிந்த புலவர்கள், பாரதிக்கு முன்பும் வாழத்தான் செய்தார்கள். அடிமையின் கொடுமையை அவர் களும் உணராமலில்லை. சுந்தரம்பிள்ளையும் மனோன்மணியத்தில், சீவகனுடைய போர்முகப் பேச்சில் இதை உள்ளூறுத்திப் பேசுகிறார். ஆனால் உணர்ச்சியுடன், சக்தியுடன், விடுதலை எண்ணத்தை முதன் முதலில் பரப்பியவர் பாரதியார்தான். விடுதலை பெறுவது மட்டும் அவருடைய குறிக்கோளன்று. விடுதலை பெறவிருக்கும் சமுதாயத்தைச் சீர்திருத்துவதும் அவருடைய நோக்கமாக இருந்தது. 'நெஞ்சு பொறுக்கு தில்லையே' என்று தொடங்கும் பாடல் தொகுதிகள் இந்த நோக்கத்தின் விளைவாக உருவானவை. மக்கள் முன்னேற்றத்திற்குத் தமிழ்க் கவிதைகள் முதன் முதலாகப் பயன்படுகின்றன. இதன் புதுமைத் தன்மையை அறிய 19ஆம் நூற்றாண்டுப் புலவர்களைப் பற்றி ஒரு சிறிதாவது நாம் தெரிந்துகொள்ள வேண்டும்.

எண்ணற்ற பிரபந்தங்களையும், தல புராணங்களையும் பாடிய திரிசிரபுரம் மீனாட்சிசுந்தரம் பிள்ளையும், பக்திச் சுவை மலிந்த பாக்கள் பல்லாயிரம் பாடிய இராமலிங்க அடிகளும், ஆங்கிலேயர் நம் நாட்டை அடிமை கொண்ட நாட்களில்தான் வாழ்ந்தார்கள். ஆனால் அடங்கி அமைந்த போக்குடைய அவர்கள், அகமாற்றத்தையும், தெய்வ நீதியையும் தமது கவிதைப் பொருளாகக் கருதினர். அவர்கள் யாத்த கவிதைக்கும், மனிதனின் அன்றாட வாழ்விற்கும் நூலிழையை ஒத்த தொடர்புதான் இருக்கின்றது. பாரதி பாடல்களில் பலவும், மனிதனை முன்னிறுத்திப் பாடியவையாகும்; மனிதனின் முன்னேற்றத்திற்குப் பாடியவையாகும். கபிலர் அகவலும், சீர்திருத்த மனப்பான்மை கொண்ட நூல்தான். எனினும் சமத்துவ மனப்பான்மையுடன், அகமும்,

புறமும் தூய்மையுடைய ஒரு வீர சமுதாயத்தைத் தோற்றுவிப்பதற்குப் பாரதியார் கையில் கவிதை முதன்முதலாகப் பயன்படுகிறது. தமிழ்க் கலைப் போக்கில் தோன்றிய திருப்பு மையத்தில் பாரதியார் அச்சாக நின்று இலக்கிய வளர்ச்சியை இயக்குகிறார். இலக்கியக் கவிஞர்களான மீனாட்சிசுந்தரம் பிள்ளையும், இராமலிங்க அடிகளும், நிரந்தரமற்ற உலகியல் பொருளை விலக்கி, நிலைபேறுடைய தெய்வ பக்தியைப் பாடினர் போலும்!

நாட்டுப்பற்றும் சீர்திருத்தமும் கவிதைப் பொருளாக அமைந்தது போலவே, மொழிப்பற்றும் பாரதியார் கவிதைக்கு அடிப்படையாக அமைகிறது. இதுவும் ஒரு புதுமை என்றே நாம் கருத வேண்டும். இதற்கும் காலநிலை காரணமாக இருக்கலாம். ஆங்கிலக் கல்வி முறையால் அன்னிய மொழி செல்வாக்குப் பெற்றது. தாய்மொழியைப் புறக்கணிக்கவும், தாழ்வு கூறவும் தமிழர் தயங்கவில்லை.

இந்நிலையில் ஏட்டுருவில் இருந்த பழம்பெரும் இலக்கியச் செல்வங்கள் அச்சேறின. வெளியான சங்க இலக்கியங்களும், காவியங் களும் நன்கு ஆராயப்பட்டன. தமிழின் பெருமையும் பழமையும், செழிப்பும் புலனாயின. தமிழைப் பழித்த மக்களிடையே இந்தச் செல்வத்தின் திறத்தைப் பெருக்க, 'யாமறிந்த மொழிகளிலே' என்று தொடங்கும் பாடல் தொகுதிகள் பயன்பட்டன.

எல்லாம் தமிழில் இருக்கின்றன என்று பெருமை பேசி, முயற்சி யின்றி இருந்துவிடாமல் காக்க, 'பிற நாட்டு நல்லறிஞர் சாத்திரங்கள் தமிழ் மொழியில் பெயர்த்தல் வேண்டும்' என்று கூறுகிறார் பாரதியார். புகழ்வதெல்லாம் மேலும் முன்னேறுவதற்குத்தானே!

மேற்குறிப்பிட்ட பொருள் புதுமையோடு அடுத்துக் கூற இருக்கும் நோக்கப் புதுமையும் தொடர்புடையது. இதற்கும் சரித்திரப் போக்கும் காலநிலையும் காரணமாக இருக்கலாம். எனினும், இந்தியா முழுவதும் ஒரு தேசமாகக் கருதி இலக்கியம் செய்தவர் முதன் முதலில் பாரதியார்தான். சங்க காலத்தில் தமிழ்க் கவிதை வடவேங்கடத்திற்கு அப்பாலுள்ள நிலத்தை ஒரு தேசத்தின் பகுதியாகக் கருதவில்லை. வடநாட்டைப் பகை நாடாகக் கருதியது. வடவரை வணங்கச் செய்த செய்தியை விருதுச் செய்தியாகப் புலவர்கள் பாடியிருக்கின்றனர். கனக விசயரை வென்றது தமிழக வெற்றியாக மதிக்கப்பட்டது. பக்திக் காலத்தில் இந்நிலையில் சற்று மாறுதல் ஏற்பட்டது. வடநாட்டுப் பதிகளில் காசியையும் துவாரகையையும் தெய்வங்களின் இருப்பிடங் களாகத் தமிழர் மதித்தனர். சமயத்தில் இந்தியா ஒன்று என்னும் எண்ணம் தோன்றினும், அரசியலில் அது தோன்றவில்லை. அதற்குப் பின்னரும் தென்குமரி முதல் வட இமயம் வரையுள்ள நிலப்பரப்பை ஒரே நாடாக

புலவர் எவரும் கருதியதாகத் தோன்றவில்லை. ஆனால் பாரதியார் கருதுகிறார். சிந்து நதியையும் கேரளக் கரையையும், காவிரி தீரத்தையும் இந்திய நாட்டின் உறுப்புகளாக மதிக்கிறார். திலகரும், விபின் சந்திரரும், காந்தியடிகளும் தமிழகத்திற்கும் தலைவர்களாகப் பாரதியாரால் போற்றப் படுகிறார்கள். விரிந்த இந்தத் தேசிய நோக்கு அவருக்கே உரியது.

மற்றொன்றையும் நாம் இங்கே கூற வேண்டும். தேசிய உணர்ச்சி யுடன் அகில தேசிய உணர்ச்சியும் பாரதியார் பாக்களில் அரும்பி நிற்கிறது. புதிய ரஷ்யா, பெல்ஜியத்திற்கு வாழ்த்து முதலிய கவிதை களில் அகில தேசியம் முதன் முறையாக அரும்புகின்றது. இந்தப் பரந்த நோக்கும் முன்னில்லாத புதுமையாகும்.

இறுதியிலுள்ள போக்கிற் புதுமையை மிக விரிவாகக் கூற இயலும். காவிய உறுப்பினர்களில் திருதராஷ்டிரன் போன்றாரை நல்லவர்களாக ஆக்கியிருப்பதும், கண்ணனைத் தனது சேவகனாகப் புகழ்ந்திருப்பதும், மிகத் துச்சமாக நாம் மதிக்கும் காகம், சிட்டுக்குருவி முதலியவை மதிப்பிடம் பெறுவதும் பாரதியார் கவிதைப் போக்கில் காணும் புதிய முறைகளாகும். ஆனால் இவை அனைத்தைவிடவும் உவமைகளிலும், இயற்கை வர்ணனைகளிலும் காணும் உண்மை உணர்ச்சியைப் புதுமை களில் முக்கியமான ஒன்றாகக் குறிப்பிட வேண்டும்.

இலக்கிய மரபு மாறி, உண்மை மரபு பாரதியார் பாக்களில் இடம் பெறுகிறது. தெப்பக்குளத்தில் தெப்பம் சுற்றிவருகிறது. சுற்றிவந்தாலும் தெப்பக்குளத்தை விட்டு அகலுவதில்லை. இதைப் போன்றே வள்ளியை முருகன் சுற்றி வருகிறான். இயற்கையான வருணனை. உண்மை யான வருணனை. இவற்றிற்கெல்லாம் மூல காரணமாக அமைந்தது பாரதியாரின் தனித்துவ உணர்ச்சி. பாரதியாரின் பாக்களில் பாரதி யைக் காண்கிறோம்; பாரதி விரும்பியதைக் காண்கிறோம்; அவர் வெறுத்ததைப் பார்க்கிறோம். பாரதியாகிய மனிதன் அவரது பாக்களில் மறைமுகமாகத் தென்படுகிறான். இது தமிழுக்குப் புதிதன்று. சங்க காலத்தில், புலவர், தாம் விரும்பியதையும்,வெறுத்ததையும் கூறுகிறார். ஆனால், பிற்காலத்தில் கவிதைப் பொருளுடன் கவிஞர் கரைந்து ஒன்றுபடுகிறார். இதனால், அவரை அருகியே காணமுடிகிறது. 'தனித்துவ உணர்ச்சி' – மீண்டும் பாரதி பாக்களில் தலைதூக்கி நிற்பதைக் காண்கிறோம். இதையும் ஒரு புதுக்கிய போக்கு என்று சொல்லலாம்.

மறுமலர்ச்சிக் காலத்தில் ஆங்கில நாட்டில் தேசிய உணர்ச்சியும், தனி மனிதன் சுதந்திரமும், மொழிப் பற்றும் பெருகியதாக இலக்கிய ஆராய்ச்சியாளர்கள் கூறுவர். ஆயிரமாயிரம் மைல்களுக்கு அப்பால் தமிழ்நாட்டில் சற்று வேறான சூழ்நிலையில் மறுமலர்ச்சியின் தந்தை பாரதியிடம் இவற்றையே காண்கிறோம். ●

கவிமணியின் கவிதை

'வா! அப்பேன்! சங்கத் திறப்பு விழாவாமே?' என்று அன்புடன் ஒரு கிழவர் அழைத்தார். நான்கு ஆண்டுகளுக்கு முன்பு இது நிகழ்ந்தது. இருந்தாலும், அந்த அழைப்பில் காணும் அன்பை என்றும் மறந்துவிட முடியாது.

மனோன்மணியம் சுந்தரனார் மன்றத் திறப்பு விழாவிற்கு அவர்களை அழைக்கச் சில நண்பர்களுடன் நானும் சென்றிருந்தேன். ஊரில் ஒரு பகுதியினர் ஒத்துழையாமல் இருப்பதை அவரிடம் கூறினோம். 'கறிவேப்பிலையைப் பார்' என்று அவர் தொடங்கினார். 'கறியில் மணமிருப்பதற்காக அதை எங்கிருந்தாவது தேடிப் பிடித்துக்கொண்டு வந்து பயன்படுத்துகிறோம். கறியைத் தாளித்துப் பரிமாறியதும் நீயும் நானும் என்ன செய்கிறோம்? அதை முதன் முதலில் எடுத்துத் தூர வைத்துவிட்ட பின்புதானே சாப்பிடுகிறோம். அவர்களையும் அது போலப் பயன்படுத்த வேண்டுமப்பா. பகைத்துவிடக் கூடாது' என்று கவிமணி உவமை கூறி விளக்கியது இன்னும் எங்களுக்கு நினைவிருக் கிறது. வெளி வாழ்க்கையில் கவிஞர்களாக இருப்பவர்கள் அநேகர். ஆனால் வீட்டு வாழ்க்கையிலும் கவிஞராய் வாழ்ந்த சிலருள் கவிமணி ஒருவர்.

உள்ளத்தெழும் உணர்ச்சிகளை இனிய சொற்களில் நயம்படக் கூறுபவன் புலவன். உணர்ச்சியற்ற கவிதைகள் நிலைபெறுவதில்லை; மதிக்கப்படுவதுமில்லை. கவிஞன் மனதில் இந்த உணர்ச்சி காதல் காரணமாக எழலாம்; சுதந்திர வேட்கை காரணமாகத் தோன்றலாம். இன்னும் எத்தனையோ காரணங்கள் இந்த உணர்ச்சியின் அடிப்படை யாக அமையலாம். சாந்த முகமும் அமைதியான தோற்றமும் உடைய கவிமணி அவர்களின் இதயத்தில் பேருணர்ச்சி ஒன்று பெருக்கெடுத்து உந்துவதை அவருடைய கவிதைகள் எடுத்துக்காட்டுகின்றன. சிறப்பாக அவரது குழந்தைப் பாக்கள் இதனை வெளிப்படையாகக் கூறுகின்றன.

குழந்தைகள் என்றால் கவிமணிக்குத் தனி அன்பு. அவர்களின் ஆடல் பாடல்களிலும் இனிய மழலை மொழியிலும் கவிமணியின் உள்ளம் எளிதில் ஈடுபடுவதை அவரது கவிதைகளில் காண்கிறோம். இதற்கு ஒரு காரணம் அவர் வாழ்க்கையில் தோன்றிய குறைபாடு. அவருடைய மனதில் தோன்றிய ஏக்கம் கவிதா சக்தியாக உருவெடுத்து இனிய செஞ்சொற்களாக வெளிவருகிறது.

வாழ்க்கையில் ஒரு பொருள் இல்லாவிட்டால் சினந்து அதை வெறுத்துத் தள்ளுவது ஒரு நிலை. இல்லாத அந்தப் பொருளை நேசித்து அதற்காகவே தனது வாழ்நாளை அர்ப்பணிப்பது மற்றொரு நிலை. முன்னது சீற்ற நிலை; எதிலும், குறை காணும் நிலை. பின்னது அன்பு நிலை; பரந்த உள்ள நிலை. பின்னிலையில் நிற்பவர் கவிமணி. தனக்கு நேர்ந்த குறையைப் பிறர் குழந்தைகளைக் கொண்டு ஈடு செய்துவிட்டார். உலகோர் குழந்தைகளைத் தமது குழந்தைகளாகப் பாவித்தார். அவர்களுக்குத் தாலாட்டுக் கூறினார். புலிப் பாட்டும், சைக்கிள் பாட்டும் எழுதினார். எலிக் கதையும் கோழிக் கதையும் சொன்னார். குழந்தைகளின் தெய்வத் தன்மையை எல்லோருக்கும் எடுத்துரைத்தார். தமது *மலரும் மாலையும்* என்னும் முதல் செய்யுள் தொகுப்பை, செந்தமிழ் நாட்டுச் சிறுவர் சிறுமியருக்கே உரிமையாக்கினார். கவிமணியின் வாழ்க்கையில் தோன்றிய ஏக்கத்தின் விளைவை இங்கேக் காணலாம்.

கன்னத் தவிடும் முத்தம் ஒன்றுக்
கிந்தக் காசினி முற்றும் ஈடாமோ

என்னும் வரிகளில் நைந்த அவர் இதயத்தின் பரிதவிப்பைக் காண முடியும்.

தமிழ் மொழியில் குழந்தைகளைப் பற்றிப் பாடிய நூற்கள் பல. ஆனால், குழந்தைகளுக்கென பாடிய நூற்கள் கவிமணி காலம் வரையில் இல்லை என்று சொல்லலாம். ஆத்திசூடி, கொன்றைவேந்தன் முதலியவை அறக் கருத்துக்களையும், அரிய மதக் கோட்பாடுகளையும் கொண்டிருப்பவை. முதியவர்கள்கூட அவை முழுவதையும் அறிந்தனுபவிப்பது எளிதன்று. குழந்தைகள் விரும்பிக் கற்று மகிழ்ச்சியடையத் தகுந்த விதத்தில் முதன் முதலில் ஒரு கவிதைத்துறை வகுத்தவர் கவிமணிதான். இதைத் தமிழகம் என்றும் மறக்க முடியாது.

கவிமணியின் கவிதையில் காணும் மற்றொரு உள்ளப்பாங்கையும் நான் இங்கே கூற வேண்டும். கவிமணி இரக்க சிந்தனையுடையவர்; ஈர நெஞ்சினர்; பகைவரும் துன்புறக் காணச் சகியாதவர். மனிதர் துயர் மட்டுமன்று; உயிரினங்கள் அனைத்தின் துயரத்தையும் கண்டு மனம் நோகும் இயல்பினர். அவர் பாக்களில் குதிரை முறையிடுகிறது; புல் தன் சோகக் கதையைக் கூறிப் புலம்புகிறது. கூட்டில் பறவையை அடைத்து வைப்பதைக் கவிமணி வெறுக்கிறார். மலரைச் செடியிலிருந்து கிள்ளி எடுப்பதைக் கண்டிக்கிறார். உயிர்ப் பலியை வன்மையாக எதிர்க்கிறார். உலகோர் குழந்தைகளைத் தமது குழந்தைகளாகப் பாவித்த கவிமணி உயிரினங்களுக்கு நேரும் துன்பமனைத்தையும் தமக்கு நேர்ந்த துன்பமாக மதிக்கிறார். இந்தக் கருணை உணர்ச்சியே ஆசிய சோதியைப் பாடும்படியாகக் கவிமணியைத் தூண்டியது. கருணாமூர்த்தி புத்தர்

பிரானின் வாழ்க்கையில் ஈடுபடுமாறு செய்தது. மனித சமுதாயத்தின் மீதும் உயிரினங்கள் மீதும் கவிமணி கொண்டுள்ள இரக்க சிந்தையை அந்தப் பாக்கள் எடுத்துக்காட்டுகின்றன. யாகத்திற்கென ஆட்டு மந்தையை ஓட்டிவரும் காட்சியைக் கவிமணி வர்ணிப்பதிலும், பிம்பிசாரன் முன் புத்தர்பிரான் கூறும் சொற்களிலும் இந்தக் கருணை உணர்ச்சியின் பிரதிபலிப்பைக் காணலாம்.

ஆனால், இந்தக் கருணை நிலை, பற்றற்ற துறவு நிலைக்கு கவிமணியை இட்டுச்செல்லவில்லை; புத்த மதப் பிக்குவாக அவரை மாற்றவில்லை. வாழ்நாள் சில; ஆகையால், அக்காலத்தில் பிறர்க்கு வழங்கித் தாமும் அனுபவித்து வாழும் வாழ்க்கையைக் கவிமணி விரும்பினார். இந்த விருப்பமே உமர்க்கயாம் பாடல்களைப் பாடும் படியாக நமது கவிஞரைத் தூண்டியுள்ளது எனலாம்.

ஆங்கிலக் கல்வியின் பயனாக இருவகை இயக்கங்கள் பாரத நாட்டில் உருவாயின. சுதந்திர இயக்கமும், சமூக சீர்திருத்த இயக்கமும் நாடு முழுவதும் பரவியதை நாம் அறிவோம். ஒரே காலத்து வாழ்ந்த தேசத்தலைவர்கள் இருவர், ஒவ்வொரு துறையில் முனைந்து ஈடுபடு வதை நமது சரித்திரம் தெரிவிக்கிறது. திலகர் சுதந்திரம் பெறுவதற்குப் பெரும் புரட்சி செய்தார். இரானடே சமுதாய முன்னேற்றத்திற்குப் பெரும் கிளர்ச்சி செய்தார். இருவரும் தேசத்தலைவர்கள்தாம். சுதந்திரத் திற்குப் பாடுபட்டவர் மட்டும் உயரிய தேசத்தலைவர் என்று நினைப்பது சரியன்று. சமுதாயத்தின் சிந்தனைகளைப் பிரதிபலிப்பவன் புலவன். பாரத மக்களிடையே கொந்தளித்து நின்ற சுதந்திர உணர்ச்சியைத் தீவிரவாதியான பாரதி, தமது பாக்கள் மூலம் வெளியிட்டார்; கனவு கண்டார். சமூக சீர்திருத்தத்தில் ஈடுபாடுடைய கவிமணி சமுதாயத்தின் மனமாற்றத்திற்குப் பாடினார். 'பாரதியைத் திலகர் என்றால் கவி மணியை இரானடே என்று கூற வேண்டும்' என்று பேராசிரியர் சுந்தரம் பிள்ளை மகனார் திரு. நடராசபிள்ளை கூறுவார்.

கவிமணியின் மருமக்கள் வழி மான்மியமும், பெண்களின் உரிமைகள், தீண்டாதார் விண்ணப்பம், ஹரிஜனங்களுக்காக வருந்துதல் முதலிய கவிதைகளும் அவருடைய சமுதாய சீர்திருத்த நோக்கத்தை எடுத் துரைக்கும். உறைந்துபோன பழைய நம்பிக்கைகளை மாற்றுவதற்கென மருமக்கள் வழி மான்மியத்தில் பிரகஸந முறையை – பரிகாச முறையை அவர் கையாண்டிருக்கிறார்.

கவிமணி சிறந்த கடவுள் பக்தர். எனினும் வைதீக ஆசாரங்களில் கவிமணிக்கு முன்னேற்றக் கருத்துக்கள் உண்டு. வெளித் தோற்றங் களை அவர் முற்றிலும் வெறுப்பவர். உண்மையான பக்தி வேண்டும். ஒவ்வொருவர் நெஞ்சிலும் இறைவன் இருக்கிறான். இதயத் தெய்வத்தைக்

கண்டவர்களே கோயில் தெய்வத்தைக் காணமுடியும். இவ்வாறு கவிமணி கூறுகிறார்.

கோயில் முழுதுங் கண்டேன் உயர்
கோபுரம் ஏறிக் கண்டேன்
தேவாதி தேவனை யான்-தோழி
தேடியுங் கண்டிலனே.

(மலரும் மாலையும், பாடல் 37)

உள்ளத்தில் உள்ளானடி அது நீ
உணர வேண்டுமடி!
உள்ளத்தில் காண்பாய் எனில்-கோயில்
உள்ளேயுங் காண்பாயடி!

(மலரும் மாலையும், பாடல் 44)

உண்மையான பக்தியில் கவிமணியின் மனம் ஈடுபட்டதால் பக்த மீராவின் மாறாத கண்ணன் காதலை அவர் பாடினார். உண்மையான கடவுள் அன்பையல்லவா மீராவின் பாடல்கள் போதிக்கின்றன!

சற்றுமுன் எடுத்துக்காட்டிய பாக்கள் இரண்டும் கவிமணியின் புலமைத்திறத்தை விளக்கிக் கூறியிருக்கும். கோயில் முழுதும் கண்டேன் என்று தொடங்குகிறார்; தொடங்கும்போதே பாட்டு இயற்கையாகத் தொடங்குகிறது; கடும் சொற்கள் இல்லை; சொல்லை உடைத்துப் பொருள் காணும் வேலை நமக்கோ அல்லது விளக்கும் ஆசிரியனுக்கோ இல்லை. ஒவ்வொரு சொல்லும் முத்துவடம்போல் தொடர்ந்து வருகின்றது. எளிதாகவும் பொருத்தமாகவும் வருகின்றது. படித்து முடித்ததும் அந்தப் பாக்கள் நமது மனதில் பதிந்துவிடுகின்றன. அவற்றின் இனிமையில் நாம் வசப்பட்டுவிடுகிறோம். அந்தப் பாக்களில் ஏதாவது ஒரு சொல்லை மாற்றிக் கவிமணியைத் திருத்த முடியுமா என்று பாருங்கள். அது முடியாத காரியம். அந்த முயற்சி பாட்டுக்களையே சிதைத்துவிடும். இவையனைத்தும் கவிமணி பிறவிக் கவிஞர் என்பதைக் காட்டுகின்றன. ஆங்கிலப் படிப்பும், அரசாங்கத் தொண்டும் தனது குறிக்கோளாகக் கொண்ட இருபதாம் நூற்றாண்டில் வாழ்ந்தவர் நமது கவிஞர். பொதுவாகத் தமிழரிடையே தமிழறிவு மிகக் குறைந்திருந்த காலம். எளிதான பாக்களால், உயரிய கருத்துக்களைக் கூறித் தமிழர் மனதைக் கவருவது தேவையாயிற்று. காலத்தின் தேவைக் கேற்பப் பாக்களும் எளிதாயின. ஆனால் இனிமை குறையாது, அரிய உணர்ச்சிகளையும், உண்மைகளையும் கொண்டு கவிமணியின் பாக்கள் மிளிருகின்றன. அவற்றின் வருணனை ஆற்றலையும், உவமைச் சிறப்பையும் நான் குறிப்பிடவேண்டும். சாதாரண நிகழ்ச்சிகள், நாம் தினமும் காணும் கேட்கும் செய்திகள், உவமைகளாக அமைகின்றன.

கடலில் ஓடம் ஓடுகிறது. இரை தேடித் திரியும் மீன் கூட்டம் அந்த ஓடம் வருவதைக் கண்டு பரந்தோடுகிறது. இதை நாம் பார்த்திருக்கிறோம். ஆனால், கவிமணி அதைப் பயன்படுத்தி எவ்வாறு இன்பமூட்டுகிறார் என்று பாருங்கள்:

மீனினம் ஓடிப் பரக்குதம்மா! ஊடே
வெள்ளிஓடமொன்று செல்லுதம்மா!
வானும் கடலாக மாறுதம்மா! இந்த
மாட்சியில் உள்ளம் முழுகுதம்மா!

(*மலரும் மாலையும்*, பாடல் **304**)

வானக்கடலில் நிலவின் தோற்றம் வெள்ளி யோடம்போல் இருக்கிறதாம். விண்மீன்கள் தோன்றுவது கடலில் மீன்கள் பரந்து ஓடிச் செல்வதுபோல் இருக்கிறதாம். இவ்வாறு கவிமணி வருணிக்கிறார்.

வறுமையில் வாடும் சிறுமி ஒருத்தி புலம்புகிறாள்; அவள் கூந்தலில் மூன்று மாதங்களாக எண்ணெய் இல்லை. சிக்குப் பிடித்துத் தலை பணியாமல் ஈந்தஞ் செடியின் இலைபோல் நிமிர்ந்து நிற்கிறது. ஈரும் பேனும் மொய்த்துத் தமது இடமாகக் கொண்டுவிட்டன. பஞ்சம்! வறுமை! அதைக் கவிமணி சொல்லால் வருணித்து நம் மனக்கண் முன்னே ஓவியமாகக் காட்டுகிறார்.

ஈரொடு பேனுக்கு இடமாச்சு - கூந்தல்
ஈந்தஞ் செடியது போலாச்சு
வாரி முடிப்பதும் இல்லை, அம்மா!-எண்ணெய்
மாதம் மூன்றாக அறியாதம்மா!

(*மலரும் மாலையும்*, பாடல் **827**)

மருமக்கள் வழி மான்மியத்தில் இத்தகைய வருணனைகளிடையே நகைப்பூட்டும் முறையையும் கையாண்டிருக்கிறார். அங்கு வரும் நீதிமன்ற வருணனையை ஒருமுறை படிப்பவர்கூட மறந்துவிட முடியாது. வழக்கறிஞர் 'கிராஸ்' செய்கிறாராம்.

ஓடும் குதிரைக்கு உச்சியில் கொம்புகள்
ஒன்றா? இரண்டா? உடன் சொலும் என்பார்;
நாம்,
குதிரைக்கேது கொம்புகள் என்றால்
அது
கோர்ட்டு அலட்சியக் குற்றம் என்பார்!
கேள்வியை நன்றாய்க் கேட்டுச் சொல்லும்
இரண்டா? ஒன்றா? என்பது என் கேள்வி.

(*கோடேறிக் குடிமுடித்த படலம்*, வரிகள் **342** முதல் **349** வரை)

இவ்வாறு வக்கீல் உருட்டுவதை, அண்டை வீட்டு அண்ணன் வெள்ளையம் பிள்ளை கூறுகிறார்.

கவி இன்பத்திற்காகக் கவிமணி வழக்குச் சொற்களைக் கையாள்கிறார். நாஞ்சில் நாட்டில் மட்டும் வழங்கும் சொற்கள் பலவும் கையாண்டிருக்கிறார். 'சடைத்த மனிதர் சாடினார்', 'சேட்டை', 'தின்மை', 'பைதா' முதலிய நாஞ்சில் நாட்டுச் சொற்கள் அவர் கவிதைகளில் வருகின்றன. பொருட்செறிவுடன் இடத்திற்கேற்ப அவற்றைக் கவிமணி எடுத்தாண்டிருப்பது போற்றத் தகுந்தது.

மிகவும் பாராட்டத்தகுந்த ஓர் இயல்பை நான் இறுதியில் கூறிவிட வேண்டும். கவிமணியின் பாக்களில் பல மொழிபெயர்ப்புகளாகும். மூலத்தின் பொருளைத் தழுவி, மொழிபெயர்ப்பு என்னும் உணர்ச்சியைத் தோற்றுவிக்காது எந்தப் பாட்டு எழுதப்படுகிறதோ அந்த மொழிபெயர்ப்பு என்று கூறுவது தவறு. சொந்தப் பாக்களென்றே கூற வேண்டும். கருத்துக்களைப் பிறரிடமிருந்து கவிமணி தெரிந்து கொண்டார். ஆனால் அவற்றைச் செப்பனிட்டு மெருகு தீட்டித் தேனினும் இனிய கவிதைகளாக்கித் தந்த பெருமை கவிமணியையே சாரும். மூலத்தைவிட எத்தனையோ இடங்களில் மொழிபெயர்ப்பு மிஞ்சிவிடுகிறதே!

தமிழ் இலக்கிய வரலாற்றில் நாளிகைக் கற்கள்

தமிழ்நாட்டு வரலாறு, பண்பாடு முதலியவற்றில் மீண்டும் ஆய்வு விருப்பம் தோன்றியுள்ளது. நாடு விடுதலை பெற்ற பின்னர் தோன்றிய எழுச்சியும், தமிழர்கள் பிற இலக்கியங்களால் தாக்குண்டதும் இதற்குக் காரணம் என்று கூற முடியும். அண்மைக் காலத்தில் தமிழ் இலக்கிய வரலாற்றில் சில மைல் கற்கள் இடம்பெற்றுள்ளன. அவற்றின் பாதிப்பு எவ்வளவு என்பதை வரையறை செய்வதன் முன்னர் இலக்கிய வரலாற்றின் கோட்பாடு என்ன என்பதை நாம் தெளிவு செய்துகொள்ள வேண்டும்.

இலக்கிய வரலாறு என்பது இலக்கியங்களின் கால வரம்பை நிர்ணயம் செய்வது மட்டுமன்று; இலக்கிய வகை, யாப்பு அமைதி, சமுதாய மாறுபாடு, எண்ண மாற்றம் முதலியவற்றின் மேம்பாட்டு வளர்ச்சியையும் கூறுவது. ஒரு இலக்கியத்தைக் குற்றமற வலியுறுத் துவதுதான் இதன் குறிக்கோள்.

ஒரு இலக்கியத்தின் காலத்தைக் கணிப்பதற்கு நேர்முகச் சான்றுகள் அதில் காணப்படலாம். அவற்றை அடிப்படைச் சான்று என்று கூறுவர். மறைமுகச் சான்றுகள் வழியும் ஒரு இலக்கியத்தின் காலத்தை நிர்ணயிக்க முடியும். இதைச் சார்புச் சான்றுகள் எனலாம். அரசியல், வரலாறு, சமுதாய வளர்ச்சி போன்ற தொடர்புடைய துறைச் செய்திகளாலும் இதனை நிர்ணயிக்க முடியும். சில இலக்கியங்களில் இத்தகைய மறைமுகச் சான்றுகள்கூட கிடைக்காமல் இருக்கலாம். அத்தகைய இலக்கியங்கள் மொழி, பண்பாடு முதலியவற்றின் அடிப்படையில் முன், பின் என்று வகை செய்யலாம். திட்டமான காலக் கணிப்பை அளவுகோல் கணிப்பு (மெட்ரிக் டேட்டிங்) என்பர். இலக்கியத்தை முன், பின் என்று வரையறை செய்வதை இடக் கணிப்பு (டோபோலாஜிகல் டேட்டிங்) என்பர். மறைமுகச் சான்றுகள் ஒவ்வொன்றும் காலக் கணிப்பிற்கு உதவ இயலாமல் போனாலும் அவை அனைத்தையும் சேர்த்து இணைத்துக் கால உறுதிப்பாட்டிற்குப் பயன்படுத்த இயலும்.

1

தமிழ் இலக்கிய வரலாற்றில் சென்னையின் பங்கு குறிப்பிடத்தக்கது. வி.கனகசபைப் பிள்ளை[1], பி. சுந்தரம் பிள்ளை[2] ஆகிய இருவரும் உயர்தர ஆய்வில் முன்னின்றவர்கள். சென்னைப் பல்கலைக்கழகம்

வெளியிட்ட பாராட்டத்தக்க ஒரு நூல் கெ.என். சிவராஜபிள்ளை யினுடைய[3] பழந்தமிழரின் கால வரம்பு (த குரோனோலோஜி ஆஃப் ஏர்லி தமிழ்ஸ்). சங்க இலக்கியங்களில் காணும் அகச்சான்றுகளைப் பயன்படுத்திக் குறைந்தது பத்துத் தலைமுறையிற்படும் அரசர்கள் தமிழகத்தை ஆண்டதாக அவர் குறிக்கின்றார். மறைமலையடிகள் என்ற சுவாமி வேதாச்சலம்[4] செய்த மாணிக்கவாசகர் வரலாறும் காலமும் என்ற நூல் விரிவாக எழுதப்பட்டதாயினும் மாணிக்கவாசகர் காலத்தைப் பற்றி எழுகின்ற சந்தேகங்களே கால நிர்ணயச் சான்றுகளைவிடக் கூடுதலாகக் காணப்படுகின்றன. எனினும் இலக்கிய வரலாற்றில் ஆய்வாளர்கள் தொடர்ந்து காட்டும் ஈடுபாட்டை அந்நூல் வெளிக் காட்டும். தமிழ்ப் பேரகராதிக் குழுவைச் சார்ந்த மு. இராகவையங் காரும்[5], அண்ணாமலைப் பல்கலைக்கழகத்தில் பணி செய்த ரா. இராகவையங்காரும்[6] தமிழ் இலக்கிய வரலாற்றின் சில கூறுகளைத் துலக்கஞ் செய்தனர். முன்னவர் பல துறைகளில் இருந்து விரிவாகத் தெளிவுகளைத் தொகுத்தார். பின்னவர் தமிழ், சமஸ்கிருத இலக்கியங் களில் இருந்து தெளிவுகளைத் தேடினார். தமிழ்ப் பேரகராதியின் பதிப்பாசிரியராக இருந்த எஸ்.வையாபுரிப் பிள்ளை[7] (பின்னர் தமிழ்த் துறைத் தலைவராகச் சென்னை, திருவிதாங்கூர்ப் பல்கலைக்கழகங் களில் பணியாற்றியவர்) தமிழ் இலக்கியத்தின் காலக் கணிப்பினைத் தெளிவிக்கும் வெளியீடுகளைத் தமிழிலும், ஆங்கிலத்திலும் வெளி யிட்டார். அண்ணாமலைப் பல்கலைக்கழகத்தின் துணைவேந்தரும், தமிழ் மீது குறையாத பற்றுதலும் உடைய சர் ஆர்.கெ. சண்முகம் செட்டியார் தனது பதவிக் காலத்தில் திறமைமிக்க தமிழ் ஆய்வாளர் களைக் கூட்டி (எஸ். வெள்ளை வாரணனார், ஔவை எஸ். துரைசாமிப் பிள்ளை, இ.எஸ். வரதராஜ ஐயர், டி.வி. சதாசிவப் பண்டாரத்தார்) தமிழ் வரலாற்றின் குறிப்பிட்ட காலகட்டத்தை ஆராயுமாறு தூண்டினார். அவர்கள் மேற்கொண்ட ஆய்வின் விளைவுகளைப் பின்னர் அண்ணா மலைப் பல்கலைக்கழகம் வெளியிட்டது. மாணாக்கர்களுக்குப் பயன் பெறும்படியாகப் பல இலக்கிய வரலாறுகள் ஆங்கிலத்திலும், தமிழிலும் அண்மைக் காலத்தில் வெளியாகி உள்ளன. அவற்றில் திரு. வையாபுரிப் பிள்ளை அவர்களின் கருத்தை எதிர்த்து மீண்டும் மீண்டும் கூறி வரும் வாதங்களைத் தொகுத்துத் தருபவை சில; எல்லோருக்கும் உடன்பாடான முடிவுகளைக் கூறுபவை பல.

தமிழ் இலக்கியத் தொகுப்புகளில் சிலவற்றை உறுதியாகக் கால நிர்ணயம் செய்ய முடியும். எடுத்துக்காட்டாக ஞானசம்பந்தரின் தேவாரம். அந்தத் தொகுப்பிற்கு முன்னர் தோன்றிய சங்க நூற்றொகை யும், தொல்காப்பியமும், சிலப்பதிகாரம், மணிமேகலை ஆகிய காவியங்களும், குறளும் கால வரையறை பெறாதன. குறளை நீக்கினால்

ஏனைய நூற்கள் அனைத்தும் வரலாற்று முக்கியமான அரசர்கள், குறுநில மன்னர்கள் ஆகியவர்களைக் குறிக்கின்றன. பண்டைக்காலத் தமிழ்நாட்டு அரசியல், வரலாறு, இலக்கியச் செய்திகளை அடிப்படையாகக் கொண்டு முடிவு செய்யப்படுவதால் சமீப காலம் வரை அவற்றின் காலத்தை உறுதியாகக் கூற இயலாமல் போய்விட்டது. எனினும் அந்த நூல்களை முன், பின் என்று இடக் கணிப்புச் செய்வதற்கு மறைமுகத் தெளிவுகள் கிடைக்கின்றன. ஞானசம்பந்தரின் தேவாரத்தை நீக்கிப் பெருங்கதை, சீவகசிந்தாமணி, சங்க காலத்தின் பின் எழுந்த பதினெண் கீழ்க் கணக்கு நூற்கள், கம்பராமாயணம் ஆகியவை இன்னும் உறுதியாகக் கால வரையறை பெறவில்லை. ஆனால் அவற்றை முன், பின் என்று மறைமுகத் தெளிவுகளால் வகை செய்ததைப் பற்றி எவ்வித சந்தேகமும் இதுவரை எழவில்லை. எனவே காலத்தை உறுதிசெய்வதற்குக் கிடைத்த தெளிவுகளை இயலும் வகையில் ஒவ்வொரு நூலுக்கும் குறிப்பதே நாம் மேற்கொண்டுள்ள முயற்சியாயினும் உறுதிச் சான்றுகள் கிடைக்காவிடின் மறைமுகச் சான்றுகளையும் தொகுத்துக் கூறிக் கால நிர்ணயம் செய்யும் முயற்சியையும் மேற்கொண்டுள்ளோம்.

2

ஐராவதம் மகாதேவன்[8] அண்மையில் கண்டுபிடித்த பிரம்மிக் கல்வெட்டாகிய புகழூர் சாசனத்தை ஆர். பன்னீர் செல்வம்[9] திருத்தத்துடன் படித்து வெளியிட்டார். அவர் எழுதிய கட்டுரை மூலம் ஆதன் சேரல் இரும்பொறை, அவனுடைய மகன் பெருங்கடுங்கோன், அவனுடைய மகன் இளங்கடுங்கோன் ஆகிய மூவரும் சேர அரசர் குடும்பத்தில் அந்துவன் குலத்தைச் சார்ந்தவர்கள். அவர்களை ஏழாவது, எட்டாவது, ஒன்பதாவது பத்துகளில் பதிற்றுப்பத்து புகழ்கின்றது என்று கூறுகிறார். இதுவரை சேரர்களின் வரலாறு இலக்கிய அடிப்படையில் மட்டும்தான் வரையறை செய்யப்பட்டது. சில இடங்களில் இது தெளிவில்லாமல் இருந்தது. சில பாக்களில் ஒரே அரசனைப் பல அடைமொழிகளில் சங்க நூற்கள் வர்ணித்துள்ளன. சில பாக்களில் அரசன் பெயர் மட்டும் காணப்படுகின்றது. கொளுச் சொற்களையும், பதிகத்தில் காணப்படும் செய்திகளையும், சேரர் வரலாற்றைச் சித்தரிக்கும்போது சற்று தயக்கத்துடன்தான் ஆய்வாளர்கள் அவற்றைப் பயன்படுத்தி இருக்கின்றனர். மொழியடிப்படையில் ஆய்ந்தால் கொளுவும், பதிகமும் பிற்காலத்தைச் சார்ந்தவை என்று தெரியவரும். சங்க இலக்கிய வரலாற்றில் முதல் முறையாக அரச மரபை உறுதிப்படுத்தும் முக்கியக் கல்வெட்டு இப்போது கிடைத்துள்ளது. கொளுச் சொற்களும், பதிகமும் பிற்காலச் சொல் வடிவங்களை உடையனவாயினும் இந்தக் கல்வெட்டு மூலம் அவை

பின்பற்றும் மரபு உண்மையான வரலாற்றை அடியொற்றியது என்ற செய்தி இப்போது தெளிவாகி உள்ளது. பதிற்றுப்பத்தில் காணப்படும் வரலாற்றுச் செய்திகளின் நம்பகமான நிலையைப் பற்றி இப்போது எள்ளளவும் சந்தேகம் இல்லை. ஏனெனில் கல்வெட்டுச் சான்று இப்போது உறுதி செய்கின்றது.

வி. கனகசபை போன்றவர்கள் தமிழ் இலக்கிய வரலாற்றை எவ்வாறு ஆய்ந்தனர் என்று பார்த்தால் இந்தக் கல்வெட்டுக்களின் மேன்மையை நம்மால் உணர முடியும். சிலப்பதிகாரத்தையும், சங்க இலக்கியங்களையும் அவர் இரண்டு தெளிவுகளின் அடிப்படையில் கால நிர்ணயம் செய்தார். ஒன்று, கிரேக்க ரோம வாணிபத் தொடர்பு; இரண்டு, கஜபாகு கால ஒற்றுமை. இந்த இரண்டில் கஜபாகு கால ஒற்றுமையை வரலாற்றாசிரியர்களில் பெரும்பாலோர் நம்பத்தக்கது அன்று என்று ஒதுக்கிவிட்டனர். எனவே கிரேக்க, ரோம வாணிபச் சான்று ஒன்றுதான் மறுக்க முடியாத தெளிவாகப் பயன்பட்டது. இந்தச் சான்று அரிக்கமேட்டில் கிடைத்த அகழாய்வுத் தெளிவுகளால் மேலும் உறுதிப்படுத்தப்பட்டது. எடுத்துக்காட்டாக உடைந்த பானைச் சில்லுகள், மதுக் குப்பிகள், அவற்றின் மேல் காணப்பட்ட உற்பத்தியாளர்களின் முதல் எழுத்து முதலியவற்றின் அடிப்படையில் இப்போது கால நிர்ணயம் செய்ய இயலும். புகளூர் கல்வெட்டு சேர அரசர்களின் காலத்தை நிர்ணயம் செய்ய இப்போது உறுதுணை செய்கின்றது. முன்னர் இதனை மேனாட்டு வாணிபச் சான்றால் மட்டும் ஊகித்தனர். மகாதேவன் தொகுத்த கல்வெட்டுக்களில் மாங்குளம் கல்வெட்டு, பாண்டிய அரசன் நெடுஞ்செழியனைச் சுட்டுகின்றது. புகளூரில் மேலும் இரண்டு கல்வெட்டுக்களை அவர் கண்டுபிடித்துள்ளார். இவற்றில் சேரத் தளபதி பிட்டன் கொற்றனைப் பற்றிய செய்தி காணப்படுகின்றது. எனவே இந்தக் கல்வெட்டுக்களால் சங்க இலக்கியத்தில் காணப்படும் வரலாற்றுச் செய்திகள் உண்மையானவை என்று உறுதி பெறுகின்றன.

இந்தத் தருணத்தில் புகளூர் கல்வெட்டுக்கள் கிறிஸ்து பிறந்த பின் இரண்டாம் நூற்றாண்டைச் சார்ந்தன என்று கூறும் நிலையை நாம் கவனிக்க வேண்டும். எழுத்து வடிவத்தை ஆதாரமாக்கி அந்தக் கால வரம்பைச் சுட்டுகின்றனர். ஆனால் அந்தத் தெளிவு சந்தேகத்திற்கு இடமில்லாத ஒன்று அன்று. அத்தோடு புகளூர், மாங்குளம் முதலிய இடங்களில் காணப்பட்ட கல்வெட்டுக்களில் பயன்படுத்தப்பட்ட மொழி, சங்க இலக்கியத்தில் காணப்படும் மொழியைப் போன்று செந்தரப்பட்ட திருந்திய மொழி அன்று. எனவே கல்வெட்டுக்களின் கால நிர்ணயம் சந்தேகிக்கத்தக்கது என்று முன்னர் கூறியது, வாத நிலையில் ஒப்புக்கொள்ளத்தக்கது.

ஆர். நாகசாமி[10] அண்மையில் வெளியிட்ட சாதவாகனரின் இருமொழி நாணய விளக்கத்தை ஆர். பன்னீர்செல்வம் திருத்தி வெளியிட்டார். அந்த நாணயத்தில் தமிழ் மொழியை எழுதிய பிரம்மி எழுத்துக்களின் உருவம் கால நிர்ணயம் செய்ய உதவுகின்றது. இந்த நாணயம் சாதவாகன அரசன் வசிஷ்ட புத்ர ஸ்ரீ சதகர்ணி என்பவனால் வெளியிடப்பட்டது. அவன் கிறிஸ்து பிறந்த இரண்டாவது நூற்றாண்டில் வாழ்ந்தவன். புகளூர் கல்வெட்டு எழுத்துக்களின் உருவமும், நாணய எழுத்துக்களின் உருவமும் ஒத்து நோக்கியபோது அவை ஒரே உருவ நிலையை உடையனவாக இருப்பதால் புகளூர் கல்வெட்டின் காலம் இரண்டாவது நூற்றாண்டு என்று கணித்தது நம்பகமானது என்றே உறுதிப்படுகின்றது. நாணயத்தின் மேல் காணப்படும் பிராகிருத தமிழ் வரிகள் மற்றொரு தெளிவைத் தருகின்றன. பழைய தமிழ் பிரம்மித் தொடர்கள் பெரும் பாலும் பிராகிருத வாக்கியங்களின் மொழிபெயர்ப்பாக இருக்கின்றன என்பதே அந்தத் தெளிவு. அந்த நாணயத்தில் இருந்து இந்தத் தெளிவு கிடைக்கின்றது. ஆறாம் வேற்றுமை உருபாகத் தொல்காப்பியர் 'கு'வைக் குறிக்கின்றார். 'இராவணனது மகன்' என்றும், 'இராவணனுக்கு மகன்' என்றும் தொல்காப்பியர் காலத்தில் கூறலாம். இந்த நாணயத்தில் பிராகிருத ஆறாம் வேற்றுமை உருபு 'ச' என்றும், அது தமிழில் 'கு' என்றும் பெயர்க்கப்பட்டிருக்கின்றது.

பிரம்மி கல்வெட்டுகள் அனைத்தும் தெளிவாகப் பதிவுசெய்து விடுபடாமல் தொகுக்கப்பட்டுள்ளன என்று சொல்ல இயலாது. அத்தகைய கல்வெட்டுக்களில் பல இலங்கையிலும் காணப்படுகின்றன. அந்தக் கல்வெட்டுக்களையும் வெளியிடும்போது அவற்றின் நிழற்படப் பிரதிகளோடு 'பிராகிருதம்' அல்லது 'பாலி' மொழிபெயர்ப்பையும் அவற்றிற் காணும் தொடர்களின் எதிரே கொடுத்துப் பதிப்பிப்பது நன்று.

3

பழைய தமிழ் இலக்கியங்களின் மொழி ஆய்வும் இப்போது அறிஞர் களால் போதிய அளவு மேற்கொள்ளப்பட்டு வருகின்றது. ஒரு இலக்கியத்தை முன், பின் என்று கால நிர்ணயம் செய்வதற்கு மொழி ஆய்வு உதவும் என்று ஆய்வாளர்கள் உணர்ந்து வருகின்றனர். மனோன் மணியம் செய்த பி. சுந்தரம் பிள்ளை, திராவிட மொழிகளில் சிறப்பாக ஆய்வுகள் பல செய்த எல்.வி. இராமசுவாமி ஐயர் ஆகியவர்கள் கலித்தொகை, திருக்குறள் ஆகியவற்றின் மொழியை ஆய்ந்து அவை சங்க இலக்கியத்திற்குப் பின்னர் தோன்றியவையாகத்தான் இருக்கும் என்று முடிவு கூறினார்கள். கெ.என் சிவராஜ பிள்ளை அதற்குச் சற்று முன்னர், *உந்து என்னும் இடைச் சொல் பிரயோகம்*[11] என்ற நூல் வழி

இலக்கண மாற்றத்தால் ஒரு இலக்கியத்தைக் கால நிர்ணயம் செய்ய இயலும் என்று கூறினார். எல்.வி. இராமசுவாமி ஐயரை அடுத்து எஸ். வையாபுரிப் பிள்ளை இலக்கண மாற்றத்தையும், சொல் வேறுபாட்டை யும் அடிப்படையாகக் கொண்டு இலக்கியத்தை முன், பின் என்று கால நிர்ணயம் செய்தார். ஆர். வெங்கடராஜுலு ரெட்டியார், ஏ.சி. செட்டியார் ஆகியவர்கள் இலக்கணம், சொல் மாறுபாடு ஆகியவற்றைப் பயன் படுத்தி ஒரு நூலிற் காணும் செய்யுள்கள் அனைத்தும் ஒரு கவிஞர் பாடினாரா அல்லது பலர் பாடினார்களா என்பதை உறுதி செய்யப் பயன்படுத்தினார்கள்.

இராக்கி பெல்லர் நிறுவனம் அளித்த பெரும் பொருள் உதவியால் பூனாவில் உள்ள தக்காணக் கல்லூரி வேனிற்காலப் பள்ளிகளையும், குளிர்காலப் பள்ளிகளையும் மொழியியல் மாணாக்கர்களுக்கு நடத்தி விவரண ஆய்வு, வரலாற்று முறை ஆய்வு ஆகியவற்றிற்கு அடிப்படை யான மொழியியல் அறிவை இந்திய ஆய்வாளர்களிடையே பரப்பியது. அந்த வாய்ப்பை முதன்முதல் பயன்படுத்தியவர்கள் தமிழர்கள். எஸ். வையாபுரிப் பிள்ளை சென்னையில் தமிழ்த்துறைத் தலைவராக இருந்தபோது மரபு முறையில் சங்க இலக்கியங்களில் சிலவற்றிற்குச் சொல்லடைவு தொகுத்திருந்தார். திருவிதாங்கூர்ப் பல்கலைக்கழகத்தில் தமிழ்த்துறைத் தலைவராகப் பொறுப்பேற்றதும் அந்த முயற்சியை அவர் மேலும் தொடர்ந்தார். அவர் ஓய்வு பெற்றபின் பொறுப்பேற்ற வி.ஐ. சுப்ரமணியம் சொல்லடைவை விரிவாக்கி மொழியியல் முறையைப் பின்பற்றி இலக்கணக் குறிப்புக்களுடன் புறநானூற்றை வெளியிட்டார். பதிற்றுப்பத்து (எஸ். அகஸ்தியலிங்கம்), நற்றிணை (கெ. காமாட்சிநாதன்), பத்துப்பாட்டு (ஆர்.எம். சுந்தரம்), பரிபாடல் (எம். இராமகிருஷ்ணன்) ஆகியவை தொகுக்கப்பட்டன. முன்னர் எஸ். வையாபுரிப் பிள்ளை செய்த சொல்லடைவுகளை ஒத்து நோக்கி, சரிபார்த்து ஐங்குறுநூறு (எம். இளையபெருமாள்), குறுந்தொகை (எஸ்.ஆர். கிருஷ்ணாம்பாள்), அகநானூறு (ஐ. குற்றாலம் பிள்ளை), கலித்தொகை (எஸ்.எம். ஸ்டீபன்) என்ற முறையில் சங்க இலக்கியங் களுக்குச் சொல்லடைவுப் பணி முழுமையடைந்துள்ளது.

சொல்லடைவுகளைத் தொகுப்பதில் ஏற்பட்ட வெற்றியால் பல மாணாக்கர்கள் ஊக்கம் பெற்றனர். நன்கு உழைக்கும் மாணாக்கர்களில் பலர் சொல்லடைவு உருவாக்கி இலக்கியங்களின் விளக்கவியல் இலக்கணங்களை ஆய்வு அறிக்கையாகச் சமர்ப்பித்தனர். சிலப்பதிகாரம் (எஸ்.வி. சுப்பிரமணியன்), திருக்குறள் (எ. தாமோதரன்), பெரிய புராணம் (தா.வே. வீராசாமி), கம்ப ராமாயணம் (காலஞ்சென்ற டி. வேலவன், பின்னர் எ. கோவிந்தன் குட்டி), பெருங்கதை (ஆர். பிச்சை)

ஆகியவை முற்றுவிக்கப்பட்டன. கீழ்க்கணக்கு நூற்களில் சிலவும், ஏனைய சிற்றிலக்கியங்களும் இவ்வாறு முதுநிலை மாணாக்கர்களால் சொல்லடைவு பெற்றன.

அண்ணாமலைப் பல்கலைக்கழகத்தில் இருந்து எனக்குக் கிடைத்த செய்திகள் முழுமையானவை அல்ல; ஆயினும் கம்பராமாயணத்திற்குச் சொல்லடைவு முற்றுவிக்கப்படவில்லை என்று அறிகிறேன். எஸ். தண்டபாணி தேசிகர் உருவாக்கிய சங்கச் சொற்றொகையை வெளிக் கொணரும் திட்டமும் அங்கு இருந்தது. அண்மைக் காலத்தில் அவர் செய்த *சங்க இலக்கியச் சொற்களஞ்சியம்* என்ற தலைப்பில் உயிர் எழுத்துக்களை முதன்மையாக உடைய எல்லாச் சொற்களையும் திருவாவடுதுறை ஆதீனம் 1965இல் வெளியிட்டது. பாண்டிச்சேரி பிரெஞ்சு இந்தியக் கழகம் சங்க இலக்கியம் முழுமைக்கும் சொல்லடைவு தயாரித்ததாகத் தெரிய வருகின்றது. காரைக்குடி சா.கணேசன் கம்ப ராமாயணத்திற்குச் சொல்லடைவு முழுமையாக உருவாக்க முயன்றார். சென்னையில் வரலாற்றுத் துறையைச் சார்ந்த என். சுப்பிரமணியம் சங்க இலக்கியத்தில் காணப்படும் வரலாற்றுச் செய்திகளைத் தொகுத்துப் பல்லவர் காலத்திற்கு முன்னுள்ள இலக்கியச் சொல்லடைவு (*பிரீ பல்லவன் தமிழ் இன்டக்ஸ்*) ஒன்றை வெளியிட்டுள்ளார். சென்னையிலுள்ள தமிழ்த் துறையும் சொல்லடைவு தயாரிக்க முற்பட்டுள்ளது என்றும் தெரிய வருகின்றது. அது பற்றிய முழு விவரம் ஒன்றும் எனக்குக் கிடைக்கவில்லை.

சில சொல்லடைவுகளும், இலக்கணங்களும் மட்டும்தான் நூல் வடிவில் வெளியாகி இருந்தாலும், தட்டச்சிட்ட ஆய்வு அறிக்கைகள் நூல் நிலையங்களில் பார்வையாளர்கள் படித்து அறிய டாக்டர் பட்ட ஆய்வு அறிக்கைகளின் பிரிவில் வைக்கப்பட்டிருக்கின்றன. சங்க இலக்கியத்தைக் கால நிர்ணயம் செய்வதற்கு அவை எவ்வளவு உதவு கின்றன என்பது இப்போது தெளிவாகிவிட்டது. சங்க இலக்கியங்கள் மொழிநடையால் பலதரப்பட்டன என்ற உண்மை இப்போது சொல்லடைவுகளால் தெளிவாகிவிட்டன. 'யாம், யான், நாம், நான்' என்ற இருவகைத் தன்மை ஒருமைப் பன்மை சுட்டுப் பெயர்களில் காணப்படும் மாறுபாடும், அவற்றின் மறைவும், கு, டு, து, று, தி, றி, டி முதலிய வினை விகுதிகளின் மறைவும், பெயர், வினை அடிகளில் ஏற்பட்டுள்ள ஒலி மாற்றங்களும், பிற மொழிச் சொற்களின் ஏற்பு முதலியவையும் சங்க இலக்கியங்களை முன், பின்னாகக் கால நிர்ணயம் செய்ய உதவுகின்றன, எஸ். வையாபுரிப் பிள்ளை கூறிய ஊகக் கருத்துக் களை இப்போது உறுதிசெய்யவோ, மறுக்கவோ மொழி அடிப்படை யில் இயலும். இலக்கண அடிப்படையில் சங்க இலக்கியங்களைக்

கால நிர்ணயம் செய்யும் நிலை வெகு தூரத்தில் இல்லை. அதற்குச் சொல்லடைவுகள்தாம் அடிப்படை. சமஸ்கிருதம் நீங்கிய ஏனைய இந்திய மொழிகளில் தமிழ் ஒன்றுக்(')த்தான் தொடர்ந்து சொல்லடைவுகள் உருவாக்கப்பட்டிருக்கின்றன என்று பெருமையுடன் இப்போது கூற இயலும். சங்க இலக்கிய மாணாக்கர்களுக்கும், பிறருக்கும் பல நூறாண்டுகள் இந்த சொல்லடைவுகள் பயன்படும்.

4

அறிஞர்களின் கவனத்தைக் கவர்ந்த மற்றொரு துறை நாட்டுப் பாடல் தொகுதியாகும். செய்யுள் இலக்கியங்கள் நாட்டுப் பாடலைத் துவக்க மாக உடையன. இலக்கிய வகைகள் நாட்டுப் பாடல் வகைகளில் இருந்து மலர்ந்தவை. காவியங்கள், நாவல்கள் முதலியவற்றின் கதை அமைப்புக்கள் நாட்டுக் கதைகளில் இருந்தும், வீரக் கதைகளில் இருந்தும் உருவானவை. செந்தரப்பட்ட கர்நாடக இசை நாட்டுப் பாடல்களைப் பாடும் நாட்டுப் பண்ணில் இருந்து உருவானது. நடன நாடகங்கள், கூத்துக்கள் முதலியவை நாட்டுக் கூத்துக்களில் இருந்து தோன்றியன. இலக்கிய யாப்பு வகைகள் நாட்டு யாப்பு வகைகளில் இருந்து உருவானவை. பினிஷ் அறிஞர்களும், அங்கேரியன், அமெரிக்க, இரஷ்ய ஆய்வாளர்களும் பெரு முயற்சி செய்து நாட்டு இலக்கியங் களை வகை செய்து விளக்கம் எழுதி வெளியிட்டுள்ள ஆய்வுகள் தமிழ் நாட்டில் பெரும் ஆர்வத்தை அறிஞர்களிடையே தோற்றுவித்துள்ளன. நாட்டு இலக்கியங்களை ஆய்வதற்குத் தக்க கொள்கை அடிப்படை தமிழ்நாட்டில் இதுவரை உருவாகாமையால் இலக்கிய வரலாற்று ஆசிரியர்களை இந்த நிலை மிகவும் பாதித்துள்ளது என்ற உண்மை இப்போது தெளிவாகி வருகின்றது. நாட்டுப் பாடல்களும், செந்தர இலக்கியங்களும் உறவுடையன என்று கூறுகின்ற பலரும் தெளிவு இன்றி விரைந்து கூறிய முடிவுகளாக இப்போது ஆய்வாளர்கள் கருதுகின்றனர்.

நாட்டுப் பாடல்களைத் தொகுப்பதற்கு மு. அருணாசலம், கி.வா. ஜகந்நாதன், நா. வானமாமலை, கே.பி.எஸ். ஹமீது, பி.ஆர். சுப்பிரமணியன் முதலியவர்கள் முயன்றுள்ளனர். பழமொழிகளைச் சிலர் தொகுக்க முற்பட்டுள்ளனர். தமிழ் இலக்கியத்தில் நாட்டுப் பாடல்களின் தாக்கத்தைப் பற்றிப் பொதுவாக தெ.பொ.மீனாட்சி சுந்தரம் பிள்ளை[12] குறிப்பிட்டுள்ளார். நாட்டுப் பாடல்களைப் பற்றி நுணுக்கமாக கே.பி.எஸ். ஹமீது ஆராய்ந்துள்ளார். ஆர்னி தாம்சன் முதலியவர்கள் உருவாக்கிய உறுப்புக் கொள்கைகளையும், இரஷ்ய நாட்டு ஆந்தரயேவ்[13] அதனைச் சீரமைத்ததையும், பி.ஆர். சுப்பிரமணியன் மறுபரிசீலனை செய்து குறை நிறைகளைக் கூறியுள்ளார்.

நாட்டு இலக்கியங்கள் செந்தர இலக்கியத்தின் முன்னோடி என முன் குறித்துள்ளோம். ஆனால் செந்தர இலக்கியத்திற்குச் சுதந்திரமான குறிக்கோளும், செய்முறைகளும், சுவையாற்றலும் உண்டு. நாட்டு இலக்கியம் செந்தர இலக்கியத்தைத் தாக்கியுள்ளது. எனினும், அதில் கலந்து மறைந்துவிடவில்லை. இரண்டிற்கும் தனியான வாழ்வும், வரையறையும் உண்டு. ஒன்று மற்றொன்றைத் தாக்கி மாற்ற முற்படுகின்றது. செந்தர இலக்கியம் இல்லாமலும் நாட்டு இலக்கியங்கள் வளர இயலும். ஆனால் மனித வரலாற்றில் நாட்டு இலக்கியங்கள் இல்லாமல் ஒரு இனம் செந்தர இலக்கியத்தை உருவாக்கியதாக இதுவரை செய்தி இல்லை.

இலக்கியத்திலுள்ள கூறுகள் பண்பாட்டுக் கூறுகளைப் போல,

1. பாரம்பரியமாகப் பெறுவது,
2. பிற இலக்கியங்களில் இருந்து நேரடியாகக் கடன் பெறுவது
3. பிற இலக்கியக் கருத்துகளைக் கடன் பெறுவது (இதனை மறைமுகக் கடன் பெறல் என்பர்)
4. ஒன்று அல்லது பல இலக்கியப் பிரிவுகளும், கருத்துக்களும் இணைந்து ஒரு புதிய உருவம் பெறுவது

என்று நான்காகப் பிரிக்க இயலும். பாரம்பரிய அம்சங்களையும், இணைந்த அம்சங்களையும் வேறு திரித்து அறிவதற்கு நாட்டுப் பாடல்கள் இன்றியமையாத தெளிவுகளைக் கொண்டுள்ளன. அவற்றின் முக்கியத்துவத்தை இதுவரை நாம் உணரவில்லை. விரிவான தமிழ் இலக்கிய வரலாற்று அமைப்பிற்கு நாட்டுப் படைப்புகளின் தாக்கத்தைக் குறைவாகக் கணிக்க முடியாது.

திருக்குறளும், பழமொழி நானூறும், இன்னும் சில அற நூற்களும் நாட்டு மக்கள் வழங்கும் பழமொழிகளிற் காணும் அறக் கருத்துக்களை ஒத்து இருக்கின்றன. அவற்றில் பல, நாட்டு மக்களிடம் இன்றும் காணப்படுகின்றன. சில இலக்கியங்களில் மட்டும் காணப்படுகின்றன. அவற்றை ஒத்துநோக்க முயன்றால் அறக் கருத்துக்கள் மரபாகக் கிடைத்தவையா அல்லது கடன் பெறப்பட்டவையா என்று தெளிவாக அறிவதற்குத் துணை செய்யும்.

5

அயல் மொழிகளில் என்னென்ன இலக்கியப் பிரிவுகள், கருத்துக்கள், யாப்பு முறைகள் உள்ளன என்று கண்டு, தமிழ் இலக்கிய வரலாற்று ஆசிரியர்கள் அவற்றைப் பொருத்தி ஆய இப்போது தொடங்கி உள்ளனர். முன்னர் சமஸ்கிருதம், பாலி, பிராகிருதம் ஆகிய மொழிகள்

மட்டும் தமிழ் இலக்கிய மரபைப் பாதித்ததாகக் கருதியிருந்தனர். இலங்கை வரலாற்று ஆவணமாகிய மகாவம்சம், சிலப்பதிகாரம் கூறும் செய்திகளை உண்மைப்படுத்தத் துணை நின்றது. பி. சுந்தரம் பிள்ளை, சங்கராச்சாரியார் செய்ததாகக் கூறும் சௌந்தர்ய லகரியில் குறிக்கப் பட்டுள்ள 'திராவிட சிசு' என்ற சொற்றொடர் ஞானசம்பந்தரைக் குறிக்கும் என்று 1891இல் ஊகித்தார். ராஜரத்னாகிரி என்ற சிங்கள இலக்கியம் வழி, மாணிக்கவாசகர் காலத்தை அண்ணாமலைப் பல்கலைக்கழகத்தைச் சார்ந்த ஆய்வாளர் எம். கோவிந்தசாமி ஊகித்தார். மதுரை மானுவல் பதிப்பித்த நெல்சன் இந்த நூலைப் பற்றி முதன் முறையாகக் குறிப்பிட்டுள்ளார். இதனை எஸ். வையாபுரிப் பிள்ளை[14] 1949இலும், ஔவை சு. துரைசாமிப் பிள்ளை[15] 1957இலும் சுட்டி உள்ளனர். ஆனால் கோவிந்தசாமி மூல நூலோடு ஒத்துநோக்கி ஏனைய தெளிவுகளையும் கண்டு விளக்கியுள்ளார். பிராகிருதத்தில் உருவாக்கப் பட்ட யசஸ் திலகச் சம்பு[16] என்ற நூலை எஸ். வையாபுரிப் பிள்ளை பயன்படுத்தி சிறு காப்பியம் ஒன்றிலுள்ள கதையமைப்பை வரையறை செய்தார். சமஸ்கிருதம், தமிழ் ஆகிய இரு மொழி இலக்கியங்களில் காணப்படும் ஒப்புமைப் பகுதிகளைப் பயன்படுத்தி அவற்றின் கால நிர்ணயத்திற்கு அவர் முயன்றார். திருக்குறள், தொல்காப்பியம் ஆகிய வற்றிற்கு அவர் குறித்த காலங்கள் இத்தகைய போக்கின் விளைவாகும்.

தொல்காப்பியத்தில் காணப்படும் ஒப்புமைப் பகுதிகள் பிற்காலத்தில் சேர்க்கப்பட்டவை என்று சிலர் கூறிய வாதத்தை இலக்கியங்களைப் பதிப்பிக்கின்றவர்கள் மேற்கொள்ளும் தெளிவாக அவர் கருதவில்லை. சமஸ்கிருதத்தில் காணும் கருத்துக்கள் தமிழில் இருந்து பெறப் பெற்றவை என்று கூறுவதற்கும் ஐயமற்ற எண்ணங்களின் வரலாறு ஒன்று இதுவரை தோன்றாததால் அவர் அந்த வாதத்தை ஏற்க மறுத்தார். சில நேரங்களில் அவருடைய போக்கு ஒரு சித்தாந்தத்தைப் பின்பற்றுவது போன்று தோன்றும். ஆனால் தெளிவுகளுக்கு அவர் நல்கிய மதிப்பை யாராலும் குறை கூற முடியாது. அவர் காட்டிய பல தெளிவுகள் இரண்டாம் தரமானவை என்று இப்போது பலருக்கும் விளங்கிவிட்டன. மறுக்க இயலாத பிற காரணங்கள் கிடைத்தால் இந்த இரண்டாம் தரத் தெளிவுகள் வலுவற்ற வாதங்களாகப் புறக்கணிக்கப்படும் என்பதும் உறுதியாகிவிட்டது. தொல்காப்பியத்திற்கும், சிலப்பதிகாரத்திற்கும் அவர் வெளியிட்டுள்ள காலநிர்ணயக் கட்டுரைகள் ஒவ்வொன்றும் மிகப் பிற்பட்ட காலம் ஒன்றை நிறுவுகின்றன. அதற்குக் காரணம் ஒரு குறிப்பிட்ட நூற்றாண்டைக் கூற வேண்டும் என்ற உந்தல்தான். ஒரு நூல் முன் எழுந்தது, பின் எழுந்தது என்று மட்டும் கூறிக் காலக் கணிப்பைக் கைவிட்டிருக்கலாம். திட்டமான கால வரையறைக்கு அப்போது போதிய தெளிவுகள் கிடைக்காமல் இருந்தன. இப்போது முன், பின் என்று

ஏகதேசமாகக் கூறும் இலக்கியக் காலக் கணிப்பை உறுதிப்படுத்து வதற்குச் சான்றுகள் கிடைத்துள்ளன. அதனால் அவர் குறித்த நூற்றாண்டுக் கால நிர்ணயத்தை மறுப்பதற்கு ஏற்ற தெளிவுகளும் கிடைத்துள்ளன.

சமஸ்கிருதம், பாலி, பிராகிருதம் முதலிய இலக்கியங்களைப் படித்துப் பயன்படுத்தியது போன்று மலையாளம், கன்னடம், தெலுங்கு முதலிய தென்னிந்திய மொழிகளைப் படிக்க வேண்டும் என்று இப்போதுள்ள இலக்கிய வரலாற்றாசிரியர்கள் உணர்ந்திருக்கின்றனர். தொல்காப்பியர் கூறிய சில விகுதிகள் கன்னடத்திலும் தெலுங்கிலும் காணப்படுகின்றன என்று ஆர். வெங்கடராஜுலு ரெட்டியார் குறித்தார். தொல்காப்பியர் குறிப்பிட்ட 'வெயிலத்து', 'மழையத்து' என்ற வடிவங்கள் மலையாள மொழியில் காணப்படுவதாகப் பிறர் தெரிவித்திருக்கின்றனர். இது உண்மையாயினும் அந்த எடுத்துக்காட்டுகளில் காணப்படும் 'அத்து', 'அகத்து' என்பதில் இருந்து பிறந்தது. அதற்கும், மகர ஈற்றுப் பெயர்கள் வேற்றுமை ஏற்கும்போது 'அத்து' பெறுவதற்கும் (எடுத்துக் காட்டாக மரம்-மரத்து) வேறுபாடு உண்டு. அகத்து என்பது அத்தாக மாறியுள்ளது. அது மகர ஈற்றுப் பெயர்கள் வேற்றுமை ஏற்கும்போது பெறும் 'அத்து' என்ற இடைநிலையுடன் இணைந்துள்ளது. பிற திராவிட மொழி உருவங்கள் தொல்காப்பியத்தின் கால நிர்ணயத்திற்கு, நேரடி யாக உதவாவிட்டாலும் தொல்காப்பியம் பயன்படுத்திய சொல்லும், தொடரும் திராவிடக் குடும்ப மொழிகள் இணைந்திருந்தபோது பயன்படுத்தப்பட்டவை என்று ஊகிக்க முடியும். அவற்றால் மறைமுக மாகத் தொல்காப்பியத்தின் பழமையை ஊகிப்பதற்கு உதவும்.

6

இலக்கியக் கதைப் பொருள் அமைப்பில் கன்னடம், மலையாளம், தெலுங்கு முதலிய மொழிகளுக்கும், இடைக்கால, பிற்காலத் தமிழ் இலக்கியத்திற்கும் மிகவும் பொருத்தம் இருப்பது இப்போது தெளிவாகி வருகிறது. இதனை ஒரு எடுத்துக்காட்டால் விளக்க வேண்டும். சிலப்பதிகாரம் சேர அரசன் செய்த காவியம் என்று கூறப்பட்டாலும், அந்தக் காவிய ஏடுகள் மேற்குக் கடற்கரை ஓரத்தில் எங்கும் கிடைக்க வில்லை. பல தமிழ்ச் சுவடிகள் கிடைத்த பாலக்காட்டிலும் கிடைக்க வில்லை. கம்ப இராமாயணம், திவாகரம் முதலிய பனை ஓலை ஏடுகள் அங்கே கிடைத்தன. திருவிதாங்கூர் அரண்மனை நூல் நிலையத்திலும், கேரளப் பல்கலைக்கழகக் கையெழுத்துப்பிரதி நூல் நிலையத்திலும் பல தமிழ்ப் பிரதிகள் கிடைத்திருப்பினும் சிலப்பதிகாரத்திற்கு இதுவரை எந்தப் பிரதியும் கிடைக்கவில்லை. அந்தக் காவியத்தில் காணும் உட்சான்றுகளும், மலையாளத்தில் காணப்படும் சில சொற்களான

'அடைக்காய்', 'பனி' முதலியவையும் சேர நாட்டுத் தொடர்பைக் காட்டினாலும் ஓலைப் பிரதி ஒன்றுகூட கிடைக்காதது வியப்பாக இருக்கின்றது. ஆனால் மலையாள இலக்கிய மரபை ஆராய்ந்தால் நடன மாது ஒருத்தியைப் பெருமைப்படுத்தும் பண்டைய, நடுக் கால மலையாள இலக்கியங்கள் பலவாகும். 'உண்ணி நீலி சந்தேசம்', 'உண்ணியச்சி சரிதம்', உண்ணியாடி சரிதம்' முதலியவை அரசர்களும், பிரபுக்களும் போற்றிப் பாராட்டும் நடன அழகிகளைப் பற்றியவை. சமுதாயம் அவர்களை மதித்தது. இசையிலும், நடனத்திலும், நாடகத்திலும் அவர்கள் மாதவி போன்று பெருமையுடன் முன்னிடம் பெற்றனர். இவ்வாறு நடனப் பெண்களைப் பெருமைப்படுத்துவது, பின்னர் எழுந்த தமிழ் இலக்கியங்களில் தொடரும் ஒரு மரபாக அமைய வில்லை. ஆனால் மலையாளத்தில் அமைந்துள்ளது. அயல் மொழி இலக்கிய மரபை அறிவதால் தமிழ் மரபைச் சீர்தூக்குவதற்கு இயலும் என்பதற்குரிய எடுத்துக்காட்டு இது.

சிலப்பதிகாரம் குறிப்பிடும் ஒரு நிகழ்ச்சிக்கும், கொச்சி மன்னர் குடும்பத்தில் பட்டம் ஏற்கும் முறைக்கும் பொருத்தம் இருப்பதை இத்தருணத்தில் நாம் கவனிக்க வேண்டும். கொச்சி அரச குடும்பத்தில் மூத்தவர் துறவு பூண வேண்டும்; அடுத்தவர் அரசு ஏற்க வேண்டும் என்ற மரபு உண்டு. மூத்தவர் துறவு வாழ்க்கையை மேற்கொண்டால் பெரும் படப்பு மூப்பில் (பெரும் படைப்பு மூப்பில்) என்று அழைப்பர் (கே.எம். பணிக்கர் எழுதிய *கேரள வரலாறு*, ப.73). அவ்வாறு மூத்தவர் துறவு பூண்டதால் ஒருமுறை கொச்சி நாட்டில் உள்நாட்டுக் கலகம் தோன்றியது என்றும், அப்போது அல்புகர்கி என்ற போர்த்துக்கீசிய வைசிராய் தலையிட்டு வென்றார் என்றும் கே.எம். பணிக்கர் குறிப் பிடுகின்றார். சிலப்பதிகாரம் (வரந்தரு காதை, வரி 174-183) இளங்கோ அரசுப் பதவி பெறும் பேறு உள்ளவர் என்று கணிகன் கூற, அவனைச் சினந்து நோக்கி உலக இன்பத்தைத் துறந்தார் என்றும், தமது மூத்த சகோதரன் சேரன் செங்குட்டுவன் மன நிம்மதி பெற்றான் என்றும் குறிக்கின்றது. கொச்சி அரச குடும்பத்தில் இந்த மரபு சிலப்பதிகாரம் வழி வந்ததா அல்லது சிலப்பதிகாரம் கூறும் இந்தச் செய்தி கொச்சி அரச மரபைப் பின்பற்றியதா என்று முடிவாகக் கூறிடத் தெளிவுகள் இப்போது நமக்குக் கிடைக்கவில்லை. ஆனால் இவை இரண்டிற்கு முள்ள நெருங்கிய பொருத்தத்தை யாரும் மறுக்க இயலாது. சிலப்பதி காரம் பற்றிய வரலாற்று ஆசிரியர்கள் ஒருவரும் இதனைக் குறிக்க வில்லை; அது மட்டும் அன்று; கேரளத்தில் நாட்டுப் பாடல்கள் போற்றும் தெய்வம் பத்ரகாளி அல்லது தேவி அல்லது பகவதி அல்லது போதி என்று கூறப்படும் அம்மன் ஆகும். கண்ணகியைத் தெய்வ மகளாகச் சிலப்பதிகாரம் ஏற்றிக் கூறியதும், அவளுக்குக் கோயில்

எடுத்து வணங்கியதும் கேரள நாட்டுப் பாடல்களில் காணப்படும் தேவி வணக்கத்துடன் நெருங்கிய தொடர்புடையன. கேரளத்தில் காணப்படும் ஊர்ச் சிறு கோயில்களில் பகவதிக்கு அமைந்தவை 60 சதமானம் ஆகும். விஷ்ணுவிற்கும், சிவனுக்கும் எழுந்த கோயில்கள் 40 சதமானம் மட்டுமே. (கோவில் கூட்டங்களும், விழாக்களும் - மக்கள்தொகை அறிக்கை, 1977).

இலக்கியக் கரு, யாப்பு, இலக்கியப் பிரிவுகளின் மரபு முதலிய வற்றை ஒப்புநோக்கும் ஆராய்ச்சி முன்னேற்றம் அடைந்தால் இதுவரை தமிழ் இலக்கிய வரலாற்றில் தீர்வு காண முடியாத பல சிக்கல்கள் தீர்ந்திட வழி பிறக்கும்.

குறிப்புகள்

1. வி. கனகசபை பிள்ளை, *ஆயிரத்து எண்ணூறு ஆண்டுகளுக்கு முன்னால் தமிழகம்* (1901), கழகம், சென்னை, 1956.

2. பி. சுந்தரம் பிள்ளை, *திருஞானசம்பந்தரின் காலம்*, கிறிஸ்தவக் கல்லூரி இதழ், 1891; மறுபதிப்பு, 'தமிழ் இலக்கிய வரலாற்றில் சில மைல் கற்கள்'.

3. கெ.என். சிவராஜ பிள்ளை, *பழைய தமிழர்களின் கால வரம்பு*, சென்னைப் பல்கலைக் கழகம், 1932.

4. சுவாமி வேதாச்சலம், *மாணிக்கவாசகர் வரலாறும், காலமும்* (பகுதி 1, 2), ஆசிரியர், 1930, கழகம், சென்னை, 1967.

5. எம்.இராகவ ஐயங்கார், *சாசனத் தமிழ்க் கவி சரிதம்*, எம். இராகவ ஐயங்கார், இராமனாடு, 1937.

6. ஆர். இராகவ ஐயங்கார், *தமிழ் இலக்கிய வரலாறு*, அண்ணாமலைப் பல்கலைக்கழகம், 1952.

7. எஸ். வையாபுரிப் பிள்ளை, *தமிழ் மொழி இலக்கியத்தின் வரலாறு*, நியூ செஞ்சுரி புக் ஹவுஸ், சென்னை, 1956.

8. ஐ.மகாதேவன், *தமிழ் பிராமி கல்வெட்டுக்கள்*, முதல் உலகத் தமிழ் ஆராய்ச்சிக் கருத்தரங்கு, கோலாலம்பூர், 1966.

9. ஆர். பன்னீர் செல்வம், *முக்கியமான தமிழ் பிராமி கல்வெட்டுக்கள்*, முதல் உலகத் தமிழ் ஆராய்ச்சிக் கருத்தரங்கு; கோலாலம்பூர், 1966.

10. ஆர். நாகசாமி, *சாதவாகன நாணயத்தில் இருமொழி விளக்கம்*, ஞாயிறு மலர், த ஹிந்து, மார்ச்சு 26, 1967.

11. கெ.என். சிவராஜ பிள்ளை, *உந்து என்னும் இடைச்சொல் பிரயோகம் அல்லது புறநானூற்றின் பழமை*, சென்னைப் பல்கலைக்கழகம், 1929.

12. தெ.பொ. மீனாட்சிசுந்தரம் பிள்ளை, *தமிழ் இலக்கிய வரலாறு*, அண்ணாமலைப் பல்கலைக்கழகம், 1965.

13. ஒய்.எம்.சொகலோவ், *இரஷ்ய நாட்டுப்புற இயல்*, மேக் மில்லன் கம்பெனி, நியூயார்க், 1950.

14. எஸ். வையாபுரிப் பிள்ளை, *தமிழ்ச் சுடர் மணிகள்*, தமிழ்ப் புத்தகாலயம், சென்னை 1949.

15. ஔவை சு. துரைசாமி பிள்ளை, *தமிழ் இலக்கிய வரலாறு*, 'சைவ இலக்கியம்' அண்ணாமலைப் பல்கலைக்கழகம், 1958.

16. எஸ். வையாபுரிப் பிள்ளை, 1. *காவிய காலம் பின்னிணைப்பு* 2. தமிழ்ப் புத்தகாலயம், சென்னை, 1957.

அறிவியல் பரவ

தமிழகத்தில் ஏறத்தாழ 67 சதமானம் மக்கள் ஊர்ப்புறங்களில் வாழ்கின்றனர். 1981 கணக்கெடுப்பின்படி, மொத்த மக்கள்தொகை நாலு கோடி எண்பத்து மூன்று இலட்சம் என்றால் அவர்களில் மூன்று கோடி இருபத்து நாலு இலட்சம் பேர் கிராமங்களில் இன்று வாழ்கின்றனர்.

ஒரு கோடி ஐம்பத்தொன்பது இலட்சம் பேர் மட்டும் சென்னை, மதுரை, கோயம்புத்தூர், திருச்சி முதலிய நகரங்களில் வாழ்கின்றனர்.

நகர்ப்புறங்களில் வாழும் மக்களில் பெரும்பாலோர் கூடுதல் வருவாயுடையவர்களாக நல்ல ஆடை உடுத்து, நல்ல உணவுண்டு மக்களைப் படிக்க வைத்து வாழ்கின்றனர்.

ஊர்ப்புறங்களில் அழுக்கு உடையும், மெலிந்த உடலும் உடைய ஆண்களையும், பெண்களையும் மட்டுமே பெரும்பாலாகக் காண முடியும். படித்தவர்களின் எண்ணிக்கையும் மிகக் குறைவாகக் காணப்படுகிறது.

இவற்றிற்குக் காரணம் என்ன? நகரில் வாழும் மக்கள் செழிப்புடனும் ஊர்ப்புற மக்கள் வறுமையுடனும் எதனால் வாழ்கின்றனர்?

நிரந்தரத் தொழில் நகர்ப்புறத்தில் இருப்பதால் ஒவ்வொரு நாளும் தொழிலாளர்களுக்கு வேலை கிடைக்கிறது; வாழ்க்கையின் இன்றியமையாத தேவைகளை நிறைவேற்றப் பணம் கிடைக்கின்றது.

ஊர்ப்புறங்களில் நூற்றுக்கு 29 பேர் விவசாயிகள். நூற்றுக்கு 31 பேர் விவசாயக் கூலிகள். பாசன வசதி இருந்தால் இரண்டு முறை சாகுபடி செய்து வருவாய் பெற இயலும். மானா மாரியானால், மழை பெய்யாவிட்டால் ஒரு சாகுபடிகூடச் செய்ய இயலாது. அந்த நிலையில் விவசாயத் தொழிலாளர்களுக்குக் கூலி கிடைப்பது இயலாது. தொழில் தேடிப் பிற மாவட்டங்களுக்கு அவர்கள் செல்ல நேரிடும்; அல்லது அரைப்பட்டினியால் கூலியாட்களும் அவர்களுடைய பெண்டு பிள்ளைகளும் வாட நேரிடும்.

இராமநாதபுரம், புதுக்கோட்டை மாநிலங்களிலிருந்து ஊர்ப்புறத் தொழிலாளர்கள் கல்லுடைப்பதற்காக ஆந்திரம், மத்தியப்பிரதேசம் முதலிய மாநிலங்களுக்குச் சென்ற செய்தி அண்மையில் தமிழகத்தை அதிர்ச்சியடையும்படிச் செய்தது, இதை நாம் மறக்க இயலாது.

வறுமை நீங்குதற்குத் தொழில் வளம் பெருகுவது ஒரு வழி. மற்றொன்று விவசாயத் தொழிலைப் பலனுள்ளதாக ஆக்குவது.

விவசாயத்தோடு தொடர்புடைய தொழில்களைத் துவக்கி விவசாயிகளின் வருவாயைப் பெருக்குவது முதலியவை வறுமை நீங்க உதவும்.

ஆலைகளின் உற்பத்தியால் இலாபம் பெருகும். அதன் விளைவாகத் தொழிலாளர்கள் கூலி உயர்வும் ஏனைய வசதிகளும் பெறுவர். விவசாயத்தில் பெரும் இலாபம் கிடைத்தால் ஊர்ப்புற விவசாயத் தொழிலாளர்களுக்கும் கூலி உயர்வும் வாழ்க்கை வசதிகளும் கிடைக்கும்.

மக்கள் வாழ்க்கைத் தரம் உயர்வது எப்படி என்று ஆராய்ந்த பொருளாதார நிபுணர்கள் பெரும் ஆலைகள், கிராமக் கைத்தொழில்கள் ஆகியவற்றைப் பெருக்குவதற்கு ஆலோசனை கூறுகின்றனர். நமது நாட்டின் ஆறு திட்டங்களும் அந்த அடிப்படையில்தான் உருவாக்கப்பட்டுள்ளன.

மாதந்தோறும் நிரந்தர வருவாய், தொழிலாளர்களுக்குச் சில நகர்ப்புறங்களில் இன்று கிடைத்தபோதிலும், முன்னேறிய நாடுகளைப் போல நமது நாட்டில் போதிய ஊதியம் தொழிலாளர்களுக்குக் கிடைக்கவில்லை. எனவே பிறரை நோக்க, நமது நாடு வறுமை நாடாகத்தான் தொடருகிறது.

தொழிலாளர்களுக்குப் போதிய நிரந்தர ஊதியமில்லாவிட்டால் சத்தான உணவைத் தொழிலாளியும் அவனது குடும்பமும் உண்ண இயலாது. இதனால் உடல் வளம் கெட்டு நோய் நொடி பெருகுகின்றன. குழந்தைகளின் அறிவுகூர்மை பாதிக்கப்படுகிறது. மந்த புத்தி, உணர்ச்சி விகாரங்கள், அளவற்ற கோபம், பெண்ணுணர்ச்சி, திருட்டு எண்ணம், உள நிலையில் கோளாறு முதலியவை ஏற்படுகின்றன.

போதிய வருமானமின்மையால் தொழிலாளியின் மக்கள் படித்தற்குப் பள்ளிக்கூடம் செல்ல இயலாது. பிள்ளைகளைத் தொழில் செய்ய அனுப்பி அந்தக் கூலியை வீட்டுச் செலவுக்குப் பயன்படுத்துகிறான். எனவே தானும் படியாமல் வளருகின்ற தன் பிள்ளைகளையும் படிக்க விடாமல் அறிவு குறைந்த சமுதாயம் ஒன்று கிராமப்புறங்களில் நிலையாகத் தொடர்ந்து வாழ்கின்றது.

பழைய சம்பிரதாயங்கள், மூடப் பழக்க வழக்கங்கள் சாதிப் பிரிவினைகள் முதலியவை படிப்பு இன்மையால் ஊர்ப்புறங்களில் நிலைபெற்றுவிட்டன. கிராமப்புற சமுதாயம் பழமை விரும்பிகளாக நிலைத்து நிற்கிறது. இதற்கு உடனடியாக மாற்றம் காண வேண்டும்.

தமிழகத்தில் பெருநிலை, சிறுநிலைத் தொழிற்சாலைகளை உருவாக்கி மாத ஊதிய நிரக்கைப் பெருக்குவது ஒரு வழி. அறிவியற் சிந்தனைகளை அவர்களிடையே பரப்பிச் செய்யும் தொழிலிற் கூடுதல் பலன் கிடைக்குமாறு செய்வது மற்றொரு வழி. முன்னதைச் செய்தற்குப் பெரு முதலீடும் பலவாண்டுகளும் தேவை. பின்னதற்குப் படித்தவர்

களின் ஒத்துழைப்பும், பிறருக்குத் துணை நிற்கும் தொண்டு மனப் பான்மையும் போதுமானவை. மக்கள் தம் காலிலேயே நிற்பதற்கு இத்தகைய அறிவியல் ஞானம் துணை செய்யும்.

அறிவியல் சிந்தனை என்று நான் குறிப்பிட்டது எல்லா வாழ்வு நெறியிலும் காரண காரியம் பார்த்தலாகும். எடுபிடிகளாக ஒரு தொழிலைக் கண்மூடிச் செய்யாமல் குறைந்த செலவில், குறைந்த கால அளவில் எவ்வாறு ஒரு தொழிலைச் செய்ய இயலும் என்று காண்பது அறிவியல் சிந்தனையின் விளைவாகும். விவசாய நண்பர் அன்றொரு நாள் தமக்குத் தோன்றிய ஆலோசனை ஒன்றைக் கூறினார். தென் மாவட்டங்களில் எருமைக்கடாக்களை உழவுக்குப் பயன்படுத்து கின்றனர். அவை ஓரிரு மாதங்கள்தாம் பணிக்குப் பயன்படுகின்றன. ஏனைய மாதங்களில் வறிதே தீனி தின்று பயனில்லாமல் நிற்கின்றன. அவற்றை அகல இருக்கும் வயல்களுக்கு எரு உரத்தை எடுத்துச் செல்வதற்குப் பொதி மாடாகப் பயன்படுத்துமாறு அவர் ஆலோசனை கூறினார். ஆனால் அதனைச் செயலாக்க யாரும் முன் வரவில்லை. எருமைக்கடா ஆண்டு முழுவதும் பயன்படுதற்கும், விவசாயத்தின் செலவைக் குறைப்பதற்கும் அவருடைய கருத்து பயன்படும். இத்தகைய சிந்தனைகளை உருவாக்குவதற்கும் செயற்படுத்துவதற்கும் ஊர்ப்புற விவசாயிகளைத் தூண்டுவதற்குத்தான் அறிவியல் சிந்தனையைப் பரப்ப வேண்டும் என்று நான் கூறுவது.

அதற்குப் பள்ளிக்கூடக் கல்வி, ஓரளவு துணை செய்யும். கிராமப்புற இளைஞர்கள் அனைவரும் படிக்க வேண்டும் என்று பிரசாரம் செய்வது ஒரு முறை. முதியவருக்கும் எழுதப்படிக்க முதியோர் கல்வி வகுப்பில் சேருமாறு செய்வது மற்றொன்று. இவற்றால் நூலறிவை ஊர்ப்புற மக்கள் பெற இயலும்.

நூலாற் பெறும் கல்வியைப் போல், செவி வழியாக, காட்சி வழி யாகப் பெறும் கல்வி முதியோருக்கும் இளையவர்களுக்கும் பெரும் துணைபுரியும். வானொலியும், தொலைக்காட்சியும், பொருட்காட்சியும் விரைவாக இந்த அறிவுப் பரவலுக்குத் துணை செய்கின்றன. சில கருத்துப் பொறிகள் ஒரு சிலரையாவது தாக்கிச் சிந்திக்கத் தூண்டலாம். இதனால் புதுமை எழுச்சியும் சோதனையுணர்வும் ஊர்ப்புறங்களிடையே பரவுவதற்கு வாய்ப்பு ஏற்படுகின்றன. சமுதாய மாற்றத்திற்கு இம் முயற்சி வழிவகுக்கும்.

மொழி, கலை முதலியவை வளரப் பொருளாதார வளர்ச்சி மிகவும் தேவை. அதற்கு அறிவியல் சிந்தனை முதற்படியாக அமைகின்றது. அதனைப் பரப்புவதற்குத் தமிழ்ப் பல்கலைக்கழகம் தாய்மொழித் தமிழில் அறிவியலைப் பரப்பும் திட்டம் ஒன்றை வகுத்துள்ளது.

இந்தத் திட்டத்தில் கல்விநிலையில் மக்களை,

1.உயர் படிப்பினர்

2.பள்ளிப்படிப்பினர்

3.தொடக்கப்பள்ளி நிலையினர்

4.ஊர்ப்புறத்தினர்

என்று நான்கு நிலையாகப் பகுத்துள்ளது.

1. உயர் படிப்பினர்: இவர்கள் ஆங்கில அறிவுள்ளதால் தமிழாக்கத் திற்கு அவர்களுடைய துணையைப் பெற்று இனிமேல் வரும் சமுதாயத் திற்குரிய அறிவியல் தமிழ் நூற்களை உருவாக்கல், ஆய்வுக் கட்டுரைகள், களஞ்சியங்கள், உயர் ஆய்வு நூற்கள் முதலியவற்றை வெளியிடுவதற்கு அவர்கள் துணையைப் பெறல்; இவை நிலை பேறுடைய முயற்சி. பெரும் பொருள் இதற்குச் செலவாகும்.

2. பள்ளிப் படிப்பினர்: பள்ளி, கல்லூரி முதலியவற்றில் படிக்கின்றவர் களுக்கு அறிவியல் நூற்கள் கணிசமான அளவில் எழுதப்பட்டுள்ளன. இவற்றைச் சீர்தூக்கிக் கலைச் சொற்களைத் தேர்வு செய்ய வேண்டும். பொறியியல், மருத்துவத்திற்குப் போதிய நூற்கள் வெளிவரவில்லை. தமிழ்ப் பல்கலைக்கழகம் 30 நபருக்கு நூல் செய்வதற்கு அண்மையில் மான்யம் வழங்கியிருக்கிறது. இது சோதனை முயற்சி. வெற்றி பெற்றால் இந்தக் குறை நீங்கும். இதற்கெனப் பாராட்டத்தக்க முயற்சிகள் பலவற்றைத் தமிழக அரசு முன்னர் செய்திருக்கின்றது. இலங்கையில் நடந்த முயற்சியும் நாம் கணக்கிலெடுக்க வேண்டும்.

3. தொடக்கப் பள்ளி: இங்கு அறிவியல் தொடர்பான பொதுக் கருத்துக் களையும், சோதனை முறைகளையும் எளிய தமிழில் பல படங்களுடன் விளக்க வேண்டும். இந்த முயற்சியே ஊர்ப்புற மக்களுக்கும் பயன்படும்.

4. கிராம மக்களுக்குப் புகட்டும் தரம் தொடக்கப் பள்ளியில் கையாளும் தரத்தை ஒத்திருக்க வேண்டும். ஆனால் ஊரார் அனுபவிக்கும் இன்னல் களை அகற்றி அவர்கள் செய்யும் அன்றாட அலுவல்களுக்கு உதவியாக இருக்க வேண்டும். அவர்களில் ஒரு கணித மேதை இராமானுசன் முளைக்கலாம். மற்றொரு கணித விற்பன்னர் சங்கரப் பிள்ளை உருவாகலாம். வறுமை நீங்கும் வழிகளைக் கூறுவதோடு அறிவியலில் விருப்பம் எழவும் வழிசெய்ய வேண்டும். வானொலி, தொலைக்காட்சி, செய்தித்தாட்கள் முதலியவற்றைப் பயன்படுத்த வேண்டும்.

இந்த நான்கு மட்டங்களையும் வரைபடம் வழி விளக்கினால்:

1. ஆய்வுகள்: ஆய்வு சஞ்சிகைகள், களஞ்சியங்கள், கணிப்பொறி மொழிபெயர்ப்பு, புதிய கண்டுபிடிப்பு பற்றிய செய்திகளின் சுருக்கங்கள், உயர்மட்ட விஞ்ஞானிகளின் மகாநாடுகள், கருத்தரங்கு தமிழில் நடத்துதல்.

2. உயர்நிலைப் பள்ளி, கல்லூரி மாணவர்களுக்கு. ஆக்கப்பட்ட நூற்களைச் செப்பஞ்செய்தல், கலைச் சொற்களைத் தரப்படுத்துதல், பட வரைவுகளை, சோதனைச் சாலைகளை, காட்சியகங்களைப் பெருக்கல், தமிழில் பாடஞ்சொல்வோரைத் தேர்ந்தெடுத்து ஊக்குவித்தல்.

ஒன்றிற்கும், இரண்டிற்கும் நெருங்கிய தொடர்பு இருக்க வேண்டும். உயர்நிலைப் பள்ளி, கல்லூரி ஆசிரியர்கள் இதன் செயற்பாட்டிற்குப் பெரும் பங்கு வகிக்கலாம்.

3. தொடக்கப் பள்ளி. அறிவியற் பொதுக் கருத்துக்களைப் பாட நூற்களிற் சேர்த்தல், எந்திர இயக்கங்களைச் சோதனைக்கூடத்தில் காட்டல், தொழிற் சாலை விளக்கங்களைக் கூறல், எந்திர நிறுவனங் களுக்கும், ஆலைகளுக்கும் சுற்றுலா அழைத்துச் செல்லல், அறிவியலை எளிய மொழியில் விளக்கும் பாடங்களை நூற்களில் சேர்த்தல்.

4. கிராம மக்கள். நாட்டுக் கலை, தொலைக்காட்சி, நிழற்படம், காட்சி நாடா, ஒலிநாடா உருவாக்கல். சோதனைக்கூடங்கள், கண்காட்சிகள் மூலம் அறிவியலைப் பரப்பல். தமது வாழ்வு விஞ்ஞானத்தால் எவ்வாறு வளம் பெறும் என்பதே பிரசார நோக்கமாக இருக்க வேண்டும். பார்ப்பதும் கேட்பதும் கூடுதலாகவும், படிப்பது குறைவாகவும் இருக்க வேண்டும். ஏறத்தாழ ஐந்தாண்டுகளுக்குள் எல்லாக் கிராமங்களிலும் இந்தத் திட்டம் பரவ வழி செய்ய வேண்டும். எல்லாக் காட்சியறிவு எந்திரக்கருவிகள் பொருத்திய ஒரு பேருந்து வாங்கி ஒவ்வொரு கிராமத் திற்கும் செய்திகளைப் பரப்புவதற்கு அனுப்பலாம்.

தொடக்கப் பள்ளி முயற்சிக்கும், இதற்கும் நெருங்கிய தொடர்பு இருக்க வேண்டும்.

இந்தக் கிராமத் தொண்டைத் தமிழ்ப் பல்கலைக்கழகமே செய்வது, மக்கள் குழுக்கள் பொறுப்பேற்றுச் செய்வது என்ற இரண்டில் பின்னது வலுவானது. ஆசிரியக் கழகங்கள், தனியார் நிறுவனங்கள் முதலியவர் களின் உதவியை நாடி ஒரு அரசியல் கலவாத தொண்டாற்றும் நிறுவனத்தைத் தோற்றுவிக்கலாம். அகில இந்திய வானொலி நிலையம் 180 கிராமக் குழுக்களை நிறுவியுள்ளதாக அறிகிறோம். அண்டை மாநிலமான கேரளம் ஏறத்தாழ 7000 கிராமக் குழுக்களை நிறுவியிருக் கிறதாம். தமிழகத்தில் ஏனையோர் செய்த முயற்சிகளையும் ஒன்றுசேர அணைத்து விரிவாக்க வேண்டும்.

அறிவியக்கத்தை ஒரு சில ஆண்டுக்குள் நாம் உருவாக்கி உயிரூட்ட வில்லையெனில் தமிழ்நாட்டுக் கிராம மக்கள் முன்னேறுவது இயலாது. அண்டை மாநிலங்கள் பெற்றுள்ள வெற்றி நம்மைத் தலைகுனியச் செய்யும். தம்மையே தியாகஞ்செய்யும் ஊழியர்கள் ஒரு சிலர் கிடைத்தால் இந்தத் திட்டம் வெற்றி நடைபோடும். ●

அறிமுகம்: 'நாட்டார் வழக்காற்றியல்'

பாளையங்கோட்டைத் தூய சவேரியார் கல்லூரித் துணைத் தமிழ்ப் பேராசிரியர் எஸ்.டி. லூர்து எழுதியுள்ள *நாட்டார் வழக்காற்றியல்: ஓர் அறிமுகம்* என்னும் இந்நூல் வரவேற்கத்தக்க ஒன்று. நாட்டுப் படையல்களைப் பற்றிய முக்கியமான ஆங்கில நூற்கள், கட்டுரைகள் ஆகியவற்றை ஆய்ந்து தமது நூலை எழுதியிருக்கிறார்.

நாட்டுப் படையல் ஆய்வில் இவ்வாண்டு (1976) பல முன்னேற்றங்கள் நிகழ்ந்துள்ளன. பா.ரா. சுப்பிரமணியன் எழுதிய தமிழக நாட்டுப் பாடல்கள் பற்றிய நூல், முத்துச்சண்முகத்தின் மாணவர்கள் – சரஸ்வதி, வேணுகோபால், மு. இராமசுவாமி ஆகியவர்கள் – இயற்றிய *கள ஆய்வில் சில அனுபவங்கள்* ஆகிய இரண்டும் இவ்வாண்டில் வெளியான இருவேறு நல்ல தமிழ் நூற்கள். திராவிட மொழியியற் கழகம் நா. வானமாமலைக்கும் (தமிழ்), பி. கோவிந்தப்பிள்ளைக்கும் (மலையாளம்) சீனியர் பெல்லோசிப் வழங்கி மைசூர் மாநிலத்திலுள்ள கர்நாடகப் பல்கலைக்கழகத்தில் நாட்டுப் படையல் ஆய்விற்குத் துணை நின்றது மற்றொரு முக்கிய நிகழ்ச்சி. பாண்டிச்சேரி அகில இந்திய வானொலி நிலையத்தின் ஆதரவில் அதன் இயக்குநர் கே.பி.எஸ். ஹமீது சென்ற பெப்ரவரி மாதம் சிதம்பரத்தில் நாட்டுப்புறக் கலைவிழா ஒன்றைப் பல ஆயிரம் மக்கள் பாராட்டிப் போற்றுமாறு அமைத்து வெற்றி கண்டது பின்னொரு நிகழ்ச்சி.

நாட்டுப் பாடல்களைப் பற்றி 1960இல் முதன் முதல் எம்.லிட். பட்டத்திற்கு கே.பி.எஸ். ஹமீது கட்டுரை சமர்ப்பித்தபோது அதனைச் சீர்தூக்கிய தமிழ்ப் பேராசிரியப் பெருமக்கள் காட்டிய ஏளன உணர்வு, இன்று இளைஞர்களிடையே எழுச்சியாக மாறியிருப்பது மிக்க மகிழ்ச்சி தரும் செய்தி. இம்மனமாற்றத்தின் அறிகுறியாக நிற்கும் இந்த நூலைத் தமிழகம் வரவேற்கும் என்பதில் ஐயமில்லை.

நாட்டுப் படையல்களைத் தொகுத்து முடித்தபின் வரையறை செய்வதுதான் ஆய்வுமுறை. அவ்வாறு தொகுத்து முடிப்பதற்குப் பல ஆண்டுகள் ஆகும். அதுவரை காத்திராது மேல்நாட்டு அனுபவத்தை அடிப்படையாக வைத்து ஆசிரியர் லூர்து தனது முதல் கட்டுரையை உருவாக்கியிருக்கிறார். சில இடங்களில் தந்துள்ள மேற்கோள்களின் ஆங்கிலப் பகுதிகள் இல்லாததால் மூல நூற்களின் துணையின்றி ஆசிரியரின் தமிழாக்கத்தைப் புரிந்துகொள்வது கடினம். தொடக்கத்தில்

எல்லாத் துறைகளும் அனுபவ உணர்வின்றிப் பிறர் கருத்தை ஏற்பது இயல்புதான். ஆய்வு முதிர முதிர இந்நிலை மாறும்.

வரலாற்று முறையில் நாட்டுப் படையல்களைப் பற்றிய ஆய்வை விவரிக்கும்போது தமிழகத்தில் நடந்த பல ஆய்வுகளை ஆசிரியர் நினைவிற்கொள்ளவில்லை. இவ்விடுபாடுகளை அடுத்த பதிப்பில் ஆசிரியர் திருத்திக்கொள்வார் என்ற நம்பிக்கையுடன் கீழ்வரும் ஒன்றிரண்டு செய்திகளை மட்டும் முன்னுரையாகக் கூற விரும்புகிறேன்.

பிற நாடுகளில் குடியேறிய தமிழர்களில் பலர் தம் தாய்மொழியிற் பேசும் திறமையை இழந்தாலும் தாமறிந்த நாட்டுப் பாடல்களை மறப்பதில்லை என்பதற்குத் தனிநாயக அடிகள் தம் வெளியீடொன்றில் ஓர் எடுத்துக்காட்டுத் தருகிறார். மார்ட்டினே தீவில் வாழும் தமிழர்கள், தாய்மொழியைப் பேசும் ஆற்றலை இழந்துவிட்டனர். பிரஞ்சு கலந்த கிரியோலைப் பேசி வருகின்றனர். தனிநாயக அடிகள் முன்னர், ஒரு முதியவர் தான் நினைவில் வைத்திருந்த ஒன்றிரண்டு நாட்டுப் பாடல் களைப் பாடிக் கண்ணீர் வார்த்தாராம். 'ஏன் அழுகின்றீர்கள்?' என்று தனிநாயக அடிகள் வினவ, 'தங்கள் முன்னிலையில் பாட எனக்கு இப்பாடல்கள் நினைவிருந்தனவே என்பதை நினைத்துச் சொரியும் ஆனந்தக் கண்ணீர்' என்றாராம். தாய்மொழியை ஒருவன் மறந்தாலும் நாட்டுப் பாடல்கள் மறையா என்பதற்கு இம்முதியவர் கூறிய வாக்கு, தக்க எடுத்துக்காட்டு. அமெரிக்க யூதர்களைப் பற்றி ஆராய்ந்தவர் களும் நாட்டுப் பாடல்கள் நினைவில் தங்கும் நிலையைச் சுட்டிக் காட்டியுள்ளனர்.

சமீப காலம் வரை மொழியின் இலக்கணக் கூறுகளை மட்டும் ஆராய்ந்து வந்த மொழியியலாளர்கள், தற்போது, அது மனிதனுக்கு எவ்வாறு மகிழ்ச்சி தரும் உத்தியாகப் பயன்படுகிறது என்பதை யும் ஆராய முற்பட்டுள்ளனர். அமெரிக்க மொழியியற் கழகத்தின் ஆண்டுவிழாத் தலைமையுரையில் பேராசிரியர் ஹாலே இந்நிலையை வற்புறுத்துகிறார். பழங்கதைகள், நாட்டுப் பாடல்கள், அழிப்பாங் கதைகள் முதலியவை இந்நோக்குடன் ஆராயப்பட வேண்டும் என்றும் அவர் வற்புறுத்துகிறார். மொழியியலாளரும் நாட்டுப் படையல் களைப் புறக்கணிக்க இயலாது என்பதை அவர் உரை சுட்டி நிற்கிறது.

இரஷ்யக் கடல் அகழாய்வு விஞ்ஞானி அலெக்சாந்தர் கொந்தரட்டனாவ் தாம் சமீபத்தில் வெளியிட்ட *ரிட்டில்ஸ் ஆஃப் த த்ரீ ஓசன்ஸ்* என்ற நூலில், பழைய வரலாற்றை ஊகிக்க எவ்வாறு நாட்டுக் கதைகள் பயனாகின்றன என்னும் உண்மையைப் பல எடுத்துக்காட்டுகளுடன் விளக்குகிறார். அரபிக் கடல், இந்துமகா சமுத்திரம், பசிபிக் சமுத்திரம் ஆகியவற்றின் அடித்தரையில் அகழ்வாராய்ச்சி நடத்தியபோது, பல ஆயிரமாண்டு

களுக்கு முன்னர் கடற்பாலமொன்று தமிழகத்தோடு ஆப்பிரிக்காக் கண்டத்தையும், ஆஸ்திரேலியாவையும் இணைத்திருந்த செய்தியைப் பல தெளிவுகளுடன் விளக்குகிறார். பிற்காலத்தில் நிகழ்ந்த கடல் கோளால் இது அழிந்துவிட்டதாகவும், அதற்குத் துணைச் சான்றாக இறையனார் களவியலுரை குறிக்கும் கடல்கோளையும், முதலிரு சங்கங்கள் மறைந்த குறிப்பையும் அவர் குறித்துள்ளார். எதை நம்பத்தகாத புனைகதை என்று தமிழக வரலாற்று ஆசிரியர்கள் ஒதுக்கினார்களோ அதை அவர் உண்மைச் சான்றாக ஏற்கிறார். ‘நாட்டுக் கதைகள் சமுதாயம் திரித்து மறைத்து வைத்திருக்கும் உண்மைகள்’ என்று அவர் வாதிக்கிறார். வரலாற்றுக்கு முந்திய காலத்தை ஊகிக்க நாட்டுக் கதைகள் பயன்படுவதை அவர் நூல் தெளிவாக்குகின்றது. அத்தகைய கதைகளைச் சேகரித்து வரலாற்றுக்குப் பயன்படுத்தினால் தெளிவுறாத பல பகுதிகள் தெளிவுபடத் துணைநிற்கும்.

மொகஞ்சதாரோ-ஹரப்பா நாகரிகம் திராவிட நாகரிகமா? இல்லையா? என்ற ஐயம் நீங்கியபாடில்லை. அதற்கு இப்போதுள்ள தெளிவுகள் போதா. 1976, ஜனவரி மாதம் பஞ்சாப் பல்கலைக்கழகம், பாட்டியாலாவில் நடத்திய கருத்தரங்கில் பல ஓவியங்களைக் காட்சிக்கு வைத்திருந்தனர். மக்கள் களிமண்ணில் வரைந்தவை என்றும் அடிக் குறிப்புக்களில் விளக்கியிருந்தனர். அவற்றிற்கும், மொகஞ்சதாரோ சித்திர எழுத்திற்கும் நெருங்கிய பொருத்தம் இருப்பதைச் சுட்டி, இவை யார் வரைந்தவை என்று கேட்டபோது, ‘தாழ் மட்டத்தில் வாழும் தீண்டாத மக்கள் வரைந்தவை’ என்று பதில் கூறினர். மொகஞ்சதாரோ நாகரிகத்திற்கும், இச்சித்திரங்களுக்குமுள்ள ஒற்றுமையை அவர்களோ, அகழ்வாராய்வாளர்களோ இன்னும் கவனிக்கவில்லை. மொழி அகழ்வாய்வால் பஞ்சாப், குஜராத், மகாராஷ்டிரம், மத்தியப்பிரதேசம், ஒரிஸ்ஸா, மேற்கு வங்காளம், பீகார் முதலிய மாநிலங்களில் வாழும் ஹரிஜனங்கள் முன்னர் திராவிட மொழி பேசியவர்கள் என்றும், பின்னர் இந்தோ ஆரிய மொழி பேசத் துவங்கினர் என்றும் இப்போது தெளிவாகி வருகிறது. இந்த ஊகத்திற்கு ஆதரவாக குஜராத்து (முன்னுள்ள), பஞ்சாப், மகாராஷ்டிரம், மத்தியப்பிரதேசம், ஒரிஸ்ஸா, மேற்கு வங்காளம், பீகார் ஆகிய மாநிலங்களில் இன்னும் திராவிடப் பழங்குடி மக்கள் வாழ்ந்து வருவது 1961ஆம் ஆண்டு மக்கள் புள்ளிவிவரக் கணக்கால் தெளிவாயிற்று. அவர்களுடைய எண்ணம் மலைவாழ் மக்களில் அறுபது சதமானம் என்பது இப்போது கணிக்கப்பட்டிருக் கிறது. இந்தியாவின் பழைய வரலாறும், திராவிடர்களின் பரப்பும், மொகஞ்சதாரோவின் கலைப் படையல்களின் எச்சங்களும் வெகு விரைவில் அகண்ட ஆய்வால் தெளிவு பெறும் என்ற நம்பிக்கை வளர்ந்துள்ளது.

பாண்டிச்சேரி நண்பர் பி.எல். சாமி அண்மையில் எழுதிய கடித மொன்றில் பஞ்சாப் மாநிலத்தில் காணப்படும் மாட்டுத் தொட்டி, ஏர், நுக அமைப்பு முதலியவை தமிழகப் படைப்புக்களோடு ஒத்திருக்கின்றன என்று குறிப்பிடுகிறார். அவர் சற்று முன் வெளியிட்ட பெண் கொலை புரிந்த நன்னனைப் பற்றிய செய்தியை மலையாள நாட்டுக் கதைகள் மூலம் தொகுத்து அதன் ஆதி உருவத்தை ஊகித்திருக்கிறார்.

நாட்டுப் படையல்கள் வரலாற்றிற்கும், கலை ஆய்விற்கும் எவ்வாறு பயனாகும் என்பதை அவருடைய முயற்சியும் உறுதிசெய்கிறது.

தமிழக நாட்டுப் படையல்களைத் திரட்டிச் சேகரித்த பின்னர், பிற திராவிட மொழிப் படையல்களுடன் ஒப்பிட வேண்டிய பொறுப்பும் நமக்குண்டு என்பதை மறந்துவிடக் கூடாது. அப்பெரும் முயற்சிக்கு இந்நூல் ஒரு 'கால்வைப்பாக' அமையும் என்ற நம்பிக்கை எனக்குப் பெரிதும் உண்டு.

●

பாரீஸ் மகாநாடு

கீழ்த்திசை மொழிகளின் உலக மகாநாட்டில் திராவிட மொழிகளை நன்கு பிரதிநிதீகரிக்க தாங்கள் வர வேண்டும் என்று பேராசிரியர் ஜீன்பிலியோசா 1972 பெப்ரவரி மாதம் அழைப்பனுப்பிய சமயம் இம்மகாநாட்டின் முக்கியத்துவத்தை நான் உணரவில்லை. சாக்குப் போக்குச் சொல்லி என் நண்பர் தவத்திரு தனிநாயக அடிகளை அழைக்குமாறு கேட்டுக்கொண்டேன். பிலியோசரவோ என் நண்பரையும் என்னுடன் பலரையும் அழைத்திருந்தார்.

1973 ஜூலை மாதம் 16 முதல் 22 நாள் வரை நடந்த மகாநாடு கீழ்த் திசை மொழிகளின் மகாநாடு ஆரம்பமாகி நூறாண்டுகள் முடிவதைக் குறிக்கும் கூட்டமாக இருந்தது. 1873இல் முதன் முதலாக இத்தகைய மகாநாட்டை பாரீஸில் நடத்தினர். பிரிட்டன், பிரான்சு, ஜெர்மனி, டென்மார்க்கு முதலிய நாடுகள் தங்கள் ஆட்சியில் கொண்டுவந்திருந்த நாடுகளின் மொழி, கலாச்சாரம் முதலியவற்றை அறிந்திட இத்தகைய மகாநாடுகள் மிகவும் உதவின. முதல் மகாநாட்டில் தமிழ்ப் படிப்பிற் கென ஒரு பேராசிரியரை நியமிக்க வேண்டும் என்பதும் ஒரு தீர்மானம்: இன்றும் அது அரைகுறையாகவே நிறைவேற்றப்பட்டுள்ளது.

நூறாண்டு கழித்து 1973 ஜூலையில் நடந்த கூட்டம் இம்மகாநாட்டைக் கலைத்துப் புதிய உருவத்தில் மற்றொன்றைத் தோற்றுவிக்கத் தீர்மானித்துள்ளது. ஒவ்வொரு மகாநாட்டிலும் இப்போதெல்லாம் சுமார் மூவாயிரம் ஆய்வாளர்கள் கூடுகின்றனர். துருக்கி முதல் சப்பான் வரையுள்ள மொழி, கலை, வரலாறு, பொருளாதாரம், சமுதாயம், வைத்தியம், கல்வெட்டு, சோதிடம் போன்ற பல துறைகளில் ஆய்வுக் கட்டுரைகள் அரங்கேற்றப்படுகின்றன. எல்லா ஆய்வாளர்களுக்கும் பல தரப்பட்ட ஆய்வுகளில் மனம் செல்லாது. அவர்களுடைய நேரம் இதனால் பாழாகும். எனவே இத்தகைய விரிந்த மகாநாடாகக் கூடாமல் ஒவ்வொரு பொருளுக்கும் சிறுசிறு மகாநாடுகள் ஒவ்வொரு பிரதேசத்திலும் கூடி அதன் பின்னர் ஆய்வுப்பரப்பிற்கு ஐந்தாண்டு களுக்கு ஒருமுறை ஒரு மகாநாட்டைக் கூட்ட ஆலோசனை நடத்தினர்.

ஜூலை 16ஆம் தேதி கூடிய திறப்பு விழாவில் இப்பொருள் பற்றியே செயலாளர் ஜீன்பிலியோசா பிரெஞ்சு மொழியில் கருத்துரையாற்றினார். மகாநாட்டுத் தலைவர், பொருளாளர் முதலியவர்கள் அனைவரும் பிரஞ்சு மொழியில்தான் பேசினர். பிரெஞ்சுக்காரர்களின் மொழிப்பற்று உலகறிந்த உண்மை. அதனுடன் பிரஞ்சு அரசாங்கம் மானியம் வழங்கும்

எந்தக் கூட்டமும் பிரெஞ்சு மொழியில்தான் நடக்க வேண்டும். அது இயலாவிட்டால் துவக்கம் பிரெஞ்சு மொழியில் இருக்க வேண்டும் என்ற நிபந்தனையும் அவர்கள் உரையால் நிறைவேறியது. அவர்கள் பேச்சின் ஒரு பகுதியை ஆங்கிலத்தில் ஒருவர் சுருக்கிச் சொன்ன பின்னர்தான் கூட்டத்திலிருந்த பலரும், தலைவர் முதலானோர் என்ன சொன்னார்கள் என்று புரிந்துகொண்டனர்.

மகாநாடு தொடங்கியதும் மேல்தட்டிலிருந்து பலூன்கள் பறந்தன. பல இளைஞர்கள் உரக்கக் கத்தினர். வன்முறையில் போலீஸ்காரர்கள் அவர்களை வெளியேற்றுவதும் எல்லார் கவனத்தையும் ஈர்த்தது. தைவான் நாட்டிலிருந்து பிரதிநிதிகள் வரவழைக்கப்பட்டதால் மாவோ சார்பான இடதுசாரி மாணவர்கள் நடத்திய ஆர்ப்பாட்டம் என்று பின்னர் விளங்கியது. நம் நாட்டில் மட்டுமல்ல இக்காட்சி! இரஷ்யப் பிரதிநிதி குரோவ் மேடையில் அமருவதற்கு அவர் செயலர் இடங்கேட்க, சற்று நேர ரகசியமான வாதப்பிரதிவாதத்தின் பின்னர் ஆசனமிட்டு அவர் அமருவதும், அனுமதிக்குக் காத்திருக்காமல் மகாநாட்டின் வாழ்த்தை ரஷ்ய மொழியில் அவர் படிக்க, அவருடைய செயலர் மொழி பெயர்த்ததும் பலர் அறியாத ரகசியங்கள். கலையுலகிலும் அரசியலின் கறை படிந்துள்ளதை இவை விளக்கின.

மூவாயிரம் விருந்தினருக்கு உணவு ஏற்பாடு செய்வது எந்த நகரத் திலும் எளிதன்று. பயணிகள் நிறைய வந்து போகும் பாரீஸ் நகரத்தில் இது மிகவும் கடினம். மகாநாட்டிற்குச் செய்திருந்த ஏற்பாடுகள் மிகக் குறையுடையன. நாள் போகப்போக ஆய்வாளர்கள் இவற்றை மறந்து விட்டனர். நண்பர்களைக் காண்பதும் ஆய்வுப்பொருளைப் பற்றிப் பேசுவதும் எந்தப் பொருள் எங்கே வாங்கலாம் என்று துப்பறிவதும் அடக்கமின்றி ஆணும் பெண்ணும் ஆலிங்கனம் செய்து முத்தமிடும் காட்சி வர்ணனைகளும் அவர்கள் பேச்சில் பிரதிபலித்தன.

இந்தியாவிலிருந்து வந்த சிலருக்கு ஆக்சா என்ற இடத்திலுள்ள பல்கலைக்கழக மாணவர் விடுதியில் வசதி செய்திருந்தனர். இது சுமார் முப்பது கிலோ மீட்டர் தூரமுள்ளது. மகாநாட்டு அலுவலகத்துக்கு வந்து செல்வதற்குப் பெரும்பாடு பட வேண்டும். பாதாள இரயிலில் பயணம் செய்து இவ்விடத்தைச் சென்றடையத் துன்பம் அனுபவித்த வர்கள் பலர். டாக்சியில் செல்வதென்றால் கையிலுள்ள பணமெல்லாம் பறந்துவிடும். எப்படிச் செல்வது என்று திணறும்போது பேராசிரியர் பிலியோசாவினுடைய மகள் தனது காரில் கொண்டு சேர்ப்பதாகக் கூறி எங்களை அந்த இடத்தில் கொண்டு விட்டார். நாங்கள் சென்ற அன்று ஞாயிற்றுக்கிழமையாகையால் உணவு விடுதிகள் அந்த இடத்தில் மூடப்பட்டிருந்தன. ஒவ்வொருவருக்கும் போதுமான அளவு ரொட்டியும்

பாலும் பழமும் அவரே வாங்கித் தந்து பரிமாறி மகிழ்வித்தார். அவருடைய அன்பு, அமைப்பாளர்களால் ஏற்பட்ட குறைகளை மறக்க உதவின.

காலை உணவுக்கு டிக்கட், மதிய மாலை உணவுகளுக்கும் டிக்கட், பாதாள இரயிலில் செல்ல டிக்கட் இவ்வாறாக சேப்பு நிறைய டிக்கட்டு களுடன் புறப்படுவது தினமும் வழக்கம்.

உணவு அருந்தும் விடுதிகளும் மகாநாடு நடந்த இடத்தின் அருகில் இல்லை. காலை உணவு முப்பது கிலோ மீட்டர் அகலே உள்ள ஆக்சாவில்; மதிய உணவு ஓட்டல் மொபிலான், மாலையுணவு போர்ட்ராயல் எனும் ரயில் ஸ்டேஷன் அருகாமையிலுள்ள மாணவர் விடுதியில். நடுப்பகல் உணவிற்காக ஓட்டல் மொபிலானை முதல் நாள் திங்கட் கிழமை கண்டுபிடிக்கப் பாடுபட்டோம். மழை வேறு கொட்டிக் கொண்டிருந்தது. எங்கள் துன்பத்தைக் கண்ட பிலியோசாவின் மகனு டைய மனைவி, திருமதி வசுந்தரா பிலியோசா அவ்வோட்டலுக்குச் செல்ல வழிகாட்டினார். இவர் மைசூர் நாட்டைச் சேர்ந்தவர்; அடக்கமும் பண்பும் நிறைந்தவர். மழையில் பத்து நிமிஷம் நடந்த பின் ஓட்டலைச் சென்றடைந்தோம். வரிசையாக நின்று ஒரு தட்டில் மதிய உணவைப் பெற்றுக்கொண்டு மேஜை மீது அமர்ந்தோம். ஒவ்வொரு மேஜையிலும் ஒவ்வொரு குப்பி உலோக நீரும் சிவப்பு ஒயினும் வைத்திருந்தார்கள். சுவை குறைந்த உணவு ஆகையால் நீரும் ஒயினும் வயிற்றை நிரப்பின.

இவ்வாறு அவதிப்படுவதைப் பார்த்து நின்ற திருமதி வசுந்தரா தன் நாத்தனார் பிலியோசாவினுடைய மகளிடம் எங்கள் வருத்தத்தைக் கூறினார். அவரும் பிலியோசாவின் மனைவியும் தமது வீட்டிற்கழைத்து சோற்றுணவு படைத்தனர். கறி ஒன்றும் இல்லை, தயிரும் சோறும் மாத்திரம் உண்டு வாழும் உயிரினங்களாகக் கருதினார்கள் போலும்! ஊறுகாய் ஒன்றிருந்ததால் கறி எதுவுமில்லாமல் சோற்றை உண்டு அவர்களுடைய சமயோஜித புத்தியை மிகவும் பாராட்டினோம்.

பதினாறாம் தேதி பிற்பகல் இரண்டரை மணிக்கு இந்திய வரலாற்றுப் பகுதியில் சமர்ப்பிக்கப்படும் ஆய்வுகளைக் கேட்க விரும்பினோம். திருமதி வசுந்தரா, ஓய்சள மன்னர்களைப் பற்றிச் சங்க இலக்கியச் சான்றுகளுடன் கட்டுரை படிப்பதாக நிகழ்ச்சி நிரலில் காணப்பட்டது. இது நடக்கும் இடம் பாந்தியான் கட்டடம் என்றார்கள். பலரிடம் கேட்பது என்றால் பிரஞ்சு தெரிந்தால்தான் இயலும். புத்தகத்தில் படித்த பிரஞ்சுக்கும் அவர்கள் பேசும் பிரஞ்சுக்கும் நிறைய வேறுபாடுகளிருந்தன. எனவே அலைந்து திரிந்து உரிய இடத்தில் வந்து சேர்ந்தோம். முதலில் கல்கத்தாவிலிருந்து வந்த ஆய்வாளர் சகாய் பண்டை இந்தியாவில் அரசு

என்னும் பொருள் பற்றிக் கட்டுரை படித்தார். முற்ற முழுக்க சமஸ்கிருத நூல்களிலிருந்து மட்டும் மேற்கோள் காட்டினார். தமிழ் நூற்களிலிருந்து இதைப் பற்றிய குறிப்பு உண்டு என்ற செய்தியைக்கூட அவர் குறிக்க வில்லை. இந்தியாவிலிருந்து வந்த மற்றொரு சமஸ்கிருத அறிஞர் தமது பாண்டித்யத்தை வெளிக்காட்டி அரை மணிக்கூர் பேசினார். தலைவர் டாக்டர் கை (மத்திய அரசாங்கக் கல்வெட்டு இலாகாவின் தலைவர்) அவர் பேச்சை நிறுத்துவது எப்படி என்று முயன்று கொண்டிருந்தார். 'பழைய இந்தியா என்கிறீர்களே! இதற்குத் தமிழ் இலக்கியச் சான்று காட்டப்படவில்லையே?' அரசு என்று ஆயும் பொழுது அதனோடு தொடர்புடைய அமைச்சு, ஐம்பெரும் குழு முதலியவற்றின் செயற்பாட்டையும் நோக்க வேண்டாமா? என்ற என் கேள்விக்கும் ஆய்வைத் திருத்தும்போது சேர்த்துக்கொள்வேன் என்றார். அடுத்தவர் பண்டைக்கால அளவை முறைகளைப் பற்றிப் பேச எழுந்த போது, தான் 'பழைய சங்க நூற்களிலிருந்து செய்திகள் திரட்டாததற்கு வருந்துகிறேன்' என்று குறிப்பிட்டுத் தன் ஆய்வைத் தொடங்கினார். சமஸ்கிருத பாண்டித்ய நண்பர் இம்முறையும் விடவில்லை. அயலாளர் முனங்கினர். 'பொருத்தமற்றது', 'தேவையில்லாதது' என்று மீண்டும் மீண்டும் கூறவே, தலைவர் அவரை உட்கார வைத்துவிட்டார். திருமதி வசுந்தராவின் ஆய்வுக் கட்டுரை சமர்ப்பிக்க நெடுநேரம் ஆகும் எனத் தோன்றியதால் என்னைப் போல் என்னுடனிருந்த ஆ. சுப்பையா விற்குக் காப்பி சாப்பிடப் போவது நல்லது என்று பட்டதால் சுமார் நாலரை மணிக்குக் கூட்டத்திலிருந்து புறப்பட்டோம்.

பாலில்லாத காப்பி ஒரு கோப்பைக்கு இரண்டரை பிராங்கு (சுமார் மூன்றேகால் ரூபாய்). வயிறு பசித்ததால் ஒரு சிறிய துண்டு கேக்கு வாங்கிச் சாப்பிட நான் விரும்பினேன். அத்னைத் தருமாறு சிற்றாளிடம் கூறினேன்; அதில் சர்க்கரைப் பாகுடன் ஒயினையும் ஊற்றித் தந்ததால் தின்னச் சுவையாகத்தான் இருந்தது. 'பில்' என்றேன், பதினொன்றரை பிராங்குகள் (சுமார் பதினேழரை ரூபாய்) பில் வந்தது; மறுத்துப் பேசாமல் பன்னிரண்டு பிராங்கைக் கொடுத்தேன். அரை பிராங்கைத் தனக்குரிய இனாமாக வைத்துக்கொண்டான். என் வேதனைச் சிரிப்பை மகிழ்ச்சிச் சிரிப்பாக அவன் எடுத்துக்கொண்டான். அடுத்த நாள் முதல் அந்தக் கடைக்குச் செல்வதில்லை. அது முதல் கேக்கு வாங்கும் பழக்கம் நின்றுவிட்டது.

மாலை ஆறு மணிக்கு மகாநாட்டுத் திறப்பு விழாவில் அறிவித்தபடி உலகத் தமிழ் ஆய்வுக் கழகத்தின் செயற்குழு காலேஜ்-டி-பிரான்ஸ் கட்டட அறையில் கூடியது. ஹாலந்து பேராசிரியர் கய்ப்பர் தலைமை தாங்கினார். தனிநாயக அடிகள் கழகம் மேற்கொண்ட பணியை விவரித்து

இலங்கை மகாநாடு பற்றியும் அங்குள்ள அரசியல் சூழ்நிலையைப் பற்றியும் விளக்கினார். பொறுப்பாளர்களைத் தேர்ந்தெடுக்க வேண்டிய தேவையைப் பற்றியும் வரும் வியாழனன்று அது தீர்மானிக்கப்படும் என்றும் கூறினார். பாண்டிச்சேரி கீழ்த்திசை நிறுவனத்தில் பணியாற்றும் பிரஞ்சு ஆய்வாளர் டாக்டர் குரோவ், பிற திராவிட மொழிகளைத் தழுவி அகில உலக நோக்கோடு கழகம் இயங்க வேண்டும் என்று வற்புறுத் தினார். கமீல் ஸ்விலபில் இதனை முற்றிலும் ஆதரித்துத் திராவிட மொழியியற் கழகத்தின் பணிகளை விளக்க வேண்டிக்கொண்டார். மௌனமாக இருந்த என்னை வற்புறுத்தவே, திராவிட மொழியியற் கழகத்தின் நோக்கத்தையும் முதுபெரும் அறிஞர்கள் மூலம் பொது இயல்புகளை ஆய்ந்து வருவதையும் கேரளப் பல்கலைக்கழகம் வெளி யிடும் அகில உலகத் திராவிட மொழியியல் சஞ்சிகையைப் பற்றியும் சுருக்கமாக விளக்கினேன். இனிமேல் நடக்கும் தமிழ் மகாநாடுகளில் பிற திராவிட மொழிகளுக்குத் தக்க இடம் நல்குவது என்ற தீர்மானத் திற்கு எல்லோரும் இசைவு தந்தனர். அதே கட்டடத்தின் மற்றொரு அறையில் உலக சமஸ்கிருத ஆய்வுக் கழகம் ஒன்றை நிறுவ டாக்டர் இராகவன் கூட்டமொன்றைக் கூட்டியிருந்தார். அவர் முன்னாள் சென்னைப் பல்கலைக்கழக சமஸ்கிருதப் பேராசிரியர். தமிழ் ஆய்வுக் கழகம்போல் ஒன்றை உருவாக்குவதே அவருடைய நோக்கம். ஒரு ஆய்வுக்கூடம் நிறுவுவதும் மற்றொரு நோக்கம். சமஸ்கிருதத்திற்கு, இந்த வகையில் தமிழ் எவ்வளவு முன்னோடியாக இருக்கிறது என்று முதிய நண்பர்கள் பலர் மகிழ்ந்தனர்.

அடுத்த நாள் முற்பகல் தென்கிழக்கு ஆசிய வரலாற்றுக் கூட்டத்திற்குச் சென்றிருந்தேன். ஆப்கானிஸ்தானத்தில் கி.பி. ஏழாம் நூற்றாண்டைச் சார்ந்த சிவபார்வதி சிலையின் அடியிற் பொறித்துள்ள சமஸ்கிருதக் கல்வெட்டு விவாத விஷயமாயிற்று. 'நானே பிரமனும் விஷ்ணுவும். அக்னி எவ்வாறு பல உருவம் எடுக்கிறதோ அதைப் போலவே நான்' என்று அதனைப் படித்தனர். காளிதாசன் மேகசந்தேசத்தில் கூறியுள்ள ஸ்லோகத்திற்கும் இதற்குமுள்ள பொருத்தத்தையும் சுட்டிக்காட்டினர். கல்வெட்டு வாசகம் எதுவாக இருந்தாலும் கி.பி. ஏழாவது நூற்றாண்டில் ஆப்கானிஸ்தானத்தில் இந்து மதம் பரவியிருந்தது என்பதற்கு இது தக்க சான்று. முஸ்லிம் மதம் பரவுவதற்கு முன் அங்கு இந்து மதம் பரந்து காலூன்றியிருந்தது என்பதற்குரிய தெளிவும், புத்த மதம் அதற்கு முன் பரவியிருந்ததது என்பதற்குப் பல தெளிவுகளும் விவரிக்கப்பட்டன.

கணபதியைப் போன்ற உருவம் கிரேக்க நாணயங்களில் காணப் படுவதால், பலராமனைப் போல் கணபதியும் கிரேக்க தெய்வமாக இருக்க வேண்டும் என்ற ஊகத்தை மேல்நாட்டில் பணியாற்றும் இந்திய

சமஸ்கிருதப் பேராசிரியர் டாக்டர் இராகவனுடன் பேசுவது உணவு அருந்தும்போது என் காதில் பட்டது. குறிப்பிடத்தக்க இந்த ஆய்வு நமது கடவுளரின் வரலாற்றில் பல மாற்றங்களைத் தோற்றுவிக்கும்.

பழைய இரானிய மொழியில் எழுதப்பட்ட 'செந்தவஸ்தா' என்ற நூலில் காணப்படும் கடவுளர்களுக்கும் வேதகாலக் கடவுளர்க்கும் பல பொருத்தமிருப்பதால் இந்தியக் கடவுளர்களிற் பலர் இந்திய-ஐரோப்பிய கடவுளர்களின் உருமாற்றம் என்ற செய்தி புதியதன்று. ஆனால் பிற்காலங்களில் கிரேக்க நாட்டிலிருந்து கடவுளர் இறக்குமதி செய்யப் பட்டனர் என்பதுதான் புதிது; இந்தியாவிற் காணும் எல்லாச் சிவப்புக் கடவுளர்களும் (சுப்பிரமணியன் உட்பட) இந்தோ ஐரோப்பியக் கடவுளர்களாகவும் கிருஷ்ணன், காளி, பார்வதி முதலிய கறுப்பு நிறக் கடவுள் மட்டும் இந்தியாவில் உருவானவர்கள் என்று கூறவும் ஓரளவு சான்றுகள் கிடைத்துள்ளன.

டெல்லியிலிருந்து வந்த ஆயுர்வேதக் கல்லூரிப் பேராசிரியர் அழைக்கவே அவர் பிரிவுக்குச் சென்றேன். பாகிஸ்தானிலிருந்து வந்த ஆய்வாளர் சீன வைத்திய முறை, ஆயுர்வேதம், யுனானி முதலிய வற்றின் பொருத்தங்களைக் கூறினார். நமது கலாச்சாரத்தில் பல அம்சங்களும் பிற நாட்டில் காணப்படுவன என்று இம்மகாநாட்டிலும் தெளிவாயிற்று.

மொகஞ்சோதாரோ லிபியைப் பற்றிய உரைக்கோவையில் பின்லாந்து ஆய்வாளர் ஆஸ்கோ பார்ப்போலோ திராவிட மொழி என்று வாதிக்க, ஆரிய மொழி என்று வாதித்த டாக்டர் இராவின் கருத்தைப் போல் ஏற்கத்தகாதது என்று முன்னாள் அகழ்பொருள் இலாகாத் தலைவர் பி.சி.இலால் மறுக்க, திராவிட இயல்புகள் அக்காலத்தில் இவ்வாறு இருந்திருக்காது என்று கமில் ஸ்வலபில் கூறியதாக நண்பர்கள் கூறினார்கள். பேராசிரியர் பரோவுடன் என் கட்டுரை ஒன்றை விவாதிக்க நேர்ந்ததால் நான் இதற்குச் செல்லவில்லை. ஆனால் அடுத்த நாள் வானசாத்திரப் பகுதியில் ஆஸ்கோ பார்ப்போலோ 'ஆரப்பா வான சாத்திரக் குறிப்பு' எனும் தலைப்பில் படித்த கட்டுரையைக் கேட்டேன். ஊகா போகமாக இருந்தது. மொகஞ்சோதாரோ எழுத்தைப் படிக்கும் முயற்சியுடன் அதன் கலாச்சாரமும் சுமேர் முதலிய பழைய கலாச்சாரங் களுடன் அதற்குள்ள ஒற்றுமை வேற்றுமைகளையும் ஆராய வேண்டும். அவ்வாறு செய்யாவிட்டால் ஒப்புக்கொள்ளத்தக்க ஒரு முடிவுக்கு வருவது கஷ்டமாகும்.

இந்தியாவிலிருந்து அரசாங்கப் பிரதிநிதிகள், மகாநாட்டு அழைப்பின் பேரில் வந்த பிரதிநிதிகள், மத்தியப் பிரதேஷ், பங்காள் முதலிய அரசாங்கங்கள் அனுப்பிய பிரதிநிதிகள் ஆகியவர்கள் மகாநாட்டில்

பங்குபெற்றனர். அரசாங்கப் பிரதிநிதிகளில் டாக்டர் இராகவன் (சமஸ்கிருதத் துறை, சென்னை), டாக்டர் உபாத்யாயா (பிராகிருதத் துறை, மைசூர்), டாக்டர் தண்டேகர் (சமஸ்கிருதத் துறை, பூனா, ஆகியவர்களை நீக்கினால் மற்றெல்லோரும் வடக்கிலுள்ள வரலாற்றா சிரியர்கள் – குறிப்பாக அலிகட் சர்வகலாசாலையை மையமாகக் கொண்டு மத்திய கால முஸ்லிம் மன்னர்கள் விட்டுச்சென்ற நில அளவை, நில வரி ஆவணங்களிலிருந்து அக்காலச் சமுதாய நிலையை ஊகிக்க ஆய்வு நடத்துபவர்கள். தென் மொழிகளை டெல்லி அரசு மீண்டும் புறக்கணிப்பதற்கு இது மற்றொரு சான்று. ஆஸ்திரேலியாவில் முன்நடந்த மகாநாட்டிலும், திராவிட மொழிப் பிரதிநிதிகள் இல்லை. இம்மகாநாட்டிலும் இல்லை. இந்தியா என்றால் வடஇந்தியா என்ற நிலை மாறி ஒரே இந்தியா என்ற நிலை ஏற்பட வேண்டும், மத்திய அரசின் சிந்தனையில்.

இருபதாந்தேதி வெள்ளியன்று பிற்பகல் இரண்டரை மணியளவில் திராவிடப் பிரிவில் சுமார் நூறு விற்பன்னர்கள் கூடியிருந்தனர், மற்றுள்ள பிரிவுகளைப் பார்க்க இது பெரிய கூட்டம். சில பகுதியில் பேச்சாளர்கள் மட்டும் இருந்தனர்; எனவே இக்கூட்டம் மிகப் பெரிய கூட்டம் என்றே சொல்ல வேண்டும். பேராசிரியர் கய்ப்பர் வரச் சிறிது கால தாமதமாகிவிட்டதால் டாக்டர் பர்ரோ தலைமை தாங்கினார். விவாதத்திற்கு அதிக காலம் ஒதுக்கப்படாவிட்டாலும் படிக்கப் பட்ட எட்டுக் கட்டுரைகளும் காரசாரமான கேள்வி விடைகளுக்கு இலக்காயின. ஸ்விட்சர்லாந்திலிருந்து வந்த கெல்லர், தேவாரத்தின் தத்துவத்தை விளக்கினார். ஜெர்மனியில் வாழும் எல்கா ஆன்றன், புறநானூற்றுப் புலவர்களைப் பற்றி ஆய்ந்தார். சேவியர் தனிநாயகம் சிலப்பதிகாரத் தனியியல்புகளைக் கூறினார். கோவிந்தன் குட்டி தமிழ் வினையடிப் பகுப்புகளைப் பற்றியும் ஆஷா பெயரெச்சத் தொடர் களைப் பற்றியும், பிஷப்பு டீகல் சாஸ்தாவைப் பற்றியும் உண்ணு நீலி சந்தேசம் என்னும் மலையாள மணிப்பிரவாள சந்தேசத்தில் சமஸ்கிருதச் சொல்லாட்சி பற்றி நானும் படித்தேன்.

ஓர் ஆய்வுக் கட்டுரைக்கு எழுப்பிய தடை விடைகளை எடுத்துக் காட்டிற்காகக் கொடுத்திருக்கிறேன்: தங்கள் ஆய்வு முதலில் நன்றாகவும் முடிவில் வெறிச்சென்றும் இருக்கிறது. ‘அது தங்கள் கருத்து’ என்பது பதில். ‘ஆய்வுக்கட்டுரையின் அடிப்படையான வெளியீட்டில் இவ்வாறல்லவா கூறப்பட்டுள்ளது.’ ‘இல்லவே இல்லை; முதலில் இவ்வாறாகக் கூறி இறுதியில் அந்த ஆசிரியர் இவ்வாறு முடிப்பதைத் தாங்கள் ‘மறந்திருக்கமுடியாது. மறந்தாலும் மீண்டும் சென்று பார்த்துத் திருத்திக்கொள்க’ என்பது பதில். கேட்டவர் திக்குமுக்காடவும் பார்த்து

இருந்தவர்கள் நகைக்கவும் இடமான காட்சி, அநேகமாக எல்லாப் பிரிவிலும் காணப்பட்ட காட்சி. எனினும் நட்பு முறியவில்லை.

இதைப்போன்றே சனிக்கிழமை பிற்பகல் அடுத்த மகாநாட்டை எங்கு நடத்துவது என்ற சர்ச்சையில் வாதப்பிரதிவாதம் எழுந்தது. மெக்சிகோவில் புதுக்கிய தென்கிழக்காசிய மானிடக்கலை மகாநாடு என்ற பெயரில் நடத்துவதாகத் தலைவர் அறிவித்தார். இரஷ்யப் பிரதிநிதி விடவில்லை. தங்கள் நாட்டில் நடத்த வேண்டும் என்பது அவர் வேண்டுகோள். மேடையிற் பேச முற்பட்டார். 'மெக்சிகோ மக்கள் நடத்தும் புரட்சிக்கு எங்கள் நாட்டில் அளவிட முடியாத பாராட்டுண்டு' என்றார். எல்லோரும் கைதட்டினர். 'ஆனால் அந்நாடு இத்தகைய மகாநாடு ஒன்றை நடத்தப் பரிபக்குவமும் ஞானமும் உடையதன்று' என்றார். எல்லோரும் கூக்குரலிட்டனர். ஹங்கேரி, போலந்து முதலிய நாட்டிலிருந்து வந்த பிரதிநிதிகள் அவருடன் சேர்ந்துகொண்டனர். மேடையேறிப் பிரச்சாரம் செய்யத் துடிப்பு; தலைவர் மிகச் சாமர்த்தியமாக, 'செயற்குழு செய்த தீர்மானத்தை நாம் மாற்றுவது பதிவன்று; எனவே மெக்சிகோவில் அடுத்தக் கூட்டம் நடைபெறும். அடுத்த விஷயத்திற்கு வருவோம்' என்றார். சமாதானம் நிலவியது.

அரசியல் வேறுபாடு ஆய்வாளர்களை எவ்வளவு தூரம் பிரித்து விட்டது!

இலங்கையில் அரசியல் சூழ்நிலை சரியாக இல்லையென்றால் இத்தகைய காட்சி ஒன்றைத் தமிழ் மகாநாட்டில் நடக்காமல் தடுக்க என்ன வழி என்று தனிநாயக அடிகள் முனகிக்கொண்டு வந்தார்.

மும்மொழிக் கொள்கை: மறு பரிசீலனை தேவை

மும்மொழிக் கொள்கை பற்றிய சிந்தனை ஏறத்தாழ நாற்பது ஆண்டு களுக்கு முன்னரே எழுந்துள்ளது. அரசியல் சட்ட அமைப்பில் அலுவல் மொழியாக இந்தி தேர்ந்தெடுக்கப்பட்டபோது பின்னணியில் பலவித மான மாறுபட்ட மனநிலை நிலவியது. அரசியல் பேரவையின் நிகழ்ச்சிக் குறிப்பைப் படிப்பவர்களுக்கு இது நன்கு தெளிவாகும்.

1947இல் வடநாட்டினர் தென்னாட்டு மொழியொன்றைப் படிப்பது நன்று என்ற சிந்தனை உருப்பெற்றது. 1953ஆம் ஆண்டு வாக்கில் டாக்டர் இலட்சுமணசாமி முதலியார் தலைமையில் உருவாக்கிய உயர்நிலைப் பள்ளிச் சீர்திருத்த அறிக்கையிலும், 1965ஆம் ஆண்டு உருவான கோத்தாரி கமிசன் உயர்கல்வி அறிக்கையிலும் இது வற்புறுத்தப்பட்டது. டாக்டர் திருகுண சென், மையக் கல்வியமைச்சராக இருந்தபோது மாநில முதலமைச்சர்கள் இந்த மும்மொழிக் கொள்கையை எளிமைப்படுத்தி ஒப்புக்கொண்டனர். மத்திய அரசு அதனைச் செயல்படுத்துமாறு மாநில அரசுகளுக்குச் சிபாரிசு செய்தது. ஆனால் அந்தக் கொள்கையில் சில தவறுகள் – கடுமையான தவறுகள் இருந்தன. அதனை வகுத்தவர்கள் அவற்றைக் கவனித்தார்களோ அல்லது கவனித்த பின்னரும் மாற்றாது செயல்படுத்த முனைந்தனரோ என்று தெரியவில்லை.

மும்மொழிக் கொள்கை வட்டார மொழி அல்லது தாய்மொழியை அடிப்படை வகுப்புகளில் பயிலும் மொழியாக விதித்தது. அடிப்படைக் கல்விக்குப் பின்னர் இடைநிலைப் பள்ளி, உயர்நிலைப் பள்ளி நிலை யில் அலுவல் மொழி இந்தி, உலகத் தொடர்பு மொழி ஆங்கிலம் ஆகியவற்றைப் படிக்கச் சிபாரிசு செய்தது. மாணவனின் தாய்மொழி இந்தியாயின் அவன் மற்றொரு நவீன இந்திய மொழி, குறிப்பாகத் தென்னாட்டு மொழியொன்றைப் படிக்க வழி செய்திருந்தது. வட நாட்டுப் பள்ளிகளில் மொழிகளைத் தேர்ந்தெடுப்பதில் பல குறைகள் நேர்ந்ததைப் பலரும் சுட்டிக்காட்டியுள்ளனர். ஆனால் மும்மொழிக் கொள்கையில் காணும் குறைபாட்டை யாரும் உணரவில்லை.

இந்தி பேசுவோர் 33 சதவீதம் பேர் என்று அன்று கருதப்பட்டது. இந்தி பேசாதவர்கள் 67சதவீதம் ஆகும். இந்தி பேசும் மாநிலத்தில் அதாவது நூற்றுக்கு முப்பத்துமூன்று பேர்கள் நவீன இந்திய மொழி களில் ஒன்றைப் பயில இயலும். அங்கு வாழும் மாணவன் தமிழை அல்லது குஜராத்தியை அல்லது பஞ்சாபியைப் படிக்க இயலும். ஆனால் தமிழ் மாணவன் அல்லது வங்காளி மாணவன் அலுவல் மொழி

இந்தியை மட்டும்தான் படிக்க இயலும். பெரும்பான்மையினரான 67 சதவீதம் பேர் ஒரே ஒரு நவீன இந்திய மொழியாகிய இந்தியை மட்டுமே பயில வாய்ப்பு அளிக்கப்பட்டது. இது சம பங்கீடன்று. இந்தி பேசுபவர்களுக்கு அதிக வாய்ப்பு, ஏனையவர்களுக்கு மிகக் குறைந்த வாய்ப்பு; இது ஒரு முக்கியக் குறைபாடு.

பிற நாட்டுத் தொடர்பிற்காக ஆங்கிலத்தைப் படிக்க 'மும்மொழிக் கொள்கை'யில் வகை செய்யப்பட்டது. இது இந்தியா முழுவதும் செயற்படுத்தவும் வகை செய்யப்பட்டுள்ளது. நூற்றுக்கு நூறு பேர் ஆங்கிலம் படிக்க வேண்டிய கட்டாயம் ஏற்பட்டது. இதனால் பிற நாட்டு மொழிகளான ரஷ்யன், சீனம், பிரஞ்சு, சப்பானியம் முதலியவற்றைப் படிக்கும் வாய்ப்பில்லாமல் போய்விட்டது.

இந்திய மொழிகளை வளர்ப்பதே மும்மொழிக் கொள்கையின் முக்கியக் குறிக்கோள் என்று 1968இல் வெளியான மத்திய அரசின் கல்விச் கொள்கை வற்புறுத்துகிறது. ஆனால் ஆங்கிலம் இந்தியா முழுவதும் படிப்பதற்கு வழிசெய்யப்பட்டதால் நவீன இந்திய மொழிகள் வளருவதற்கு வாய்ப்பு குறைந்துவிட்டது. இதை நாம் இன்று அனுபவம் மூலம் உணர்ந்து வருகிறோம்.

அரசியல் சட்டத்தில் அலுவல் மொழி இந்தி, எட்டாவது பட்டியலில் காணும் எல்லா நவீன இந்திய மொழிகளில் இருந்தும் சொற்கள், தொடர்கள், கருத்துகள் முதலியவற்றைக் கடன் பெற வேண்டும் என்று விதித்துள்ளது. ஆனால் மும்மொழிக் கொள்கையில் இந்தி மாநிலம் பேசும் மொழியையோ, அலுவல் மொழியாக மதித்து அதனை அறிந்தவர்கள் அலுவல் மொழி இந்திக்குப் பதிலாக மற்றொரு நவீன இந்திய மொழியைப் படிக்க வகை செய்துள்ளது. எனவே அரசியல் சட்டம் கூறும் அலுவல் மொழிக்கும், வடமாநிலங்களில் பேசும் இந்திக்கும் வேறுபாடின்றி மும்மொழிக் கொள்கை மாறிவிட்டது. இந்தக் குறைபாடுகளைக் கல்விக் கொள்கை உருவாகும் இந்த நேரத்திலாவது கவனித்தல் நன்று.

●

பேராசிரியர் சுந்தரம்பிள்ளை

பேராசிரியர் சுந்தரம்பிள்ளை தமிழ்ப் போதகாசிரியர் அல்லர்; சரித்திரப் பேராசிரியரும் அல்லர்; தத்துவப் பேராசிரியர். ஆனால், தமிழ்த் துறைக்கும் வரலாற்றுத் துறைக்கும் அவர் செய்த தொண்டு மங்காத ஒன்று. அவர் இறந்து சுமார் 60 ஆண்டுகளாகிவிட்டன. எனினும் அவரை மறவாது, அவர் பணியாற்றிய கல்லூரியும், நகரமும், நாடும் திங்கட்கிழமையன்று நூற்றாண்டுவிழா கொண்டாடியது. இதற்கு அவர் செய்த இலக்கியத் தொண்டுதான் காரணம்.

இலக்கிய ஆசிரியர்களின் பண்பாட்டையும், அறிவாற்றலையும் அறிவதற்கு, அவர்களது நூற்களைவிடப் பெரிய துணை வேறொன்று மில்லை. சுந்தரம்பிள்ளையின் வாழ்க்கைக் குறிப்புகளையும், அவரிடம் காணப்பட்ட சில அரிய குணங்களையும், அவருடைய ஆசிரியர்களும் மாணாக்கர்களும் எழுதியிருக்கின்றனர். ஒரு வகையில் இவையும் பயன்படக்கூடியவையே. ஆனால் சார்பற்ற முறையில் அவரது பண்பாட்டைத் தெரிய வேண்டுமெனின், அவர் எழுதிய நூற்களை ஆராய வேண்டும். அவர் இயற்றிய எந்த நூலும் முதலில், அவருடைய அறிவு விசாலத்தையும், நினைவாற்றலையும் நாம் வியக்குமாறு, நமக்கு விளக்கிக்காட்டும். தத்துவப் பேராசிரியர் என்றால், அந்தத் துறையில் மட்டும் ஆழ்ந்த அறிவிருந்தாற் போதும் என்ற மனோநிலை, இப்போது நம்மிடையே நிலவுகின்றது. ஆனால் அறுபதாண்டுகளுக்கு முன்னர், கல்லூரியில் வேலை பார்த்த பேராசிரியர்களிடம் இந்த நிலை இல்லை. தத்துவப் பேராசிரியர் பி.ஏ. வகுப்பிற்கு ஆங்கிலம் கற்பிக்க வேண்டும்; எம்.ஏ. வகுப்பிற்கு வரலாறு எடுக்க வேண்டும்; இன்டர்மீடியட் வகுப்பிற்கு ரசாயனம், பிராணிநூல், தாவரநூல் முதலிய வற்றையும் கற்பிக்க வேண்டும். சில சமயம் கணிதப் பேராசிரியர், ஒரு வகுப்பிற்கு வராவிட்டால் கணிதமெடுக்கவும் ஆற்றலுடையவராக, அந்தத் தத்துவப் பேராசிரியர் இருக்க வேண்டும்.

இங்ஙனம் பல துறைகளில் ஆழமான அறிவிருந்ததால், அவர் களுக்குரிய சிறப்புத் துறைகளில் நுணுக்கமாக ஆராய்ந்து கூறும் திறமை ஏற்பட்டது. சுந்தரம்பிள்ளையின் நூற்களில், இதனுண்மையைக் காணலாம். மனோன்மணிய நாடகத்தில் காதல் பித்தனான நடராசன் பேசும்பொழுது, தாவரங்களின் இனவிருத்தி, விதை பரவுதல் முதலியன பற்றிய நுட்பத் தகவல்களை ஆசிரியர் கூறுகின்றார். பௌதீகப் பகுதி யாகிய சிற்றாடியின் குணாதிசயங்களும் அங்குக் கூறப்படுகின்றன.

நிஷ்டாபரர், கருணாகரர் ஆகிய இருவரின் தத்துவ விசாரணையில், கிராண்ட் அல்லனின், *தாவர இனங்களின் கதை* என்னும் நூலிலுள்ள பல குறிப்புக்கள் காணப்படுகின்றன. தீ விழுங்கும் பறவையின் குணமும், முதலை தின்றபின் அழும் காட்சியும், சுந்தரம்பிள்ளையின் பிராணிநூல் அறிவைக் காட்டுகின்றன. 'திருவிதாங்கூர் புராதன மன்னர் களில் சிலர்' என்னும் நூலில் சுந்தரம்பிள்ளையின் சரித்திர அறிவையும், இந்திய நாட்டுப் பண்பாடு, மொழிநிலை முதலியவற்றில் அவர் கொண்டுள்ள தேர்ச்சியையும் படிப்பவர்கள் பார்க்க இயலும். ஞானசம்பந்தர் கால ஆராய்ச்சியில், அவருடைய மாசற்ற வடமொழி அறிவையும், தத்துவ நூற்பயிற்சியையும் நாம் தெரியலாம். ஆங்கிலத்தில் லிட்டன் பிரபு எழுதிய 'இரகசியப் பாதை' மனோன்மணியத்தின் அடிப்படையாக அமைகிறது. பைரனின் சொல்லழகும், வால்டர் ஸ்காட்டின் உவமை நயமும், ஷேக்ஸ்பியரின் நாடகத்திறமையும், கோல்ட்ஸ்மித்தின் புலமை நயமும் மனோன்மணியத்தை அலங்கரிக்கின்றன. தமிழ் இலக்கியங்களில் அவருடைய ஆழ்ந்த பயிற்சியை நாம் அனைவரும் அறிவோம். நூற்றொகை விளக்கத்தில் அவர், மேனாட்டுத் தத்துவப் போக்கை அறிந்தனுபவித்து, நம் நாட்டிற்கேற்ப மாற்றி இருப்பதைக் காணலாம். தேனீயைப்போல் பல துறைகளிலிருந்தும், பல மொழி இலக்கியங்களிலிருந்தும், சுந்தரம்பிள்ளை தமது நாடக நூலையும், ஆராய்ச்சி நூற்களையும் தொகுத்திருக்கிறார். அவ்வாசிரியரது அயராது உழைக்கும் திறமையையும், படித்ததை மறவாது போற்றும் நினை வாற்றலையும் இந்நூற்கள் எடுத்துக்காட்டுகின்றன.

மற்றோரியல்பும் அந்நூற்களைப் படிப்பார்க்குப் புலப்பட்டிருக்கும். சுந்தரம்பிள்ளை எவரிடமிருந்தெல்லாம் உதவி பெற்றாரோ, எவரெவரை நேசித்தாரோ அவரை எல்லாம் தமது நூற்களில் மறவாது போற்றியிருக் கிறார். தனக்கு வேதாந்தத்தை விளக்கிய கோடகநல்லூர் சுந்தரசுவாமி களை மனோன்மணியத்தின் உயிர்ப்பாக ஆக்கியிருக்கிறார். தமது ஆசிரியரும் அபிமானியுமான டாக்டர் ஹார்லிக்குத் தமது நாடகத்தை அர்ப்பணித்திருக்கிறார். தமது சரித்திர முயற்சிகளைப் பாராட்டி ஆதரவு காட்டிய திருவிதாங்கூர் மன்னர் இராமவர்மத் திருவடி அவர் களுக்குத் 'திருவிதாங்கூர்ப் புராதன மன்னர்களில் சிலர்' என்னும் நூலைக் காணிக்கையாக்கி இருக்கிறார். தான் வாழ்ந்த இடங்களின் பழைமையையும், பெருமையையும் உலகிற்கு எடுத்துக்கூற வேண்டும் என்னும் பேரவாவே திருவிதாங்கூர் வரலாற்றை ஆராய அவரைத் தூண்டியது. திருநெல்வேலியையும், நாஞ்சில் நாட்டையும் திருவனந்த புரத்தையும் தமது நாடகத்தில் சிறப்பிக்குமாறு செய்தது. வடமொழி போல் பழைமையுடைய தாய்மொழியான தமிழ் புறக்கணிக்கப் படுவதைக் கண்டு மனம் வருந்தி அதன் சிறப்பை உலகமறியச்

செய்யும்பொருட்டு பல ஆராய்ச்சிக் கட்டுரைகளை எழுத சுந்தரம் பிள்ளையைத் தூண்டியதும் இதே உணர்ச்சிதான். சுந்தரம்பிள்ளையின் இந்த இயல்பை எவரும் மறுக்க முடியாது.

திறமையான ஆராய்ச்சியை எவ்வளவு தூரம் போற்றுகின்றாரோ, அவ்வளவு தூரம் பொய் புரட்டுகளை வன்மையாகச் சுந்தரம்பிள்ளை கண்டிக்கிறார். சில இடங்களில் நேரடியாகவும் தாக்கி இருக்கிறார். ஆனால், பல இடங்களில் பரிகாசம் செய்திருக்கிறார். டாக்டர் பர்னல் என்பார் 'தமிழ் இலக்கியங்கள், வடமொழியின் வெறும் மொழி பெயர்ப்புகள்' என்ற கருத்தைத் 'தென்னிந்தியக் கல்லெழுத்துக்கள்' என்னும் நூலில் ஒரு இடத்தில் தேவையில்லாமல் தெரிவித்திருக்கிறார். இதை ஞானசம்பந்தர் கால ஆராய்ச்சியிற் சுந்தரம்பிள்ளை மூன்று பக்கங் களில் காரணம் காட்டி மறுத்துக் கண்டித்திருக்கிறார். இவருடைய வாக்கு வன்மையையும், எதிரிகளை முறியடிக்கும் ஆற்றலையும் இதிலிருந்து அறிய முடியும். ஆனால், சுந்தரம்பிள்ளை வன்மம் உடையவரல்லர். இதே 'பர்னல்' கூறிய நல்ல கருத்துக்களைப் பின்னொரு நூலில் புகழ்கிறார்.

சுந்தரம்பிள்ளையின் மற்றோரியல்பு, எதையும் சோதித்த பின்னரே ஏற்றுக்கொள்வதாகும். கற்பிதங்களையும் ஆதாரமற்ற ஊகங்களையும், அவர் அறவே வெறுக்கிறார். புராண இதிகாசங்களை மட்டும் நம்பி, சரித்திரம் எழுதுவது கூடாது என்று வற்புறுத்தியிருக்கிறார். பிறரால் மறுக்கப்படும் கூற்றுக்களைக் கூறாமல், சான்றுகளுடன் திட்டமாகக் கூறுவதை சுந்தரம்பிள்ளை விரும்பினாரென்பது அவருடைய சரித்திர ஆராய்ச்சியால் தெரிய வரும். கல்வெட்டாராய்ச்சியில் அவர் ஈடுபடு வதற்கும் இந்த விருப்பமே காரணம்.

அறிஞர்கள் எந்நாட்டவராயினும், எந்த இனத்தைச் சார்ந்தவராயினும் அவர்களுடன் அளவளாவுவதில் சுந்தரம்பிள்ளை பெயர் போனவர். ஜெர்மனி, இங்கிலாந்து, பிரான்சு, இலங்கை முதலிய நாடுகளில் வாழ்ந்தவர்களும், சென்னை, நாகப்பட்டினம் முதலிய நகரங்களில் வாழ்ந்தவர்களும், அவருக்கு அரிய நண்பர்களாயிருந்தனர். ஆராய்ச்சி யில் சுந்தரம்பிள்ளை இவர்களுடன் தொடர்புகொண்டிருந்தார் என்பதை அவர் நூற்களின் அடிக்குறிப்புகள் தெரிவிக்கின்றன. அறிவாற்றலும், வாக்கு வன்மையுமுடைய அவர், எள்ளளவும் கர்வமோ, மமதையோ கொண்டிருக்கவில்லை. ஒவ்வொரு நூலுக்கும் அவர் பயபக்தியுடன் எழுதிய முன்னுரைகளே இவற்றை நிரூபிக்கும். இந்த முற்குறிப்புடன் அவர் ஆற்றிய தொண்டின் பெருமையை அளவிடுவோம்.

தென்னிந்தியத் துறைகளில் சுந்தரம்பிள்ளை இரு வகைகளில் உழைத்திருக்கிறார். அவற்றில் ஒன்று புதுமையாக இலக்கியம் செய்தது; மற்றொன்று, பழைய நூற்களின் திறன் தெரிந்து கூறியது.

‘பெரும் பழம்பணி புதுக்கியும், பொற்புடை நாற்கவிப் புதுப்பணி குயிற்றியும்’ நாட்டையும், மொழியையும் வழிபட சுந்தரம்பிள்ளை எண்ணினார். அவர் செய்த புதுப் பணி ஒன்றே ஒன்றுதான். அது, ‘மனோன்மணிய’ நாடகம். அது வெளிவந்ததும் தமிழகம் ஏற்றுப் பாராட்டியது. ஷேக்ஸ்பியர் நாடகங்களிலும், வடமொழிச் சாகுந்தலம், முத்திரராராட்சசம் முதலிய நாடகங்களிலும் தோய்ந்த சுந்தரம்பிள்ளை, அத்தகைய நாடகங்கள் தமிழில் இல்லையே என்று ஏங்கினார். அவ்வேக்கத்தின் விளையே ‘மனோன்மணியம்.’ மேனாட்டு நாடக முறையைவிட, இது வடமொழி நாடக முறையை மிகவும் பின்பற்று கிறது. ஆனால், அதன் விமர்சகர்களில் பெரும்பாலோர், ஆங்கில நாடகங்களோடு ஒப்பிட்டே தத்தம் கருத்துக்களைத் தெரிவித்தனர். இது தவறான விமர்சனம் ஆகும். எடுத்துக்காட்டாகக் குறிப்பிட்ட கால எல்லைக்குள் முடியவேண்டுமென்ற நியதி, தமிழ் நாடகங்களுக்கு இல்லை. நல்லதங்காள் வேடத்தில் நடிகர் அரங்கசாமி ஐயங்கார் குழந்தைகளைக் கிணற்றிலிடும்போது இராக ஆலாபனங்களுடன் நெடுநேரம் பாடுவதை அவையோர் கேட்டு, உருகி, கண்ணீர் வடித்ததைத் தமிழகம் அறியும். கிட்டப்பாவின் நாடகங்களுக்கும் கால வரையறை இருந்ததில்லை. விடிவது வரை சில நாடகங்கள் நீடித் திருப்பதும் உண்டு. ஆனால், ஆங்கில நாடகங்களுக்கும், கிரேக்க நாடகங்களுக்கும் கால வரையறை உண்டு. அவை இரண்டு அல்லது மூன்று மணி அளவிற்கு மேல் நீடிக்க மாட்டா. இந்தக் கால அளவை மனத்திற் கொண்டு மனோன்மணியம் நடிக்கத் தக்கதன்று; படித்து இன்புற மட்டும் தகுதியுடையது என்று விமர்சகர்கள் கருதினார்கள். அதை யொட்டி சுந்தரம்பிள்ளையும் பின்னருள்ள பதிப்புகளில் சில பாகங்களை நீக்கிக்கொள்வதற்கு, மனமின்றி அனுமதி கொடுத்திருக்கின்றார்.

அந்தப் பகுதிகள், கதையின் கட்டமைப்பிற்கும், நாடக இன்பத் திற்கும் தேவையானவையா என்று பார்க்க வேண்டும். ஏனெனில், கட்டமைப்பில்லாத ஒரு கதையையுடைய நாடகம் பெரும் புகழ் எய்த முடியாது. நாடக இன்பத்திற்குக் கதையமைப்பு கண் போன்றது. ஒன்றையொன்று தழுவிய கதையமைப்பே மனோன்மணியத்தின் புகழுக்கு முக்கியக் காரணமாகும். நாஞ்சில் நாட்டு வருணனை, நடராசனின் தனிமொழி, சிவகாமியின் வரலாறு, கருணாகரர் நிஷ்டாபரர் விவாதம் ஆகிய இவை நான்கையும் நீக்கிவிட்டால் கதைக்கு ஊனமேற்படாது என்பது சிலர் கருத்து. அவசர வாசகர்கள் வேண்டுமானால், இவற்றை நீக்கி விடுக என்று சுந்தரம்பிள்ளையும் கூறியிருக்கிறார்.

இந்த நான்கு நிகழ்ச்சிகளையும் சிறிது ஊன்றிப் பார்ப்போம்.

போரை மூட்டிவிடச் சூழ்ச்சி செய்கிறான் குடிலன். அதற்கு முன்னேற்பாடாக நாஞ்சில் நாட்டின் பெருமையை விரிவாக வர்ணித்து, அந்நாட்டின் மீது சீவகனை ஆசை கொள்ளுமாறு செய்யவே, தனது பேச்சை விரிவாக்குகிறான். நாஞ்சில் நாட்டை, சீவகன் விரும்பினால் தானே போர் நடக்கும். இல்லை என்றால், சமாதானம் செய்வதற்குச் சீவகன் எண்ணம் கொள்ளலாமல்லவா? இந்த வர்ணனையை விலக்கினால் குடிலனின் குணச் சிறப்பு கெடுவதோடு, கதை இன்பமும் பெரிதும் குறையும்.

அடுத்தது நடராசனின் தனிமொழி. இதுவும் நாடக ரசனையை மிகுவிப்பதற்கு ஆசிரியர் அமைத்த ஒரு தனி உரையாகும். காதல் பித்தேறிய நடராசன், புல், பூண்டு, பறவைகள்கூட, ஒருவன் ஒருத்தி என்னும் அறத்தை அனுசரித்துத் தெய்வக் காதல் பூண்டு இல்லறம் நடத்துவதாக உரைக்கிறான். ஆனால் அதனை அடுத்து, ஆசிரியர், பலதேவனைக் கொண்டு காதல் என்னும் பெயரால் ஆறோ ஏழோ மங்கையரை அவன் கெடுத்த கதையை ஒரு நிகழ்ச்சியின் மூலம் விவரிக்கிறார். ஒருவன் தெய்வக் காதலைப் போற்றிப் புகழ்கிறான். அதே ஊரில், அதே இடத்தில் மற்றொருவன் பல மங்கையர்களைக் கெடுக்கிறான். இந்தமாதிரி மாறுபட்ட யுக்திகளைக் கையாண்டு நாடக நயத்தை மிகுவிப்பது, நாடக ஆசிரியர்களின் வழக்கமாகும். இதனை நீக்குவதா?

சிவகாமியின் சரிதம், கம்பராமாயணத்தில் யுத்த காண்டத்தில் வரும் இரணியன் வதைப்படலம் போன்றது. யுத்த காண்டத்தில் கொடுமையான காட்சிகள் பலவற்றையுடைய போர்ப்படலங்கள் அடுத்து வருகின்றன. அதனைப் படிப்பவர்களுக்கு உணர்ச்சி அனுபவம் பெருகும்பொருட்டு, மாற்றம் ஒன்றை ஏற்படுத்தக் கம்பர் இரணிய வதைப் படலத்தை அங்கு விரிவாகக் கூறுகின்றார். காவிய நயத்தை மிகுவிக்க அந்த உபாயம் பெரிதும் பயன்படுகிறது. இதே உபாயத்தை, மனோன்மணியத்தில் சுந்தரம்பிள்ளை கையாளுகின்றார். அடுத்து வருவது பெரும் போர். யார் வாழ்வார்கள்? யார் வீழ்வார்கள் என்று எவரும் கூற முடியாது. நாடகத்தைத் தொடர்ந்து அனுபவித்து வந்தவர்களுக்கு வரப்போகும் அவல உணர்ச்சியை அனுபவிப்பதற்குச் சிறிது ஆசுவாசம் ஏற்படவே சிவகாமி சரிதம் இங்ஙனம் அமைக்கப்பட்டிருக்கிறது. இது மட்டுமன்று; மற்றொரு குறிப்பும் அந்தக் கதையில் இருக்கிறது. மகாபாரதத்தில் சராசந்தனை வதைத்த கதை நினைவிருக்கலாம். அந்தக் கதையில் மல்யுத்தம் செய்யும் பீமனிடம் ஒரு புல்லைக் கிழித்துத் தலைகீழாக இட்டு வெல்லும் வழியைக் கண்ணன் குறிப்பாகக் கூறுகிறார். அதைப்போல, காதலால் மனம் மாழ்கி ஏங்கும் மனோன்மணி

யிடம், சிவகாமி போல் தனது காதலனைத் தேடிச்செல்க என்று குறிப்பாக வாணி இந்தக் கதை மூலம் கூறுகிறாள். எனவே, இதுவும் கதைக்கு இன்றியமையாததாகும்.

இதனையடுத்து வரும் கருணாகரர்-நிஷ்டாபரர் தத்துவ விவாதங்கள் போருக்குச் சற்று முன் நடைபெறுகின்றன. நிஷ்டாபரர் அறிவால் காரண காரியங்களை ஆராய்ந்து பற்று விட்டு நிஷ்டையிலிருப்பதைப் போற்றுகின்றார். மற்றொருவர் கடமையே பெரிது, சேவையே உயர்ந்தது என்று சாதிக்கிறார். கம்பராமாயணத்தில் போர்முகத்தின் முன்னே, கடமை உணர்ச்சியுடன் வந்த கும்பகர்ணனிடம் அறத்தின் பெருமையைக் கூறும் விபீஷணனின் வாதத்தை இந்தக் கருணாகரர்-நிஷ்டாபரர் வாதம் நினைவுபடுத்தவில்லையா? சேவை உயர்ந்ததா? அறம் உயர்ந்ததா? என்னும் கேள்விகளுக்கு விடை கூறாமலே கம்பர் அவ்விவாதத்தை முடிக்கிறார். சுந்தர முனிவரும் அதைப்போல் விடை பகராமல் ‘வாதம் வேண்டாம்’ என்று மட்டும் கூறி முடிக்கிறார்.

இந்த நான்கு பகுதிகளையும் அகற்றுவது, நாடக இன்பத்தைக் குறைப்பதாகும் என்று நான் மீண்டும் இங்கே கூறத் தேவையில்லை.

‘மனோன்மணியத்தின்’ கவிதைச் சிறப்பைப் பலரும் விரிவாகக் கூறி இருக்கிறார்கள். நாடக உறுப்பினர்களைச் சுந்தரம்பிள்ளை திறமையாகத் தோற்றுவித்திருக்கும் பெருமையையும் பலரும் எழுதியிருக்கிறார்கள். எனவே, நான் அவற்றைப் பற்றிக் குறிப்பிட இங்கு நினைக்கவில்லை. வேறொருவரும் கூறாத சுந்தரம்பிள்ளையின் நாடக அமைப்புத் திறன் ஒன்றை மட்டும், நான் இங்கே கூறுகின்றேன்.

ஒரு நாடகத்தின் முதற்காட்சி, அந்த நாடக ஆசிரியரின் திறத்தை அளவிடும் உரைகல்லாக இருக்கும். இந்தக் காட்சியில் கிடைக்கும் முதல் வெற்றி, முழு வெற்றிக்கு வழியமைக்கும். இந்தக் காட்சியில், நாடகப் பாத்திரங்களில் முக்கியமானவர்கள், அறிமுகம் செய்யப் படுவார்கள். நாடக ஆசிரியர்களுக்கு இந்தக் காட்சி, மிகக் கடினமான காட்சியாகும். முதல் காட்சியாகிய இதில் நாடகத்தின் விதை ஊன்றப் படும். இந்த விதையே நாடகத்தின் நடுவில் வேரூன்றி வளர்ந்து காய்த்து இறுதியில் பழமாகி உதிரும். வித்தில் மரத்தின் வடிவையும், இயல்பை யும் காண முடியும். பலமில்லாத வித்து பயன் தராது. வித்தின் திறத்தை யொட்டியே மரத்தின் திறமும் இருக்கும். எனவே, மனோன்மணியத்தின் முதற்களத்தில் சுந்தரம்பிள்ளை எப்படிக் கதாபாத்திரங்களை அறிமுகம் செய்கிறார் என்று பார்ப்பது இன்றியமையாதது. அரண்மனைச் சேவகர் களின் உரையாடலுடன் அந்தக் காட்சி தொடங்குகிறது. அவ்வாறு தொடங்கும் முதல் இரு வரிகள்/உரையாடல்கள் கதைக்கு மிக முக்கியமானவை.

புகழ்மிக அமைதரு பொற்சிங் காதனந்
திகழ்தர இவ்விடஞ் சேர்மின்

என்று அந்நாடகம் தொடங்குகின்றது. அவ்விரு வரிகளும் இரு பொருளைக் கொண்டிருக்கின்றன. அதைத் 'துடைத்தற்கு நெருங்கு' என்பது ஒன்று. அது 'விளங்குமாறு வீற்றிருப்பதற்குச் சேர்க' என்பது மற்றொரு பொருள். சேவகர்கள் தமது தலைவர்களின் ஆசனங்களை யும், ஆடை அலங்காரங்களையும், அவரில்லாதபோது பயன்படுத்துவது பழக்கம். நாடகத்தின் துவக்கத்தில், இந்தப் பழக்கத்தை ஆசிரியர் ஏன் கூற வேண்டும் என்று நாம் வினவலாம். அரசனின் அதிகாரம் குறைந் திருப்பதையும், சேவகர்கள் பயமின்றிப் பேசுவதையும் இந்த இரு வரிகள் காட்டுகின்றன. அத்துடன் குடிலன் முதலானோர், குறி வைத்திருக்கும் சிங்காதனம் என்பதையும் குறிப்பாகத் தெரிவிக்கின்றன. அரியாசனம் தனது புனிதத் தன்மையை இழந்துவிட்டது என்பது இங்கு உட்பொருள். இதனை அடுத்துச் சுந்தரமுனிவர் அறிமுகம் செய்யப்படுகிறார். நல்லவர்களை, ஆசிரியர் சுந்தரம்பிள்ளை, ஊரார், சேவகர்கள் மூலம் அறிமுகப்படுத்துவதை நாம் நாடகத்தில் பல இடங்களிற் பார்க்கலாம். சுந்தரமுனிவரின் வருகையைச் சேவகர்கள் அறிவிக்கிறார்கள். அதுவரை முழங்கிக்கொண்டிருந்த வாத்திய முழக்கமும், யானை, குதிரை முதலியவற்றின் ஒலியும் சுந்தரமுனிவரை வாழ்த்தும் ஒலியால் அவிந்துவிட்டன என்கிறார் ஆசிரியர். குடிலனின் இடையூறுகள் அனைத்தையும் விலக்கி, சீவகனையும் மனோன்மணியை யும், அச்சுந்தரமுனிவரின் பேரருள் காக்கிறது என்பதும், இதனால் குறிக்கப்படுகிறது. அவர் நாடகத்தின் சுற்றுமையமாக இருக்கின்றார். அவரையே முதன் முதலில் நாடக ஆசிரியர் அறிமுகப்படுத்துகிறார். அடுத்து அறிமுகம் ஆகின்றவன் சீவகன். அவனையும் சேவகர்களே அறிமுகம் செய்கின்றனர். மனோன்மணியைச் சுந்தரமுனிவர் அறிமுகம் செய்கிறார். மற்றொரு முக்கியக் கதாபாத்திரமான குடிலனை அரசன் அறிமுகம் செய்கிறான். அரசன் குடிலனிடம் கொண்டிருக்கும் நன் மதிப்பை, இந்த அறிமுகம் செய்யும் முறை நன்கு விளக்குகிறது. அதனைப் பயன்படுத்தி, குடிலன் அரசனை ஏமாற்றுகிறான் என்பதும் நமக்குத் தெரிகின்றது. இந்த முதல் களத்தில் முக்கிய உறுப்பினர் களின் விசேட பண்பாடுகளும் சுட்டிக் காட்டப்படுகின்றன. சீவகன், மனோன்மணி ஆகியவர்கள் பேச்சிலிருந்து நாடகம் முழுவதும் சுந்தரமுனிவர் கொண்டுள்ள அருள்நோக்கு இந்த முதல் களத்திலேயே தெளிவாகிறது. சீவகன், குடிலனை நம்புகிறான் என்பதும், நுட்பமாக எதையும் ஆய்ந்தறியத் தெரியாதவன், நிலையான புத்தியற்றவன் என்பதும் அம்முதற்களத்தால் விளங்குகின்றன. குடிலனின் 'கைப் பிள்ளையாக' அரசன் இருக்கின்றான் என்பதற்குரிய குறிப்புக்களும்

அந்தக் களத்தில் இருக்கின்றன. குடிலன் சூழ்ச்சியில் வல்லான், கெடுமதியாளன், தன்னலமே உலக நலம் என்னும் கருத்துடையான். அவனுடைய சமயோசித புத்தியும், சொல் மாயங்களும், தருணமறிந்து கூறும் திறமையும் அந்தக் களத்தில் விளங்குகின்றன. கோட்டையின் பிரதாபங்களைக் குடிலன் விரிவாகக் கூறும்போது, சுந்தர முனிவர் சம்போ சங்கரா என்று இடைமறித்துக் கூறுவதால், குடிலனின் சூழ்ச்சியைச் சுந்தரமுனிவர் அறிந்துள்ளார் என்பதை அம்முதற்களம் தெரிவிக்கின்றது. நாடகப் பாத்திரங்களின் குணச் சிறப்புகளைக் கூறுவதற்கு, பல முறைகளை நாடக ஆசிரியர்கள் கையாளுவார்கள். பாத்திரங்களை அறிமுகப்படுத்தும்போது, அவர்களின் குணத்தை ஆசிரியர் தாமே கூறலாம். நிகழ்ச்சிகளால் அவர்களது பண்பைத் தெரிவிக்கலாம். தனிமொழிகளால் அந்த உறுப்பினர் தமது பண்பாட்டைச் சபையோர்களுக்கு உணர்த்தலாம். பிற பாத்திரங்கள் அந்த உறுப்பினர் மீது, என்ன கருத்துக் கொண்டிருக்கின்றனர் என்பதை ஆசிரியர் சுட்டிக் காண்பித்து, அந்த உறுப்பினரின் பண்பாட்டை விளக்கலாம். இத்தகைய பல முறைகளில் இறுதியிற் கூறிய முறை உயர்ந்த முறை. குடிலனையும், மனோன்மணியையும் பற்றி, நகர வாசிகள் கொண்டிருக்கும் கருத்து, இந்த இறுதி வகையைச் சார்ந்தது. இதை முதற் காட்சியிலே ஆசிரியர் கூறுகிறார். குடிலனை வீணன், படிறுகள் செய்பவன் என்று பல நகர மக்கள் கூறுகின்றனர். ஆனால் மனோன்மணியை 'மாதவப் பயனால் அவதரித்த மனோன்மணி யன்னை' என்று வாழ்த்துகின்றனர். முதற்காட்சியில் இங்ஙனம் சுந்தரம் பிள்ளை கதாபாத்திரங்களை அறிமுகம் செய்து வெற்றிபெற்றுள்ளார். நல்ல துவக்கம் நல்ல முடிவைத் தருவது உறுதியல்லவா?

சுந்தரம்பிள்ளை செய்த ஆராய்ச்சி நூல்களினுள்ளே, ஞானசம்பந்தரின் கால ஆராய்ச்சி முக்கியமான ஒரு நூல். அது வெளிவந்த காலத்தில் தமிழ் இலக்கிய ஆராய்ச்சியாளர்களிடமும், தென்னாட்டுச் சரித்திர விற்பன்னர்களிடமும் பெரும் பரபரப்பைத் தோற்றுவித்தது. அன்று வாழ்ந்த தமிழ் அறிஞர்கள் சரித்திர முறை பற்றி அதிகமாகக் கவலை கொள்ளவில்லை. மேனாட்டறிஞரோ, தவறான ஆதாரங்களை அடிப்படையாகக் கொண்டு பொருந்தா முடிவிற்கு வந்தனர். டெய்லர் என்னும் அறிஞர், ஞானசம்பந்தரின் காலம் கிறித்து பிறப்பதற்கு 1300 ஆண்டுகளுக்கு முன்னர் என்றார். 'அது இல்லை. கிறித்து பிறந்து 1200 ஆண்டுகளுக்கு அப்புறந்தான்' என்றார் டாக்டர் கால்டுவெல். இவ்வாறாக, 2500 வருட வித்தியாசத்தில் சம்பந்தர் காலம் ஊசலாடிக் கொண்டிருந்தது. தமிழ் நூற்கள் தரும் சரித்திரச் சான்றுகளின் துணை யுடன் சம்பந்தர் காலச் சமய நிலையையும் மனத்துட் கொண்டு, சங்கராசாரியார் 'சௌந்தர்யலகரியில்' 76வது சுலோகத்தில், சம்பந்தரை,

'திராவிட சிசு' என்று சுட்டிக்காட்டியிருப்பதைச் சான்றாகக் காட்டி, கிறித்து பிறந்து ஏழாவது நூற்றாண்டின் முற்பகுதியே சம்பந்தர் காலம் என்று முதன்முதலில் கூறியவர் சுந்தரம்பிள்ளையாவர். துல்லியமான இந்த முடிவு பின்னர் கல்வெட்டுக்களால் நிரூபிக்கப்பட்டது. பழைய இலக்கியங்களுக்குள்ளே, சந்தேகத்திற்கு இடமின்றி, திட்டமாகக் கூறும் ஒரு காலப்பகுதி, இன்னும் இச்சம்பந்தர் காலப்பகுதியேதான். இதைப் போன்ற துல்லியமான ஆராய்ச்சி முடிவையுடைய மற்றொரு நூல் *திருவிதாங்கூர்ப் புராதன மன்னர்களிற் சிலர்* என்பதாகும். பழமை யான இந்தத் தேசத்திற்கு நெடுங்காலமாக நல்ல சரித்திரம் ஒன்று இல்லாமலிருந்தது. அந்தக் காலத்தில் எழுதிய சங்குண்ணி மேனோனது *திருவிதாங்கூர் சரித்திரம்* என்னும் நூல், புராணக் கதைகள்போல், பிரம்மன் உலகத்தைத் தோற்றுவித்த நாள் முதல் இதுநாள்வரை திருவிதாங்கூர் வரலாற்றைக் கூறுகிறது. அதில் நம்பத்தகுந்த பகுதிகள் மிகக் குறைவு. கொல்லம் ஆண்டு தொடங்கி, ஐந்து நூற்றாண்டுகள் வரை, எந்தெந்த மன்னர்கள் இருந்தார்கள் என்று சங்குண்ணி மேனோன் கூறாமல் விட்டுவிட்டார். ஆனால், சுந்தரம்பிள்ளை, தாமே பல இடங் களுக்குச் சென்று கண்டுபிடித்த கல்வெட்டுக்களை ஆராய்ந்து யாரும் கூறாத ஒன்பது அரசர்களின் பெயரையும், அவர்கள் வாழ்ந்த காலத்தையும், நிகழ்ச்சிகளையும் முதன் முதலாக வெளியிட்டார். இது ஒரு அரிய சாதனையாகும். முப்பதாண்டுகளுக்குப் பின்னால், திருவிதாங்கூர் புதைபொருள் இலாகா, பல வருட ஆராய்ச்சியின் பயனாக, இந்தக் கால வரம்புக்குள் பல அரசர்களின் பெயரை வெளியிட்டது. இதில் ஒருவருடையதைத் தவிர, அந்த அரசர்கள் அனைவருடைய பெயரும், சுந்தரம்பிள்ளை வெளியிட்ட அரசர் பெயரோடு ஒற்றுமையுடையதாக இருந்தது. இது வியக்கத்தக்கதொன்றாகும். வரலாற்றுப் பேராசிரியர் கே.வி. அரங்கசாமி ஐயங்கார் இதனை வாயாரப் புகழ்கின்றார். சுந்தரம் பிள்ளை, தீர்க்க தரிசனத்துடன் ஆராயும் வல்லமை உடையவர் என்பதை, அவர் எழுதிய மற்றொரு நூலாகிய *நூற்றொகை விளக்கம்* நமக்குத் தெரிவிக்கும். எட்மண்ட் ஸ்பென்சர் மேனாட்டுத் தத்துவக் கோட்பாடு களை மனதிற்கொண்டு ஐரோப்பியக் கலைகளைப் பாகுபாடு செய்ததை யடுத்து சுந்தரம்பிள்ளையும், கீழ்நாட்டு அடிப்படையில் எல்லா சாஸ்திரப் பிரிவுகளையும், இந்நூலில் வகைப்படுத்தியிருக்கிறார். அறிவுத்துறை ஒவ்வொன்றையும் தாய்மொழியில் எழுத வேண்டும் என்று, இன்று முனைந்து ஈடுபடுவோர் அனைவரும், சுந்தரம்பிள்ளை தரும் கலைச் சொற்களை ஆராய வேண்டும்.

ஒவ்வொரு கலைச் சொல்லும், விஞ்ஞானத்திலும், மற்ற துறை களிலும், திட்டமான ஒரு பொருளை மட்டும் உணர்த்த வேண்டும். இதற்காக இறந்தமொழிச் சொற்களைப் பயன்படுத்துவது வழக்கம்.

இலத்தீன் கிரேக்கச் சொற்களை ஆங்கிலம் கையாள்வதற்கு இதுவே காரணம். சுந்தரம்பிள்ளை வடமொழிச் சொற்களைப் பயன்படுத்திய தற்கு இது காரணமாக இருக்கலாம்.

இலக்கிய உலகத்திலும், தக்கார் தகவிலார் என்பது அவரவர் எச்சத்தாற் காணப்படுகின்றது. சுந்தரம்பிள்ளை எழுதிய நூற்கள், இன்று தமிழகம் எங்கும் போற்றப்படுவதே அவரது தகுதியை விளக்கும். அது மட்டுமன்று; பல அறிஞர்களைத் தமிழ் மொழிக்கும், தென்னிந்திய ஆராய்ச்சிக்கும் சுந்தரம்பிள்ளை அளித்திருக்கிறார். கடந்த எழுபது ஆண்டுகளாக, திருவனந்தபுரம் தமிழ் அறிஞர் கூட்டத்தைச் சேர்ந்த சிவராஜபிள்ளை, இலக்குமணப்பிள்ளை, கவிமணி, வையாபுரிப் பிள்ளை முதலியவர்கள் தொடர்ந்து, தமிழ்மொழிக்குத் தொண்டாற்றி வருவதற்குச் சுந்தரம்பிள்ளை நேரடியாகவும், மறைமுகமாகவும் காரணமானவர். இன்றும் அப்பரம்பரை நற்பணி செய்து வருகின்றது. மொத்தத்தில் சுந்தரம்பிள்ளை பல நல்ல தொண்டுகளை ஆற்றினார். செய்யவேண்டிய தொண்டுகளுக்குத் திட்டம் வகுத்துக் காட்டினார். அந்தத் திட்டங்களை நிறைவேற்றத் தொண்டர்களைத் திரட்டினார். திருவிதாங்கூர் புதைபொருள் ஆராய்ச்சி இலாகாவும், திருவனந்தபுரம் சைவப் பிரகாச சபையும் தோன்றுவதற்கு, அவர் காரணமாக இருந்தார். இத்தனை நல்ல காரியங்களையும், தமது 42ஆவது வயதிற்குள்ளேயே செய்து முடித்து மறைந்தும்விட்டார். அந்தப் பேராசிரியர் இன்னும் சில காலம் வாழ்ந்திருப்பாராயின் எவ்வளவு நன்மை விளைந்திருக்கும்!

●

மணிக்கொடியின் ஐம்பதாவது ஆண்டு

தமிழ் இலக்கிய ஒழுக்கில், குறிப்பாகத் தற்கால இலக்கிய ஒழுக்கில் மணிக்கொடி மரபினர் தோண்டிய வாய்க்கால்கள் குறிப்பிடத்தக்கவை; பயனுள்ளவை; இலக்கியப் படைப்பு வகைகளுக்கு வழிவகுத்தவை.

ஒரு மொழியின் இலக்கிய ஒழுக்கை அறுதியிடுகின்றவர்கள் அதன் 'சொல்நிலை', 'பொருள்நிலை' இரண்டையும் வரையறை செய்து மாற்றங்களைக் கோடிட்டுக் காட்டுவது அவர்களுக்குப் பழக்கமான ஆய்வுமுறை. பின்னதைப் படைப்புப் பொருள் ஆய்வு, அதன் விளைவு, சூழ்நிலை என்று மூன்றாக வகை செய்வர். ஆய்வுப் பொருளைப் பகுத்து, என்னென்ன இயல்புகளை அவையுடையன என்று சுட்டுவது படைப்பு ஆய்வின் குறிக்கோளாக அமையும். மணிக்கொடி மரபினர் தோற்றுவித்த படைப்புக்களால் ஏற்பட்ட அனுபவ மாற்றம் என்ன, என்ன என்று காண்பதும் படைப்பின் விளைவாய்வு எனலாம். மாற்றங்களுக்குரிய காரணங்கள் எவை எவை என்று அடையாளம் தெரிந்து கூறுவதும் சூழ்நிலை ஆய்வாக வகை செய்வது வழக்கம்.

படைப்புப் பொருள் ஆய்வு, படைப்பின் விளைவு, சூழ்நிலை ஆய்வு என்ற மூன்றில் முன்னது விவரண நெறியைப் பெரும்பாலும் பின்பற்றும். நடுவிலுள்ளது உளநூல், முருகியல் தத்துவம், புள்ளியியல் முதலிய நெறிகளைப் பின்பற்றுவது. சூழ்நிலை ஆய்வு, வரலாற்று நெறிகளையும் இலக்கியக் கொள்கைகளையும் பின்பற்றுவது. ஐம்பதாவது நிறைவு விழாக் கருத்தரங்கக் கட்டுரைகளில் பெரும்பாலானவையும் இவை மூன்றில் அடங்கி நிற்கின்றன. புதிய சிந்தனைக் கதிர்கள் பலவற்றை அங்கங்கே கொண்டிருக்கின்றன. இந்தக் கருத்தரங்கு நடப்பதற்கு முன்னரும், பலர் வெளியிட்டுள்ள கட்டுரைகள் பல வற்றில் தொகுப்புச் செய்திகள் பல வெளியாகி இருக்கின்றன. 'எந்தச் சிந்தனைக்கும் அடிப் படைக் கொள்கையொன்று இல்லாமல் இராது' என்ற சித்தாந்தத்தில் நம்பிக்கையுடைய நம்மில் பலருக்குக் கொள்கை தேடும் முயற்சி கைவிட இயலாத ஒரு பழக்கமாக அமைந்துவிட்டது. இதில் வெற்றி தோல்விகளும் உண்டு. எனினும், இந்தப் பழக்கத்தைக் கைவிட்டால் சிந்தனைத் தெளிவு ஏற்படாது என்ற எண்ண உறுதியால் தொடர்ந்து தேட முயல்கின்றோம்.

மேற்குறித்த வகைப்படுத்தலில் எனக்கு அறிமுகமான ஒன்றிரண்டு கருத்துக்களை நான் இங்குக் கூற அனுமதி தர வேண்டுகிறேன். மணிக்கொடி மரபினர் பெரும்பாலும் உரைநடையைச் செய்திப் பரிமாற்றத் திற்குக் கையாண்டு பெருவெற்றி பெற்றுள்ளனர்.

சென்ற நூற்றாண்டிலும், 1933ஆம் ஆண்டுக்கு முன்னரும் பல இலக்கிய ஊற்றுக்கள் உருவாயின. மதப் பிடிப்பை விளக்கும் கிறித்துவ மதப் பிரசாரகர்களின் உரைநடை, இராமலிங்க அடிகளார், ஆறுமுக நாவலர் போன்றோரின் உரைநடை இந்த வகையைச் சாரும். இலக்கிய விளக்க உரைநடை குறிப்பாக உ.வே. சாமிநாதய்யர், மதுரைச் செந்தமிழ் மரபு எழுத்தாளர்கள் ஆகியவர்கள் இதில் அடங்குவர். இந்த இரண்டு கூட்டத்தினரும் அவர்கள் எழுத முற்பட்ட துறைகளில் புலமை பெற்றிருந்தனர். குறிப்பிட்ட வாசக வட்டத்திற்கு மட்டும் அவை செய்தி பகிர்ந்து அறிவைப் பெருக்கின. பொது மக்கள் அனுபவிக்கும் இன்னல்களை நீக்கும் முக்கியக் காரணமாக அன்று கருதப்பட்ட நம் நாட்டு விடுதலையைப் பொருளாகக் கொண்டு பாரதிக்கு முன்னர் தமிழில் அங்கங்கே சில எழுத்துருக்கள் தோன்றியிருந்தன என்பதை மறுக்க இயலாது. அன்றுள்ள தலைவர்களில் பெரும்பாலோர் ஆங்கில அறிவுமிக்கவர்களாகையால் பெரும்பாலும் ஆங்கிலம் வழி விடுதலை உணர்ச்சியை வெளியிட்டனர். விடுதலை உணர்ச்சி, மக்கள் வாழ்வு சிறத்தற்குரிய வழிகள் முதலிய பொருள்களில் பாரதி தமது எழுத்துருக் களைத் தமிழில் வெளியிட்டார். அவரிடம் புலமைப் பிடிப்பும் நவீன சிந்தனைத் தாக்கமும் இருந்தன. பாக்களில் பழஞ்சொல்லாட்சியும், அன்று படித்தவர்களிடையே புழக்கம் பெற்ற சமஸ்கிருதச் சொல்லாட்சி யும் கலந்த உரைநடை ஒன்றை அவர் கையாண்டார். மணிக்கொடி மரபினர் புலமைப் பிரதிபலிப்பை நீக்கி நிறுத்தி, புதிய சொற்களை எளிய நடையில் எம் மதத்தை, எந்தச் சாதியை, எந்தக் கல்விநிலையைச் சார்ந்தவர்களாயினும் அவர்களனைவரையும் புரியும் செய்திகளை அறியும் வண்ணம் தமது படைப்புகளை உருவாக்கினர். இதனை ஒட்டியும் அடுத்தும் ஒன்றிரண்டு ஊற்றுக்கள் உருவாயின. அவற்றில் ஒன்று தனித்தமிழ் ஊற்று. இதனைத் தோற்றுவித்தவர் வி.கோ. சூரியநாராயண சாஸ்திரியார். தமிழ் மக்கள் தெரியுமாறு பரப்பியவர் மறைமலையடிகளார். இதற்கு அடிப்படையாக, அன்றுள்ள பிராமணர் அல்லாதார் இயக்கமும் வட்டார மொழி, கலை முதலியவற்றிற்கு மேம்பாடு தரும் நோக்கமும் காரணமாகக் கூற இயலும். தூய தமிழ் வாதம் புலமைப் பிடிப்புள்ளவர்களால் தோற்றுவிக்கப்பட்டது. பின்னர் வட்டார மொழி, பண்பாடு முதலியவற்றைப் போற்றும் நீதிக் கட்சி, திராவிடக் கட்சி முதலிய இயக்கங்களால் போற்றப்பட்டன.

இலக்கிய விளக்க எழுத்தாளர்கள், தூய தமிழ்வாதத்தைப் பரிதிமாற் கலைஞர், மறைமலையடிகள் போன்றோர் வெளிப்படையாகவோ அல்லது திரு.வி.க., மு.வரதராசனார் போன்றவர்கள் மறைமுகமாகவோ கையாண்டனர். மணிக்கொடி மரபினர் கடின இலக்கியச் சொற் களையோ

தமிழ்நடைக்கு இசையாத சமஸ்கிருத தத்சமங்களையோ கையாளாமல், பலர் புரியும் எளிய சரளமான நடையைக் கையாண்டனர். செய்தித் தெளிவுக்கும் அகன்ற வாசகர் வட்டம் அறிதற்கும் அவர்கள் முயன்றனர். மக்களை முன்னிறுத்தி, மக்கள் அறிவு பெறுதற்கு மணிக் கொடியினர் எழுதினர்.

தமிழகத்தில் மட்டும் இந்த மாற்றம் ஏற்பட்டது என்று கருதுவது சரியன்று. இதே காலகட்டத்தில்தான் ஆந்திர நாட்டில் கிராமியத் தெலுங்கு (பேச்சுத் தெலுங்கு), கிராந்தியத் தெலுங்கு (இலக்கியத் தெலுங்கு) என்ற போட்டி இயக்கம் வலுவடைந்து எழுத்தாளர்களைப் பிளவுபடுத்தியது. கிராமியத் தெலுங்கு பல்கலைக்கழகப் பட்டம் பெறக் கட்டுரை எழுதுவதற்கும் ஒப்புக்கொள்ளப்பட்டது. கிராந்தியத் தெலுங்கு பழைய மரபினர் மட்டும் கையாளும் நெறியாக-பழைய இலக்கிய நெறியாக-அங்கே மாறியது. அகன்ற வாசகர் வட்டத்தின் தேவையே இதற்குரிய காரணமாகக் கூறுவர். இதைப்போன்றே மணிக் கொடி காலத்தில், கேரள நாட்டில் சுத்த மலையாள இயக்கத்தைக் 'கேரள பாணினி' என்ற இராச இராசவர்மா தோற்றுவித்தார். சமஸ் கிருதத்தை அளவிற் கூடுதலாகக் கலப்பதையும், சமஸ்கிருத தத்சமங் களைக் குறைத்தற்கும் அவர் வாதிட்டார். முதலில் மறுப்பு ஏற்படினும் பின்னர் இது நடைமுறைக்கு வந்தது. மக்களின் தேவையே இங்கும் உள் உந்தலாக உருவெடுத்தது. எழுத்தின் நோக்கம் 'செய்தித் தெளிவு, அதற்கு மொழி ஒரு கருவி' என்ற கொள்கை இங்கும் வலுப்பெற்றது.

கன்னட நாட்டில், மற்றொரு உருவில் இவ்வாதம் ஹரிசன இழிவு எதிர்ப்பு இயக்கமாக எழுந்தது. இதில் மேல் மட்டத்தார், ஹரிசனர்களை அடிமைத் தொழில் செய்பவர்களாகப் படைப்பதையும் அவர்கள் பேசும் மொழியைப் பழிப்பதையும் எதிர்த்தனர். இந்த இயக்கம் அங்குப் பெரிய அளவில் பரவவில்லையாயினும், வாசக வட்டத்தில் எல்லோரையும் சமமாக மதிக்க வேண்டும்; எல்லோரையும் தழுவிச் செல்ல வேண்டும் என்ற உட்கருத்தை வலிவுறச் செய்தது. எனவே, தூய தமிழ் வாதம், கிராமியத் தெலுங்கு, சுத்த மலையாளம், ஹரிசன வாதம் முதலியன யாரையோ எதிர்த்து நடந்தவை; நடப்பவை என்று கருதுவது சரியன்று. அரசியற் சார்புடையன என்று கருதுவதற்கு மாறாக வாசக வட்டத்தை அகலமாக்கும் உந்தலின் விளைவு என்று விளக்கிக் கொண்டால் பல தவறான எண்ணங்கள் நீங்கும். மணிக்கொடி மரபினர் இந்த வாசக வட்ட விரிவிற்கு எளிய தமிழைக் கையாண்டு வெற்றி கண்டவர்கள்.

இந்தக் கருத்தை மேலும் பல சான்றுகளுடன் நான் விரிவாக்கினால் இங்குள்ள பேராளர் வட்டமும் சுருங்கிவிடும் என்ற அச்சத்தால் இத்துடன் நிறுத்த அனுமதி தர வேண்டுகிறேன். •

தமிழ் வளர்த்த பாரதி

சுப்பிரமணிய பாரதியார் திருவனந்தபுரத்திற்கு அறிமுகமானவர். இந்நகரிலுள்ள சைவப் பிரகாச சபையில் ஒரு கூட்டம் நடக்கும்போது அவர் எதிர்பாராது வந்திருந்து 'தான் பாரதி' என்று அறிமுகப்படுத்தி விட்டுச் சிறிது நேரத்தில் வெளியேறிச் சென்றுவிட்டதைப் பேராசிரியர் வையாபுரிப் பிள்ளை அவர்கள் தமது நூலில் குறிப்பிட்டுள்ளார். சேர நன்னாட்டு இளம் பெண்கள் அவர் பாடலில் குறிக்கப்பட்டுள்ளனர். சூதுவாது அறியாத நேர்மையாளனான சேர இளவரசன் அவரது குயில் பாட்டில் சோக முடிவைப் பெறுகிறான். எனவே கேரளத்தைப் பாரதி தமிழ் இலக்கியப் படைப்பில் பெருமைப்படுத்தியுள்ளார்.

பாரதி கவிஞர்; கட்டுரையாளர்; சிறுகதையெழுத்தாளர்; எழுத்தே அவருடைய தொழில். அதில் அவர் ஆத்ம திருப்தி அடைந்தார். அவர் எழுதுவதற்குக் குறிப்பிட்ட காலமோ, இடமோ இல்லை. எந்த நேரத்திலும், எந்த இடத்திலும் அவருடைய இலக்கியப் படைப்புகள் உருப்பெற்றன. ஏறத்தாழ முப்பந்தைந்து ஆண்டுகள் மட்டும் வாழ்ந்த பாரதி அளவிலும் தாக்கத்திலும் பெருப்பமுடைய இலக்கியப் படைப்புகளைச் செய்து மறைந்தது வியக்கத்தக்கது. தெய்வ அருளால் தான் அவற்றைச் செய்ததாக அவரே கூறியுள்ளார். அதனை நாம் நம்புமாறு அமைந்துள்ளது.

பற்றுச் சார்பில்லாது ஒரு இலக்கியப் படைப்பாளியைச் சீர்தூக்கும் காலம் மெள்ள மெள்ளத் தமிழ் இலக்கிய உலகில் இடம்பெற்று வருகிறது. விளம்பர விளக்கம் மறைந்து பகுப்பாய்வும், ஒப்புநோக்கு நிலையும், முதன்மை பெற்று வருகின்றன.

இலக்கியப் படைப்புக்களை அறுதியிடுபவர்கள் ஒரு புலவன் செய்த படைப்பிற்கு முதலிடம் தருவது வழக்கம். புலவன் வாழ்ந்த சூழ்நிலை (அதில் காலம், இடம் ஆகியவை அடங்கும்), அவனுடைய ஆளுமை (அதில் அவனுடைய உணர்ச்சித்திறன், கல்வி, பார்வை நுணுக்கம் முதலியவை இடம்பெறும்). மூன்றாவது, பயன்படுத்துவோரின் சீர்தூக்கும் மனநிலை; நல்ல சீர்தூக்காளர் உருப்பெற்றால் நல்ல இலக்கியமும் உருவாகும் என்ற உலகியல் தமிழிலக்கியத்திற்கும் பொருந்தும். இந்த மூன்று அம்சங்களும் இலக்கியச் சுவைக்கு முக்கிய மானவை. இவற்றைப் புறக்கணிக்க இயலாது.

பாரதியின் படைப்பைக் கவிமணி, பாரதிதாசன் முதலிய புலவர்களும், ஆய்வாளர்களும் அதன் உள்ளே நின்று கருத்துரைத்திருக்கின்றனர்.

அவர்கள் கணிப்பில், பலதிறப்பட்ட பொருளமைப்பு, சமுதாய, நாட்டு நலக் கருத்துக்கள், விடுதலை உணர்வு, அறக் கருத்துக்கள் முதலியவை இடம்பெற்றுள்ளன. அவை பெரும்பாலும் விளம்பர விளக்கங்கள். ஒன்றிரண்டில் படிப்போர் என்னென்ன உணர்ச்சிகளால் தாக்குறு கின்றனர் என்ற கருத்தும் தெரிவிக்கப்படுகிறது. சொல்லடைவுகள், எளிமையான சொல்லமைப்பு, இலக்கண அமைதி, செய்யுளமைதி, நாட்டுப் பாடலின் தாக்கம், உவமையிற் புதுமை முதலியவற்றையும் அங்கு இங்காகச் சிலர் தொட்டுள்ளனர். பாரதி ஒரு புதிய மரபைத் தோற்றுவித்துள்ளார் என்பதைத் தெளிவாக்கிப் பாராட்டும் போக்கே இத்தகைய ஆய்விலும் காணப்படுகின்றது.

எந்தப் புலவனும் அவன் வாழ்ந்த காலத்தால், இடத்தால் பாதிக்கப் படுகின்றான். அவன் வாழ்ந்த சூழ்நிலை அவன் படைப்பாற்றலைப் பாதிக்கிறது. சுதந்திர உணர்வு, சமுதாய முன்னேற்றம், ஏற்றத்தாழ் வின்மை, நவீனப்படுத்தும் முயற்சி முதலிய பொருளில் அமைந்த பாக்கள் காலத்தின் பிரதிபலிப்புகள். இந்தியா முழுவதும் ஒரு தேசமாகக் கருதும் மனநிலை, சங்க காலத்தில் போர்க்களத்தின் விரிந்த எல்லையாகக் கருதப்பட்டு, பக்தி காலத்தில் பக்தியின் பரப்பு நிலமாக மாறியது. முஸ்லிம்களின் மதத்தாலும், ஆங்கிலேயர்கள் இந்தியா முழுமைக்கும் ஒரே அரசை அமைத்து ஆதிக்கம் செலுத்தியமையாலும் பாரத தேசத்தின் மூலை முடுக்கில் நடக்கும் நிகழ்ச்சிகள் நாட்டின் எல்லாப் பாகங்களையும் பாதிக்கும் என்ற அனுபவநிலை இந்தியாவில் ஏற்பட்டது. பாரத தேசத்தின் வாழ்வு தாழ்வு ஒவ்வொரு இந்தியனின் வாழ்வைத் தாக்கும் என்றும் உணர்ந்தனர். சுப்பிரமணிய பாரதியும் இதனை உணர்ந்தார். அதன் விளைவாக அகன்ற பார்வை அவர் பாக்களில் ஏற்பட்டது. வள்ளத்தோள் உட்பட தென்னகக் கவிஞர்கள் பலருக்கும் அக்காரணத்தால் பார்வை நோக்கு விரிவானது. தமிழ் வாழ, தமிழர் வாழ, தமிழ்நாடு வாழ, இந்தியா வாழ வேண்டும் என்று உணர்ந்தனர். தேசப்பற்றால் தமிழ்நாட்டுப்பற்றுக் குறையாது என்ற நிலையும் உறுதிப்பட்டது. அகன்ற இடம் அகன்ற பார்வைக்கு வழி வகுத்தது. இலக்கியத் தரத்தை ஆய்கின்றவர்கள் காலம், இடம் ஆகிய வற்றின் பாதிப்பை மறப்பது நன்றன்று. குறிப்பாகப் பாரதியார் படைப்பை ஆய்கின்றவர்கள் அவற்றின் பாதிப்பை நினைவிற் கொள்வது மிகவும் இன்றியமையாதது.

எளிதில் உணர்ச்சி வயமாகும் பாரதியார் சமஸ்கிருதமும், தமிழும் படித்தவர். மதுரை சேதுபதி உயர்நிலைப் பள்ளியில் இலக்கண மேதை அரசன் சண்முகனாரின் பணியிடத்தை நிரப்பியவர். பின்னர் காசியில் சில ஆண்டு வாழ்ந்தவர். அலகபாத் பல்கலைக்கழகத்தில்

மெட்ரிகுலேஷன் தேர்வு எழுதி வெற்றி பெற்றவர். சென்னையில் *சுதேசமித்திரன்* செய்தித்தாளில் பணிசெய்த பின்னர், பாண்டிச்சேரியில் அரவிந்தர், வ.வே.சு. ஐயர், சகோதரி நிவேதிதா முதலியவர்களுடன் மதிப்புக் குறையாது பழகியவர். மரபும், மரபுநீக்கமும் அவர் படைப்பிலே காண்பதற்கு அவர் வாழ்க்கை அனுபவங்கள் காரணமானவை.

பண்டிதர்கள் படித்துப் பாராட்டப் பாரதியார் தன் கவிதைகளை எழுதவில்லை. ஒன்றிரண்டு ஆண்டுத் தமிழ்ப் படிப்புடைய சாதாரண மக்கள் புரிந்து அனுபவிக்கத் தக்கவாறு தன் படைப்புகளைத் தோற்றுவித்தார். குறுநில மன்னரையோ, நில உடமைகளையோ, மடங்களையோ மகிழ்விப்பதைக் கைவிட்டுப் பொதுமக்களைத் தம் படைப்பின் பயன்பாட்டாளராகக் கருதினார். *சுதேசமித்திரன்* தொடர்பால் சமுதாயப் புரட்சி, நாட்டு விடுதலை என்ற இரு குறிக்கோள்கள் பாரதியாரிடம் வலுப்பெற்றன என்று தமிழகச் சுவைஞர்கள் கூறுவர். பொதுமக்களுக்கு எழுதியதால் எளிய சொல், கரடுமுரடான சந்தியமைப்பின்மை, நாட்டுப் பாடல்களில் காணும் விளிச்சொற்கள், மீண்டும் மீண்டும் பாவில் வரும் வரிகள், இசையமைப்பு முதலியவை பாரதி பாக்களில் இடம்பெற்றன. 'பொதுமக்கள்தாம் தன் புலமையை மெச்ச வேண்டும்' என்று பாரதி கூறினார். எனினும் இலக்கியச் சுவையறிந்த வ.வே.சு. ஐயர் போன்றவர்கள் பாரதியின் பாவிற் காணும் உள் நயத்தால் கவரப்பட்டனர். எளிமையாகப் பாடினால் படைப்பின் சுவை குன்றிவிடும் என்ற தவறான கருத்தை அகற்றியவர் பாரதி.

இங்கு வந்துள்ள ஏனைய ஆய்வாளர்கள் பாரதியின் பாடற்கூறுகளை விரிவாக ஆராய இருக்கிறார்கள். எனினும் பாரதியின் படைப்பின் சிகரமாகக் கருதப்படுவது அவருடைய *குயில் பாட்டு*. மாஞ்சோலையில் கவிஞன் நாளும் காணும் நிகழ்ச்சியொன்றைத் தனது சிந்தனா சக்தியால் சுவைப்போர் ஆழ்மனத்தில் பலப்பல அடுக்குகளாகப் பொருள் புதுமை ஏற்படுமாறு காவியம் அமைந்துள்ளார். காதலில் சிக்குண்ட குயில் முதலில் நெட்டைக் குரங்கன், மாடு, அதன் பின் சேர இளவரசன் ஆகிய மூவரையும் ஒருவர் பின்னொருவராகக் காதலிக்கிறது. சேர இளவரசன் குயிலுடன் கூடும்போது நெட்டைக் குரங்கனும், மாடும் அவனைக் கொலை செய்வதற்கு வாளுருவிப் பாய்ச்சுகின்றன. சேர இளவரசன், தான் சாகுமுன்னர் அவர்களையும் தன் வாளால் வீழ்த்துகிறான். குயில் காதலில் தோற்று மாஞ்சோலையை விட்டுப் பறந்து மறைகிறது. மேலோட்டமாகப் படிப்பவர்களுக்கு மாறும் காதல், பொறாமை, கொலை, ஏமாற்றம் ஆகியவை கதையம்சமாகத் தோன்றும். ஆனால் அதன் உள்ளே அடுக்காகப் பல பொருள், ஆழமாக

அமைத்துள்ளதைச் சிந்திப்பவர்கள் உணர முடியும். கவ்கா என்ற செர்மானிய நாவலாசிரியன் மனித உணர்ச்சிகள் நான்கை-கோபம், பொறாமை, பழிவாங்குதல், ஏமாற்றம் ஆகிய நான்கை-இணையுருவமாக (அலிகரி) ஆக்கிப் பாத்திரங்களாகப் படைத்து வெற்றிகரமாகத் தன் புதினத்தை முடித்துப் பெரும் புகழ்பெற்றான் என்று கூறுவது உண்டு. நெட்டைக் குரங்கன் தாவு மனத்தினன். முரட்டுக்காளை ஒரே எண்ணமுடைய மிருகம். சேர இளவரசன் எல்லா நலனுமுடையவன். குயில் அவர்களில் ஒருவர் பின் ஒருவராகக் காதலிக்கின்றது. நல்லது காண்பது வரை கெட்டதை இனம் பிரித்து அறிய இயலாது. நெட்டைக் குரங்கன், காளைமாடன் ஆகியவர்களைக் காதலித்தது, சேர இளவலைக் காண்பது வரை. நல்ல ஒருவனைக் காண்பது வரை.

நல்லவனைப் பொல்லாதவர் வீழ்த்துவர். நன்மையழிந்தால் பொல்லாதவை வாழ்ந்து உலகம் அழிவுறும். ஆகையால் நல்லவன் வீழும்போது கொடுமையாளர்களும் வீழ்கின்றனர். ஏமாற்றமடைந்த குயிலும் எங்கோ பறந்து செல்கின்றது. தன்னை அழித்திட முயலவில்லை. மற்றோர் புது இடத்தில், புது உலகில், நல்லவன் வாழும் இடத்தில் தனது வாழ்வில் இலட்சியம் நிறைவேறும் என்ற எண்ணத்தால், உந்தலால் அது பறந்து மறைகிறது. இவற்றிற்குச் சாட்சியாக, கவிஞனும் இந்தக் காவியத்தில் பங்குபெறுகிறான். வெளிப்பொருள், உட்பொருள், ஆழ்பொருள் என்று அடுக்கு அடுக்காகப் பொருள் வளம் அமைந்துள்ளது. இந்தச் சிறுகாவியம் பாரதியின் காவிய ஆக்க முதிர்ச்சியைக் காட்டும். பிரசார நோக்குடைய விடுதலைப் பாடல்கள், சமுதாயச் சீர்திருத்தப் பாக்கள் முதலியவை அவற்றின் பிறந்த கால சக்தியை இழந்து வரலாற்றில் மட்டும் இடம்பெற்றாலும், குயில் பாட்டும், மற்றுமுள்ள பாஞ்சாலி சபதமும் தமிழ் இலக்கிய வரலாற்றில் அழியா இடம்பெறும்.

●

தந்தை பெரியார்

தந்தை பெரியார் காலமாகி ஏறத்தாழப் பதினொன்றரை ஆண்டுகள் (9.3.86இல்) ஆகிவிட்டன. அவர்களுடைய தத்துவக் கருத்துகளை அறுதியிடும் நூற்களை மேனாட்டாரும், தமிழ்நாட்டாரும் வெளியிட்டுள்ளனர். குறிப்பாக அனிதா டிகல் 1973இல் வெளியிட்ட *பெரியார் ஈ.வே. இராமசாமி* என்ற ஆங்கில நூலும், பி. ஸ்பராட் 1970இல் எழுதிய *தி.மு.க ஆட்சியில்* என்ற நூலும், சி.இரயர்சன் 1971இல் எழுதிய *திராவிட முன்னேற்றக் கழகம், அதன் அரசியல் வருங்காலம்*, எச்.ஏ. கிளிம்கிட், செர்மன் மொழியில் 1978இல் வெளியிட்ட *தென்னிந்தியாவில் மத எதிர்ப்பு இயக்கம்*, க.எப்.இரசிக் 1969இல் வெளியிட்ட *தென்னிந்தியாவில் அரசியலும் சமுதாய எதிர்ப்பும்* என்ற நூல்களும் ஆர்.எஸ். ஆர்டுகிரேவ் எழுதி 1965ல் வெளியிட்ட *திராவிடஇயக்கம், தமிழ்நாட்டு நாடார்கள்* என்ற நூலும், ஈ.சா.விஸ்வநாதன் 1983இல் வெளியிட்ட, *ஈ.வே. இராமசாமி நாயக்கரின் அரசியல் வாழ்வுப்பணி*, கு.நம்பி ஆரூரன் 1976இல் வெளியிட்ட *தமிழ் மறுமலர்ச்சியும் திராவிட தேசீய உணர்வும்* போன்ற நூல்கள் குறிப்பிடத்தக்கன. இவை பெரியாரின் ஆக்கக் கூறுகளின் சில அம்சங்களைத் தெளிவாக்கி, தென்னிந்தியாவில், குறிப்பாகத் தமிழகத்தில் பெரியாரின் தொண்டால் நேர்ந்த விளைவுகளைக் குறிப்பிடுகின்றன. சில தவறுகள் இந்நூல்களில் காணப்படினும் சமுதாய இயல் அடிப்படையில் பற்றுச்சார்பின்றி தமது அளவீட்டைத் தெளிவாக்க இவை முயல்கின்றன.

பெரியாரின் தொண்டின் விளைவுகளை அறுதியிடவும், புகழ்ச்சி, இகழ்ச்சி இன்றித் தெளிவுகளின் அடிப்படையில் சீர்தூக்கவும் நம்மால் இன்று இயலும். பெரியார் செய்த தொண்டில் மூன்று கூறுகள் முக்கியமானவை.

1. மதப் பிடிப்பிலிருந்து மக்களை மாற்றி நிறுத்தும் முயற்சி
2. பொருளாதார முன்னேற்றம்
3. பொதுக் கல்வியும், அறிவியற் கல்வியும் புகட்டல்

என்ற மூன்றும் குறிப்பிடத்தக்கன.

முதற் கூறாகிய மதப் பிடிப்பிலிருந்து மக்களை மாற்றி நிறுத்தும் முயற்சியைப் பெரியார் மேடைப் பேச்சுக்களாலும், வெளியீடுகளாலும், தமது செயற்பாட்டினாலும் எல்லோரும் பாராட்டும்வண்ணம் வெற்றிகரமாகச் செய்தார் என்பதில் மாற்றெண்ணத்துக்கு இடமிருக்காது. பொருளாதார முன்னேற்றத்தைப் பற்றிய பெரியாரின் கருத்துக்கள்

பெரும் விளைவுகளை உடையவை. அயல்நாட்டில் தமிழர் குடியேறிய தற்கு நாடு பிடித்தல், வாணிபம், மதத்தொடர்பு, வறுமையால் தொழில் தேடிச் சென்றது என்ற நான்கு காரணங்களுடன் பதினெட்டு, பத்தொன் பதாம் நூற்றாண்டில் நடந்த இடப்பெயர்ச்சி, பஞ்சமும் அதனால் ஏற்பட்ட வறுமையும் காரணமாக இருப்பதை அதுபற்றி ஆய்ந்தவர்கள் கூறியுள்ளனர். தமிழர் குடியேறிய பிற மாநிலங்களில், குறிப்பாக மகராஷ்டிரம், மேற்கு வங்காளம் ஆகிய மாநிலங்களில் கணிசமான எண்ணிக்கையில் குடிபெயர்ந்துள்ளதும், பதினான்கிற்கு மேற்பட்ட பிற நாடுகளில் குடிபெயர்ந்துள்ளதும் அன்றுள்ள வறுமை நிலை முக்கியக் காரணம் என்று கூற முடியும். அதனுடன் தன்மானம், மொழிப்பற்று, திராவிடத்-தமிழ்ப்-பண்பாட்டில் ஈடுபாடு இவையனைத்தும் செல்வ வளத்தை அடிப்படையாகக் கொண்டவை. வயிறு வாடும் ஒருவன் மொழியை, பண்பாட்டைப் பற்றிச் சிந்திப்பது மிகக் குறைவாகத்தான் இருக்கும். பஞ்ச வறுமை நகர்ப்புறத்தைவிட ஊர்ப்புறத்தில் கூடுதலாக இருப்பதைப் பொருளியலாய்வாளர்கள் கூறியுள்ளனர். பெரியார், ஊர்ப்புறம் மாறுவதற்கு வகுத்த திட்டம் வருமாறு:

1. விவசாயத்துடன் எந்திரத் தொழிலை ஏற்படுத்துக.

2. உழுதற்கும், அறுவடைக்கும், நீர்பாய்ச்சலுக்கும் எந்திரத்தைப் பயன்படுத்துக.

3. வேலை அதிகம் செய்யாது பயிரிடும் நிலம், வேலை அதிகம் செய்து பயிரிடும் நிலம் என்று இருவகைப்படுத்தி நில அளவீடு செய்க.

4. கூட்டுறவுக் கழகங்கள் அமைக்க.

5. ஒவ்வொரு ஊரையும் ஒரு நகரமாக மாற்றுக. பள்ளிகள், மருத்துவ மனைகள், பூங்காக்கள், சினிமா, நூல்நிலையம், போக்குவரத்துச் சாலைகள், காவல் நிலையங்கள் அமைத்து ஒவ்வொரு ஊரிலும் அந்த ஊரையறிந்த, ஒழுக்கமுடைய நீதிபதி ஒருவரையும் நியமிக்க.

6. பொருட்காட்சிகளுக்கு ஏற்பாடு செய்க.

7. ஐயாயிரம் பேர் வாழும் நகரங்களாக ஒவ்வொரு ஊரையும் மாற்றி அங்கு வாழும் மக்களை நகரத்தார்கள் என்று குறிப்பிடுக.

8. சிறு எந்திரத் தொழில்களை ஏற்படுத்துக.

என்று எட்டுக் கூறுகளை உள்ளடக்கிய திட்டத்தை வற்புறுத்தியுள்ளார். சுருங்கச் சொன்னால் ஊர்ப்புறத்தை எந்திரத் தொழிலாலும், மக்களுக்குத் தொண்டு செய்யும் அமைப்புகளாலும் சிறு நகரமாக மாற்றுவதற்குக் கருத்துத் தெரிவித்துள்ளார்.

இம்மாற்றத்திற்கு அடிப்படையாக எல்லோருக்கும் பொதுக் கல்வியும் அறிவியற் கல்வியும் புகட்டுதற்குக் கருத்துத் தெரிவித்தார்.

இதற்காகத் தமிழுக்கு மாறாக ஆங்கிலம் இருக்க வேண்டும் என்றும் கூறினார். தமிழ் மொழிக்கு ஏற்றம் தாராது, அய்யா அவர்கள் ஆங்கிலத்திற்கு ஏற்றம் தந்துள்ளாரே என்று சற்றுச் சடைத்தவர்கள், தமிழ் மொழியிலும், பண்பாட்டிலும் ஊறிய அய்யா அவர்கள் அவ்வாறு கூறியது, அன்று நிலவிய சூழ்நிலை காரணம் என்று கருத வேண்டும். பொருளாதார முன்னேற்றத்திற்கு விவசாயமும், எந்திரத் தொழிலும் வேண்டும் என்று வாதித்துள்ளதால் ஊர்ப்புறத்தில் இதற்கு ஏற்ற தொழிலாளர்களை உருவாக்க வேண்டும். அதற்குத் தாய்மொழிக் கல்விதான் உகந்தது. அறிவியல் கருத்துக்கள் அனைத்தும் தாய்மொழி வழி புகட்ட வேண்டும். இல்லையேல் புரிந்து செயற்படும் பண்பு ஊர்ப்புற மக்களுக்கு ஏற்படாது.

எனவே, பொருளாதார முன்னேற்றத்திற்கு விவசாயமும், எந்திரத் தொழிலும் அவசியம் என்று வற்புறுத்திய பெரியார் அறிவியலறிவு தாய்மொழியிலிருக்க வேண்டும் என்று கருதியிருக்க வேண்டும். தாய்மொழி வழி, அறிவியல் படிப்பு எனின், பிறமொழி நீக்கம் என்று பொருளன்று. ஆங்கிலம், இரஷ்யன், சப்பான் மொழி, செர்மன் முதலியவற்றையும் உயர் மட்டத்தில் பயில்பவர்களுக்குத் தேவைக்கு ஏற்பப் புகட்ட ஏற்பாடு செய்யலாம். எல்லோரும் மேதைகளாகிவிட முடியாது. ஆனால் எல்லோருக்கும், அல்லது மேதைகளாவதற்குத் தகுதியுடைய ஒவ்வொருவருக்கும் பிற மொழி படித்து முன்னேற வாய்ப்பிருக்க வேண்டும். எந்திரப் புரட்சி தமிழகத்தில் ஏற்படாததால் நாம் அறிவியலில் சற்றுப் பின்தங்கியிருக்கலாம். பின்தங்கியவர்கள் உழைப்பால் விரைவில் முன்னேறுவதை நாம் கண்டுள்ளோம். எனவே, மதப் பிடிப்பிலிருந்து மக்களை மாற்றுவதில் வெற்றிகண்ட பெரியார் வழி நடப்பவர்கள் பொருளாதார மாற்றத்திற்கும், கல்வி பரப்பு வதற்கும் அறிவியல் வளர்ச்சிக்கும் துணை நின்று வறுமையை மாற்றிச் செல்வச் செழிப்பை ஏற்படுத்துவதற்குப் பாடுபடுவது பெரியாருக்குச் செலுத்தும் நன்றிக் கடனாகக் கருதும் காலம் வந்துவிட்டது. வறுமை நீக்கமே நமது குறிக்கோள். அதற்குத் தாய்மொழி வழிக் கல்வியைக் கருவியாகப் பயன்படுத்துவதற்கு முயல்வது வெற்றிக்கு வழிவகுக்கும்.

இன்றையக் கருத்தரங்கு, தமிழ் மொழி, பண்பாடு ஆகியவற்றில் வடமொழித் தாக்கம் என்பது பற்றியது. இதற்குச் சில நெறிமுறைகள் உண்டு. அவற்றை நாம் சற்றுத் தெரிந்துகொள்வது நன்று.

ஆரியர்கள், இந்தோ ஐரோப்பிய இனத்தைச் சேர்ந்தவர்கள். இந்தியாவிற்கு வந்ததும் வடநாட்டிலும், தென்னாட்டிலும் பரவி வாழ்ந்த திராவிடர்களோடு தொடர்பு கொண்டனர். மண வினையும் செய்தனர். இதனால் வடமொழி திராவிட மொழியிலிருந்து பல

சொற்களையும், கருத்துக்களையும் கடன் பெற்றது. இருக் வேதத்தில் கூட இருபது திராவிடச் சொற்கள் இருப்பதை பரோ, எமனோ போன்றவர்கள் கூறியுள்ளனர். இந்தோ ஐரோப்பிய மொழிகளிலும் இலக்கியங்களிலும் காணக்கிடைக்காத பல கூறுகள் இந்தியாவில் வந்த பின் ஆரியர்கள் உருவாக்கிய வேதங்களிலும், இலக்கியங்களிலும் காணப்படுகின்றன. அவற்றில் இந்தோ ஐரோப்பியக் கூறுகள் எவை? என்று நாம் பிரித்தறிந்தால் இந்தியக் கூறுகளை நாம் இனங்காண முடியும். இந்தியக் கூறுகளிற் பெரும்பகுதியும் திராவிடக் கூறுகளாக இருக்கும். கோலேரியன் அல்லது முண்டர்களின் (நாக வம்சத்தினர் இதில் அடங்குவர்) கூறுகள், திபத்தோ-பர்மக் கூறுகள் மிகச் சொற்ப மாக இருக்கும். எனவே தமிழில் வடமொழித் தாக்கம் என்று நாம் ஆராயும்போது, வடமொழியில் திராவிடத் தாக்கம் என்பதையும் நாம் ஆராய வேண்டும். நாம் மட்டும் தாக்கப்படவில்லை. நாமும் பிறருக்குக் கொடுத்துள்ளோம். தூரகிழக்கு நாடுகளான இந்தோனேசியா, பர்மா, தாய்லாந்து, இலங்கை முதலிய நாட்டு மொழிகளுக்கும், பண்பாட்டிற்கும் திராவிடர்களின் கொடை கணிசமானது. இதனையும் நாம் நினைவிற் கொள்ள வேண்டும். அறிஞர்கள் பலர் கூடியிருப்பதால் இவ்விரு நிலை ஆய்வின் தேவையை அவர்கள்முன் வைப்பதில் எனக்கு மகிழ்ச்சியுண்டு. இந்தக் கருத்தரங்கைத் துவக்கி வைப்பதில் பெருமைப்படுகிறேன்.

●